விநோதினி

உள் அட்டையில் காணும் சிற்பக் காட்சியில், பகவான் புத்தரின் அன்னை மாயாதேவி கண்ட கனவின் பலனை மன்னர் சுத்தோதனருக்கு நிமித்திகர் மூவர் விளக்குகின்றனர். அவர்களுக்குக் கீழே அமர்ந்து அந்த விளக்கத்தை எழுதுகிறார் ஓர் எழுத்தர். எழுதும் கலையைச் சித்திரிக்கும் முதல் இந்தியச் சிற்பம் இதுவாகவே இருக்கலாம்.

நாகார்ஜுன மலைச் சிற்பம் கி.பி. இரண்டாம் நூற்றாண்டு. (படஉதவி: நேஷனல் மியூசியம், புது தில்லி)

விநோதினி
(ரவீந்திரநாத டாகுர்)

தமிழாக்கம்
த.நா. குமாரஸ்வாமி

சாகித்திய அகாதெமி

Vinodini: *(Chokar Bali)* - Bengali novel by Rabindranath Tagore, Tamil translation by T.N. Kumaraswami, Sahitya Akademi, New Delhi 2017, (Reprint 1961, 1977, 1987 & 2017) Price Rs. 180/-

© சாகித்திய அகாதெமி

முதல் பதிப்பு	:	1961
இரண்டாம் பதிப்பு	:	1977
மூன்றாம் பதிப்பு	:	1987
நான்காம் பதிப்பு	:	2017

தலைமை அலுவலகம்

சாகித்திய அகாதெமி, 'இரவீந்திர பவன்',
35, பெரோஸ்ஷா சாலை, புது தில்லி 110 001.

விற்பனை அலுவலகம்

'ஸ்வாதி', மந்திர் சாலை, புது தில்லி 110 001.

மண்டல அலுவலகங்கள்

மத்தியக் கல்லூரி வளாகம், பல்கலைக்கழக நூலகக் கட்டிடம், டாக்டர் அம்பேத்கர் வீதி, பெங்களூரு 560 001.

4, டி.எல். கான் சாலை, கொல்கத்தா 700 025.

72, மும்பை மராத்தி கிரந்த சங்கிரகாலய சாலை, தாதர், மும்பை 400 014.

சென்னை அலுவலகம்

குணா பில்டிங்ஸ், 443, அண்ணா சாலை, தேனாம்பேட்டை, சென்னை 600 018.

ISBN: 978-93-86771-30-8

Rs. 180.00

Visit our website at http://www.sahitya-akademi.gov.in

ஒளி அச்சு : Chengamalam Enterprises, Chennai 600 004

விநோதினி

1

விநோதினியின் தாய் ஹரிமதி மகேந்திரனின் அன்னை ராஜலட்சுமியை விடாப் பிடியாகப் பிடித்துக் கொண்டாள். இருவரும் ஒரே ஊரில் பிறந்தவர்கள். இளம் பருவத்தில் ஒன்றாக விளையாடியவர்கள்.

ராஜலட்சுமி மகேந்திரனை அணுகினாள். ''அப்பா மகனே! ஏழைப் பெண்ணுக்குக் கொஞ்சம் உதவி செய்ய வேண்டும். பெண் நல்ல அழகியாம். வெள்ளைக்காரியிடம் இங்கிலீஷ்கூடப் படித் திருக்கிறாள். உன்னைப் போன்ற இந்தக் காலத்துப் பிள்ளை களுக்கு மிகவும் பிடித்தமாக இருக்கும்'' என்றாள்.

''என்னைப் போன்ற இந்தக் காலத்துப் பிள்ளைகள் வேறு எத்தனையோ பேர் இல்லையா, அம்மா?'' என்றான் மகேந்திரன்.

''இதுதானே உன்னிடம்! கல்யாணம் என்ற பேச்சையே எடுக்க வழியில்லை.''

''இதைத் தவிரப் பேசுவதற்கு எத்தனையோ விஷயம் இருக்கிறதே, அம்மா! இதை மட்டும் விட்டு விட்டால் என்ன குடி முழுகி விடும்?''

மகேந்திரன் இள வயதிலேயே தந்தையை இழந்தான். தாயிடம் அவன் நடந்து கொள்ளும் விதமே தனிப்படையானது தான். வயது இருபத்து இரண்டு இருக்கும். எம்.ஏ., தேறியதும் வைத்தியக் கல்லூரியில் படித்துக் கொண்டிருந்தான். இருந்தா லும், சிறு குழந்தையைப் போலத் தாயிடம் கொஞ்சுவதும், பிடி வாதம் பிடிப்பதும் சற்றும் குறையவில்லை. கங்காருவின் குட்டி தாயின் கருப்பையை விட்டு வெளிவந்த பின்னரும், தாய் வயிற்றுப் பையில் மறைந்திருக்கிறதல்லவா? அதைப் போலவே தாயின் தலைப்பைப் பற்றிக் கொண்டிருப்பது அவனுக்கு வழக்கமாகி விட்டது. சாப்பிடுவதோ, உலாவச் செல்லுவதோ எதுவும் அம்மா இராவிட்டால் அவனால் முடியாது.

அம்மா அவனை மிகவும் வற்புறுத்தவே, அவன், ''சரி, பெண்ணைப் பார்த்து விட்டு வரலாம்'' என்றான்.

பெண் பார்க்கும் நாள் வந்தது. அன்று அவன், ''பெண் பார்க்க வேண்டிய அவசியம் என்ன! உன் திருப்திக்காகத்தானே நான் கல்யாணம் செய்து கொள்கிறேன். பிடித்ததோ, இல்லையோ என்ற கவலையே வேண்டாம்'' என்றான்.

இந்த வார்த்தைகளில் சற்று ரோஷமும் கலந்துதான் இருந்தது. ஆனால், அவன் தாயோ, 'எல்லாம் ★சுபதிருஷ்டியின் போது

★ மணச் சடங்கின் போது முக்காட்டை விலக்கி மணப் பெண்ணின் முகத்தைப் பார்த்தல்.

சரியாகி விடும். என்னைப் போல அவனுக்கும் பிடித்து விட்டால் தானே பிணக்கு தீர்ந்து விடும்' என்று எண்ணினாள். ஆகவே, திருமணத்திற்கு நாள் குறித்து விட்டாள்.

மண நாள் நெருங்க நெருங்க மகேந்திரனின் மனமும் பரபரப்படைந்தது. கடைசியில் திருமணத்துக்கு நான்கு நாட்கள் இருக்கும் போது அவன், ''அம்மா! இது என்னால் முடியாது'' என்று சொல்லி விட்டான்.

இளம் பருவ முதலே மகேந்திரன் கேட்டதெல்லாம் அவனுக்குக் கிடைத்தது. தெய்வமும் சரி, மனிதரும் சரி, அவன் விருப்பத்திற்குக் குறுக்கே நிற்கவில்லை. அதனால் அவனுடைய கோரிக்கைகளும் விபரீதமாகவே இருந்தன. பிறருடைய வற்புறுத்தலுக்குப் பணிவது அவனால் முடியாது. தன்னுடைய உறுதி ஒரு புறமும், பிறருடைய தூண்டுதல் இன்னொரு புறமுமாக அவனைக் கட்டுப்படுத்தவே, விவாகம் என்ற பேச்செடுத்தால் அவனுக்கு எரிச்சலும் ஆத்திரமும் மேலிட்டன. அதனால் தான் மண நாள் நெருங்கிய போது அவன் முற்றும் எதிரிடையாக மாறி விட்டான்.

மகேந்திரனின் உற்ற நண்பன் விஹாரி. அவன் மகேந்திரனை, ''அண்ணா'' என்றும், ராஜலட்சுமியை ''அம்மா'' என்றும் அழைப்பது வழக்கம். நீராவிப் படகுடன் பிணைத்திருக்கும் சாதாரணப் படகைப் போல் விஹாரியை மகேந்திரனுடைய அவசியமான பொருள்களில் ஒன்றாக நினைப்பாள் ராஜலட்சுமி. விஹாரியை விட்டால் மகேந்திரனால் இருக்க முடியாது என்று அவளுக்குத் தெரியும். அதனால் விஹாரியின் மேல் அவளுக்கு ஓரளவு பாசமும் உண்டு. அவள் விஹாரியை அழைத்தாள். ''அப்பா! நீயாவது நான் சொல்ற காரியத்தைச் செய். பாவம், ஏழைப் பெண்'' என்று பேச்செடுத்தாள்.

விஹாரி கைகளைக் குவித்தான். ''அம்மா! இது மட்டும் என்னால் ஆகாது. மகேந்திரன் தனக்குப் பிடிக்காது என்று ஒதுக்கிய தின்பண்டங்களை எல்லாம் உனக்காக நான் எவ்வளவோ தின்றிருக்கிறேன். ஆனால், பெண் விஷயத்தில் - அது என்னால் முடியாது'' என்றான்.

'விஹாரி கல்யாணம் செய்து கொண்டாற் போலத்தான். மகேந்திரனுடனேயே அவனுக்குச் சரியாகப் பொழுது போய் விடுகிறதே! கல்யாணத்தைப் பற்றி நினைக்க அவனுக்கு நேரம் எங்கே இருக்கிறது!' என்று எண்ணிக் கொண்டாள் ராஜலட்சுமி. இதனால் அவள் விஹாரியின் மேல் கொண்டிருந்த பாசம் பின்னும் அதிகரித்தது.

விநோதினியின் தகப்பனார் அவ்வளவு பணக்காரரல்ல; இருந்தாலும், தம் ஒரே மகளுக்குத் தகுந்த முறையில் ஆங்கிலக்

கல்வியும், கை வேலையும் கற்றுக் கொடுத்திருந்தார். அந்த ஆர்வத்தில் பெண்ணின் வயது மடமடவென்று ஏறுவதையும் கவனிக்கவில்லை. அவர் காலமான பின்னர், பெண்ணுக்கு இடம் தேடுவது விதவைத் தாய்க்குச் சங்கடமாகி விட்டது. கையில் பணம் இல்லை; பெண்ணுக்கும் வயது அதிகமாகி விட்டது.

ராஜலட்சுமி தன் பிறந்த வீடான பாராசத் கிராமத்தில் சற்றுத் தொலைவான உறவில் அண்ணன் மகனுக்கு விநோதினியை மணம் செய்து வைத்தாள். சில நாட்களுக்குள் விநோதினி கைம்பெண் ஆனாள்.

மகேந்திரன் இது தெரிந்ததும் சிரித்தான். ''நல்ல வேளை! அவளை நான் கல்யாணம் செய்து கொள்ளவில்லை'' என்றான்.

மூன்று ஆண்டுகளுக்குப் பின் ஒரு நாள் தாயும் மகனும் பேசிக் கொண்டிருந்தனர்.

''ஏன் அப்பா, ஊரெல்லாம் என்னைத் தூற்றுகிறார்களே!''

''எதற்கு, அம்மா! அவர்களுக்கு நீ என்ன செய்தாய்?''

''உனக்குக் கல்யாணமாகி வீட்டுக்கு மருமகள் வந்தால் நீ வேறாகி விடுவாய் என்று பயந்துதான் நான் உனக்குக் கல் யாணம் செய்து வைக்கவில்லையாம்! இப்படித்தான் ஊரெல் லாம் பேச்சாக இருக்கிறது.''

''பயப்பட வேண்டியதுதானே! நான் மட்டும் அம்மாவாக இருந்தால் உயிர் போவதானாலும் பிள்ளைக்குக் கல்யாணம் செய்து வைக்க மாட்டேன். ஊராரின் பழிச் சொல்லைத் தலை மேல் ஏற்றுக் கொள்வேன்.''

ராஜலட்சுமிக்குச் சிரிப்பு வந்தது. ''நல்ல பிள்ளைதான், போ!'' என்றாள்.

''பெண்டாட்டி வந்தால் கட்டாயமாகப் பிள்ளையை வலைக்குள் போட்டுக் கொள்வாள். அப்போது கஷ்டப்பட்டு இத்தனை காலம் அன்பாக வளர்த்த தாய் எங்கேயோ ஒதுங்கி விடுகிறாள். உனக்கு இது பிடிக்கிறதோ என்னவோ, எனக்குச் சற்றும் பிடிக்கவில்லை.''

ராஜலட்சுமிக்கு உள்ளூற உவகை பொங்கியது. அவள் அப் போதுதான் வந்திருந்த விதவை ஓரகத்தியை அழைத்தாள். ''கேளடியம்மா, மகேன் சொல்லுவதை; பெண்டாட்டி வந்து அம்மாவை ஒதுக்கி விடுவாளோ என்ற பயத்தில் அவனுக்குக் கல்யாணமே வேண்டாமாம். இப்படியும் ஓர் அசட்டுப் பிள்ளை உண்டோ!'' என்றாள்.

''நீங்கள் செய்வது கொஞ்சங்கூட நன்றாக இல்லை. அந்த அந்தக் காலத்தில் அதது நடந்தால்தான் அழகு. பெண்டாட்டி யுடன் குடித்தனம் செய்கிற வயதில் சின்னக் குழந்தை போல் அம்மாவின் தலைப்பைப் பிடித்துக் கொண்டு நிற்பது வெட்க மாக இல்லையா?'' என்றாள் மகேனின் சிற்றன்னை.

ராஜலட்சுமிக்கு இந்த வார்த்தை இதமாகப் படவில்லை. இதற்கு அவள் சொன்ன பதில் சாதாரணமாகத் தோன்றினாலும் கேட்பதற்கு இனிமையாக இல்லை. ''என் பிள்ளை மற்றவர் களைவிட அம்மாவிடம் அதிக ஆசை வைத்திருக்கிறான். இதில் வெட்கமென்னடி! பிள்ளை இருந்தால்தானே உனக்கு அந்த அருமை தெரியப் போகிறது?'' என்றாள் ராஜலட்சுமி. பிள்ளைப் பேறு இல்லாதவள் தன்னைக் கண்டு பொறாமைப்படுவதாகவே அவள் மனத்தில் தோன்றியது.

''நீங்கள் மருமகளைப் பற்றிப் பேச்செடுக்கவே தானே இதெல்லாம் வந்தது? இராவிட்டால் எனக்கு ஏது உரிமை?'' என்றாள் ஓரகத்தி.

''என் பிள்ளை கல்யாணம் செய்து கொள்ளவில்லை என்று ஏனடி உனக்கு வேதனை? இத்தனை காலமாக வளர்த்தவள் நான். இனிமேலும் என்னால் அவனைப் பார்த்துக் கொள்ள முடியும். வேறு ஒருத்தரும் அவசியமில்லை.''

மற்றவள், கண்களில் நீர் துளிக்க மறுமொழி கூறாமல் மெல்ல அகன்றாள். மகேந்திரனுக்கு உள்ளூற வேதனை பொங் கியது. அன்று மாலை கல்லூரியிலிருந்து சீக்கிரமே திரும்பிய வன், சிற்றன்னையின் அறைக்குச் சென்றான்.

தன் மேலுள்ள அன்பினால்தான் அவள் அவ்வளவு தூரம் சொன்னாளென்று மகேந்திரனுக்குத் தெரியும். சிற்றன்னைக்குத் தாய் தந்தையரை இழந்த தங்கை மகள் ஒருத்தி இருந்தாள். அவளை மகேந்திரனுக்கு மணம் செய்வித்துத் தன்னிடமே வைத்துக் கொள்ள வேண்டுமென்பது அவள் ஆசை. அது மகேந்திரனுக் கும் தெரியும். கல்யாணமென்றாலே அவனுக்குப் பிடிக்காது. ஆனால், சிற்றன்னையின் இந்த ஆசைக்கு அவளுடைய இளகிய மனந்தான் காரணம் என்று அவனுக்குப் பட்டது. சிற்றன்னை அவ்வாறு ஆசைப்படுவது இயல்புதானே!

சிற்றன்னையின் அறைக்குள் அவன் சென்ற போது பொழுது சாய்ந்து கொண்டிருந்தது. சிற்றன்னை அன்னபூரணி சாளரக் கம்பி களின் மேல் சாய்ந்தவாறு முக வாட்டத்துடன் உட்கார்ந்திருந் தாள். பக்கத்து அறையில் உணவு மூடி வைத்திருந்தது. அதை அவள் தொடவே இல்லை.

சிறு விஷயமானாலும் மகேனின் கண்களில் நீர் வந்து விடும். சிற்றன்னையை இந்த நிலையில் கண்டதும் அவன் கண் நீர் முத்திட்டது. அவன் சிற்றன்னையின் அருகில் வந்து மெல்ல, ''சின்னம்மா'' என்று அழைத்தான்.

அன்னபூரணி சிரிக்க முயன்றாள். ''வா அப்பா மகேன்! உட்கார்.''

''மிகவும் பசிக்கிறது, சின்னம்மா, ஏதாவது தின்பதற்குக் கொடேன்.''

மகேந்திரனுடைய தந்திரத்தைப் புரிந்து கொண்டாள் அன்னபூரணி. பொங்கி வரும் கண்ணீரை வெகு பாடுபட்டு அடக்கிக் கொண்ட அவள், தான் உணவு அருந்தியபின் மகே னுக்கும் கொடுத்தாள்.

மகேந்திரனுடைய உள்ளம் அப்போது பாகாக உருகி யிருந்தது. சிற்றன்னைக்கு ஆறுதல் சொல்ல வாயெடுத்தவன், ''சின்னம்மா! உன் தங்கையின் பெண்ணைப் பற்றிச் சொன் னாயே! அவளை எனக்குக் காட்ட மாட்டாயா?'' என்று மனத் தில் பட்டதைக் கேட்டு விட்டான். இதைக் கேட்ட பிறகு அவ னுக்கு உள்ளூறக் கிலி பிடித்துக் கொண்டது.

அன்னபூரணி புன்னகை புரிந்து, ''ஏனப்பா, மகேன்? உனக்குக் கூட கல்யாண ஆசை வந்து விட்டதா?' என்றாள்.

மகேந்திரன் பரபரப்புடன் குறுக்கிட்டான். ''எனக்காக இல்லை, சித்தி! விஹாரியை ஒப்புக் கொள்ளச் செய்கிறேன். பெண் பார்க்க ஒரு நாள் குறிப்பிடேன்'' என்றான்.

''அவ்வளவு அதிர்ஷ்டக்காரியா அவள்! விஹாரியைப் போன்ற கணவன் கிடைக்கக் கொடுத்து வைத்திருக்க வேண்டுமே!''

சிற்றன்னையின் அறையை விட்டு வெளியே வரும் போது கதவின் அருகே தாயைச் சந்திக்க நேர்ந்தது. ''ஏன் மகேன், என்ன ஆலோசனை உள்ளே?'' என்று கேட்டாள் ராஜலட்சுமி.

''ஆலோசனை ஒன்றுமில்லை, அம்மா! வெற்றிலை பாக்கு எடுத்துக் கொள்ள வந்தேன்.''

''ஏனடா, என் அறையில்தான் உனக்காக எல்லாம் எடுத்து வைத்திருக்கிறேனே!''

மகேந்திரன் அதற்கு மறுமொழி கூறாமல் அங்கிருந்து நழுவினான்.

ராஜலட்சுமி உள்ளே நுழைந்தாள். அழுது சிவந்த அன்ன பூரணியின் கண்களைக் கண்டதும் ராஜலட்சுமியின் மனத்தில் பல எண்ணங்கள் எழுந்தன. ''ஏன், பிள்ளையிடம் கோள் சொல்லிக் கொண்டிருந்தாயோ!'' என்று எரிச்சலுடன் கேட்ட வள், பதிலுக்குக் காத்திராமல் விடுவிடென்று சென்றாள்.

2

பெண் பார்க்கும் விஷயத்தை மகேந்திரன் மறந்து விட்டான். ஆனால், அன்னபூரணி மறக்க வில்லை. சியாமா பஜாரில் இருந்த பெண்ணின் பெரி யப்பாவுக்குக் கடிதம் எழுதிப் பெண் பார்க்க நாளும் குறித்து விட்டாள்.

நாள் குறித்த விஷயம் மகேந்திரன் காதிற்கு எட்டியது. ''இத்தனை அவசரப்பட்டு விட்டாயே, சின்னம்மா? விஹாரிக்கு இன்னும் நான் சொல்லக் கூட இல்லையே?'' என்றான் அவன்.

''அதென்னப்பா, மகேன்! அப்படிச் சொன்னால்! இப் போது பெண் பார்க்கப் போகா விட்டால் அவர்கள் என்ன நினைத்துக் கொள்வார்கள்!''

மகேந்திரன் விஹாரியை அழைத்து விஷயத்தை விவர மாகச் சொன்னான். ''வாயேன். உனக்குப் பிடிக்கா விட்டால் உன்னை யாரும் தொந்தரவு செய்ய மாட்டார்கள்'' என்றான்.

''அது என்னால் ஆகாது. சின்னம்மாவின் தங்கைப் பெண்ணைப் பார்த்தபின் 'பிடிக்கவில்லை' என்ற சொல் என் வாயில் வராது!'' என்றான் விஹாரி.

''மிகவும் நல்லதாயிற்று'' என்றான் மகேந்திரன்.

''ஆனால், நீ செய்வது மிகவும் தவறு, மகேன்! நீ தனிப் பறவையாகத் திரிகிறாய். ஆனால் பிறத்தியார் தலையில் பளுவை ஏற்றுகிறாய்! இது சரியல்ல! இப்போது சின்னம்மாவின் மனத்தைப் புண்படுத்துவது என்னால் முடியாது.''

மகேந்திரனுக்கு ஒரு புறம் கூச்சமும், ஒரு புறம் ரோஷமு மாக வந்தது. ''என்னதான் செய்யப் போகிறாய்?'' என்றான்.

''என் பெயரை எப்போது சின்னம்மாவிடம் சொல்லி விட்டாயோ, நிச்சயமாக நான் கல்யாணம் செய்து கொள்கிறேன். பெண் பார்க்கும் ஆடம்பரம் எதற்கு?'' என்றான் விஹாரி. அன்னபூரணியை விஹாரி தெய்வம் போல எண்ணுவான். அவளிடம் அவனுக்கு நிறைந்த பக்தி.

கடைசியில் அன்னபூரணி தானே விஹாரியை அழைத் தாள். ''இதென்னடா அப்பா! பெண்ணைப் பார்க்காமல் கல் யாணம் செய்து கொள்ளக் கூடாது. பிடிக்கா விட்டால் நீ கல் யாணத்துக்கு ஒப்புக் கொள்ளக் கூடாது. என் பேரில் ஆணை!'' என்றாள்.

குறிப்பிட்ட நாளன்று மகேந்திரன் கல்லூரியிலிருந்து வந்த துமே தாயிடம், ''அம்மா! எனக்கு அந்தப் பட்டுச் சொக்காய், வேஷ்டி இரண்டையும் எடுத்துக் கொடு'' என்றான்.

''ஏன், எங்கே போகப் போகிறாய்?''

''அவசியமான வேலை இருக்கிறது. அப்புறம் சொல்லு கிறேன்.''

சிங்காரித்துக் கொள்ளாமல் இருக்க மகேந்திரனால் முடிய வில்லை. பெண் பார்க்கப் போவது பிறருக்காகத்தான் என்றா லும், பெண் பார்ப்பது என்றதுமே தலையைப் படிய வாரிக் கொள்ளவும், கைக்குட்டையில் வாசனை அத்தரைத் தடவிக் கொள்ளவும் தோன்றுவது இளமையின் இயல்புதானே!

நண்பர்கள் இருவருமாகப் பெண் பார்க்கச் சென்றனர். பெண்ணின் பெரியப்பா அனுகூல பாபு, சியாமா பஜாரில் இருந் தார். தம் சொந்த வருவாயைக் கொண்டே தோட்டமும் மச்சு

மாகப் பெரியதொரு வீட்டைக் கட்டி விட்டார். அந்தப் பேட்டைக்கே அந்த வீடுதான் சிகரமாக அமைந்திருந்தது.

ஏழையான தம்பி காலமானதுமே, தாய் தந்தையரை இழந்த அவன் மகளைத் தம் வீட்டுக்கு அவர் அழைத்து வந்தார். பெரி யம்மா அன்னபூரணி, ''என்னிடந்தான் இருக்கட்டுமே!'' என்றாள். 'அதனால் செலவு குறையும்; ஆனால், சுயமரியாதை குன்றி விடுமோ' என்று அனுகூல பாபு பயந்தார். ஆகவே, அவர் அன்னபூரணி சொன்னதற்கு இசையவில்லை. அவ்வப்போது பார்ப்பதற்குக் கூட அவர் பெண்ணைப் பெரியம்மா வீட்டுக்கு அனுப்புவதில்லை. சுயமரியாதை விஷயத்தில் அவர் அவ்வளவு கடுமையாக இருந்தார்.

பெண்ணுக்குக் கல்யாணப் பருவம் நெருங்கியது. ஆனால், இந்தக் காலத்தில் பெண்ணின் திருமண விஷயத்தில், 'எண்ணிய படியே பலன் கிடைக்கும்' என்ற சொல் பலிப்பதில்லை. எண்ணு வதற்கு ஏற்ற பணமும் தேவை. ஆனால் வரதட்சிணை என்ற பேச்சை எடுத்தால் அனுகூல பாபு, ''எனக்கும் சொந்தமாகப் பெண் இருக்கிறாள். ஒற்றை ஆளாக நான் எவ்வளவு தான் செய்ய முடியும்!'' என்று சொல்லி விடுவார். இப்படியே நாட்கள் ஓடின. அந்த வேளையில் வாசனை வீச, புத்தாடை உடுத்துத் தன் நண்பனுடன் மேடையில் தோன்றினான் மகேந்திரன்.

சித்திரை மாதம், பொழுது சாயும் சமயம் மேல் மாடி யில் தென்புறத் தாழ்வாரத்தில் சீனச் சித்திரங்கள் வரைந்த மெல்லிய மேஜை; அதன் இரு புறங்களிலும் விருந்தாளிகளுக் காக வெள்ளித் தட்டுக்களில் பழங்களும் இனிப்புத் தின்பண்டங் களும் வைத்திருந்தன. அருகில் வெள்ளிப் பேழைகளில் பன்னீர். மகேந்திரனும், விஹாரியும் கூச்சத்துடன் உண்ணத் தொடங் கினார்கள். கீழே தோட்டத்தில் தோட்டக்காரன் பூஞ்செடிகளுக்கு நீர் ஊற்றிக் கொண்டிருந்தான். அந்த ஈர மண் வாசனையை ஏந்திய சித்திரைத் தென்றல் மகேந்திரனுடைய வாசனை தடவிய மேல் அங்க வஸ்திரத்தின் மடிப்புகளை அலைத்துக் கொண் டிருந்தது. அக்கம் பக்கத்துக் கதவு, சாளரங்களின் மறைவி லிருந்து மெல்லிய சிரிப்பும் ரகசியம் பேசிக் கொள்ளும் குரலும் சலுங்கென்ற நகைகளின் ஒலியும் கேட்டன.

உணவருந்தியபின் அனுகூல பாபு உள்புறம் நோக்கினார். ''சுனி! வெற்றிலை கொண்டு வா'' என்றார்.

கொஞ்ச நேரம் சென்ற பிறகு அறைக் கதவு மெல்லத் திறந்து கொண்டது. கூச்சமே உருவாக ஒரு சிறுமி வெற்றிலைத் தட்டுடன் மெல்ல அனுகூல பாபுவின் அருகே வந்து நின்றாள். அவர், ''என்ன அம்மா கூச்சம்! அந்தத் தட்டை அவர்கள் முன்னால் வையேன்'' என்றார்.

அந்தப் பெண் கூச்சத்தால் கை தடுமாற வெற்றிலைத் தட்டை விருந்தினரின் பக்கத்தில் தரையில் வைத்தாள். வெட்கிச் சிவந்த அம்மடந்தையின் முகத்தில் வராந்தாவின் மேலண்டை மூலையிலிருந்து மாலை மங்கல் வந்து படிந்தது. அந்தக் கணத்தில் மகேந்திரன், நடுக்கத்துடன் நின்ற அந்தப் பெண்ணின் உருக்கம் நிரம்பிய முகத்தை நோக்கினான்.

அந்தப் பெண் புறப்படத் தொடங்கும் போது, அனுகூல பாபு, "கொஞ்சம் இரு அம்மா, சுனி! விஹாரி பாபு, இவள் என் தம்பி அபூர்வனின் பெண். அவன் தான் போய் விட்டான். இப் போது என்னைத் தவிர வேறு யாரும் இவளுக்கு இல்லை" என்று சொல்லி விட்டுப் பெருமூச்செறிந்தார்.

மகேந்திரனின் பார்வை அந்தத் திக்கற்ற சிறுமியின் பக்கம் சென்றது.

சொந்த வயதை யாரும் தெளிவாகச் சொல்ல மாட்டார்கள். உறவினர், "பன்னிரண்டு பதின்மூன்று இருக்கும்" என்பார்கள். அதாவது பதினான்கு, பதினைந்துக்குள் நிச்சயமாக இருக்கும் என்று அர்த்தம். ஆனால், பிறர் தயையில் வளர்ந்த பெண் அவள். அதனால் கூச்சமும் பயமும் கலந்து அவளுடைய இளமையின் தொடக்கத்தை அடக்கமாக வைத்திருந்தன.

மகேந்திரன் இளகிய குரலில், "உன் பெயர் என்ன?" என்று கேட்டான். அனுகூல பாபு, "சொல் அம்மா! உன் பெயரைச் சொல்லு!" என்று தூண்டினார். அந்தப் பெண் வழக்கம் போல் கட்டளையை நிறைவேற்றும் பாவனையில் குனிந்த தலையுடன், "ஆசாலதா" என்றாள்.

'ஆசா! இந்தப் பெயரில் எவ்வளவு மென்மை! எவ்வளவு இனிமை' என்று தோன்றியது மகேந்திரனுக்கு. திக்கற்ற சிறுமி ஆசா!

நண்பர்கள் இருவரும் வெளியே வந்து வண்டியில் புறப் பட்டார்கள். "விஹாரி! இந்தப் பெண்ணைத் தள்ளாதே!" என்றான் மகேந்திரன்.

விஹாரி அதற்குப் பதில் சொல்லவில்லை. "பெண்ணைப் பார்த்தால் பெரியம்மாவின் நினைவு வருகிறது. அவளைப் போலவே குணமும் இருக்கும்; குல விளக்காக விளங்குவாள்" என்றான் அவன்.

"அப்படியென்றால், உன் தோளில் நான் போட்ட பளு இப் போது அத்தனை கடினமாகத் தோன்றவில்லை என்று சொல்."

"இல்லை, என்னால் தாங்கக் கூடிய சுமைதான்."

"எதற்காக நீ சிரமப்பட வேண்டும்! உன் சுமையை வேண்டுமானால் நானே என் தோளில் ஏற்றிக் கொள்கிறேன். என்ன சொல்கிறாய்!"

விஹாரி மகேந்திரனுடைய முகத்தைக் கூர்ந்து நோக்கினான். "மகேன்! நிச்சயமாகச் சொல்கிறாயா! இப்போதாவது சொல். நீ விவாகம் செய்து கொண்டால் சின்னம்மாவுக்கும் மிகத் திருப்தியாக இருக்கும். பெண்ணையும் எப்போதும் தன்னிடமே வைத்துக் கொள்ள அவளால் முடியும்."

"உனக்கென்ன பைத்தியமா பிடித்து விட்டது! அது நடப்பதாக இருந்தால் என்றைக்கோ முடிந்திருக்குமே!"

விஹாரி தடை ஏதும் கூறாமல் சென்றான். மகேந்திரனும் நேர்ப் பாதையில் செல்லாமல் சுற்று வழியே மெல்ல நடந்து வீடு சேர்ந்தான்.

அவனுடைய தாய் பூரியிட்டுப் பொரித்துக் கொண்டிருந்தாள். சிற்றன்னை இன்னும் தங்கையின் பெண்ணை விட்டு வரவில்லை.

மகேந்திரன் தனியே சந்தடியற்ற மாடியின் திறந்த வெளியில் கம்பளத்தை விரித்துப் படுத்தான். வளரும் ஏழாம் பிறைமதி ஆடம்பரமின்றிக் கல்கத்தா மாளிகைகளின் மேல் தன் மாயத்தை அள்ளித் தெளித்தது. தாய் மகேந்திரனை உணவருந்த அழைத்த போது, அவன் சோம்பலுடன், "அம்மா! இப்போது எனக்கு எழுந்திருக்கப் பிடிக்கவில்லை; இப்படியே இருக்கிறேன்" என்றான்.

"இங்கேயே கொண்டு வரட்டுமா?" என்றாள் ராஜலட்சுமி.

"எனக்கு ஒன்றும் வேண்டாம்; நான் சாப்பிட்டாயிற்று."

"எங்கே சாப்பிட்டாய்?"

"அதெல்லாம் பெரிய கதை. அப்புறமாகச் சொல்லுகிறேன்."

மகேந்திரன் இதுவரையில் இப்படி நடக்காதவன். இன்று அவனுடைய இந்த எதிர்பாராத போக்கு ராஜலட்சுமிக்கு வருத்த மூட்டியது. அவள் பதில் ஏதும் சொல்லாமல் திரும்பலானாள்.

கண நேரத்துக்குள் மகேந்திரன் சமாளித்துக் கொண்டு, "அம்மா! எனக்கு இங்கேயே சாதம் கொண்டு வா" என்று கெஞ்சும் குரலில் சொன்னான்.

"பசிக்கா விட்டால் எதற்கு?" என்றாள் தாய்.

இந்தச் சிறு விஷயத்துக்காகத் தாயும் மகனும் சிறிது நேரம் வாதாடினர். பின்னர் மகேந்திரன் மீண்டும் உணவு கொள்ள உட்கார்ந்தான்.

3

அன்றிரவு மகேந்திரனுக்குத் தூக்கமே வரவில்லை. பொழுது விடிந்ததுமே அவன் விஹாரியின் வீட்டுக்குச் சென்றான். "அப்பனே! நான் யோசித்துப் பார்த்தேன். தன் தங்கையின் பெண்ணை நான் கல்யாணம் செய்து கொள்ள வேண்டுமென்று சின்னம்மாவுக்கு உள்ளூற ஆசை" என்றான்.

‘‘இதில் யோசித்துப் பார்க்கும்படி புதிதாக ஒன்றும் இல்லையே! உன் சின்னம்மாவும் அவள் ஆசையை எத்தனையோ விதமாகச் சொல்லி விட்டாளே.’’

‘‘அதைத்தான் சொல்கிறேன். ஆசாவை நான் கல்யாணம் செய்து கொள்ளா விட்டால் அவள் மனத்தில் ஏமாற்றம் உண்டாகி விடும்.’’

‘‘ஆமாம்....’’

‘‘அது என் வரைக்கும் பெரிய அநியாயந்தானே!’’

விஹாரிக்கு உண்டான களிப்பு இயல்புக்குச் சற்று மாறாகவே இருந்தது. ‘‘நல்லது. நீ சொல்வது மிகவும் சரி. உனக்கு இஷ்டமென்றால் வேறு பேச்சுக்கே இடமில்லை. ஆனால், இந்தக் கட்மை உணர்ச்சி நேற்றே உனக்கு உதயமாகி இருந்தால் நன்றாக இருந்திருக்கும்’’ என்றான்.

‘‘ஒரு நாள் தாமதமாகி விட்டதால் என்ன குறைந்து விட்டதாம்!’’

கல்யாணம் என்றாலே எதிர்த்து நின்ற மகேந்திரனால் அதே விஷயத்தில் பொறுமையுடன் இருக்க முடியவில்லை. அதிகமாக வளர்த்தாமல், பேசாமல் அந்தக் காரியம் விரைவில் நடந்றேினால் நல்லது என்று அவனுக்குத் தோன்றியது.

அவன் நேரே தன் தாயிடம் சென்றான். ‘‘அம்மா! நீ சொல்கிறபடியே செய்கிறேன். நான் மணம் செய்து கொள்ளத் தயார்’’ என்றான்.

‘புரிந்தது. அன்று உன் சின்னம்மா தன் தங்கையின் பெண்ணைப் பார்க்கப் போனதும், நீ தடபுடலாக உடை அணிந்து சென்றதும் இதற்குத்தானா!’ என்று தனக்குள் எண்ணிக் கொண்டாள் ராஜலட்சுமி.

எவ்வளவோ விதமாகத் தான் முயன்ற போதும், அன்னபூரணியின் சூழ்ச்சி பலித்து விட்டதே என்று ராஜலட்சுமிக்கு விதியின் மேல் எரிச்சலாக வந்தது. ‘‘ஒரு நல்ல பெண்ணாக பார்த்துக் கொண்டிருக்கிறேன்’’ என்றாள் அவள்.

மகேந்திரன், ‘‘பெண் கிடைத்தாயிற்று’’ என்று ஆசாவைப் பற்றிச் சொன்னான்.

‘‘அந்தப் பெண்ணைப் பற்றிப் பேச்செடுக்காதே! அது நடக்காது’’ என்றாள் ராஜலட்சுமி.

முடிந்த வரையில் தன்னை அடக்கிக் கொண்டான் மகேந்திரன். ‘‘ஏனம்மா! அவள் நன்றாகத்தானே இருக்கிறாள்!’’ என்றான்.

‘‘மூன்று தலைமுறையில் உறவு என்று அவளுக்கு யாருமே கிடையாது. அவளைக் கல்யாணம் செய்து கொண்டால் எனக்கு நிம்மதி ஏது?’’

''உறவு, குடும்பம் எல்லாம் எனக்குத் தெரியாது. ஆனால், பெண்ணை எனக்குப் பிடித்து விட்டது.''

பிள்ளையின் பிடிவாதத்தைக் கண்டு ராஜலட்சுமியின் மனம் பின்னும் கடினமாகியது. அவள் அன்னபூரணியிடம் சென்று, ''தாய் தகப்பன் இராத பெண்ணை என் பிள்ளைக்குக் கல்யாணம் செய்து வைத்து அவனை என்னிடமிருந்து பிரித்து வைக்கப் போகிறாயா! இத்தனை பெரிய சூழ்ச்சியா?'' என்று கேட்டாள். அன்னபூரணிக்கு அழுகை பொத்துக் கொண்டு வந்தது. ''மகேந் திரனைப் பற்றி எதுவும் பேச்சு இல்லையே! அவன் உங்களிடம் என்ன சொன்னானோ அதுவும் எனக்குத் தெரியாதே!'' என்றாள் அவள்.

ராஜலட்சுமியினால் அதை நம்பவே முடியவில்லை. அன்னபூரணி விஹாரியை அழைத்துக் கண்ணீரும் கம்பலையு மாக, ''உனக்குக் கொடுப்பதாகத்தானே பேச்சு! ஏன் அதை மீறி விட்டாய்? நீயேதான் கல்யாணம் செய்து கொள்ள வேண்டும். நீ கை கொடுக்கா விட்டால் என்னால் தலையே நிமிர முடியாத படி அவமானம் ஏற்படும். பெண் நல்ல குணவதி; உனக்கு எந்த விதத்திலும் தகுதியானவள்'' என்றாள்.

''சின்னம்மா! அதை நீ எனக்குச் சொல்லவும் வேண்டுமா! உன் தங்கை பெண்ணாயிற்றே! நான் குறை சொல்ல என்ன இருக்கிறது? ஆனால், மகேந்திரன்....''

''இல்லையப்பா! மகேந்திரனுக்கும் அவளுக்கும் கல் யாணம் நடக்க முடியாது. உன்னிடம் நான் உண்மையாகவே தான் சொல்கிறேன். நீ அவளை ஏற்றுக் கொண்டால்தான் எனக்கு முழு நிம்மதி. மகேந்திரனுக்கு அவளைக் கொடுப்பதில் எனக்கு இஷ்டமில்லை.''

''சின்னம்மா! உனக்கு இஷ்டமில்லை என்றால் வேறு பேச்சு ஒன்றுமே இல்லை.''

அங்கிருந்து விஹாரி ராஜலட்சுமியிடம் சென்றான். ''அம்மா! சின்னம்மாவின் தங்கை பெண்ணுக்கும் எனக்கும் கல்யாணம் நிச்சயமாகி விட்டது! உறவு என்று சொல்லிக் கொள்ள எனக்குப் பெண்கள் யாரும் இல்லை. அதனால்தான் வெட்கத்தை விட்டு நானே உனக்குச் சொல்ல வேண்டியதாயிற்று.''

''விஹாரி! நீ சொல்வது நிஜமா? எனக்கு மிகவும் சந்தோஷம். நல்ல பெண்! உனக்கு ஏற்றவள். கை தவற விட்டு விடாதே!'' என்றாள் ராஜலட்சுமி.

''கை தவறுவானேன்! மகேந்திரனே பார்த்து எனக்கு நிச்சயம் செய்திருக்கிறான்!''

இப்படித் தடைகள் நேரிடுவது கண்டு மகேந்திரனுக்கு ஆத்திரம் மேலிட்டது. அவன் தாயுடனும் சிற்றன்னையுடனும்

கோபித்துக் கொண்டு ஏழை மாணவர் விடுதி ஒன்றுக்குப் போய் விட்டான்.

ராஜலட்சுமி அழுது கொண்டே அன்னபூரணியிடம் சென்றாள். "அம்மாடி! என் பிள்ளை வெறுத்துப் போய் வீட்டை விட்டுப் போய் விட்டானே! அவனைக் காப்பாற்று" என்றாள்.

"அக்கா! கொஞ்சம் பொறுமையாக இரு. இரண்டு நாளில் அவன் கோபம் தணிந்து விடும்."

"அவனைப் பற்றி உனக்குத் தெரியாது. தனக்குப் பிடித்தது கிடைக்கா விட்டால் மனம் போனபடி செய்து விடுவான். உன் தங்கையின் பெண்ணை எப்படியாவது...."

"அது எப்படி முடியும், அக்கா? விஹாரிக்கு அவளைக் கொடுப்பது என்று நிச்சயமாகி விட்டது!"

"அதை மாற்றுவது கடினமா!" என்று ராஜலட்சுமி விஹாரியை அழைத்தாள். "அப்பா! உனக்கு நல்ல பெண்ணாகப் பார்த்து முடிவு செய்கிறேன். இவளை மட்டும் விட்டு விடு. உனக்கு இவள் தகுதியானவள் அல்ல" என்றாள்.

"இல்லை, அம்மா! அது நடக்காது. எல்லாம் முடிவாகி விட்டது" என்றான் விஹாரி.

ராஜலட்சுமி மீண்டும் அன்னபூரணியை அணுகினாள். "நீ சொன்னால் விஹாரி ஒப்புக் கொள்வான். நீதான் எப்படியாவது சரிக் கட்ட வேண்டும். இராவிட்டால் என் தலையைத் தின்ன மாதிரி!" என்றாள்.

அன்னபூரணி விஹாரியை அழைத்தாள். "அப்பா! உனக்குச் சொல்லவே எனக்கு நா எழவில்லை. ஆனால், என்ன செய்வது! ஆசா உன்னை மணந்து கொண்டாலே என் மனம் கவலையில்லாமல் இருக்கும். உனக்கு எல்லாம் தெரியும்...."

"எனக்குப் புரிகிறது, சின்னம்மா! நீ என்ன சொன்னாலும் சரி, அதன்படியே நடக்கும். ஆனால், இனிமேல் எந்தப் பெண்ணையும் கல்யாணம் செய்து கொள் என்று என்னைக் கேட்காதே!" என்றதும் விஹாரி போய் விட்டான்.

அன்னபூரணியின் விழிகளில் நீர் திவலையிட்டது. ஆனால், மகேந்திரனுக்குத் தீங்கு நேருமோ என்று அஞ்சி அவள் கண்ணீரைத் துடைத்துக் கொண்டாள். 'நடப்பதெல்லாம் நல்ல தற்குத்தான்' என்று அவள் தன்னைத் தானே தேற்றிக் கொண்டாள்.

ராஜலட்சுமி, அன்னபூரணி, மகேந்திரன் இந்த மூவருக்கும் இடையே பேச்சு வார்த்தைகள் குறைந்தன. மனக் கசப்பிடையே திருமண நாளும் வந்தது. எந்த விதமான குறைவும் இராமல் கல்யாணம் நடந்தேறியது. விளக்குகளும், மேள தாளமும், விருந்தும் குறைவின்றி அமைந்தன.

புத்தாடையுடுத்து, நாணம் தோய்ந்த முகத்துடன் ஆசா புக்ககத்தில் அடியெடுத்து வைத்தாள். இந்தப் புது இடத்தில் முள் எங்காவது இருக்கலாம் என்பதை அவளுடைய மென்மை யான உள்ளம் உணரவில்லை. அதற்குப் பதிலாக, தாய்க்குச் சமமான பெரியம்மா அன்னபூரணியிடம் வருகிறோம் என்ற ஆறுதலும் ஆனந்தமும் அவளுடைய சந்தேகம், பயம் எல்லா வற்றையும் மறக்கச் செய்தன.

மணமானபின் ராஜலட்சுமி மகேந்திரனை அழைத்தாள். ''இன்னும் கொஞ்ச நாள் ஆசா அவள் பெரியப்பாவிடமே இருக் கட்டுமே!'' என்றாள்.

''எதற்கு அம்மா?''

''இந்த வருஷம் உனக்குப் பரீட்சை இருக்கிறது. படிப்பு க்குத் தடையாக இருக்குமே!''

''நான் என்ன குழந்தையா? எனக்கு நல்லது, கெட்டது தெரியாமலா போய் விட்டது?''

''இருக்கட்டுமே! ஒரு வருஷந்தானே!''

''அவளுக்கு அப்பா, அம்மா இருந்தால் அனுப்பலாம். பெரியப்பா வீட்டில் விட்டு வைக்க எனக்கு இஷ்டமில்லை.''

'அடேயப்பா! மிகவும் பெரிய மனிதன்தான்! மாமியார் ஒன்றுமில்லைதான்! நேற்றுக் கல்யாணம்; அதற்குள் இத்தனை தூரமா! எங்களுக்குந்தான் கல்யாணம் நடந்தது. ஆனால், பெண் பித்து இந்த அளவில் நான் கண்டதில்லை. கூச்சமே இல் லையே!' என்று தனக்குள் எண்ணிக் கொண்டாள் ராஜலட்சுமி.

மகேந்திரன் அழுத்தந்திருத்தமாகச் சொல்லி விட்டான்; ''ஒன்றும் கவலைப்படாதே, அம்மா! பரீட்சைக்கு இடையூறு ஒன்றும் இராது.''

4

ராஜலட்சுமி அளவிறந்த ஆர்வத்துடன் மரு மகளுக்கு வேலை கற்றுக் கொடுக்கத் தொடங் கினாள். சாமான் அறை, சமையல் அறை, பூஜை அறைகளிலேயே ஆசாவின் பொழுது கழியலாயிற்று. இரவு வேளைகளில் ராஜலட்சுமி அவளைத் தன்னுடனேயே படுக்க வைத்துக் கொள்ளுவாள். அதன் மூலம் உறவினரைப் பிரிந்த வேதனை ஓரளவு குறையலாமல்லவா!

அன்னபூரணி தங்கையின் பெண்ணிடமிருந்து தான் விலகி இருப்பதே மேல் என்று பலவிதக் காரணங்களைக் கொண்டு தீர்மானித்தாள்.

பலசாலியான பெரியவர் கரும்பைக் கடித்துச் சாற்றைச் சுவைக்கும் போது, ஏமாற்றத்துடன் அதைப் பார்க்கும் சிறுவ னுக்கு ஆத்திரம் மேலுக்கு மேல் பொங்குவது இயல்புதானே!

மகேந்திரனுடைய நிலையும் அவ்வாறுதான் இருந்தது. தன் கண்ணெதிரேயே இளமை பொங்கும் புது மனைவியின் இன்பச் சுவையெல்லாம் வீட்டு வேலையிலேயே நசுக்குண்டு வீணா வதை அவனால் எவ்வாறு பொறுக்க முடியும்!

''சின்னம்மா! அம்மா தன் மருமகளை வேலை வாங்கிச் சாக அடிக்கிறாள்! என்னால் அதைப் பார்க்கவே முடிய வில்லை'' என்று மகேந்திரன் அன்னபூரணியிடம் சொன்னான்.

ராஜலட்சுமி செய்வது அளவுக்கு மீறியது என்று அன்ன பூரணிக்குத் தெரியும். இருந்தாலும் அவள், ''ஏன், அப்பா! மரு மகள் வீட்டு வேலை தெரிந்து கொள்வது நல்லதுதானே! இந்தக் காலத்துப் பெண்களைப் போல, நாவல் படிப்பதும், கம்பளிச் சட்டை பின்னுவதுமாய்த் துரைசானியாக இருந்தால் நல்லதா!'' என்றாள்.

மகேந்திரனுக்கு எரிச்சலாக வந்தது. ''இந்தக் காலத்துப் பெண் இவள்; காலத்துக்கு ஏற்றபடியேதான் இருக்க வேண்டும். அது நல்லதோ, கெட்டதோ எனக்குத் தெரியாது. என் பெண் டாட்டி என்னைப் போல் நாவல் படித்து அனுபவிக்கத் தெரிந்து கொண்டாள் என்றால், அதில் ஏளனத்துக்கோ, வருத்தப்படுவ தற்கோ என்ன இருக்கிறது'' என்றான்.

அன்னபூரணியின் அறையில் பிள்ளையின் குரல் கேட் கவே, ராஜலட்சுமி தன் கைக் காரியங்களையெல்லாம் போட்டு விட்டு வந்தாள். ''என்ன அங்கே? என்ன ஆலோசனை நடக் கிறது?'' என்று கடுமையான குரலில் கேட்டாள் அவள்.

மகேந்திரன் எரிச்சல் தணியாமலே, ''ஆலோசனை ஒன்று மில்லை, அம்மா. என் பெண்டாட்டி வேலைக்காரி போல் வீட் டில் உழைப்பது எனக்குப் பிடிக்கவில்லை'' என்றான்.

ராஜலட்சுமி தன் உள்ளத்தில் கொழுந்து விடும் தீயை அடக்கிக் கொண்டு நிதானமாக, ''பின் அவளை என்ன செய்ய வேண்டுமென்கிறாய்?'' என்று கேட்டாள்.

''அவளுக்கு நான் எழுதப் படிக்கக் கற்றுத் தரப் போகி றேன்.''

ராஜலட்சுமி பதில் பேசாமல் விடுவிடென்று போய், நிமிஷத்துக்கெல்லாம் மருமகளின் கையைப் பிடித்து இழுத்து வந்து மகேந்திரனின் எதிரே நிறுத்தினாள். ''இந்தா உன் பெண் டாட்டிக்குப் படிப்பு சொல்லி வை'' என்றாள். பின்னர், அவள் பார்வை அன்னபூரணியின் பக்கம் சென்றது. அவள் கை கூப்பி, ''அம்மா! என்னை மன்னித்துக் கொள்ளடி! உன் தங்கையின் பெண்ணுடைய அருமை எனக்குத் தெரியாமல் போயிற்று; அநி யாயமாக அவள் கையைச் சிவக்க அடித்து விட்டேன்! அவளை எப்படியோ குளிப்பாட்டித் துரைசானி போல் ஆக்கி மகேனின்

விநோதினி

கையிலே ஒப்படைத்து விடு. அவள் கால் மேல் கால் போட்டுக் கொண்டு படிக்கட்டும்; நான் வேலைக்காரியாக உழைக்கிறேன்" என்றதும் தன் அறைக்குள் சென்று தடாலென்று கதவைச் சாத்தித் தாழிட்டுக் கொண்டாள்.

அன்னபூரணி குன்றிப் போய் தரையில் உட்கார்ந்து விட் டாள். திடீரென்று நேர்ந்த இந்தக் குடும்பக் கலக்கத்தின் பொருள் விளங்காமல் ஆசா, கூச்சம், வருத்தம், பயம் மூன்றும் குழம்பிட முகம் வாடி நின்றாள். மகேந்திரனுக்கு உள்ளூறக் கோபம். அவன் தனக்குள், 'உம்! இனிமேல் என் பெண்டாட் டியை நான்தான் கவனித்துக் கொள்ள வேண்டும். இராவிட்டால் அநியாயந்தான் நடக்கும்' என்று தீர்மானித்தான்.

ஆவல் ஒரு புறமும், கடமை ஒரு புறமும் அவன் மனத் தில் போரிட்டன. தீயுடன் காற்றுக் கூடியது போலாயிற்று. கல்லூரி, பரீட்சை, நண்பர்கள், சமூகக் கூட்டங்கள் யாவும் போன இடம் தெரியவில்லை. மனைவியை முன்னுக்குக் கொண்டு வரும் முடிவுடன் அவளை அழைத்துக் கொண்டு அறைக்குள் நுழைந் தான். தன் வேலைகளைக் கவனிக்கவோ, பிறரைப் பற்றி எண் ணவோ இல்லை.

ராஜலட்சுமி பிணக்குடன், 'மகேந்திரன் பெண்டாட்டியுடன் வந்து அறை வாசலில் நின்று என்னைக் கெஞ்சினால்கூட அவன் முகத்தைப் பார்க்கக் கூடாது. அம்மாவை விட்டுப் பெண்டாட்டி யுடன் எப்படித்தான் அவனால் இருக்க முடியும், பார்க்கலாம்' என்று தனக்குள்ளே சொல்லிக் கொண்டாள்.

பல நாட்கள் சென்றன. குற்றம் உணர்ந்து வரும் மகேனின் காலடி ஓசை கதவருகில் கேட்கவில்லை. மன்னிப்புக் கேட் டால், மன்னித்து விடலாம் என்று மனத்தை மாற்றிக் கொண் டாள் ராஜலட்சுமி. இல்லாவிட்டால் மகேந்திரன் உள்ளூற வேதனைப்படுவானென்று அவளுக்குத் தோன்றியது.

ஆனால், மன்னிப்புக் கேட்கவும் அவன் வரவில்லை. ஆகவே, தானாக வலியச் சென்று அவனை மன்னித்து விட்ட தாகச் சொல்லலாம் என்ற முடிவுக்கு வந்தாள். பிள்ளை ரோஷத் துடன் இருந்தால், தாயுமா அப்படி இருப்பது?

மூன்றாவது மாடியின் ஒரு மூலையில் இருந்த சிறு அறை தான் மகேந்திரனுக்குப் படுக்கை அறை; படிக்கும் அறையும் அதுவேதான். சில நாட்களாக அவனுடைய துணிகளை மடித்து வைப்பது, படுக்கை போடுவது, அறைகளைச் சுத்தம் செய்வது எதையும் அவனுடைய தாய் கவனிக்கவில்லை. பழகிப் போன காரியங்களைக் கவனியாமல் போகவே, அவள் உள்ளம், தாய்ப் பால் அருந்தும் குழந்தை பாலுண்ணா விட்டால் தவிப்பது போல் தவித்தது. 'மகேந்திரன் காலேஜுக்குப் போயிருப்பான். இப்

போதே போய் அவன் அறையை ஒழுங்கு செய்து விட்டு வரலாம். திரும்பி வந்து அறையைப் பார்த்ததும், அம்மாவின் கை வேலைதான் என்று புரிந்து கொள்ளுவான்' என்று நினைத்து அன்று பிற்பகல் அவள் படியேறி மாடிக்குச் சென்றாள்.

மகேந்திரனின் படுக்கை அறைக் கதவு திறந்திருந்தது. அதன் முன் வந்ததும் காலில் முள் குத்தியது போல் அவள் திடுக்கிட்டு நின்றாள். கீழே படுக்கையில் மகேந்திரன் உறங்கிக் கொண்டிருந்தான். கதவுப் புறம் முதுகைக் காட்டி உட்கார்ந்து ஆசா மெல்ல அவன் கால்களை வருடிக் கொண்டிருந்தாள். பட்டப் பகலில், வெட்ட வெளிச்சமாக இந்தத் தம்பதிகளின் விளையாட்டைக் கண்டு ராஜலட்சுமி கூச்சமும், வெறுப்பும் மூண்டு ஓசைப்படாமல் கீழே இறங்கிச் சென்றாள்.

5

மழையின்றி வாடிப் போகும் பயிர், வான் துளியைப் பெற்றதுமே பல நாட்கள் பட்டினி கிடந்த சோர்வினைப் போக்கி மளமளவென்று வளரத் தொடங்கும். தலைகுனிந்து கிடந்த அந்தப் பயிர் வயலின் நடுவே கூச்சமோ, தயக்கமோ இன்றித் தன் உரிமையை வெட்ட வெளிச்சமாக்கி விடும். அதே போலத்தான் ஆசாவின் நிலையும் ஆகியது. இரத்தத் தொடர்பு இருந்த இடத்தில் அவளால் உறவு கொண்டாட முடியவில்லை. இன்று பிறனுடைய இல்லத்தில் அவள் வேண்டாமலேயே நெருங்கிய தொடர்பும், சந்தேகத்துக்கே இடமிராத உரிமையும் கிடைத்தன. அன்பு, அணைப்பு இராமல் வளர்ந்த அனாதைச் சிறுமியின் தலையில் அவள் கணவன் தன் கையால் திருமகளின் தலையணியை அணிவித்ததுமே, அவள் தனக்குரிய பெருமையையும் பதவியையும் ஏற்கத் தயங்கவில்லை. புது மருமகளுக்கு உரிய கூச்சம், பயம் இவற்றை ஒழித்துக் கண நேரத்திலேயே, நெடுநாள் பழகியவள் போல் தன் கணவனுடைய காலடியிலேயே தன் சிங்காதனத்தை அமைத்துக் கொண்டாள் ஆசா.

அன்று பிற்பகலில், அந்தச் சிங்காதனத்தில் புதிதாக வந்த அந்த அந்நியப் பெண் நெடுநாள் பழகியவள் போல் நிமிர்ந்து உட்கார்ந்திருப்பதைக் கண்டதும் ராஜலட்சுமி வியப்பு மேலிட்டுக் கீழே இறங்கி வந்தாள். அவளுடைய உள்ளத்தின் எரிச்சல் எல்லாம் அன்னபூரணியின் மேல் திரும்பியது. ''அடி அம்மா! உன் தங்கை பெண் ராஜகுமாரி, பிறந்த வீட்டிலிருந்து என்ன கற்றுக் கொண்டு வந்திருக்கிறாள், போய்ப் பாரேன்! வீட்டுக்குப் பெரிய ஆண் பிள்ளைகள் இருந்தால்...'' என்று பேச்செடுத்தாள்.

அன்னபூரணி பரிதாபமான குரலில், ''அக்கா! உங்கள் மருமகளுக்கு நீங்கள் சொல்லிக் கொடுங்கள்; அதட்டி வழிக்குக் கொண்டு வாருங்கள். என்னை எதற்குச் சொல்லுகிறீர்கள்?'' என்றாள்.

ராஜலட்சுமியின் குரல் வில்லின் நாண் ஒலி போல் எழுந்தது. ''என் மருமகளா! நீ மந்திரியாக இருக்கும் போது அவள் என்னை மதிக்கப் போகிறாளா என்ன!'' என்றாள்.

அன்னபூரணி தப்தப்பென்று கால் ஓசைபடத் தம்பதி களுக்குத் திகைப்பூட்டியபடி மகேந்திரனின் படுக்கை அறைக்குள் நுழைந்தாள். ''ஏனடி எரிமூஞ்சி! என்னை அவமானத்துக்குள் ளாக்கித் தலை குனிய வைக்கவா இங்கே வந்தாய்? வெட்க மில்லை? கூச்சமில்லை? வேளை சமயம் இல்லை? வயதான மாமியாரின் மேல் வீட்டு வேலையையெல்லாம் சுமத்தி விட்டு, இங்கே சுகமாக இருக்கிறாயா? என் தலையெழுத்து, உன்னை என் வீட்டுக்கு அழைத்துக் கொண்டு வந்தேனே!'' என்று ஆசா விடம் சொல்லும் போது அவளுடைய கண்களில் நீர் பலபல வென்று உதிர்ந்தது. ஆசாவும் தலை குனிந்து சேலைத் தலைப்பை விரல்களில் சுற்றியவாறு நின்று கொண்டே அழலானாள்.

''சின்னம்மா, நீ இவளை வீணாக ஏன் மிரட்டுகிறாய்? நான்தானே இவளைப் பிடித்து வைத்துக் கொண்டிருக்கிறேன்!'' என்றான் மகேந்திரன்.

''நீ செய்தது சரிதானா! இவள் சிறுமி, அனாதைப் பெண். அம்மாவிடமிருந்து இவளாகக் கற்றுக் கொண்டது ஒன்றும் இல்லை. நல்லதும் கெட்டதும் இவளுக்கு என்ன தெரியும்? நீதான் இவளுக்கு என்ன சொல்லித் தருகிறாய்?''

''இதோ பார், இவளுக்காகப் பலகை, புத்தகம், எல்லாம் வாங்கி வந்திருக்கிறேன். நான் இவளுக்கு எழுதப் படிக்கச் சொல்லித் தருவேன். அதற்காக ஊரார் பழித்தாலும் சரி, உங்க ளுக்குக் கோபம் வந்தாலும் சரி....''

''அது சரி, நாளெல்லாம் சொல்லித் தர வேண்டுமா! சாயங் காலமாக அரை மணி ஒரு மணி படித்தால் போதாதா?''

''அது அவ்வளவு எளிதல்ல, சின்னம்மா! படிக்கக் கற்றுக் கொள்ள நிறைய ஓய்வு வேண்டும்.''

அன்னபூரணி கசந்து போய் அறையை விட்டு வெளியேறி னாள். ஆசாவும் மெல்ல அவள் பின்னாலேயே போக அடி எடுத்து வைத்தாள். ஆனால், மகேந்திரன் வாயிலின் அருகே சென்று வழி மறைத்து நின்றான். நீர் ததும்ப நிற்கும் ஆசாவின் விழிகளில் தோன்றிய வேண்டுகோளை அவன் மதிக்கவில்லை. ''வா! தூங்கியே பொழுது வீணாகி விட்டது. அதற்கு ஈடு செய்ய வேண்டும்'' என்றான் அவன்.

மகேந்திரன் படிக்க வேண்டிய நேரத்தைத் தூக்கத்தில் வீணாக்கி விட்டான் என்பதை நம்பும் பெரியவர்கள் ஆழ்ந்த உலக அனுபவம் உள்ளவரானாலும் சற்று மந்த புத்தி உடையவர் கள்தாம். அதிலும் மகேந்திரனின் மேற்பார்வையில் கல்வி பயில்

வதையும் அது நடைபெறும் விதத்தையும் எந்தக் கல்வி அதிகாரி யும் ஒப்புக் கொள்ள மாட்டார் என்பதை அவர்களுக்கு எடுத்துச் சொல்வது அவசியம்.

ஆசா தன் கணவனை நம்பினாள். ஆகவே, அவள் எழுதப் படிக்கக் கற்றுக் கொள்வது தன் வரையிலும் எளிதல்ல என்றா லும் கணவனுடைய கட்டளைப்படி நடப்பது தன் கடமை என்று எண்ணினாள். ஆகவே, அமைதியின்றி அலை பாயும் மனத்தை அடக்க, படுக்கை அறையில் தரையில் விரித்த படுக்கையின் மூலையில் உட்கார்ந்து, புத்தகத்தின் மேல் கவிந்தவாறு தலையை ஆட்டிக் கொண்டு மனப்பாடம் செய்வாள். அதே அறையின் மற்றொரு மூலையில் சிறு மேஜையின் மேல் அவளுடைய ஆசிரியன் மருத்துவக் கலைப் புத்தகம் ஒன்றை விரித்துக் கொண்டு நாற்காலியில் உட்கார்ந்திருப்பான். நடுநடுவே அவன் பார்வை மாணவியின் மேல் திரும்பும்; பாடத்தில் அவள் கவனம் செல்லு கிறதா என்று பார்க்கத்தான். சற்றைக்கெல்லாம் அவன் புத்தகத்தை மூடி விட்டு ஆசாவை அவளுடைய செல்லப் பெயரால் அழைப் பான். ''சுனி!'' ஆசா திடுக்கட்டு தலை நிமிர்வாள். ''புத்த கத்தைக் கொண்டு வா. எதைப் படிக்கிறாய், பார்க்கலாம்'' என் பான் மகேந்திரன்.

மகேந்திரன் கேள்வி கேட்பானே என்று ஆசாவுக்குப் பயம். ஏனென்றால், அவளுக்குப் பதில் சொல்லத் தெரியாது. பாடப் புத்தகம் எவ்வளவுதான் சுலபமாக இருந்தாலும், அவளுடைய மனம் அதில் செல்ல மறுத்தது. எழுத்துக்களைக் கற்றுக் கொள்ள அவள் பட்ட பாடு வீணாகியது. அவை அவள் கண்களுக்கு கறுப்பு எறும்புகள் வரிசையாகச் செல்வது போலவே தோன்றின.

ஆசிரியனுடைய குரலைக் கேட்டு ஆசா குற்றவாளி போல் பயந்து கொண்டே புத்தகத்துடன் நாற்காலியின் பக்கத்தில் போய் நிற்பாள். மகேந்திரன் ஒரு கையால் அவள் இடையை அழுத்த மாக அணைத்துக் கொண்டு மறு கையில் புத்தகத்தைப் பிடித்த வண்ணம், ''எவ்வளவு தூரம் படித்தாய், பார்க்கலாம்!'' என் பான். தன் பார்வை சென்ற இடம் வரையிலும் ஆசா காட்டு வாள். மகேந்திரன் அலட்சியமான குரலில், ''உம்! இவ்வளவு படிக்க முடிந்ததா உன்னால்! நான் எவ்வளவு படித்தேன் பார்க் கிறாயா!'' என்று தான் படித்த புத்தகத்தில் ஓர் அத்தியாயத்தின் தலைப்பை மட்டும் காட்டுவான். ஆசாவின் கண்கள் வியப் பினால் விரியும். ''இத்தனை நேரம் என்னதான் செய்து கொண் டிருந்தீர்கள்?'' என்பாள் அவள். மகேந்திரன் அவள் மோவா யைத் தொட்டுக் கொஞ்சுவான். ''நான் ஒருத்தியைப் பற்றி எண்ணமிட்டுக் கொண்டிருந்தேன். ஆனால், அந்த ஒருத்தியோ பாடப் புத்தகத்தில் பட்டுப் பூச்சியைப் பற்றிய வரலாற்றில்

மனத்தைப் பறிகொடுத்திருந்தாள்'' — அநியாயமாகச் சொல் லும் இந்தக் குற்றச்சாட்டுக்குத் தக்க பதில் சொல்ல அவளால் முடியுமென்றாலும், கூச்சம் அவளைத் தடுத்து விடும். காதல் போட்டியில் அனாவசியமாக அவள் தோல்வியை ஒப்புக் கொள்ள வேண்டி வரும். மகேந்திரனின் பள்ளிக்கூடம் அரசாங் கத்தாரோ, தனிப்பட்டவரோ நடத்தும் பள்ளிகளைப் போல் திட்டங்களை அனுசரித்து நடக்காது என்று இதிலிருந்தே தெரிகிறதல்லவா!

ஓரொரு நாள் மகேந்திரன் இல்லாத சமயம் ஆசா புத்த கத்தை எடுத்து வைத்துக் கொண்டு படிக்க முயலுவாள். அந்தச் சமயம் பார்த்து மகேந்திரன் எங்கிருந்தோ வந்து அவள் கண் களைப் பொத்துவான். பிறகு புத்தகத்தை அவள் கையிலிருந்து பிடுங்குவான். ''நீ மிகவும் பொல்லாதவள். நான் இராவிட்டால், என்னைப் பற்றிய நினைவே வராமல், புத்தகம் படிக்கிறாயா?'' என்பான்.

''என்னை முட்டாளாக்க வேண்டுமா?'' என்பாள் ஆசா.

''உன் புண்ணியத்திலே, என் படிப்பு மட்டும் எவ்வளவு முன்னேறியிருக்கிறதாம்!''

இந்தச் சொல் எதிர்பாராத முறையில் ஆசாவை வருத்தியது. சட்டென்று அங்கிருந்து அவள் போக முயன்றாள். ''உங்கள் படிப்புக்கு நான் தடையாக இருக்கிறேனா?'' என்றாள்.

மகேந்திரன் அவளுடைய கையைப் பிடித்துக் கொண் டான். ''அது உனக்கு எங்கே தெரியப் போகிறது! என்னை விட்டுப் பிரிந்தால் உன்னால் சகஜமாகப் படிக்க முடிகிறது. ஆனால், என்னால் அத்தனை சுலபமாகப் படிக்க முடிவதில் லையே!'' என்றான்.

பெரிய குற்றச்சாட்டுதான். இதன் பின்னர் இலையுதிர் காலத்தில் பெய்யும் மழை போல் ஒரு பாரல் அழுகை தோன் றும். சற்று நேரத்துக்கெல்லாம் பளிச்சென்று கதிரவன் ஒளி போல் கொஞ்சும் மொழிகள் தோன்றி மறையும்.

ஆசிரியனே கல்விக்குத் தடையாக நின்றால் அபலையான மாணவி கல்விக் கடலை எப்படிக் கடக்க முடியும்? நடுநடுவே பெரியம்மாவின் கடூரமான மொழிகள் நினைவுக்கு வந்து அவள் மனத்தை வாட்டும். படிப்பது என்பது ஒரு சாக்கு என்று அவ ளுக்குப் புரிந்தது. அதனால் மாமியாரைக் கண்டால் வெட்கத் தால் புழுங்கிச் சாவாள். ஆனால், மாமியாரோ அவளை ஒரு வேலையையும் செய்யச் சொல்லுவதில்லை. புத்திமதியும் சொல்லுவதில்லை. எப்போதாவது ஆசா தானாகவே மாமியா ருக்கு வீட்டு வேலையில் உதவச் சென்றால், அவள் பரபரப் புடன், ''என்ன அம்மா இது! போ, படுக்கை உள்ளுக்குப் போ! உன் பாடம் கெட்டு விடப் போகிறது!'' என்பாள்.

கடைசியில் அன்னபூரணி ஒரு நாள் ஆசாவிடம், "நீ படிக்கிற லட்சணந்தான் நன்றாகத் தெரிகிறதே! மகேனைக் கூட டாக்டர் பரீட்சைக்குப் படிக்க விட மாட்டாய் போல் இருக்கிறது!" என்றாள்.

இதற்குப் பின் ஆசா மனத்தைத் திடப்படுத்திக் கொண்டாள். மகேனிடம், "நீங்கள் பரீட்சைக்குப் படிக்க வேண்டாமா! நான் இன்று முதல் கீழே பெரியம்மாவிடம் படுத்துக் கொள்ளுகிறேனே!" என்றாள் ஆசா.

இந்தச் சிறு வயதில் இவ்வளவு கடுமையான துறவா! படுக்கையறையிலிருந்து ஒரேயடியாகப் பெரியம்மாவின் அறையினுள் மறைந்து வாழ்வதா! இந்தக் கடுமையான சபதத்தை எடுத்துச் சொல்லுவதற்குள் அவள் விழிக் கோணத்தில் நீர் ததும்பியது; உதடுகள் துடித்தன; நெஞ்சு உலர்ந்தது.

"நல்லது, வா! சின்னம்மாவின் அறைக்கே போய் விடலாம்" என்றான் மகேந்திரன்.

இவ்வளவு யோசித்து, கஷ்டப்பட்டுத் தான் கூறிய சொற்கள் இவ்வாறு கேலிப் பேச்சாகப் போனது கண்டு ஆசாவுக்குக் கோபம் மூண்டது. "அதை விட ஒன்று செய். நான் பரீட்சைக்குப் படிக்கிறேனா, இல்லையா என்று நீயே இராப் பகலாக என்னைக் கண்கொட்டாமல் கவனித்துக் கொள்" என்றான் மகேந்திரன்.

எளிதாகவே இந்த விஷயம் முடிவானது. ஆனால் கண் கொட்டாமல் கவனிக்கும் காரியம் எவ்வாறு நடந்தது என்பதை விவரமாகக் கூற வேண்டிய அவசியமில்லை. அந்த ஆண்டு மகேந்திரன் பரீட்சையில் தவறி விட்டான் என்று சொன்னாலே போதும். ஆசாவின் படிப்பும் முதல் பாடத்தைத் தாண்டி முன்னேற்றம் அடையவில்லை.

இந்த அபூர்வமான படிப்பும் போதனையும் முற்றும் இடையூறின்றி நடந்தேறின என்று சொல்ல முடியாது. விஹாரி நடுநடுவே வந்து அலைகளைக் கிளப்பி விட்டுச் செல்வான். "மகேன் அண்ணா!" என்று அவன் கூப்பிடுவது ஊர் முழுவதும் கேட்கும். மகேந்திரனைப் படுக்கை அறையிலிருந்து வெளியே இழுக்காமல் அவன் விட மாட்டான். படிப்பில் கவனம் குறைவது பற்றி மகேந்திரனை அவன் மிகவும் கோபித்துக் கொண்டு மிரட்டுவான். "மன்னி! விழுங்கினால் எதுவும் சரிக்காது; மென்று தின்ன வேண்டும். முழுச் சோற்றை விழுங்குகிறாய்; அப்புறம் ஜீரணத்துக்கு மாத்திரை கிடைக்காது" என்று அவன் ஆசாவிடம் சொல்லுவான்.

"சுனி! இவன் சொல்வதை ஏதோ பெரிதாக எண்ணாதே! நாம் சுகமாக இருப்பது கண்டு இவனுக்குப் பொறாமை!" என்பான் மகேந்திரன்.

''சுகமென்னவோ உன் கையில்தான் இருக்கிறது. பிற ருக்குப் பொறாமை ஏற்படாத முறையில் அதை அனுபவிப்பது தானே?''

''பிறர் பொறாமைப்படுவதே சந்தோஷம் தரும் விஷயமா யிற்றே, சுனி! கொஞ்சம் தயங்கியிருந்தால் கழுதையைப் போல் நான் உன்னை விஹாரியின் கையில் சிக்க விட்டிருப்பேன்!''

விஹாரியின் முகம் சிவந்தது. ''கம்மென்றிரு!'' என்றான்.

இந்த நிகழ்ச்சிகளால் ஆசாவின் மனம் விஹாரியை வெறுக்கத் தொடங்கியது. விஹாரிக்குத் தன்னைக் கொடுப்ப தாகப் பேச்சு இருந்தது என்பதனாலேயே ஆசாவுக்கு விஹாரி யின் மேல் வெறுப்பு உண்டு. இது விஹாரிக்கும் தெரியும். மகேந்திரன் இதை வைத்துக் கொண்டே பொழுது போக்குவான்.

ராஜலட்சுமி விஹாரியை அழைத்துத் தன் மன வேதனையை வெளியிடுவாள். ''அம்மா! புழு தன்னைச் சுற்றிக் கூடு கட்டிக் கொள்ளும் போது பயம் ஒன்றுமில்லை. ஆனால், கூட்டைப் பிளந்து கொண்டு பறந்து விட்டால், அதைத் திரும்பக் கொண்டு வருவது கஷ்டந்தான். அவனும் உன் பாசத்தை இப்படி அறுத் தெறிவான் என்று யார் நினைத்தார்கள்!'' என்றான் விஹாரி.

மகேந்திரன் பரீட்சையில் தவறியது கேட்டுக் கோடைத் தீயைப் போல் கொதித்தாள் ராஜலட்சுமி. ஆனால், தீச்சுடர் போன்ற அவளுடைய மிரட்டல்களை அன்னபூரணிதான் முற்றும் தாங்க வேண்டி வந்தது. பாவம்! அன்னபூரணி ஊண் உறக் கத்தைத் துறந்தாள்.

6

மழைக் காலத் தொடக்கம்; அன்று சாயங் காலம் மழையும் மப்புமாக இருந்தது. உடலில் வாசனை தடவிய அங்கவஸ்திரமும், கழுத்தில் மல்லிகைப் பூ மாலையுமாக மகேந்திரன் உள்ளம் பொங்கும் களிப் புடன் படுக்கை அறையினுள் நுழைந்தான். ஆசாவை எதிர்பாராதபடி திடுக்கிடச் செய்ய வேண்டும் என்று செருப் பொலி எழா வண்ணம் அவன் நடந்தான். உள்ளே எட்டிப் பார்த்த போது கீழண்டைப் பக்கம் திறந்த சாளரத்தினூடே மழைச் சாரலுடன் காற்று உள்ளே அடித்துக் கொண்டிருந்தது. காற்றில் விளக்கு அணைந்து விட்டது. ஆசா கீழே படுக்கையில் படுத்து விம்மி விம்மித் தெளிவற்ற குரலில் அழுது கொண் டிருந்தாள்.

மகேந்திரன் வேகமாக அவள் அருகில் வந்தான். ''என்ன நடந்தது?'' என்றான்.

அவள் பின்னும் மிகுதியாக அழத் தொடங்கினாள். வெகு நேரம் பொறுத்து மகேந்திரனின் கேள்விக்குப் பதில் கிடைத்தது.

பொறுக்க முடியாமல் அவளுடைய பெரியம்மா தன் அத்தை பிள்ளையின் வீட்டுக்குச் சென்று விட்டதுதான் அவளுடைய அழுகைக்குக் காரணம்.

மகேந்திரனுக்கு எரிச்சல் எரிச்சலாக வந்தது. "போனவள், இப்படி மழை பொழியும் மாலை வேளையை மண்ணாக அடித்து விட்டுப் போக வேண்டுமா!" என்று அவன் தனக்குள் சொல்லிக் கொண்டான்.

கடைசியில் கோபமெல்லாம் தாயின் மேல் விரைந்தது. அவள்தானே இந்தக் குழப்பத்துக்கெல்லாம் மூல காரணம்!

"சின்னம்மா போன இடத்துக்கே நாமும் போகலாம். இந்த அம்மா யாருடன் சண்டை போடுவாளோ பார்க்கலாம்" என்று மகேந்திரன் காரணமின்றி மூட்டை கட்டுவதும் கூலியை அழைப்பதுமாகக் கூச்சலைக் கிளப்பினான்.

ராஜலட்சுமிக்கு முழு விவரமும் விளங்கியது. அவள் மெல்ல மகேந்திரனை அணுகி அமைதியான குரலில், "எங்கே போகிறாய்?" என்றாள்.

முதலில் மகேந்திரன் மறுமொழி ஏதும் கூறவில்லை. அவள் இரண்டு மூன்று தடவை கேட்டபின், "சின்னம்மாவிடம் போகிறேன்" என்றாள்.

"நீங்கள் எங்கேயும் போக வேண்டாம். உன் சின்னம் மாவை நானே அழைத்து வந்து விடுகிறேன்" என்று ராஜ லட்சுமி வெளியேறி அன்னபூரணியின் வீட்டுக்குச் சென்றாள். கழுத்தைச் சுற்றி மேல் தலைப்பைப் போட்டுக் கொண்டு கை கூப்பி அவள் அன்னபூரணியிடம், "அம்மா! என்னை மன்னித்து விடு; சற்று முகம் பாரடியம்மா" என்றாள்.

அன்னபூரணி பரபரப்புடன் எழுந்து ராஜலட்சுமியின் காலைத் தொட்டு வணங்கினாள். பிறகு இறைஞ்சும் குரலில், "அக்கா! திரும்பத் திரும்ப ஏன் என்னை இப்படிக் குற்றவாளி ஆக்கு கிறாய்! நீ என்ன சொல்லுகிறாயோ, அதைச் செய்ய வேண்டியது தானே என் கடமை!" என்றாள்.

"நீ இங்கே வந்து விட்டாய் என்று என் பிள்ளை, மரு மகள் இருவரும் வீட்டை விட்டுக் கிளம்புகிறார்கள்" என்று சொல்லும் போது ராஜலட்சுமி ரோஷம், பிணக்கு, வெறுப்பு மூன்றும் சேர, அழுதே விட்டாள்.

ஓரகத்திமார் இருவருமாக வீடு வந்து சேர்ந்தார்கள். அப் போதுகூட மழை விடவில்லை. அன்னபூரணி மகேந்திரனின் அறைக்குள் சென்ற போது, ஆசாவின் அழுகை அடங்கி இருந்தது. மகேந்திரன் அவளுக்குக் களிப்பூட்டப் பல விதமாகப் பேசிக் கொண்டிருந்தான். கார் காலத்தின் அந்திப் பொழுது முழுவதும் வீணாகாது என்று தோன்றியது.

''ஏனடி சுனி! வீட்டிலும் இருக்க விட மாட்டாய்; வெளியே போனாலும் கூடவே ஒட்டிக் கொள்ள வருகிறாய். எனக்கு எங்கேயுமே அமைதி கிடையாது!'' என்றாள் அன்னபூரணி.

எதிர்பாராது தாக்குண்ட மான் போல் ஆசா திடுக்கிட்டாள்.

மகேந்திரனுக்கு வெறுப்பு மேலிட்டது. ''ஏன் சின்னம்மா, சுனி உன்னை என்ன செய்தாள்?'' என்றான் அவன்.

''வீட்டு மருமகள் இப்படி வெட்கம் கெட்டு இருப்பது எனக்குப் பிடிக்கவில்லை. அதனால்தான் பார்க்கச் சகிக்காமல் வெளியே போனேன். மாமியாரை அழ விட்டு என்னைப் பிடித்து வருவானேடி, எரிமூஞ்சி!'' என்றாள் அன்னபூரணி.

வாழ்க்கையின் கவிதைச் சுவைக்குத் தாயும், சிற்றன்னையும் இப்படி இடையூறு செய்வார்கள் என்று மகேந்திரனுக்குத் தெரியாது.

மறு நாள் ராஜலட்சுமி விஹாரியை அழைத்தாள். ''அப்பா! நீ மகேனிடம் சொல்லு. ஊருக்குப் போய் வெகு காலமாகிறது. நான் பாராசத் போக வேண்டும்'' என்றாள்.

''இத்தனை காலம் போகாமல் இருந்து விட்டீர்கள். இனி மேல் போகா விட்டால்தான் என்ன! எதற்கும் நான் மகேன் அண்ணாவிடம் சொல்கிறேன். ஆனால், அவன் ஒப்புக் கொள் வான் என்று எனக்குத் தோன்றவில்லை'' என்றான் விஹாரி.

''பிறந்த இடம். பார்க்க வேண்டுமென்று ஆசை உண்டா வது இயல்புதான். ஆனால், அம்மா அங்கே தங்குவது நல்ல தல்ல, மழைக் காலத்துக்கு அந்த இடம் அவ்வளவு ஏற்றதல்ல'' என்றான் மகேந்திரன்.

மகேந்திரன் இத்தனை சுலபமாக ஒப்புக் கொண்டது விஹாரிக்கு வெறுப்பூட்டியது. ''அம்மா ஒன்றியாகச் சென்றால், யார் அவளைக் கவனித்துக் கொள்வது? மன்னியையும் கூட அனுப்பு'' என்று விஹாரி சற்றுப் புன்னகையுடன் சொன்னான்.

விஹாரியின் இந்த மறைமுகத் தாக்குதலைக் கேட்டதும் மகேந்திரனுக்கு ஒரு மாதிரி ஆகி விட்டது. ''என்னால் அது முடி யாது!'' என்பதற்கு மேல் அவனால் ஒன்றும் சொல்ல முடியவில்லை.

விஹாரி இவ்வாறுதான் ஆசாவின் மனத்தைத் திருப்பி விடுவான். ஆசாவுக்குத் தன் மேல் வெறுப்பு என்று தெரிந்து ஒரு விதமான வறண்ட களிப்பும் அவன் உள்ளத்தில் பிறக்கும்.

ராஜலட்சுமிக்குத் தன் பிறந்த ஊரைப் பார்க்க வேண்டு மென்று அவ்வளவு ஆவல் இல்லை. கோடையில் ஆற்று வெள்ளம் குறையும் போது, படகோட்டி கோலை விட்டு எங்கு எவ்வளவு ஆழம் என்று பரிசீலனை செய்வது போல், ராஜ லட்சுமியும் இடம் மாறினால் தனக்கும் தன் மகனுக்கும் உள்ள உறவு எம்மட்டில் இருக்கிறது என்பதைத்தான் ஆராய முனைந் தாள். பாராசத்துக்குச் செல்வது என்பது இவ்வளவு எளிதில் முடி

வாகி விடும் என்று அவள் எதிர்பார்க்கவில்லை. 'அன்னபூரணி வீட்டை விட்டுச் செல்வதும், நான் போவதும் வேறு வேறு தான். அதிலும் வித்தியாசம் இருக்கிறது. அவள் மந்திரம் தெரிந்த ராட்சசி. நான் வெறும் அம்மாதானே! நான் போவது மேல் தானே' என்று அவளுக்குத் தோன்றியது.

அன்னபூரணிக்கு இந்த உட்கருத்து தெரிந்தது. அவள் மகேந்திரனிடம் சென்றாள். ''அக்கா போவதானால் என்னால் இங்கு இருக்க முடியாது'' என்றாள்.

மகேந்திரன் தாயிடம் சென்றான். ''கேட்டாயா, அம்மா! நீ போனால் சின்னம்மாவும் போய் விடுவாளாம். அப்படியானால் நம் வீட்டு வேலைகள் எப்படி நடக்கும்?'' என்றான்.

பொறாமையும் பகைமையும் விஷம் போல் ராஜலட்சுமி யைத் தாக்கின. ''நீ போகிறாயா! அது எப்படி முடியும்? நீ போய் விட்டால் நடக்குமோ! நீ இருக்கத்தான் வேண்டும்'' என் றாள் அவள்.

அதற்கு மேல் அவளால் தாமதிக்க முடியவில்லை. மறு நாள் பிற்பகலே அவள் ஊருக்குச் செல்லத் தயாரானாள். மகேந் திரனே அவளை ஊரில் கொண்டு விட்டு வருவான் என்று விஹாரியும் மற்றவர்களும் நினைத்தார்கள். ஆனால், போகும் வேளை வந்ததும் மகேந்திரன் ஒரு காரியஸ்தரையும் வேலைக் காரனையும் மட்டும் அவளுடன் அனுப்ப ஏற்பாடு செய்திருப் பது தெரிந்தது.

''மகேன்! நீ இன்னும் தயாராகவில்லையா!'' என்றான் விஹாரி.

மகேந்திரன் கூச்சத்துடன், ''எனக்குக் காலேஜுக்கு...'' என்று தயங்கினான்.

''சரி, நீ இரு. நானே அம்மாவைக் கொண்டு விடுகிறேன்'' என்றான் விஹாரி.

மகேந்திரனுக்கு உள்ளூறக் கோபம். அவன் தனிமையில் ஆசாவிடம், ''வரவர விஹாரியின் செய்கை வெகு தூரத்துக்குப் போகிறது. அம்மாவைப் பற்றி என்னைவிட அவனுக்குத்தான் மிகவும் கவலை என்று காட்டிக் கொள்கிறான்!'' என்று குறை சொல்லிக் கொண்டான்.

அன்னபூரணி தங்க வேண்டியதாயிற்று. ஆனால் வெட்கம், ரோஷம், வெறுப்பு இவை அவளைத் தலை தூக்க விடாமல் செய்தன. சிற்றன்னை இவ்வாறு ஒதுங்கியிருப்பது மகேந்திர னுக்குப் பிடிக்கவில்லை. ஆசாவும் உள்ளூறப் பொருமினாள்.

7

ராஜலட்சுமி தன் பிறந்த ஊரை அடைந்தாள். அவளைக் கொண்டு விட்டு வருவதாகத்தான் இருந் தான் விஹாரி. ஆனால், அங்கு இருந்த நிலைமை அவனைத் திரும்ப விடவில்லை.

விநோதினி 29

ராஜலட்சுமியின் பிறந்த வீட்டில் வயதான கிழவிகள் இரண்டொருவர் மட்டுமே உயிருடன் இருந்தனர். நாற்புறமும் அடர்ந்த காடுகளும், மூங்கில் புதர்களும் இருந்தன. குளத்தில் தண்ணீர் பாசி பிடித்துக் கிடந்தது. பட்டப் பகலிலேயே நரிகள் ஊளையிடுவது ராஜலட்சுமிக்கு அருவருப்பைத் தந்தது.

''அம்மா! பிறந்த ஊர் என்றாலும் சொர்க்கம் என்று சொல்ல முடியாது. வாருங்கள், கல்கத்தாவுக்கே சென்று விட லாம். உங்களை இங்கே விட்டுச் செல்வது என் வரையில் நியாயம் ஆகாது'' என்றான் விஹாரி.

ராஜலட்சுமிக்கும் போதுமென்றுதான் ஆகி விட்டது. இந்தச் சமயத்தில்தான் விநோதினி அங்கு அவளுக்குத் துணையாக வந்து தனக்கும் இருப்பிடம் தேடிக் கொண்டாள்.

விநோதினியைப் பற்றி முதலிலேயே அறிமுகம் செய்து வைத்தாயிற்று. ஒரு காலத்தில் மகேந்திரனுக்கும், அவனுக்குப் பின் விஹாரிக்கும் அவளை மணம் செய்து வைக்கும் பேச்சு நடந்தது தெரியும். விதியின் வலிமை, அவளுக்கென்று வாய்த்த வரனின் உடலில் கால ஆஸார்க் கட்டிதான் வலிமை பெற்று விளங்கியது! அதனுடன் நடத்திய போராட்டத்தில் நீண்ட காலம் அவனால் உயிருடன் இருக்க முடியவில்லை.

அவன் காலமான பின், காட்டின் நடுவே ஒரு பூங்கொடி போல், விநோதினி அழுது வடியும் அந்தப் பட்டிக்காட்டில் மனம் வாடி நாட்களைக் கழிக்கலானாள். இப்போது தன் தொலைவான உறவு முறை மாமியாரிடம் வந்து அவள் தாழ்ந்து வணங்கினாள். ராஜலட்சுமிக்குத் தொண்டு புரிவதையே அவள் தன் பணியாகக் கொண்டாள்.

பணிவிடை என்றால் இதுதான் என்று சொல்லலாம்! ஒரு கணம் ஓய்வு இல்லை. துடைத்து விட்டாற்போல் ஒழுங்கான காரியங்கள்; வாய்க்குச் சுவையான அமுது; பேச்சு வார்த்தை களில் ஓர் இனிமை!

''பொழுது போகிறது; நீ போய்க் கொஞ்சம் சாப்பிடு'' என்றாள் ராஜலட்சுமி. அவள் அதைக் கேட்டால்தானே! அத்தை க்கு விசிறி விட்டு அவள் தூங்கிய பின்னரே விநோதினி எழுந் திருப்பாள்.

''இப்படியெல்லாம் செய்தால் நீ உடம்புடன் படுத்துக் கொள்வாயே, அம்மா!'' என்பாள் ராஜலட்சுமி.

விநோதினி தன் உடம்பைப் பற்றி அவ்வளவு அக்கறை காட்டிக் கொள்ள மாட்டாள். ''கஷ்டப்படுவதற்கென்றே பிறந் தது இந்த உடம்பு, அத்தை. என் உடம்புக்கு ஒன்றும் வராது. பாவம்! எத்தனை நாட்களுக்குப் பிறகு, பிறந்த ஊருக்கு வந்திருக் கிறீர்கள்! இங்கே என்ன இருக்கிறது, உங்களுக்கு நல்லதாகச் செய்து போட!'' என்பாள் அவள்.

விஹாரி இரண்டே நாட்களில் ஊருக்கு ஏற்ற தலைவனாகி விட்டான். நோய்க்கு மருந்து கேட்கச் சிலர், வழக்கு விஷயமாக ஆலோசனை கேட்கச் சிலர், பிள்ளைக்கு வேலை தேடிக் கொடுக்கச் சிலர், வேலைக்கு மனு எழுதிக் கொள்ளச் சிலர் — இப்படி அவனை எல்லாரும் பிடித்துக் கொண்டார்கள். கிழவர்களின் சீட்டு, சதுரங்கக் கச்சேரி முதல், பள்ளர்களின் கள்ளுக் கடைக் கூட்டம் வரையில் எங்கும் முக மலர்ச்சியுடனும் இயல்பான அன்புடனும் பழகுவான். அவனை எவரும் வெளி மனிதனாகக் கருதுவதில்லை. அவன் மேல் எல்லோருக்கும் ஓரளவு மரியாதையும் இருந்தது.

இட மாறுதலால் தடுமாறும் கல்கத்தா இளைஞனுடைய இந்த 'நாடு கடத்தல்' தண்டனையின் கடுமையை விநோதினி அந்தப்புரத்தின் மறைவிலிருந்து கூடிய வரையில் குறைக்க முயன்றாள். ஒவ்வொரு முறையும் விஹாரி ஊர் சுற்றி விட்டு வரும் போதும், அவன் அறை துப்புரவாக இருக்கும். பித்தளைச் செம்பு ஒன்றில் நாலைந்து பூக்களையும் இலைகளையும் செருகி வைத்திருப்பாள். படுக்கையின் அருகில் பங்கிம் சந்திரர், தீன பந்து இவர்களின் நூல்களை ஒழுங்காக அடுக்கி வைத்திருப்பாள். புத்தகங்களின் உள் அட்டையில் பெண்பாலின் கை எழுத்தில் ஒழுங்காக விநோதினியின் பெயர் எழுதியிருக்கும்.

நாட்டுப்புறத்தில் வழக்கமாக விருந்தாளிகளை உபசரிக்கும் முறைக்கும் இதற்கும் வேற்றுமை இருந்தது. விஹாரி இதை எடுத்துப் புகழ்ந்து சொல்லும் போது ராஜலட்சுமி, ''இந்தப் பெண்ணை நீங்கள் வேண்டாமென்றீர்களே!'' என்பாள்.

விஹாரி சிரிப்பான். ''நான் ஏமாந்து விட்டேன், அம்மா! நான் செய்தது சரியல்ல. ஆனால், கல்யாணம் செய்து கொள்ளாமல் ஏமாந்தது மேல். கல்யாணம் செய்து கொண்டு மோசம் போனால்தானே கஷ்டம்'' என்றான்.

ராஜலட்சுமிக்கு உள்ளூற மனம் அலை பாயும். 'இந்தப் பெண்ணே எனக்கு மருமகளாக வாய்த்திருக்கலாம். ஏனோ இப்படியாகி விட்டதே!' என்று எண்ணுவாள்.

கல்கத்தாவுக்குத் திரும்பும் பேச்சை ராஜலட்சுமி எடுக்கும் போதெல்லாம் விநோதினியின் விழிகளில் நீர் வந்துவிடும். ''அத்தை! நீங்கள் ஏன் இந்தச் சில நாட்களைக் கழிக்க இங்கு வந்தீர்கள்? உங்களைப் பற்றித் தெரியாமல் இருந்தபோது எப்படியோ காலம் கழித்து விட்டேன். இப்போது எப்படி நான் உங்களை விட்டு இருப்பேன்!'' என்பாள் அவள்.

உள்ளத்தின் ஆர்வத்தை அடக்க முடியாமல் ராஜலட்சுமி, ''ஏனோ நீ எனக்கு மருமகளாக வாய்க்கவில்லை! என் இதயத்துள்ளே உன்னை வைத்திருப்பேனே!'' என்பாள். அதைக் கேட்ட

தும் விநோதினிக்குக் கூச்சம் வரும். ஏதோ சாக்கிட்டு அங்கிருந்து எழுந்து சென்று விடுவாள்.

கல்கத்தாவிலிருந்து கெஞ்சலும் வேண்டுதலுமாகக் கடிதம் வரும் என்று ராஜலட்சுமி எதிர்பார்த்தாள். மகேந்திரன் இது வரையில் தாயைப் பிரிந்து இத்தனை நாட்கள் இருந்ததில்லை. தாயின் பிரிவு இதற்குள் அலைக்கழித்திருக்கும் என்று அவள் நினைத்தாள். ரோஷமும் பழைய பிடிவாதமும் கலந்து தன் மகன் தனக்கு எழுதுவான் என்று காத்துக் கிடந்தாள்.

விஹாரிக்கு மகேந்திரன் எழுதியிருந்த கடிதத்தில், "பல நாட்கள் கழிந்தபின் பிறந்த வீடு போய் அம்மா சுகமாக இருப்பாள் என்று நம்புகிறேன்" என்றே ஒரு வரி இருந்தது.

'மகேந்திரன் இது மாதிரி ரோஷத்துடன்தான் எழுதியிருப்பான். சுகமாக இருக்கிறேனா! மகேனை விட்டுத் துரதிருஷ்டசாலியான நான் எங்கேதான் சுகமாக இருக்க முடியும்?' என்று ராஜலட்சுமிக்குத் தோன்றியது.

"அப்பா விஹாரி! அப்புறம் மகேன் என்ன எழுதியிருக்கிறான்! படித்துச் சொல்லு."

"அவ்வளவுதான். அதற்கு மேல் ஒன்றுமில்லை, அம்மா!" என்று விஹாரி கடிதத்தைக் கசக்கிப் புத்தகம் ஒன்றினுள் வைத்து அறையின் ஒரு மூலையில் எறிந்தான்.

ராஜலட்சுமியினால் நிம்மதியாக இருக்க முடியவில்லை. அம்மாவின் மேல் கோபத்துடன் மகேன் ஏதாவது எழுதியிருப்பான்; அதனால்தான் விஹாரி அதைப் படிக்கவில்லை என்று அவள் நினைத்தாள்.

கன்று தாயின் மடியில் முட்டிப் பாலையும் தாயின் அன்பையும் பெறுகிறது. அதைப் போல் மகேந்திரனுடைய கோபம் ராஜலட்சுமியைத் தாக்கி அடைபட்டுக் கிடந்த தாய்ப் பாசத்தைப் பீறிடச் செய்தது. அவள் மனமார மகேந்திரனை மன்னித்து விட்டாள். "மனைவியோடு மகேன் சுகமாக இருக்கிறான்; மிகவும் சந்தோஷம்! எப்படியோ அவன் நன்றாக இருந்தால் போதும். பெண்டாட்டியைப் பற்றி அவனை இனிமேல் நான் ஒன்றும் குறை கூறப் போவதில்லை. ஒரு மணி நேரங்கூடப் பிரியாத அம்மா கிளம்பி விட்டாளென்று அவனுக்குக் கோபம்" என்றாள் அவள். இதைச் சொல்லும் போது அவள் கண்களில் நீர் துளித்தது.

அன்று ராஜலட்சுமி விஹாரியிடம் பல தடவை வந்து, "போடா, போய்க் குளி, இங்கே வேளைக்கு என்ன கிடைக்கிறது! ஒன்றுமே சரிவர நடக்கவில்லை" என்றாள்.

அன்று விஹாரிக்கும் குளிப்பு, உணவு எதன் பேரிலும் மனம் செல்லவில்லை. "அம்மா! என்னைப் போன்ற துரதிருஷ்டசாலிகளுக்கு வேளை என்ன, நியமம் என்ன!" என்றான் அவன்.

"போடா, போய்க் குளி" என்று ராஜலட்சுமி வற்புறுத்தினாள். பல தடவை தூண்டிய பின்னர் விஹாரி குளிக்கச் சென்றான். அவன் அறையை விட்டுச் சென்றதும் ராஜலட்சுமி புத்தகத்தினுள் ளிருந்த கடிதத்தைப் பரபரவென்று எடுத்து வைத்துக் கொண்டாள்.

ராஜலட்சுமி அதை விநோதினியிடம் எடுத்துச் சென்றாள். "இதைப் பாரம்மா! மகேன் விஹாரிக்கு என்ன எழுதியிருக் கிறான்!" என்றாள்.

விநோதினி படித்துச் சொன்னாள். மகேந்திரன் முதலில் தாயைப் பற்றி எழுதியிருந்தான். அதிகமாக ஒன்றுமில்லை. விஹாரி படித்துச் சொன்ன அளவுதான். அதற்கு மேல் ஒன்றும் எழுதவில்லை. அதன் பின்னர்க் காதல், களிப்பு இவை மீறிக் காம வெள்ளத்தில் மூழ்கிப் போய் ஆசாவைப் பற்றி எழுதி யிருந்தான் மகேந்திரன்.

விநோதினி கொஞ்சம் படித்ததும் கூச்சத்துடன் நிறுத்திக் கொண்டாள். "அத்தை! இதெல்லாம் நீ எதற்குக் கேட்க வேண் டும்?" என்றாள்.

மகன் கடிதத்தில் எழுதியிருப்பதை அறிய ஆவலுடனும் அன்புடனும் எதிர்பார்த்த அவள் முகம் கணப் பொழுதில் பாறை போல் கடினமானது. சற்று நேரம் சும்மா இருந்தபின் அவள், "கிடக்கிறது!" என்று கடிதத்தை வாங்கிக் கொள்ளா மலே எழுந்து சென்றாள்.

விநோதினி அந்தக் கடிதத்தை எடுத்துக் கொண்டு தன் அறைக்குச் சென்றாள். உள்புறம் கதவைத் தாழிட்டுக் கொண்டு படுக்கையில் படுத்தவாறு கடிதத்தைப் படித்தாள்.

கடிதத்தில் என்ன சுவை இருந்ததோ அது விநோதினிக்குத் தான் தெரியும்! ஆனால், அது களிப்புச் சுவை அல்ல. படிக்கப் படிக்க அவள் கண்கள் இரண்டும் வெயிலில் சுட்ட மணல் போல் எரியத் தொடங்கின. பாலைக் காற்றைப் போல் அவள் பெருமூச்சில் அனல் எழுந்தது.

மகேந்திரன், ஆசா, அவர்கள் காதல் — இவையே அவள் மனத்தினுள் சுழன்றன. கடிதத்தை மடியில் வைத்துக் கொண்டு, கால்களைச் சுவரின் மேல் தூக்கி வைத்தவாறு அவள் எதிரே வெற்று நோக்குடன் உட்கார்ந்திருந்தாள்.

மகேந்திரனுடைய அந்தக் கடிதம் தேடிப் பார்த்தும் விஹாரிக்குக் கிடைக்கவில்லை.

அன்று பகல் அன்னபூரணி திடுமென்று அங்கு வந்து சேர்ந் தாள். ஏதாவது கெட்ட சமாசாரம் வருமோ என்று ராஜலட்சுமி யின் மனம் படபடத்தது. அவளால் ஒன்றுமே கேட்க முடிய வில்லை. முகம் வெளுத்து அவள் அன்னபூரணியையே நோக்கி னாள்.

''அக்கா! கல்கத்தாவில் எல்லோரும் சௌக்கியந்தான்'' என்றாள் அன்னபூரணி.

''பின், நீ இங்கு எதற்கு வந்தாய்?'' என்றாள் ராஜலட்சுமி.

''அக்கா! உங்கள் குடும்பப் பொறுப்பை நீங்களே எடுத்துக் கொள்ளுங்கள். எனக்கு இனிமேல் குடும்பத் தொல்லையில் மனம் செல்லவில்லை. காசிக்குப் போகும் எண்ணத்துடன் நான் யாத்திரை கிளம்பி விட்டேன். அதனால்தான் உங்களைப் பார்த்து நமஸ்காரம் பண்ணி விட்டுப் போக வந்தேன். தெரிந்தோ, தெரியாமலோ உங்களுக்கு நான் எத்தனையோ தவறுகள் செய்திருப்பேன். என்னை மன்னித்து விடுங்கள். உங்கள் மருமகள்.. *(இதைச் சொல்லும் போது அவளுடைய கண்கள் நீரை உகுத்தன).* அவள் குழந்தை. அவளுக்குத் தாய் இல்லை. அவள் குற்றவாளியோ, இல்லையோ நீங்கள்தாம் இனி அவளுக்கு எல்லாம்...'' இதற்கு மேல் அன்னபூரணியினால் ஒன்றும் சொல்ல முடியவில்லை.

ராஜலட்சுமி பரபரப்புடன் அன்னபூரணி குளிக்கவும் சாப்பிடவும் வேண்டிய ஏற்பாடுகளைச் செய்ய முனைந்தாள். கதாயி கோஷின் சண்டீ மண்டபத்தில் இருந்த விஹாரி இந்த விஷயம் தெரிந்ததும் ஓட்டமாக வந்தான். அன்னபூரணியை வணங்கிய அவன், ''சின்னம்மா! இதென்ன? எங்களை ஒரேயடியாகத் துறந்து விட்டுப் போய் விடுகிறீர்களாமே!'' என்றான்.

அன்னபூரணி கண்ணீரை அடக்கிக் கொண்டாள். ''என்னைத் தடுக்காதே, அப்பா, விஹாரி! நீங்கள் சுகமாக இருங்கள், எனக்காக ஒன்றும் நிற்காது'' என்றாள்.

விஹாரி சிறிது நேரம் சும்மா இருந்தான். ''மகேந்திரன் துரதிருஷ்டம் பிடித்தவன். அதனால்தான் உன்னை இழந்து விட்டான்'' என்றான்.

அன்னபூரணி திடுக்கிட்டாள். ''அப்படியெல்லாம் சொல்லாதே! எனக்கு மகேந்திரன் மேல் கோபம் தாபம் எதுவும் இல்லை. நான் வெளியேறா விட்டால் குடும்பத்தில் அமைதி இராது'' என்றாள் அவள்.

வெறித்த நோக்குடன் விஹாரி வாயடைத்து உட்கார்ந்திருந்தான். அன்னபூரணி தலைப்பிலிருந்து ஒரு ஜோடி தங்க வளையல்களை எடுத்தாள். ''அப்பா! இந்த வளையலை வைத்துக் கொள். உனக்குக் கல்யாணம் ஆகிப் பெண்டாட்டி வரும் போது, என் ஆசி என்று அவளுக்குப் போடு'' என்றாள்.

விஹாரி அந்த வளையல்களைக் கண்களில் ஒற்றிக் கொண்டு, கண்ணீரை அடக்கிக் கொள்ளத் தன் அறையினுள் சென்றான்.

விடைபெறும் போது அன்னபூரணி, ''அப்பா விஹாரி, மகேனையும் ஆசாவையும் கவனித்துக் கொள்'' என்றாள். ராஜலட்சுமியிடம் ஒரு பத்திரத்தைக் கொடுத்து, ''அக்கா! மாமனா

ரின் ஆஸ்தியில் எனக்கு என்ன பங்கு உண்டோ, அதை மகேந்திரன் பேருக்கு எழுதி விட்டேன். எனக்கு மாதம் பதினைந்து ரூபாய் அனுப்பி விடுங்கள், போதும்'' என்றாள் அவள்.

ராஜலட்சுமியின் கால்களைத் தொட்டு வணங்கியதும் அன்னபூரணி விடைபெற்றுக் கொண்டு தீர்த்த யாத்திரைக்குக் கிளம்பினாள்.

8

ஆசாவுக்குப் பயம் உண்டாகி விட்டது. இதென்ன! அம்மா போய் விட்டாள். பெரியம்மாவும் போய் விட்டாள். இப்படி இவர்கள் நடத்தும் இல்லற இன்பம் எல்லாரையும் விரட்டி அடிக்கிறதே! இனித் தன்னையுங்கூட விரட்டி விடுமோ! வெறிச்சோடிய அந்த வீட்டினுள் இளந் தம்பதிகள் புதுக் குடித்தனம் நடத்துவது அவளுக்கு என்னவோ போல் இருந்தது.

குடும்பத்தின் கடினமான கடமைகளிலிருந்து காதலைப் பூப்போல் பறித்து வேறாக்கி விட்டால், தன் சுவையைக் கொண்டே தழைத்திருக்க அதனால் முடியாது. நாளடைவில் அது வாடி வற்றிப் போகும். தங்களுடைய ஓயாத சேர்க்கையில் ஒரு விதமான சோர்வும் பலவீனமும் இருப்பதை ஆசா உள்ளூற உணர்ந்தாள். அடிக்கடி அந்தக் காதல் வாடி இற்று விடுவதை அவள் கண்டாள். உறுதியும், பரந்ததுமான குடும்பப் பொறுப்பு இல்லாததால் அந்தக் காதலென்னும் கொடியைப் பிடித்து நிறுத்தி வைப்பது கடினமாயிற்று. வேலைகளிடையே காதல் வேர் ஊன்றா விட்டால், இன்ப உணர்ச்சி முழு மலர்ச்சி அடையாது. அது நிலைத்தும் இராது!

மகேந்திரன் தனக்கு எதிராக இருந்த குடும்பத்தை வெறுத்து, தன் காதல் விழாவின் ஒளி விளக்குகளையெல்லாம் ஒரே சமயத்தில் ஏற்றி மிகவும் ஆடம்பரமாக, வெறிச்சிட்ட வீட்டினுள் காதலின் களிப்பை முற்றும் அனுபவிக்க முயன்றான். ஆசாவின் உள்ளத்தை அவன் தூக்குவது போல், ''சுனி! உனக்கு இப்போதெல்லாம் என்ன வந்து விட்டது! பெரியம்மா போய் விட்டாள். அதற்காக இப்படி ஏன் மன வேதனைப் படுகிறாய்! நம் இருவருடைய காதலிலேயே அன்பின் நினைவு ஏற்படவில்லையா!'' என்றான்.

ஆசா மன வேதனையுடன், 'அப்படியென்றால் நமது அன்பில் எங்கோ குறை ஒன்று இருக்க வேண்டும். பெரியம்மாவைப் பற்றி அடிக்கடி எனக்கு நினைவு வருகிறது. மாமியார் சென்று விட்டதைப் பற்றியும் எனக்குப் பயமாக இருக்கிறது' என்று எண்ணுவாள். அந்தக் குறைகளை எல்லாம் தீர்க்கத் தன்னால் இயன்ற வரையில் முயலுவாள்.

வீட்டு வேலைகள் சரிவர நடப்பதில்லை. வேலைக் காரர்கள் வேலை செய்யாமல் ஏமாற்றத் தொடங்கினார்கள். ஒரு நாள் வேலைக்காரி உடம்பு சரியில்லை என்று வரவில்லை. சமையற்காரன் குடித்து விட்டு எங்கேயோ ஓடி விட்டான்! மகேந்திரன் ஆசாவிடம், ''நல்ல வேடிக்கைதான்! நாமே சமைத்துக் கொண்டால் போகிறது'' என்றான்.

மகேந்திரன் வண்டியில் ஏறிக் கறிகாய் வாங்கப் புது மார்க் கெட்டுக்குச் சென்றான். எந்த எந்தப் பொருள் எவ்வளவு வேண்டுமென்று அவனுக்குத் தெரியாது. கிடைத்தவற்றை ஏதோ வாங்கிக் கொண்டு களிப்புடன் வீடு திரும்பினான். அவற்றை வைத்துக் கொண்டு என்ன செய்வது என்று ஆசாவுக்கும் சரியாகத் தெரியாது. இந்தப் பரிசோதனை முடிய மணி மூன்றாகி விட்டது. பலவித அபூர்வமான உண்ணத் தகாத உணவுகளைப் படைத்த பெருமையில் மகேந்திரன் களிப்புற்றான். ஆனால், அவனுடைய களிப்பில் ஆசாவினால் பங்கெடுத்துக் கொள்ள முடியவில்லை. தன்னுடைய முட்டாள்தனமும், திறமையின்மை யும் அவளை உள்ளூறக் கூசச் செய்தன. ஓரளவு ஆத்திரம் அவளுக்கு உண்டாயிற்று.

அறைகளில் பொருள்கள் கண்டபடி இறைந்து கிடந்தன. தேவைப்பட்ட போது எதுவும் கைக்குக் கிடைப்பது அரிதாகி யது. மகேந்திரன் சாஸ்திர சிகிச்சைக்கு உபயோகிக்கும் கத்தி ஒரு நாள் கறிகாய் நறுக்க உதவி விட்டுக் குப்பையின் நடுவே மறைந் தது. அவனுடைய குறிப்புப் புத்தகம் அடுப்பு விசிறுவதற்கு உபயோகப்பட்டது. பிறகு சமையலறையிலேயே சாம்பலுடன் கிடந்தது.

எதிர்பாராத இந்தக் குழப்பங்கள் மகேந்திரனுக்குக் களிப் பூட்டின. ஆனால், ஆசாவோ மன வேதனைப்பட்டாள். குடும் பத்தை இப்படி ஆற்றின் வெள்ளத்தில் மிதந்து செல்ல விடுவது போல் விட்டு அதில் களி கூர்வது மிகவும் பயங்கரம் என்று அந்தச் சிறுமிக்குத் தோன்றத் தொடங்கியது.

ஒரு நாள் அந்திப் பொழுதில் இருவரும் வராந்தாவில் கட்டிலில் உட்கார்ந்திருந்தனர். எதிரே திறந்த மொட்டை மாடி. மழைக்குப் பின் கல்கத்தாவின் மாளிகைச் சிகரங்கள் நிலா வெள்ளத்தில் மூழ்கிக் கிடந்தன. தோட்டத்திலிருந்து மழையில் நனைந்த மகிழ மலர்களைக் கொணர்ந்து ஆசா குனிந்த தலை யுடன் மாலையாகக் கோத்துக் கொண்டிருந்தாள். மகேந்திரன் அதை இழுத்தும், தடை செய்தும், குறை கூறியும் வீண் போர் துவங்க முயன்றான். இப்படியெல்லாம் தடை செய்வது கண்டு ஆசா அவனை ஏதாவது சொல்ல வாயெடுத்தால், மகேந்திரன் எப்படியாவது அவள் வாயைத் திறக்க விடாமல் செய்து அவ ளுடைய கோபத்தை முளையிலேயே அடக்கி விடுவான்.

பக்கத்து வீட்டில் கூட்டுக்குள் இருக்கும் குயில், அந்தச் சமயம் 'குஹூ' என்று கூவியது. அப்போது மகேந்திரனும் ஆசாவும் தங்கள் தலைக்கு மேலே தொங்கிய கூட்டை நோக்கினார்கள். அவர்களுடைய குயில் பக்கத்து வீட்டுக் குயிலின் இசையை என்றைக்குமே பொறுத்துக் கொண்டதில்லை. இன்று மாத்திரம் அது ஏன் எதிர்மொழி கொடுக்கவில்லை!

''இதற்கு என்ன வந்தது?'' என்றாள் ஆசா கவலை பொங்க.

''உன் குரலைக் கேட்டு அதற்கு வெட்கமோ என்னமோ!'' என்றான் மகேந்திரன்.

ஆசாவின் குரல் வேண்டுதல் போலக் கெஞ்சியது. ''இல்லை, விளையாட்டில்லை. இதற்கு என்ன என்று பாருங்களேன்'' என்றாள்.

மகேந்திரன் கூட்டை எடுத்தான். கூட்டின் கதவைத் திறந்த போது பறவை உயிரின்றிக் கிடப்பது தெரிந்தது. அன்னபூரணி சென்றதும், வேலையாளும் விடைபெற்றுப் போய் விட்டான். அந்தப் பறவையை எவருமே கவனிக்கவில்லை.

அதைக் கண்ணுற்றதும் ஆசாவின் முகம் வாடியது. அவளுடைய விரல்கள் வேலை செய்ய மறுத்தன. மலர்கள் அப்படியே கிடந்தன. மகேந்திரனுக்கும் மனத்தில் வருத்தம் ஏற்பட்டது. இருந்தாலும், சுவையான வேளையில் தடங்கல் வருமோ என்ற அச்சத்தில் அவன் சிரித்து விஷயத்தை மறக்க அடிக்க முயன்றான். ''நல்லதாயிற்று. நான் நோயாளியைப் பார்க்கச் சென்றால், அது 'குஹூ' என்று கத்தி உன் உயிரை வாங்கி விடும்'' என்று அவன் ஆசாவைத் தன் கைகளால் அணைத்து அருகே இழுக்க முயன்றான்.

ஆசா மெல்லத் தன்னை விடுவித்துக் கொண்டு மடியில் இருந்த மலர்களைக் கீழே கொட்டினாள். ''இன்னும் என்ன! சீ! நீங்கள் சீக்கிரம் போய் அம்மாவை அழைத்துக் கொண்டு வாருங்கள்'' என்றாள்.

9

இதே சமயம் மாடியில், ''மகேன் அண்ணா!'' என்ற குரல் கேட்டது. ''யாரடா! வா, வா'' என்று பதில் அளித்தான் மகேந்திரன். விஹாரியின் குரலைக் கேட்டு மகேந்திரனுடைய மனம் மலர்ச்சியுற்றது. கல்யாணத்துக்குப் பின் விஹாரி நடுநடுவே அவர்களுடைய அமைதிக்கு இடையூறாக வருவான். இன்று அதே இடையூறு அமைதிக்கு மிகவும் தேவைப்பட்டது.

ஆசாவும் விஹாரியின் வருகையால் ஆறுதல் அடைந்தாள். தலையில் முக்காட்டை இழுத்து விட்டுக் கொண்டு அவள் பரபரவென்று எழுந்திருப்பது கண்டு மகேந்திரன், ''எங்கே போகிறாய்? வேறு யாருமில்லை; நம் விஹாரிதான் வருகிறான்'' என்றான்.

''அவருக்கு ஏதாவது தின்பதற்குக் கொண்டு வருகிறேன்'' என்றாள் ஆசா.

ஏதாவது வேலை செய்வதற்கு அவகாசம் நேரிடவே, ஆசாவின் சோர்வு ஓரளவு குறைந்தது. மாமியாரைப் பற்றித் தெரிந்து கொள்ளத் தலையில் முசுக்குடன் அவள் நின்றிருந்தாள். அப்போதுங்கூட அவள் விஹாரியுடன் பேசவில்லை.

விஹாரி உள்ளே நுழைந்தவன், ''அடடா, உங்கள் கவி அரங்கில் குறுக்கிட்டு விட்டேனே! பயப்படாதே, மன்னி! நீ உட்கார். நான் நடையைக் கட்டுகிறேன்!'' என்றான்.

ஆசா மகேந்திரனின் முகத்தை நோக்கினாள். அவன், ''விஹாரி! அம்மா எப்படி இருக்கிறாள்?'' என்று கேட்டான்.

''அம்மா, சின்னம்மா இவர்கள் பேச்சு இப்போது எதற்கு? அதற்கு வேண்டிய சமயம் கிடக்கிறது. இத்தகைய இரவு, தாய், சிற்றன்னை இவர்களைப் பற்றிப் பேசுவதற்கோ தூங்கிக் கழிப்ப தற்கோ ஏற்பட்டதல்ல'' (Such a night was not made for sleep, nor for mothers and aunts) என்றவாறு விஹாரி திரும்பலானான்.

மகேந்திரன் அவனைக் கட்டாயப்படுத்தி இழுத்து உட்கார வைத்தான்.

''மன்னி! நீயே பார்த்துக் கொள். என் மேல் தப்பு இல்லை. என்னைப் பலவந்தமாக இழுத்து வந்திருக்கிறான். மகேன்தான் பாவம் செய்தவன். என் மேல் சாபம் கொடுத்து விடக் கூடாது'' என்றான் விஹாரி.

பதில் ஒன்றும் சொல்ல முடியவில்லையே என்று ஆசா பொருமுவாள்; விஹாரி வேண்டுமென்றே தனக்கு எரிச்சலூட்டு வதற்கே இப்படிச் செய்கிறான் என்று எண்ணுவாள்.

''வீட்டின் அழகுதான் தெரிகிறதே! அம்மாவை அழைத்து வர இன்னுமா வேளை வரவில்லை?''

''நன்றாகச் சொன்னாய்! நாங்கள் அவளைத்தானே எதிர் பார்த்துக் காத்துக் கிடக்கிறோம்!'' என்றான் மகேந்திரன்.

''அதை அவளுக்குக் கடிதம் எழுதித் தெரிவிக்க உனக்கு வெகு நேரமாகாது. ஆனால், அது அவளுக்கு எவ்வளவு களிப்பை ஊட்டும் தெரியுமா!... மன்னி! மகேனுக்கு அதற்காக இரண்டு நிமிஷம் ஓய்வு தர வேண்டும். உன்னிடம் நான் வேண்டிக் கொள்வது இதுதான்.''

ஆசா ரோஷத்துடன் சென்றாள். அவள் கண்களில் நீர் வடிந்தது.

''எந்த நல்ல வேளையில் நீங்கள் பார்த்துக் கொண்டீர் களோ? சமாதானமே காணோமே! எப்பொழுதும் சண்டை தானா!'' என்றான் மகேந்திரன்.

''உன்னை அம்மா பாழாக்கி விட்டாள். இப்போது பெண் டாட்டியுங்கூடச் சேர்ந்து விட்டாள். அது எனக்குப் பொறுக்க

வில்லை. சமயம் வாய்க்கும் போது இரண்டொரு வார்த்தை சொல்லி விடுகிறேன்.''

''அதன் பலன் என்ன, பார்த்தாயா?''

''உன் விஷயத்தில் பலன் ஒன்றையும் காணோம். ஆனால், என் வரைக்கும் ஏதோ ஓரளவு பலன் இருக்கிறது.''

10

விஹாரி தானே உட்கார்ந்து மகேந்திரனைக் கடிதம் எழுதச் செய்தான். அதைத் தானே எடுத்துக் கொண்டு ராஜலட்சுமியை அழைத்து வர மறுநாளே புறப்பட்டான். இந்தக் கடிதம் எழுதுவித்தது விஹாரி தான் என்று ராஜலட்சுமிக்குத் தெரியும்; என்றாலும், அவளால் இருக்க முடியவில்லை. அவளுடன்கூட விநோதினியும் வந்தாள்.

மாமியார் வந்து வீடு இருந்த நிலையைப் பார்த்தாள். தூசு படிந்து அலங்கோலமாகக் கிடந்த வீட்டைக் கண்டதும், மரு மகளின் மேல் இருந்த வெறுப்பு, பின்னும் அதிகமாகியது.

மருமகளிடம் இதென்ன மாறுதல்! அவள் நிழல் போல் மாமியாரைப் பின்தொடர்ந்தாள். உத்தரவு பெறா விட்டாலும், அவளுடைய வேலைகளில் ஒத்தாசை செய்ய முன்வந்தாள். ஆனால், மாமியாரோ பரபரப்புடன், ''அதை வை! நீ நாசமடித்து விடுவாய். உனக்குத் தெரியாத வேலையில் ஏன் கை வைக் கிறாய்?'' என்றாள்.

அன்னபூரணி சென்றதன் பலனாகவேதான் ஆசா இவ்வளவு திருந்தினாள் என்று ராஜலட்சுமி முடிவு செய்தாள். 'சின்னம்மா இருந்த மட்டும், மனைவியுடன் சந்தோஷமாகத் தொந்தரை இன்றி இருந்தோம். அம்மா வந்ததுமே பிரிவுத் துயரம் மூண்டு விட்டதே என்று மகேந்திரன் எண்ணுவானே! இதனால் அன்ன பூரணிதான் தனக்கு வேண்டியவள், அம்மா தன் சுகத்துக்குத் தடை என்றுதானே அவனுக்குத் தோன்றும்? இது எதற்கு?' என்று அவள் எண்ணினாள்.

இப்போது பகலில் மகேந்திரன் அழைத்தால், ஆசா செல்லத் தயங்குவாள். ஆனால், ராஜலட்சுமி அவளைக் கோபித்துக் கொள்ளுவாள். ''மகேன் கூப்பிடுகிறான், அது உனக்குக் காது கேட்கவில்லையா? மிகவும் செல்லம் கொடுத்தால் இப்படித் தான் ஆகும், கடைசியில்... போ! காய்கறி நறுக்க வேண்டிய அவசியமில்லை...'' என்பாள்.

பலகை, பென்சில், புத்தகங்களுடன் மீண்டும் கண்ணா மூச்சி ஆட்டம் தொடங்கியது. காதலில் காரணமின்றி ஒருவரை ஒருவர் குற்றம் சாட்டுவது; யாருடைய அன்பு அதிகம் என்று அநாவசியமாக விவாதிப்பது; மழை நாள் பகலை இரவாக்கு வது; நிலா இரவைப் பகலாக்கிக் கொள்வது; களைப்பு, சோர்வு

இவற்றை உடல் வலிமையைக் கொண்டு போக்கிக் கொள்வது; கூடி முயங்குவது — இப்படிப் பொழுது போயிற்று. சோர்ந்த மனத்தில் களிப்பூட்டா விட்டாலும், அணைப்பிலிருந்து பிரிந்து செல்வது பயமாகத்தான் இருந்தது. இன்பச் சேர்க்கை நீறு பூத்த பின்னரும், வேறு வேலையாகச் செல்லக் கால் எழவில்லை. இப்படி அவர்களுக்குள் பழக்கமாகி விட்டது. இந்தக் களியாட் டத்திற்கே இது ஒரு சாபத் தீடு. சுகம் நீண்ட காலம் இராது. ஆனால், தளையோ தவிர்க்க முடியாததாகி விடும்.

விநோதினி அன்று ஆசாவின் கழுத்தைக் கட்டிக் கொண டாள். "அம்மா! நீ குறைவின்றி நீண்ட காலம் இரு. ஆனால், பாக்கிய மற்ற என்னைக் கண்ணெடுத்தும் பார்க்கக் கூடாதா?'' என்றாள்.

சொந்த உறவினர் வீட்டில் இளமைப் பருவம் முதல் வேற்றுப் பெண் போல் வளர்ந்தவள் ஆசா. அதனால் சாதாரணமாக ஜனங் களுடன் பழகுவதில் அவளுக்கு ஓரளவு கூச்சம். யாராவது ஒதுக்கி விடுவார்களோ என்ற அச்சம் வேறு அவளுக்கு. வளைந்த புருவம், கூரிய பார்வை, தீர்மையான முகம், தளதளவென்ற இளமை இவற்றுடன் விநோதினி வந்த போது, அவளுடன் பேசிப் பழக ஆசாவுக்குத் துணிவில்லை.

ராஜலட்சுமியிடம் விநோதினி கூச்சம் இன்றிப் பழகு வதைக் கண்டாள் ஆசா. ராஜலட்சுமியும் ஆசாவுக்குத் தெரிந்தே விநோதினிக்குப் பரிசுகள் கொடுத்தாள். ஆசாவுக்குக் கேட்கும் படியாகவே அவள் அவ்வப்பொழுது விநோதினியைப் புகழ்ந்து கொள்வாள். வீட்டு வேலைகளில் விநோதினியின் கைத் திறனை ஆசா கண்டாள். கூடப் பிறந்தவளைப் போலவே விநோதினி அதிகாரம் செலுத்தினாள். ஆட்களை வேலையில் ஏவுவது, மிரட்டுவது, கட்டளையிடுவது எதிலும் அவள் சற்றும் தயங்குவ தில்லை. இவற்றைக் கண்ட ஆசா விநோதினிக்கு முன் தன்னை மிகவும் தாழ்ந்தவளாகவே பாவித்துக் கொண்டாள்.

அவ்வளவு குணவதியான விநோதினி தானாகவே ஆசா விடம் வந்து உறவு கொண்டாடவே, கூச்சத் தடை தகர்ந்து அச் சிறுமி களிப்புக் கடலில் ஆழ்ந்தாள். மந்திரக் கோல் பட்டு வளர்ந்த செடி போல் அவர்களுடைய நட்பு ஒரே நாளில் முளைத்து வளர்ந்து பூத்தும் விட்டது.

''நாம் ஏதாவது உறவு முறை கொண்டாடலாமா?'' என்றாள் ஆசா.

விநோதினி சிரித்தாள். ''என்ன உறவு முறை வைத்துக் கொள்ளலாம்?'' என்றாள்.

ஆசா அப்போது, ''மருக்கொழுந்தே, மனோரஞ்சிதமே - இப்படி எத்தனையோ பொருளின் பெயரை வைத்து அழைக்கட் டுமா உன்னை?'' என்றாள்.

''அதெல்லாம் பழசாகி விட்டது. அந்தச் செல்லப் பெயர் களுக்கெல்லாம் இப்போது மவுசு கிடையாது'' என்றாள் விநோதினி.

''ஆனால், உனக்குப் பிடித்தது எது?''

விநோதினி சிரித்து, 'கண்ணராவி' *(சோகேர் பாலி)*'' என்றாள்.

கேட்க இனிமையான பேர்களைத்தான் ஆசா விரும்பி னாள். ஆனால், விநோதினியின் ஆலோசனைப்படி செல்லமாகத் திட்டுவதையே ஏற்றுக் கொண்டாள். அவள் கழுத்தைத் தழுவிய வாறு ஆசா, ''என் கண்ணராவியே!'' என்று சிரிக்கலானாள்.

11

ஆசாவுக்கு ஒரு தோழி மிகவும் தேவையாக இருந்தாள். காதலின் விழா, இருவர் மாத்திரம் இருந் தால் நிறைவு பெறாது. இன்ப விளைவுகளைப் பகிர்ந்து கொள்ள வீணர்களும் தேவை.

இளந் தம்பதிகளின் புதுக் காதலின் வரலாறுகளை, குடி காரன் கள் அருந்துவது போல், வறண்ட உள்ளத்துடன் இருந்த விநோதினி காதாரக் கேட்பாள். அவளுடைய மூளை மயங்கி, உடம்பில் இரத்தம் கொதிக்கத் தொடங்கியது.

ஓசையடங்கிய பகல் வேளையில் அம்மா தூங்குவாள். வேலையாட்களும் கீழே இளைப்பாறுவதற்காகக் கண் மறை வாகச் செல்வர். மகேந்திரன் விஹாரியின் துளைச்சல் தாங்காமல் காலேஜுக்குச் செல்வான். வெயில் காயும் நீல வானின் ஒரு மூலையிலிருந்து கழுகுகளின் உரத்த குரல் அவ்வப்பொழுது கேட்கும். அந்த மாதிரிப் பொழுதில் படுக்கை அறையின் தனிமையில் தரையில் தலையணையின் மேல் கூந்தலைப் படர விட்டவாறு ஆசா படுத்திருப்பாள். விநோதினி மார்பின் கீழ்த் தலையணையை வைத்துக் கொண்டு கவிழ்ந்து படுத்தவாறு ஆசாவின் இனிய பேச்சில் மூழ்கியிருப்பாள். அவளுடைய காது நுனிகள் சிவந்து விடும். அவளுக்கு வேகமாக மேல் மூச்சு வாங்கும்.

விநோதினி கேள்வி மேல் கேள்வி போட்டு ஒரு சிறிதும் விடாமல் கேட்பாள். ஒரு விஷயத்தைத் திரும்பத் திரும்பக் கேட்பாள். அது முடிந்து விட்டால் கற்பனையில் இறங்குவாள். ''அது சரி, இப்படி இருந்தால் எப்படி இருக்கும்! நீ என்ன செய் திருப்பாய்?'' என்பாள். நடக்கக் கூடாத கற்பனைகளினூடே இன்ப வரலாற்றை நீடித்துக் கொண்டு செல்வது ஆசாவுக்கும் பிடித்திருந்தது.

''உனக்கும் விஹாரி பாபுவுக்கும் கல்யாணமாகியிருந்தால்!'' என்றாள் விநோதினி.

''அந்தப் பேச்சையே எடுக்காதே! சீச்சீ! எனக்கு மிகவும் கூச்சமாக இருக்கிறது. ஆனால், உனக்கும் அவருக்கும் நடந்திருந் தால் நன்றாக இருந்திருக்கும். உனக்குங்கூடத்தான் கேட்டார்கள்.''

''எனக்கு வந்த பேர்வழிகளுக்கு என்ன குறைச்சல்! ஆகாதது நல்லதாயிற்று. எனக்கென்ன, நன்றாகத்தானே இருக்கிறேன்!''

ஆசா அதற்கு எதிராகப் பேசுவாள். தன்னைவிட விநோதினியின் நிலை மேலானது என்று அவள் எவ்வாறு ஒப்புக் கொள்ளுவாள்? ''ஒரு தடவை யோசித்துப் பார், எங்களவருடன் உனக்குக் கல்யாணம் ஆகியிருந்தால் எப்படி இருந்திருக்கும்! இன்னும் கொஞ்சம் இருந்தால் நடந்தே இருக்குமே!'' என்பாள் ஆசா.

நடந்துதான் இருக்கும். ஏன் அப்படி நடைபெறவில்லை? ஆசாவின் இந்தப் படுக்கையும் கட்டிலும் ஒரு காலத்தில் அவளுக்காகத்தான் காத்திருந்தன. முற்றும் அலங்கரித்திருக்கும் இந்தப் பள்ளியறையைக் காணும் போதெல்லாம் விநோதினிக்கு அந்த விஷயம் நினைவுக்கு வரும். இன்று அவள் அந்த வீட்டில் ஒரு விருந்தாளிதானே! இன்று கிடைத்த இடம்; நாளையே போக வேண்டியும் வரும்.

அன்று பிற்பகல் விநோதினி வலியச் சென்று மிகவும் வனப்பாக ஆசாவின் கூந்தலை அழகாகப் பின்னி அலங்கரித்துக் கணவனின் அறைக்கு அனுப்பினாள். அவளுடைய கற்பனையும், தலைகுனிந்து முசுக்கிட்டுச் செல்லும் அம்மடந்தையின் பின்னாலேயே அழகில் மயங்கிய ஓர் இளைஞனைத் தேடி யாருமே இராத அந்த அறைக்குச் செல்லும். ஓரொரு நாள் அவள் ஆசாவை விடவே மாட்டாள். ''இன்னும் கொஞ்ச நேரந்தான் இரேன். உன் புருஷர் எங்கேயும் ஓடி விட மாட்டார். அவர் என்ன, காட்டில் ஓடும் மாய மானா! தலைப்பில் கட்டுண்டு பழகிய மானாக்கும் அவர்!'' என்றெல்லாம் பேசி ஏதாவது சாக்கிட்டு அவளைத் தாமதிக்க வைப்பாள்.

மகேந்திரனுக்குக் கோபமாக வரும். ''உன் தோழி என்ன அசைய மாட்டாள் போல் இருக்கிறதே! அவள் எப்போது ஊருக்குப் போவாள்?'' என்பான்.

ஆசா பரபரப்படைவாள். ''இல்லை. அவள் என் தோழி. அவள் மேல் கோபித்துக் கொள்ளாதீர்கள்! உங்களைப் பற்றிப் பேசினால் அவளுக்கு எவ்வளவு சந்தோஷம் தெரியுமா! எவ்வளவோ வேலை நடுவே என்னச் சிங்காரித்து உங்களிடம் அனுப்புகிறாள்!''

ராஜலட்சுமி ஆசாவை ஒரு வேலையும் செய்யவிட மாட்டாள்! விநோதினி மருமகள் பக்கமாகப் பேசி ஆசாவையும் வேலையில் பழக்க ஆரம்பித்தாள். நாளெல்லாம் விநோதினி சோம்பலின்றி வேலையில் ஈடுபட்டிருப்பாள். அதோடு ஆசாவையும் அவள் ஓய விட மாட்டாள். அடுத்தடுத்து விநோதினி சங்கிலித் தொடர் போல் வேலையை உண்டாக்குவாள். அதன்

நடுவே ஆசாவுக்குச் சற்றும் ஓய்வே இராது. ஆசாவின் கணவன், மேலே வெறும் அறையின் மூலையில் கோபம் பொங்கத் தவித்துக் கொண்டிருப்பதாகக் கற்பனை செய்வாள் விநோதினி. உள்ளூறக் கடுமையான சிரிப்பு எழும். ஆசா கவலையுறுவாள். ''அடியம்மா! நான் போகிறேன். அவருக்குக் கோபம் வரும். அப்புறம்...'' என்று கெஞ்சுவாள்.

விநோதினி பரபரப்புடன், ''இரு, இதைச் செய்து விட்டுப் போயேன். அப்படி ஒன்றும் நேரம் ஆகாது'' என்பாள்.

சற்று நேரங் கழித்து, ஆசா மீண்டும் தவிப்பாள். ''இல்லை யடி! நிச்சயம் இதற்குள் அவருக்குக் கோபம் வந்து விட்டிருக் கும். என்னை விடேன். நான் போகிறேன்'' என்பாள்.

''சற்றுக் கோபம் வந்தால்தான் என்ன! கொஞ்சலுடன் சற்று ஊடல் இருந்தாலொழியக் காதலில் சுவை இராது. உணவுக்கு ருசி தர உப்பு, புளி, மிளகாய் போல் அது அவசியம்!''

ஆனால், மிளகாயின் சுவை என்ன என்பது விநோதினி க்குத் தெரியும். அவளுடைய நரம்புகளிலெல்லாம் எரிச்சல் மூண் டது. அவள் பார்க்கும் திசைகளெல்லாம் அவளுடைய கண்ணின் தீப்பொறியே வீசின. 'இவ்வளவு சுகமான வீடு. ஆதரவு காட்டும் கணவன்! என் உரிமைக்குக் கீழ் இந்த வீட்டையும் என் காலின் கீழ் அடிமையாக இந்தப் புருஷனையும் வைத்திருந்திருப் பேன். அப்போது இந்த வீட்டின் நிலை இப்படி இருந் திருக்குமா? இந்த மனிதர்தாம் இந்த லட்சணத்தில் இருப்பாரா! என் இடத்தில் இந்தக் குழந்தையா! இந்த விளையாட்டுப் பொம் மையா!' என்று பற்றி எரியும் அவளுக்கு. ஆசாவின் கழுத்தைக் கட்டிக் கொள்வாள் அவள். ''அடி! சொல்லேன். நேற்று என்ன பேசிக் கொண்டீர்கள்? உனக்குக் கற்றுக் கொடுத்தேனே, அதைச் சொன்னாயோ? உங்கள் காதலைப் பற்றிக் கேட்டாலே எனக்குப் பசி, தாகம் எல்லாம் போய் விடுகிறது'' என்பாள் அவள்.

12

ஒரு நாள் மகேந்திரன் வெறுத்துப் போய் அம்மாவிடம் சென்றான். ''இது நன்றாக இருக்கிறதா! பிறத்தியான் வீட்டு விதவைப் பெண், அதுவும் வயது வந்தவளை அழைத்து வந்து தலையில் பொறுப்பைப் போட்டுக் கொள்ள என்ன அவசியம் வந்தது! எனக்கு இதில் துளியும் விருப்பம் இல்லை. எப்போது, என்ன சங்கடம் வருமோ, யாருக்குத் தெரியும்?'' என்றான்.

''அவள் எங்கள் விபினன் பெண்டாட்டி. அவளை நான் வேற்றுப் பெண்ணாக நினைக்கவில்லையே!'' என்றாள் ராஜலட்சுமி.

''இல்லையம்மா! நீ செய்வது நன்றாக இல்லை. அவளை வைத்திருப்பது சரியென்று எனக்குப் படவில்லை.''

மகேந்திரனுடைய பிடிவாதத்தை அலட்சியம் செய்வது எளிதன்று என்பது ராஜலட்சுமிக்குத் தெரியும். அதனால் அவள் விஹாரியைக் கூப்பிட்டனுப்பினாள். "விஹாரி! நீ போய் மகேனுக்கு எடுத்துச் சொல்லு! விபினனின் பெண்டாட்டி இருக்கிறாள். அதனால்தான் இந்தத் தள்ளாத வயதில் கொஞ்சம் நிம்மதி இருக்கிறது. அயல் பெண்ணாக இருந்தால்தான் என்ன! சொந்த உறவினரிடமிருந்து இத்தகைய தொண்டு எனக்குக் கிடைக்கிறதா?" என்றாள்.

விஹாரி அவளிடம் ஒன்றும் பேசாமல் மகேந்திரனிடம் சென்று, "மகேன் அண்ணா, விநோதினியைப பற்றி உனக்கு என்ன தோன்றுகிறது?" என்றான்.

மகேந்திரன் சிரித்தான். "அதைப் பற்றித்தான் எண்ணி எண்ணி எனக்கு இரவுத் தூக்கமே போய் விட்டது. உன் மதனியைக் கேள். இப்போதெல்லாம் விநோதினியின் நினைவில் மூழ்கி வேறு எதுவுமே மனத்தில் நிற்காமல் போய் விட்டது" என்றான்.

ஆசா முக்காட்டிலிருந்து மௌனமாக மிரட்டினாள்.

"என்னது! இரண்டாவது 'விஷ விருட்சம்' முளைக்கிறதா?"

"அதுவேதான்! இப்போது அவளை விரட்டி விட வேண்டுமென்று சுனி தவியாய்த் தவிக்கிறாள்."

மீண்டும் ஆசாவின் விழிகள் திரை மறைவிலிருந்தே மிரட்டலைச் சொரிந்தன.

"விடை கொடுத்து மிரட்டினாலும் திரும்பத் தாமதமாகுமா என்ன!... அந்த விதவைக்கு மணம் செய்து வைத்தால் நச்சுப் பல் உடையும்" என்றான் விஹாரி.

"'விஷ விருட்ச'த்தில் குந்தநந்தினிக்குக் கூடத்தான் கல்யாணம் நடந்தது."

"போதும். அந்த மேற்கோள் இப்போது வேண்டாம். விநோதினியைப் பற்றி நான்கூட நடுநடுவே நினைப்பதுண்டு; உங்கள் வீட்டில் அவள் எப்போதும் இருப்பது முடியாது. நான் பார்த்து விட்டு வந்தேனே, அந்தப் பட்டிக்காட்டில் வாழ்நாள் முழுமையும் கழிக்க அவளை அனுப்புவது மிகக் கடுமையான தண்டனை."

மகேந்திரனுக்கு முன்னால் விநோதினி இதுவரையில் வந்ததில்லை. ஆனால், விஹாரி அவளைப் பார்த்திருக்கிறான். காட்டில் துறந்து விடும்படியான பெண் அல்ல அவள் என்பதை விஹாரி உணர்ந்தான். ஆனால், சுடர், வீட்டில் விளக்கை ஏற்றுவது போல், மற்றொரு புறம் வீட்டுக்குத் தீயை மூட்டவும் கூடும். அந்தத் திகிலும் விஹாரியின் மனத்தில் இருந்தது.

மகேந்திரன் இது விஷயமாக விஹாரியை எவ்வளவோ ஏளனம் செய்தான். விஹாரியும் தக்கவாறு பதில் சொன்னான். ஆனால், இந்தப் பெண், விளையாடும் ரகத்தைச் சேர்ந்தவளல்ல,

இவளை ஒதுக்கி விட முடியாது என்று மட்டும் அவனுக்கு நன்றாகப் புரிந்தது.

ராஜலட்சுமி விநோதினியை எச்சரிக்கை செய்தாள்: "இதோ பாரம்மா! அவளை நீ அதிகமாக அலைக்கழிக்காதே! நீ நாட்டுப் புறத்துக் குடும்பத்தில் பழகியவள். இந்தக் காலத்துப் பழக்க மெல்லாம் தெரியாது. நீ புத்திசாலி. நன்றாக யோசித்துக் கவன மாக நடந்து கொள்."

அது முதல் விநோதினி ஆசாவை விலக்குவது போல வெளிக்குக் காட்டினாள். ஆசாவிடம், "நான் யாரோ! என் நிலையில் இருப்பவர்கள் தங்கள் கௌரவத்தைக் கட்டிக் காத்துக் கொள்ளா விட்டால், என்று என்ன நடக்குமோ!" என்றாள் அவள்.

ஆசா அழுது கெஞ்சிப் பார்த்தாள். விநோதினியோ ஒரே உறுதியாக இருந்தாள். தன் மனத்தில் இருந்தவற்றை எல்லாம் ஆசா சொற்களாகக் கொட்டித் தீர்த்தாள். ஆனால், விநோதினி அதற்குச் சற்றும் இடம் தரவில்லை.

மகேந்திரனுடைய அணைப்பு வர வரத் தளர்ந்தது. அவ னுடைய அன்புப் பார்வையிலும் ஒரு சோர்வு புலனாகியது. முன்பெல்லாம் அவனுக்குக் களிப்பூட்டிய சிறு தவறுகள் இப்போது அவனை வதைக்கலாயின. குடும்ப வேலைகளில் பழக்கமில்லாத ஆசாவைக் கண்டு அவனுக்கு வெறுப்பாக இருக்கும்; ஆனால், வெளிப்படையாகச் சொல்ல மாட்டான். அவன் சொல்லா விட்டாலும் ஆசா அதைப் புரிந்து கொண் டாள். பிரிவை அறியாத கூடலால் காதலின் கௌரவமே மங்கி விடுவதை அவளால் உணர முடிந்தது. மகேந்திரனின் அரவணைப் பும் ஓரளவு நடிப்பாகவும், ஓரளவு வஞ்சகமாகவும் தோன்றியது.

இந்த வேளையில் ஓடுவதைத் தவிர வேறுவழியில்லை. பிரிவுதான் இதற்கு ஏற்ற மருந்து. பெண்களுக்கே இயல்பாக உள்ள பழக்கம் காரணமாக ஆசா வர வர மகேந்திரனை ஒதுக்க லானாள். ஆனால், விநோதினியை விட்டால், அவளுக்குப் போக்கிடம் ஏது?

இன்பப் பாயலில் சாய்ந்து மகேந்திரன் மெல்ல மெல்லக் குடும்பக் காரியங்களையும் படிப்பையும் பற்றி எண்ணலானான். சிதறிக் கிடந்த புத்தகங்களை எல்லாம் தேடி எடுத்துத் தூசு போகத் தட்டி வைத்தான். கால் சட்டை, மேல் சட்டைகளை எல்லாம் வெயிலில் போட்டு மடித்து வைக்கலானான்.

13

விநோதினி எதற்கும் மசியாமல் போகவே, ஆசாவுக்கு ஒரு யோசனை மூளையில் உதித்தது. "அடியம்மா! என் புருஷரெதிரே ஏன் வருவதே இல்லை நீ? ஏன் ஓடி ஒளிகிறாய்?" என்று கேட்டாள் அவள்.

விநோதினி சுருக்கமாகவும் அழுத்தமாகவும், ''சீச்சீ!'' என்று பதில் அளித்தாள்.

''ஏன்? அம்மா சொன்னாளே: நீ எங்களுக்கு வேற்றுப் பெண் இல்லை!''

விநோதினி சற்று அமைதியாகவே, ''உலகத்தில் சொந்தம் வேறு, வேற்றாள் வேறு என்பது இல்லை. யாரைச் சொந்தமாக நினைக்கிறோமோ அவர்கள் சொந்தமானவர்கள். யார் வேறாக நினைக்கிறார்களோ, அவர்களுக்கு உறவினர் வேறுதான்'' என்றாள்.

'இதற்கு மேல் சொல்ல என்ன இருக்கிறது? உண்மையிலேயே என் புருஷருக்கு விநோதினியின் மேல் கோபம். அவளை வேறாகப் பாவிக்கிறார். அநாவசியமாக அவள் மேல் வெறுப்புக் காட்டுகிறார்' என்று நினைத்தாள் ஆசா.

அன்று மாலை ஆசா கணவனை விடாப் பிடியாகப் பிடித்துக் கொண்டாள். 'என் தோழி 'மாயா'வுடன் நீங்கள் பேச வேண்டும்.''

''ஏது! உனக்குத் துணிச்சல் அதிகமாக இருக்கிறதே!'' என்றதும் மகேந்திரன் சிரித்தான்.

''ஏன்! எதற்குப் பயப்பட வேண்டும்?''

''உன் தோழியின் அழகைப் பற்றி நீ அவ்வளவு சொல்லும் போது, சற்று ஆபத்தான இடமென்றுதான் எனக்குத் தோன்றுகிறது.''

''அதை நான் பார்த்துக் கொள்வேன். உங்கள் கேலிப் பேச்சுப் போதும்! அவளோடு பேசுவீர்களா, முடியாதா? அதைச் சொல்லுங்கள்.''

விநோதினியைக் காணும் ஆவல் மகேந்திரனுக்கு இல்லை என்று சொல்லி விட முடியாது. அவளைப் பார்க்கும் ஆவல் அவ்வப்போது அவனுக்கு எழுவதும் உண்டு. ஆனால், அந்த அநாவசியமான ஆவல் அவனுக்குத் தகுதியுள்ளதாகப் பட வில்லை.

உள்ளத்தின் உறவு விஷயத்தில் தகுதியற்றது, தகுந்தது என்ற இலட்சியம் மற்றவர்களைவிட மகேந்திரனிடம் சற்றுக் கடுமையாகவே இருந்தது. தாயின் உரிமை குறைந்து விடுமோ என்றுதான் முன்பெல்லாம் கல்யாணம் என்ற பேச்சையே எடுக்காமல் இருந்தான். இப்போதோ, ஆசாவுடன் இருக்கும் மனப் பிணைப்பை அவன் காக்க எண்ணினான். வேறு எந்தப் பெண் விஷயமாகவும் சிறிதளவு ஆவல்கூட மனத்தில் எழ விட அவன் விரும்பவில்லை. காதல் விஷயத்தில் தான் மிகவும் கண்டிப்பானவன், மிகவும் நேர்மை வாய்ந்தவன் என்று அவன் பெருமையுங்கூடப் பட்டான். விஹாரியை நண்பனென்று ஏற்றுக் கொண்ட பின்னர் வேறு எவரையும் நண்பரென ஏற்றுக் கொள்ள

அவன் விரும்பவில்லை. வேறு யாரேனும் தன்னை அணுகினால், மகேந்திரன் அவர்கள் மேல் விழுந்து அவமானப்படுத்துவதுடன் நிற்க மாட்டான்! விஹாரியிடம் அந்தத் துரதிருஷ்டசாலியைப் பற்றிப் பரிகாசம் செய்து பழிப்பான். மற்றவர்கள் மேல் தனக்கு இருக்கும் அலட்சிய மனப்பான்மையை நன்கு வெளிக்காட்டிக் கொள்ளுவான். விஹாரி அதற்கு எதிராகப் பேசினால், ''உன்னால் முடியும், விஹாரி! எங்கே போனாலும் உனக்குத் தோழர்கள் அகப்படுவார்கள். ஆனால், கண்ட பேரையும் நண்பனென்று இழுத்துப் போட்டுக் கொள்ள என்னால் முடியாது'' என்பான் மகேந்திரன்.

ஆகவே, நடுநடுவே இந்தத் தடுக்க முடியாத ஆவல் மனத்தில் எழுந்து, முன்பின் தெரியாத அந்தப் பெண்ணைக் குறித்துச் செல்வது கண்டு, அவன் தன் இலட்சியத்துக்கு முன் தலை குனிய வேண்டி வந்தது. கடைசியில், வெறுப்புற்ற அவன் விநோதினியை வீட்டை விட்டு வெளியேற்றி விடும்படி தன் தாயைத் தொந்தரவு செய்யலானான்.

''கிடக்கட்டும், சுனி! உன் 'மாயை'யுடன் பேச எனக்குப் பொழுது எங்கே இருக்கிறது? படிக்கும் வேளையில் டாக்டர் புத்தகம் இருக்கிறது. ஓய்வு வேளையில் நீ இருக்கிறாய். இதன் நடுவே உன் தோழியை வேறு எப்படிப் பார்ப்பது?''

''சரி, உங்கள் படிப்புக்கு நான் குந்தகம் விளைவிக்கவில்லை. நான் என் பொழுதை அவளுக்கு விட்டுக் கொடுக்கிறேன்'' என்றாள் ஆசா.

''நீ கொடுக்கிறது, சரி. ஆனால், நான் ஏன் விட்டுக் கொடுக்க வேண்டும்?''

ஆசா, விநோதினியின் மேல் அன்பாக இருக்கலாம். ஆனால், அதனால் அவளுக்குக் கணவன் மேலுள்ள அன்பு குறைந்து விடுகிறது என்பான் மகேந்திரன். அவன் ரோஷத்துடன், ''என்னைப் போல் வேறு எவரையும் கண்ணெடுத்துப் பாராத அன்பல்ல உன்னுடையது'' என்பான். அதை ஆசா ஒப்புக் கொள்ள மாட்டாள். இதற்காகச் சண்டையிடுவாள்; அழவும் அழுவாள். ஆனால், வாய்ப் போரில் வெல்ல அவளால் முடியாது.

தங்கள் இருவருக்கும் இடையே ஊசியளவு இடமும் தான் விநோதினிக்கு அளிக்க விரும்பவில்லை என்று மகேந்திரன் பெருமைப்பட்டுக் கொள்ளுவான். இது ஆசாவுக்குப் பொறுக்காது. ஆனால், அன்று அவள் தோல்வியை ஒப்புக் கொண்டாள். ''நல்லது, எனக்காகவாவது என் தோழியுடன் நீங்கள் பேச வேண்டும்'' என்றாள்.

ஆசாவிடம் தன் காதலின் உறுதியையும், மேன்மையையும் காட்டிய பின்னர், விநோதினியைப் பார்க்கவும், பேசவும் ஒப்புக்

கொண்டான் மகேந்திரன். ''இதோ, இதுதான் சாக்கு என்று அடிக்கடி தொந்தரவு செய்தாயோ, நான் பிழைக்க மாட்டேன்'' என்று எச்சரிக்கையும் செய்தான்.

மறுநாள் விடியலில் விநோதினியின் படுக்கைக்கே சென்று அவளைத் தழுவிக் கொண்டாள் ஆசா. ''என்னடி, ஆச்சரியமாக இருக்கிறதே! சகோரம் சந்திரனை விட்டு மேகத்திடம் அல்லவா வந்திருக்கிறது!'' என்றாள் விநோதினி.

''உன் கவித்துவம் எல்லாம் எனக்கு வராது. ஏன் மூங்கில் காட்டில் முத்தை இறைக்கிறாய்! உனக்கு ஏற்ற பதில் சொல்லக் கூடியவரிடம் போய் இதையெல்லாம் பேசேன்.''

''அவ்வளவு ரசிகர் யாரடி?''

''உன் மைத்துனர் - என் புருஷர்தாம்; கேலியல்ல. உன்னுடன் பேச வேண்டுமென்று அவர் என்னைத் துளைத்தெடுக்கிறார்.''

'ஓ! பெண்டாட்டியின் உத்தரவுக்காக என்னைக் கூப்பிடுகிறானோ! உடனே ஓடி விட நான் ஒன்றும் இலேசானவள் இல்லை' என்று எண்ணிக் கொண்டாள் விநோதினி.

விநோதினி எதற்கும் ஒப்புக் கொள்ளவில்லை. ஆசா தன் கணவன் முன் அசடு வழிய நிற்க வேண்டி வந்தது.

மகேந்திரனுக்கு உள்ளூறக் கோபம். தன் எதிரே வருவதற்குத் தடையா! தன்னையும் மற்ற ஆண்களைப் போல் எண்ணுவதா! வேறு யாராகவேனும் இருந்தால் இதற்குள் பல வழிகளில் முயன்று விநோதினியை நேரில் கண்டு, பேசியிருக்க மாட்டார்களா! மகேந்திரன் இது விஷயமாக எதுவும் செய்யாததே அவனைப் பற்றி உயர்வாகக் கருத வேண்டிய விஷயமாயிற்றே! சற்று யோசித்தால், மற்றவர்களுக்கும் மகேந்திரனுக்கும் இருக்கும் வேற்றுமை தெரியுமே விநோதினிக்கு!

விநோதினியும் உள்ளத்தில் கோபம் பொங்க ஒரு தீர்மானத்துக்கு வந்திருந்தாள். 'இத்தனை நாட்களாக வீட்டில் இருக்கிறேன்; மகேந்திரன் ஒரு தடவை கூட என்னைப் பார்க்க வரவில்லை. அத்தையின் அறையில் இருக்கும் போது கூட எந்தச் சாக்கிட்டும் அந்த அறைப் பக்கமே முகம் காட்டுவதில்லை. எதற்கு இவ்வளவு அலட்சியம்! நான் என்ன அஃறிணைப் பொருளா! மனித ஜன்மம் இல்லையா நான்! பெண்தானே நான்! ஒரு முறை என்னுடன் அறிமுகம் ஆகட்டும். எனக்கும் அந்தச் செல்லக் கிளி சுனிக்கும் உள்ள வேற்றுமை நன்றாகப் புரிந்து விடாதா?'

ஆசா புருஷனிடம் தன் புது ஏற்பாட்டைச் சொன்னாள்: ''நீங்கள் காலேஜுக்குப் போய் விட்டதாகச் சொல்லி அவளை நம் அறைக்கு அழைத்து வருகிறேன். பின்னர் வெளியிலிருந்து

திடீரென்று வந்து விடுங்கள். அப்புறம் அவள் தன்னால் அடங்க வேண்டியதுதானே!''

''அவளுக்கு இவ்வளவு கடுமையான தண்டனை அளிக்கும்படி அவள் என்ன தவறு செய்தாள்?''

''இல்லை. அவள் மேல் எனக்கு உண்மையாகவே கோபம்; உங்களைப் பார்க்கக் கூட வெறுப்பா! அவள் சபதத்தை முறித்து விட்டுத்தான் மறு வேலை.''

''உன் உயிர்த் தோழியின் முகம் பாராமல் நான் ஒன்றும் சாகவில்லையே! அப்படித் திருட்டுத்தனமாகப் பார்க்க எனக்கு விருப்பமில்லை!''

ஆசா கெஞ்சும் பாவனையில் மகேந்திரனுடைய கைகளைப் பிடித்துக் கொண்டாள். ''ஒரே ஒரு தடவை எனக்காக நீங்கள் இதைச் செய்யத்தான் வேண்டும். ஒரு முறையாவது அவளுடைய பிடிவாதத்தை முறிக்க வேண்டும். அப்புறம் உங்கள் விருப்பம் போலச் செய்து கொள்ளுங்கள்.''

மகேந்திரன் பதில் கூறவில்லை. ''என் கண்ணல்லவா! நான் சொல்வதைக் கேளுங்கள்'' என்றாள் ஆசா.

மகேந்திரனுடைய ஆவலும் அதிகரித்தது. ஆகவே, முதலில் அலட்சியம் காட்டிப் பின்பு ஒருவாறு இணங்கினான்.

இலையுதிர் காலத்தின் ஒலி அடங்கிய பிற்பகல் விநோதினி மகேந்திரனுடைய அறையில் தனிமையில் ஆசாவுக்குக் கம்பளிச் சட்டை பின்னக் கற்றுக் கொடுத்தவாறு உட்கார்ந்திருந்தாள். ஆசாவின் கவனம் கதவின் பக்கமாகவே இருந்தது. அதனால் அவளுக்குப் பின்னல் எண்ணிக்கை எல்லாம் தவறுதலாகவே வந்தன. விநோதினியிடம் அவள் திறமையின்மையை எடுத்துக் காட்ட வேண்டியதாயிற்று.

கடைசியில் விநோதினிக்கே வெறுத்துப் போய் விட்டது. அவள் ஆசாவின் கையிலிருந்து பின்னிய நூலைப் பிடுங்கிக் கீழே எறிந்தாள். ''உனக்கு வராது. எனக்கு வேலை இருக்கிறது. நான் போகிறேன்'' என்றாள்.

''இன்னும் கொஞ்சம் இரேன். இனிமேல் பாரேன். தப்பே வராது'' என்று ஆசா மீண்டும் ஊசி, நூலை எடுத்துக் கொண்டாள்.

இதற்குள் மகேந்திரன் விநோதினியின் பின்னால் ஓசைப் படாமல் கதவருகே வந்து நின்றான். ஆசா பின்னுவதை விட்டுத் தலை நிமிராமல் மெல்லச் சிரித்துக் கொண்டாள்.

''என்னடியம்மா! திடீரென்று என்ன சிரிப்பு!'' என்றாள் விநோதினி. ஆசாவினால் அதற்கு மேல் அடக்கிக் கொள்ள முடியவில்லை. ஊசி, நூலை அவள் விநோதினியின் மேல் போட்டு விட்டு, ''நிச்சயமாக இது எனக்கு வராதடி!'' என்றாள். பிறகு அவள் விநோதினியின் கழுத்தைக் கட்டிக் கொண்டு உரக்கச் சிரித்தாள்.

முதலிலிருந்தே விநோதினிக்கு எல்லாம் தெரியும். ஆசாவின் பரபரப்பும், பாவனைகளுமே அவளுக்கு எதையும் மறைக்காமல் காட்டிக் கொடுத்தன. மகேந்திரன் பின்புறம் வந்து நிற்பதும் அவளுக்கு நன்றாகத் தெரிந்ததுதான். ஒன்றும் தெரியாதவளைப் போல் வேண்டுமென்றே அவள் ஆசாவின் மிக எளிய சூழ்ச்சி வலையினுள் சிக்கிக் கொண்டாள்.

மகேந்திரன் உள்ளே நுழைந்தான். ''உங்கள் சிரிப்புக்குக் காரணம் என்ன! அடியேனும் அதை அறியலாமா?'' என்றான்.

விநோதினி திடுக்கிட்டவள் போல் எழுந்து தலையில் முக்காட்டை இழுத்து விட்டுக் கொள்ள முயன்றாள். ஆசா அவளுடைய கைகளை விடவில்லை.

மகேந்திரன் சிரித்தான். ''நீங்கள் உட்காருங்கள், நான் போகிறேன்; இல்லையென்றால் நீங்களும் உட்காருங்கள். நானும் உட்காருகிறேன்.''

விநோதினி சாதாரணப் பெண்களைப் போல ஆசாவின் கைகளை உதறி விடுவித்துக் கொள்ளவோ, சச்சரவும் குழப்பமும் கிளப்பித் தன் வெட்கத்தைக் காட்டிக் கொள்ளவோ இல்லை. சாதாரணமான குரலிலேயே அவள், ''நீங்கள் சொல்கிறீர்களே என்று தான் உட்காருகிறேன்; அப்புறம் சாபம் இடாதீர்கள்!'' என்றாள்.

''உங்களுக்கு நகரும் சக்தியே நீண்ட காலம் இராமல் போகட்டும் என்று சாபம் தரலாமா?''

''அதற்கு நான் அஞ்சவில்லை. ஏனென்றால், உங்களுக்கு நீண்ட காலம் என்பது அதிக நேரம் ஆகாது. பொழுதும் கழிந்து விட்டது என்றே தோன்றுகிறது.''

விநோதினி மீண்டும் எழுந்திருந்தாள். ஆசா மீண்டும் அவளைத் தடுத்தாள். ''என் தலையைத் தின்றாற்போல்! இன்னும் கொஞ்ச நேரம் இரேன்'' என்றாள்.

14

''என் தோழியைப் பற்றி உங்களுக்கு என்ன தோன்றுகிறது? உண்மையாகச் சொல்லுங்கள்'' என்றாள் ஆசா.

''அப்படி மோசம் இல்லை.''

ஆசாவுக்குக் கோபம் வந்தது. ''உங்களுக்கு எவரைக் கண்டாலும் ஆவதே இல்லை'' என்றாள்.

''ஒருத்தரைத் தவிர.''

''இன்னும் சற்று நன்றாக அறிமுகம் ஆகட்டும். அப்போது தெரியும், பிடிக்கிறதா இல்லையா என்று!''

''இன்னும் அறிமுகமா? இனிமேல் இப்படியேதான் நடக்குமா?''

"மரியாதைக்காகவாவது மனிதர்களுடன் பேச வேண்டாமா! ஒரு நாள் அறிமுகமானபின் பார்ப்பதையே நிறுத்தி விட்டால், அவள்தான் என்ன நினைத்துக் கொள்ளுவாள்? உங்கள் போக்கே விசித்திரமாக இருக்கிறது. வேறு யாராகவேனும் இருந்தால் அந்த மாதிரிப் பெண்ணுடன் பேசப் போட்டியிட்டுக் கொண்டு முன் வருவார்கள். உங்களுக்கு இது பெரிய விபத்தாகப் படுகிறது."

மற்றவர்களுடன் தன்னை ஒப்பு நோக்குவது மகேந்திரனுக்குக் களிப்பூட்டியது. "சரிதான்; நீ கவலைப்படாதே! நான் ஓட இடம் ஏது? உன் தோழியும் ஓடி விடப் போகிறதில்லை. போகப் போகப் பார்த்துக் கொள்ளலாம். உன் மரியாதைக்குப் பங்கம் ஏற்படாதபடி பார்த்துக் கொள்வேன். அவ்வளவு அறிவு உன் புருஷனுக்கு உண்டு!" என்றான் அவன்.

விநோதினி இனிமேல் அடிக்கடி ஏதாவது சாக்கிட்டு எதிரே வருவாள் என்று மகேந்திரன் நினைத்தான். ஆனால், அவன் எண்ணியது தவறாகவே முடிந்தது. விநோதினி அவன் இருக்கும் பக்கங்கூடச் செல்வதில்லை. போகும் வழியில் அவளைத் தற்செயலாகப் பார்க்கக் கூட முடியவில்லை.

தன்னுடைய மனத்தின் தீவிர ஆவல் வெளியாகி விடப் போகிறதே என்று அஞ்சி மகேந்திரன் விநோதினியைப் பற்றி ஆசாவிடம் ஒன்றும் கேட்கவில்லை. நடுநடுவே விநோதினியுடன் பழகும் சாதாரணமான விருப்பத்தைக்கூட இரகசியமாக அடக்கப் போய், அவன் உள்ளத்தின் தீவிரம் பின்னும் மிகுதியாகியது; அதிலும், விநோதினியின் அலட்சியம் அவனுக்குப் பின்னும் ரோஷத்தை மூட்டியது.

விநோதினியைச் சந்தித்த மறுநாள் மகேந்திரன் பேச்சோடு பேச்சாகக் கேலிச் சிரிப்புடன், "உன் தோழிக்கு இந்தத் தகுதியற்ற கணவனைப் பற்றி என்ன தோன்றுகிறதாம்?" என்று கேட்டான்.

கேட்பதற்கு முன்பே இது விஷயமாக உணர்ச்சி ததும்பும் விவரமான குறிப்பு ஆசாவின் மூலம் கிடைக்கும் என்று மகேந்திரன் உறுதியாக எதிர்பார்த்திருந்தான். ஆனால், காத்திருந்து பயன் ஒன்றுமில்லை. ஆகவே, விளையாட்டாகப் பேச்செடுக்க வேண்டியதாயிற்று.

ஆசா சங்கடத்தில் ஆழ்ந்தாள். தோழியோ ஒன்றுமே சொல்லவில்லை. அதனால் ஆசாவுக்கு விநோதினியின் மேல் கசப்பு மூண்டது.

"சற்றுப் பொறுங்கள். நாலைந்து நாள் பழகட்டும். அப்புறந்தானே சொல்ல முடியும்? நேற்று எவ்வளவு நேரம் பார்த்தது!... பேசத்தான் பேசினீர்களா!" என்றாள் ஆசா.

இந்தப் பதிலைக் கேட்டு மகேந்திரன் சற்று ஏமாற்றம் அடைந்தான். விநோதினியின் விஷயத்தில் அவனால் கம்மென் றிருக்கவும் முடியவில்லை.

இந்த ஆலோசனைகளினிடையே விஹாரி வந்து சேர்ந் தான். ''என்ன, மகேன் அண்ணா! எதைப் பற்றி வாதம் இன்று!'' என்றான் அவன்.

''இதோ பாரப்பா! குமுதினியோ, பிரமோதினியோ யாருடனோ உன் மதனி ஏதோ உறவு பிடித்துக் கொண்டிருக்கிறா ளாம். அது போகட்டும். அதற்காக அவள் தோழியுடன் நானுங் கூட உறவு பிடித்துக் கொள்ள வேண்டுமாம்! எப்படி இருக் கிறது?'' என்றான் மகேந்திரன்.

முக்காட்டினுள் ஆசா, ஆத்திரத்துடன் முணுமுணுத்தாள். விஹாரி கண நேரம் ஒன்றும் பேசாமல் மகேந்திரனுடைய முகத்தை நோக்கிப் புன்னகை செய்தான். பிறகு, ''மன்னி! போகிற போக்கைக் கவனித்தால் அறிகுறி நல்லதாகப் படவில் லையே! இதெல்லாம் மறைக்கிற பேச்சு! உன் தோழி - அந்த 'மாயாவினி'யை நான் பார்த்திருக்கிறேன். அடிக்கடி அவள் தரிசனம் கிடைத்தால் அதை ஒரு விபத்தென்று நான் கருத மாட் டேன். இவ்வளவு மட்டும் என்னால் திடமாகச் சொல்ல முடி யும். ஆனால், மகேன் அண்ணா இப்படி மாறுவது என்றால், இது சந்தேகமாகத்தான் இருக்கிறது'' என்றான்.

மகேந்திரனுக்கும் விஹாரிக்குமிடையே இன்னும் ஒரு வித்தியாசத்தை ஆசா உணர்ந்தாள்.

திடீரென்று மகேந்திரனுக்குப் போட்டோக் கலைப் பித்துப் பிடித்துக் கொண்டது. முன்பு ஒரு முறை போட்டோக் கலை கற்கத் தொடங்கியவன் அதை விட்டு விட்டான். இப்போது மீண்டும் காமிராவைப் பயன்படுத்தி, 'பிலிம்' சுருள் வாங்கிப் படம் எடுக்கத் தொடங்கினான். வீட்டு வேலையாட்கள் வரை யில் எல்லோரையும் அவன் படம் எடுத்தான்.

ஆசா அவனிடம், ''என் தோழியையும் போட்டோ பிடியுங்கள்'' என்றாள்.

மகேந்திரன் சுருக்கமாக, ''சரி'' என்றான்.

தோழியோ பின்னும் சுருக்கமாக, ''வேண்டாம்'' என்றாள்.

ஆசா மீண்டும் சூழ்ச்சி புரிய வேண்டியதாயிற்று. அந்தச் சூழ்ச்சியும் விநோதினிக்குத் தெரியாமல் இல்லை. பிற்பகலில் ஆசா அவளைத் தன் படுக்கை அறைக்கு அழைத்து வந்து எப்படியாவது தூங்கச் செய்வது, மகேந்திரன் அந்த நிலையில் அவளைப் படம் பிடித்து, அதன் மூலம் அவளுடைய செருக்கை அடக்குவது என்றும் தீர்மானமாயிற்று.

விநோதினி பிற்பகலில் என்றைக்கும் தூங்கியதில்லை. ஆனால், ஆசாவின் அறைக்குள் வந்ததுமே அன்று அவளுடைய விழிகள் உறக்கத்தால் செருகிக் கொண்டன. மேலே ஒரு சிவப்புச் சால்வையைப் போர்த்துத் திறந்த சாளரத்தின் பக்கம் பார்த்தவாறு தலையணை போல் கை வைத்துக் கொண்டு அவள் படுத்திருந்தாள். அதைக் கண்ட மகேந்திரன், "போட்டோ வுக்கென்றே தயாராகப் படுத்திருக்கிறாப் போல் இருக்கிறது" என்றான்.

மகேந்திரன் ஓசைப்படாமல் அடிமேல் அடி வைத்துக் காமிராவைக் கொணர்ந்தான். எந்தப் பக்கத்திலிருந்து எடுத்தால் நன்கு அமையும் என்று நிச்சயிக்க அவன் நெடுநேரம் பல பக்கங் களிலிருந்து விநோதினியைப் பார்க்க வேண்டியிருந்தது. கலைஞன் அல்லவா? வெகு கவனமாகத் தலையின் அருகே பரந்த கூந்தலை ஓரிடத்தில் சற்று விலக்கவும் வேண்டி வந்தது. பிறகு அது பிடிக்காமல் திருத்தவும் திருத்தினான். "காலருகில் கம்பளி யைச் சற்று இடது பக்கம் நகர்த்து" என்று ஆசாவிடம் காதோடு காதாகச் சொன்னான்.

ஆசா திறமையற்றவள். "எனக்குச் சரியாக வராது. எழுப்பி விடுவேன். நீங்களே நகர்த்தி விடுங்கள்" என்றாள் அவள். மகேந்திரனே போர்வையை நகர்த்தினான்.

கடைசியில் போட்டோ எடுக்கப் பிலிமை அதனுள் போட்டதுமே, ஏதோ ஓசை கேட்டது போல் விநோதினி கொட்டாவி விட்டவாறு பரபரவென்று எழுந்து உட்கார்ந்தாள். ஆசா உரக்கச் சிரிக்கலானாள். விநோதினிக்குக் கோபம் வந்தது. ஒளி வீசும் அவள் விழிகள் மகேந்திரனின் மேல் பாய்ந்தன. "மிகவும் அநியாயம் இது!" என்றாள்.

"நீங்கள் சொல்வதில் சந்தேகம் இல்லை. இது நியாயம் இல்லைதான். ஆனால், திருடியபின் திருடிய சொத்து கிடைக்கா மல் போனால், இரண்டு விதத்திலும் எனக்குப் பயன் இராமல் போகுமே! முதலில் நான் தொடங்கிய அநியாயத்தைப் பூர்த்தி செய்து விடுகிறேன். பிறகு தண்டனை கொடுங்கள்" என்றான் மகேந்திரன்.

ஆசாவும் விநோதினியை விடவில்லை. படம் எடுத்தா யிற்று. ஆனால் முதல் படம் கெட்டுப் போயிற்று. ஆகவே, மறு நாள் இன்னொரு படம் எடுக்காமல் விடவில்லை கலைஞன். பிறகு தோழியர் இருவரும் ஒன்றாகத் தோழமையின் நெடுநாள் சின்னமாகப் படம் எடுத்துக் கொள்ளும் பேச்சு எழுந்தது. விநோதினியால் அதை மறுக்க முடியவில்லை. "ஆனால், இதுதான் கடைசிப் படம்" என்று எச்சரிக்கை செய்தாள். இதைக் கேட்ட மகேந்திரன் அந்தப் படத்தைக் கெடுக்க அடித்தான்.

இப்படிப் படம் எடுப்பதிலேயே அவர்களுடைய அறிமுகம் வளர்ந்தது.

15

வெளியிலிருந்து தூண்டினால், நீறு பூத்த நெருப்பு மீண்டும் எரிகிறதல்லவா? இளங் காதலர்களின் இன்பக் களிப்புச் சற்று மங்கியிருந்தது; இப்போது மூன்றாம் ஆளின் வரவினால் அது மீண்டும் கொழுந்து விட்டது.

மணமான சில நாட்களுக்குள்ளாகவே ஆசா, மகேந்திரன், இருவருமே தங்கள் அன்பையெல்லாம் கொட்டித் தீர்த்து விட இருந்தார்கள். காதல் இசை ஒரேயடியாக மந்தர ஸ்தாயி நிஷாதத்திலேயே தொடங்கியது. வட்டியைக் கொண்டு சாப் பிடாமல், அசலையே அவர்கள் அழிக்க முற்பட்டனர். இந்த வெறி வெள்ளத்தை, அன்றாட உலகுக்கு ஏற்ற சாதாரணப் பெருக்காக மாற்றுவது எப்படி! மயக்கம் தெளிந்ததும் ஏற்படும் சோர்வை மாற்ற ஒரு விதத் தூண்டுதல் அவசியம். அந்தத் தூண்டுதலைத் தோற்றுவிப்பது எங்ஙனமென்று ஆசாவுக்குத் தெரியாது. இந்தச் சமயத்திலேதான் விநோதினி புது விதமான, விசித்திரமான கலயத்தில் ஒரு வித மருந்தைக் கொணர்ந்து ஆசாவிடம் அளித்தாள். கணவனுடைய முக மலர்ச்சியைக் கண்டு ஆசாவுக்கும் மன ஆறுதல் ஏற்பட்டது.

இனி, அவளுடைய முயற்சி எதுவும் தேவையில்லை. மகேந்திரனும் விநோதினியும் கேலியாகப் பேசும் போது அவளும் மனம் விட்டுச் சிரிப்பில் கலந்து கொள்ளுவாள். சீட்டாட்டத்தில் மகேந்திரன் ஆசாவை ஏமாற்றுவான். அவள் விநோதினியை நீதிபதியாக எண்ணி, அவன் மேல் குற்றப் பத்திரிகை படிப்பாள். மகேந்திரன் அவளைக் கேலி செய்தாலோ, ஏதாவது சொல்லத் தகாதவற்றைச் சொன்னாலோ விநோதினி அவளுக்காகப் பரிந்து ஏதாவது பதில் சொல்வாள். இவ்வாறாக அந்த மூவருடைய வம்புக் கச்சேரி வளர்ந்தது.

இதனால் எல்லாம் விநோதினியின் வேலையில் சற்றும் குறைபாடு நேரவில்லை. சமையல் வேலை மற்றும் வீட்டு வேலைகள், ராஜலட்சுமிக்குத் தொண்டு புரிவது எல்லாவற்றை யும் குறைவற முடித்த பின்புதான் அவள் பொழுதுபோக்க வருவது வழக்கம். மகேந்திரன் பரபரப்புடன், ''வேலைக்காரர் களை வேலை செய்ய விடாமல் நீ நாசமடிக்கிறாய்'' என்பான். ''வேலை செய்யாமல் நான் கெட்டுப் போவதை விட இது எவ்வளவோ மேல். நீங்கள் காலேஜுக்குப் போங்கள்'' என்று பதில் அளிப்பாள் விநோதினி.

''இன்று மழையாக இருக்கிறது.''

"அதெல்லாம் கூடாது. உங்களுக்கு வண்டி தயாராக இருக்கிறது. காலேஜுக்குப் போகத்தான் வேண்டும்."

"வண்டி வேண்டாமென்று நான் சொல்லி விட்டேனே!"

"நான் வண்டிக்குச் சொல்லியிருக்கிறேன்" என்று விநோதினி, மகேந்திரன் காலேஜுக்காக அணியும் உடைகளைக் கொணர்ந்து கொடுத்தாள்.

"நீ ராஜபுத்திர வம்சத்தில் பிறந்திருக்க வேண்டியவள்; சண்டை வந்தால் உறவினனுக்குக் கவசம் அணிவிக்கலாம்."

பொழுது போக்குவதற்காக விடுமுறை எடுத்துக் கொள்வதற்கோ, படிக்காமல் இருப்பதற்கோ விநோதினி இடங் கொடுக்க மாட்டாள். அவளுடைய கடுமையான உத்தரவின் பேரில் பகலில்கூட நிறுத்தாமல் வம்படிப்பது ஒரேயடியாக நின்றது. அந்திப் பொழுதின் ஓய்வு நேரம் மகேந்திரனுக்கு மிகவும் இனிமையாகத் தோன்றியது. அந்தி நேரம் வராதா என்று ஆவலுடன் இருப்பான் அவன். பகல் நேரம் எப்போது கழியும் என்று காத்திருக்கத் தொடங்கினான் மகேந்திரன்.

முன்பெல்லாம் நடுநடுவே, வேளைக்கு உணவு தயார் ஆகாது. அதைச் சாக்கிட்டு அவன் காலேஜுக்கு மட்டம் போடுவான். விநோதினி எல்லாம் ஒழுங்காக நடக்க ஏற்பாடு செய்தாள். அதன்படி மகேந்திரனுக்குச் சீக்கிரமாகவே உணவு தயாராகி விடும். உணவு கொண்டதுமே வண்டியும் காத்திருக்கும். உடைகள் இவ்வாறு மடித்து ஒழுங்காகக் கிடைப்பது முன்பெல்லாம் அரிது. அவை சலவையிலிருந்து வந்தனவா அல்லது அலமாரியின் மூலையில் எங்காவது கண்காணாமல் கிடக்கின்றனவா என்பதுகூட நாளெல்லாம் தேடிய பிறகுதான் தெரிய வரும்.

கந்தற்கூளமாக இப்படி ஆசா எல்லாவற்றையும் கவனிக்காமல் விட்டிருப்பதைப் பார்த்து விநோதினி மகேந்திரனுடைய எதிரிலேயே சிரிப்புடன் கண்டிப்பாள். மகேந்திரனும், ஆசா இவ்வாறு திறமையும் ஒழுங்கும் அற்று இருப்பது கண்டு சற்றுப் பரிவுடன் நகைப்பான். கடைசியில், தோழியின் சார்பாக விநோதினி ஆசாவிடமிருந்து தானே அவளுடைய வேலைப் பொறுப்பையெல்லாம் ஏற்றுக் கொண்டாள். வீட்டுக்குள் ஒழுங்கு நிலவியது. சட்டைப் பித்தான் பிய்ந்து விட்டிருக்கும்; ஆசா சட்டென்று அதற்கு ஒன்றும் செய்ய மாட்டாள். விநோதினி பரபரவென்று வந்து ஆசாவின் கையிலிருந்து சட்டையைப் பிடுங்கிப் பித்தானைத் தைத்துக் கொடுப்பாள். ஒரு நாள் மகேந்திரனுக்காக வைத்திருந்த உணவில் பூனை வாய் வைத்து விட்டது. ஆசாவுக்கு ஒன்றுமே தோன்றவில்லை. விநோதினி பரபரவென்று சமையல் அறைக்குள் போய் அகப்பட்டதை

கொண்டு வந்தேன். நானே அதைத் திரும்ப எடுத்துப் போகி றேன். வீணாக ஏன் யூ டி கொலோனைச் செலவழிக்கிறீர்கள்?'' என்றவன், ஆசாவின் பக்கம் திரும்பி, ''மன்னி! வியாதிக்கு மருந்து தருவதைவிட, வியாதி வராமல் தடுப்பது மேல்'' என்றான்.

16

'இனிமேல் ஒதுங்கியிருப்பது கூடாது. எப்படி யாவது இவர்கள் நடுவே ஓர் இடம் பிடித்துக் கொள்ள வேண்டும்; இவர்களில் யாருக்கும் அது பிடிக்காது. இருந்தாலும், நான் இருப்பது அவசியம்' என்று எண்ணினான் விஹாரி. அவன் அவர்களுடைய அழைப்புக்காகக் காத்திராமலே மகேந்திரனுடைய வியூகத்தினுள் நுழையலானான். ''விநோதினி மன்னி, இந்தப் பிள்ளையை இவனுடைய அம்மா, குட்டிச் சுவரடித்தாள். நண்பனுங்கூடச் சேர்ந்து கொண்டான். மனைவியுங்கூட அப்படித்தான். நீயும் அந்தக் கூட்டத்தில் சேர்ந்து கொள்ளாமல் புது வழியைக் காட்டி விடு. உனக்கு மிகவும் புண்ணியம் உண்டு'' என்று அவன் விநோதினியிடம் சொன்னான்.

''அப்படி என்றால்?''

''அதாவது, அந்தக் காலத்திலும் எவரும் அணுகாத என்னைப் போல் ஓர் ஆள்...'' என்று மகேந்திரன் சொல்லும் போது, ''அவனைக் குட்டிச் சுவராக்குவதைத்தான் சொல்கிறேன்'' என்றான் விஹாரி.

''குட்டிச் சுவராவது கூடச் சுலபமல்லடா, விஹாரி. நினைத்தால் ஆகி விட முடியாது.''

''குட்டிச் சுவராக ஆவதற்குங்கூடத் திறமை வேண்டும், விஹாரி பாபு!'' என்றதும் சிரித்தாள் விநோதினி.

''சொந்தத்தில் திறமை இராவிட்டாலும் கைராசியால் ஆகலாம்! இடங் கொடுத்துத்தான் ஒரு முறை பாரேன்.''

''முதலிலிருந்தே தயாராக வந்து விட்டால் போதாதே! எதிர்பாராமல் இருக்க வேண்டுமல்லவா? என்னடி சொல்கிறாய் நீ! இந்த மைத்துனருடைய பொறுப்பை நீதான் ஏற்றுக் கொள் ளேன்'' என்றாள் விநோதினி ஆசாவைப் பார்த்து.

ஆசா தன் விரல்களால் அவளைத் தள்ளினாள். விஹாரி இந்தக் கேலிப் பேச்சில் கலந்து கொள்ளவில்லை.

ஆசாவைப் பற்றிய கேலிப் பேச்சு எதுவும் விஹாரிக்குப் பொறுக்காது என்பது விநோதினிக்கு நன்கு விளங்கியது. விஹாரி ஆசாவை மதிப்பதும், தன்னை அலட்சியமாகக் கருதுவதும் விநோதினியை உறுத்தின. அவள் மீண்டும், ''உன் மைத்துனர், பாவம், பிச்சைக்காரர் போல் என்னைச் சாக்கிட்டு உங்களிடந்

தான் அன்பை நாடி வந்திருக்கிறார். ஏதாவது கொடேனடி'' என்று ஆசாவிடம் சொன்னாள்.

ஆசாவுக்கு மிகவும் கசப்பு மூண்டது. கண நேரம் விஹாரி யின் முகமும் சிவந்தது. மறு கணமே அவன் சிரித்தான். ''என் விஷயத்தில் மட்டும் பிறத்தியாரிடம் சிபாரிசு செய்கிறாய்? மகேன் அண்ணாவிடம் மட்டும் மொத்த உரிமையாக்கும்!'' என்றான்.

விஹாரி முற்றும் பாழ்படுத்துவதற்கே வந்திருக்கிறான் என்பதைப் புரிந்து கொள்ள விநோதினிக்கு வெகு நேரமாக வில்லை. விஹாரிக்கு முன் ஆயுதபாணியாகவே இருக்க வேண்டு மென்பதை அவள் உணர்ந்தாள்.

மகேந்திரனுக்கும் கசப்பாகத்தான் இருந்தது. தெளிவாகச் சொன்னால் கவியின் இனிய சூழ்நிலை நாசமாகிறதல்லவா! அவன் சற்றுக் கடுமையாக, ''விஹாரி! உன் மகேந்திரன் எந்த வியாபாரத்துக்கும் போகத் தேவையில்லை. கையில் இருப் பதைக் கொண்டே அவனுக்குத் திருப்தி'' என்றாள்.

''அவன் போகா விட்டாலும், அதிர்ஷ்டம் இருந்தால் வியாபாரத்தின் அலை வெளியே இருந்தும் தாக்கலாமே!''

''உங்கள் கையில் தற்போது ஒன்றுமில்லை. ஆனால், உங்களிடமிருந்து அலை எந்தப் பக்கத்திலிருந்து வருகிறது?'' என்று குறும்புடன் சிரித்தவாறு விநோதினி ஆசாவை இடித் தாள். ஆசா வெறுப்புடன் எழுந்து சென்றாள். விஹாரியும் தோல்வியுற்ற கோபத்துடன் கம்மென்று எழுந்தான். விநோதினி, ''ஏமாற்றத்துடன் போகாதீர்கள், விஹாரி பாபு! நான் தோழியை அனுப்பி வைக்கிறேன்'' என்றாள்.

விநோதினி சென்றதுமே கச்சேரி முறிந்தது கண்டு மகேந் திரனுக்குக் கோபங் கோபமாக வந்தது. மகேந்திரனுடைய முக மாற்றத்தைக் கண்டு பொங்கி எழுந்த உள்ளத்தை விஹாரியால் அடக்க முடியவில்லை.

''மகேன் அண்ணா! நீ பாழாவதானால் எப்படியாவது போ! அதுதான் உனக்கு வழக்கமாகவே ஆகி விட்டது. ஆனால், கள்ளங்கபடமற்ற வெள்ளையுள்ளம் படைத்த அந்தப் புண்ணிய வதி உன்னையே நம்பியிருக்கிறாள். அவளை நாசமாக்காதே! இப்போதும் சொல்கிறேன்; நாசமடிக்காதே அவளை!'' என்று சொல்லும் போது அவன் குரல் தடைப்பட்டது.

மகேந்திரனுக்கு உள்ளூறக் கோபம். அவன், ''விஹாரி! நீ சொல்வது எனக்கு ஒன்றுமே புரியவில்லை. உன் புதிரை விட்டுத் தெளிவாகச் சொல்லு'' என்றான்.

''தெளிவாகவே சொல்கிறேன். விநோதினி உன்னை வேண்டுமென்று பாவம் செய்ய இழுக்கிறாள். நீயும் அது புரியா

வைத்துக் கொண்டு ஏதோ ஒரு விதமாகச் சமாளித்தாள். ஆசா வுக்கு ஒரே திகைப்பாக இருந்தது.

இவ்வாறு உணவு, உடை, ஓய்வு, வேலை, எந்த நேரத்தி லும், எல்லா விஷயங்களிலும் பல வழிகளில் விநோதினியின் பணிவிடையைப் பெற்றான் மகேந்திரன். விநோதினி பின்னிய கம்பளிக் கால் சட்டை அவன் காலை மூடியது. கழுத்திலோ அவள் போட்ட கம்பளிக் கழுத்துப் பட்டை சுற்றிக் கொண்டு ஏதோ உள்ளத்தின் பரிசம் போல் இன்ப உணர்ச்சியை மூட்டியது. ஆசா தினமும் தோழியின் கையால் ஒழுங்காக அழகுபடுத்திக் கொண்டு வாசனை பூசி மகேந்திரனிடம் செல்வாள். அதில் அவ ளுடைய கைத்திறன் கொஞ்சம்; தோழியின் பங்கு கொஞ்சம். அவளுடைய அலங்காரத்தின் எழில், களிப்பு இவைகளில் கங்கையும் யமுனையும் போல் அவள் தோழியிடம் கலந்து விட்டதாகச் சொல்லலாம்.

விஹாரிக்கு முன்போல் அவ்வளவு வரவேற்பு இல்லை. அவனை அழைப்பதும் இல்லை. அவன் மகேந்திரனிடம், மறு நாள் ஞாயிறன்று பிற்பகல், ராஜலட்சுமியே தன் கையால் பரிமாறத் தான் சாப்பிட வருவதாக எழுதியிருந்தான். விடுமுறை வீணாகுமே என்று அஞ்சி மகேந்திரன் ஞாயிற்றுக்கிழமை ஏதோ அவசிய வேலையாகத் தான் வெளியே போவதாகப் பரபர வென்று பதில் எழுதி விட்டான். விஹாரி அப்படியும் உணவு கொண்ட பின்னர் மகேந்திரனுடைய வீட்டுக்கு வந்தான். சேவக னிடம் கேட்டதில் மகேந்திரன் வீட்டை விட்டுச் செல்லவே இல்லை என்பது தெரிந்தது. ''மகேன் அண்ணா!'' என்றவாறு அவன் மகேந்திரனுடைய அறைக்குள் சென்றான். மகேந்திரன் தடுமாற்றத்துடன், ''தலையை வலிக்கிறது'' என்று படுக்கையில் படுத்தான். ஆசா மகேந்திரனுடைய முகத்தையும், அவன் சொல் வதையும் கேட்டுத் தவித்தாள். என்ன செய்வதென்று புரியாமல் அவள் விநோதினியைப் பார்த்தாள். விநோதினிக்கு, இந்த நோய் ஒன்றும் பெரிதல்ல என்று தெரியும். இருந்தாலும், அவள் சற்றுக் கவலையுற்றவள் போல, ''வெகு நேரமாக உட்கார்ந்திருக்கிறீர் கள்; கொஞ்சம் படுங்கள். நான் 'யூ டி கொலோன்' கொண்டு வருகிறேன்'' என்றாள்.

''கிடக்கட்டும். பரவாயில்லை'' என்றான் மகேந்திரன்.

விநோதினி அதைக் கவனியாமல், 'யூ டி கொலோன்' கலந்த நீரில் ஒரு துண்டுத் துணியை நனைத்து ஆசாவின் கையில் கொடுத்து, ''மகேந்திர பாபுவின் நெற்றியில் இதைக் கட்டி விடு'' என்றாள்.

மகேந்திரனோ, ''கிடக்கிறது'' என்று பல முறைகள் சொன் னான். விஹாரி உள்ளுக்குள் சிரிப்புடன் இந்த நாடகத்தைப்

பார்த்துக் கொண்டு நின்றான். 'விஹாரி பார்க்கட்டும், எனக்கு எவ்வளவு பெருமை என்று!' — இப்படிக் கர்வம் பொங்க எண்ணினான் மகேந்திரன்.

விஹாரியின் எதிரே வெட்கப்பட்ட ஆசா மகேந்திர னுடைய நெற்றியில் துவாலையைச் சரியாகக் கட்ட முடியாமல் திணறினாள். யூ டி கொலோனின் ஒரு துளி மகேந்திரனுடைய கண்ணில் தெறித்தது. விநோதினி அவளிடமிருந்து துவாலையை வாங்கி ஒழுங்காக அவனுடைய நெற்றியில் கட்டினாள். மற் றொரு துணியில் யூ டி கொலோனைத் தோய்த்துக் கொஞ்சங் கொஞ்சமாகப் பிழிந்தாள். ஆசா முக்காடு இட்டுக் கொண்டு விசிறத் தொடங்கினாள்.

''இப்போது எப்படி இருக்கிறது, மகேந்திர பாபு!'' என்றாள் விநோதினி, குரலில் இனிமை சொட்ட. இவ்வாறு கேட்ட விநோதினி விருட்டென்று ஒரு முறை விஹாரியின் முகத்தையும் கவனித்துக் கொண்டாள். விஹாரியின் கண்களில் குறும்பாடுவதைக் கண்டாள். எல்லாம் கேலிக் கூத்தாகவே அவனுக்குத் தோன்றுவதைப் புரிந்து கொண்டாள் விநோதினி. 'இந்த மனிதனை ஏய்ப்பது சுலபமல்ல; இவனுடைய நோக் கிற்கு எதுவும் தப்பாது' என்று கண்டு கொண்டாள் அவள்.

''விநோதினி மன்னி, இவ்வளவு பணிவிடை கிடைத்தால் நோய் தீராது; அதிகமாகத்தான் ஆகும்.''

''அதெல்லாம் எப்படி எங்களுக்குத் தெரியும்? நாங்கள் ஒன்றும் அறியாத பெண்கள். உங்கள் வைத்தியப் புத்தகத்தில் இப்படி எழுதியிருக்கிறதா என்ன?'' என்றாள் விநோதினி.

''இராமல் என்ன! பணிவிடையின் ஜோரைக் கண்டால் எனக்குங்கூடத் தலை வலிக்கத் தொடங்குகிறது. ஆனால், என் துரதிருஷ்டம் இந்தப் பாழாய்ப் போன தலை தானாகவேதான் சரியாக வேண்டியிருக்கிறது. மகேன் அண்ணா அதிர்ஷ்டசாலி தான்!''

விநோதினி யூடிகொலோனில் நனைத்த துண்டுத் துணியை வைத்து விட்டு, ''வேலையில்லை! உங்கள் நண்பருக்கு நீங்களே மருந்து கொடுங்கள்!'' என்றாள்.

இங்கு நடப்பவையெல்லாம் விஹாரிக்கு உள்ளூறக் கசப் பூட்டின. சில நாட்களாக அவன் படிப்பில் மூழ்கியிருந்தான். அதற்குள்ளாக மகேந்திரன், ஆசா, விநோதினி மூவருமாகக் கூடித் தாங்களாகவே ஒரு வலை பின்னிக் கொண்டு விட்டது அவனுக்குத் தெரியாது. அன்று அவன் விநோதினியை நன்றாகக் கவனித்தான். அவளும் அவனை நன்கு பார்க்க முடிந்தது.

விஹாரி சற்றுக் கடுமையாகவே, ''நல்லது. தோழனுடைய நோயை நானே தீர்த்து வைக்கிறேன். தலை வலியை நான்தான்

மல் மூடனைப் போல் தவறான வழியில் காலெடுத்து வைக்கிறாய்.''

மகேந்திரன் உறுமினான்: ''பொய்! நீ இப்படிப் பெரிய இடத்துப் பெண்களைத் தவறாக நோக்குவாய் என்றால் பெண்கள் இருக்கும் இடத்துக்கு நீ வரவே கூடாது'' என்றான்.

இந்த வேளையில் ஒரு தட்டில் சிற்றுண்டியுடன் விநோதினி புன்னகை பூத்தவாறு வந்து, அதை அவன் எதிரே வைத்தாள்.

''இதென்ன! எனக்குப் பசியேதும் இல்லையே!'' என்றான் விஹாரி.

''அதென்ன! வந்த இடத்தில் சிற்றுண்டி சாப்பிடாமல் போகக் கூடாது'' என்றாள் விநோதினி.

''என் மனு ஏற்றுக் கொள்ளப்பட்டதாக்கும்! அதுதான் மரியாதை பலமாக ஆரம்பிக்கிறது.''

விநோதினி வாயைப் பொத்திக் கொண்டு சிரித்தாள். ''மைத்துனர் என்றால் உறவுக்குரிய மரியாதை உண்டே! கேட்டு வாங்கிக் கொள்ளும் இடத்தில் ஏன் பிச்சை எடுக்க வேண்டும்? மரியாதையை அதட்டிப் பெறலாமே! என்ன சொல்லுகிறீர்கள், மகேந்திர பாபு'' என்றாள்.

மகேந்திரனுக்கு அப்போது பேசவே வாயெழவில்லை. ''விஹாரி பாபு! சாப்பிட வெட்கமா அல்லது கோபத்துடன் சாப்பிடாமல் இருக்கிறீர்களா? வேறு யாரையேனும் அழைத்து வர வேண்டுமா?'' என்றாள் விநோதினி.

''அவசியமில்லை. எனக்குக் கிடைத்ததே அதிகம்.''

''கேலியா! உங்களுடன் எதிலுமே சமாளிக்க முடியாது; தின்பதற்குக் கொடுத்துங்கூட வாயை மூட முடியவில்லையே!''

அன்றிரவு ஆசா விஹாரியைப் பற்றி மகேந்திரனிடம் கோபத்துடன் புகார் செய்தாள். மற்ற நாட்களைப் போல் அன்று மகேந்திரன் சிரித்து அவற்றைப் பறக்கடிக்கவில்லை. அவளுடன் தானும் சேர்ந்து கொண்டான்.

மறுநாள் காலை எழுந்ததும் மகேந்திரன் விஹாரியின் வீட்டுக்குச் சென்றான். ''விஹாரி! விநோதினி ஆயிரம் இருந்தாலும் நம் வீட்டுப் பெண் அல்ல. நீ எதிரே வந்தால் அவளுக்குப் பிடிக்கவில்லை என்று தோன்றுகிறது'' என்றான்.

''அப்படியா! நான் செய்தது சரியல்லதான். அவளுக்குப் பிடிக்கவில்லை என்றால் நானும் அவளுக்கு எதிரே வரவில்லை.''

மகேந்திரனுடைய கவலை விட்டது. இந்தக் கடினமான காரியம் இவ்வளவு எளிதில் முடியுமென்று அவன் எண்ணவில்லை. விஹாரியிடம் அவனுக்குச் சற்றுப் பயமே.

அன்றைய தினமே விஹாரி மகேந்திரனுடைய வீட்டுக்கு வந்து, ''விநோதினி மன்னி! என்னை மன்னிக்க வேண்டும்'' என்றான்.

"ஏன், விஹாரி பாபு!"

"அந்தப்புரத்தில் உங்கள் எதிரே நான் வருவது உங்களுக்குப் பிடிக்கவில்லை என்று மகேந்திரன் சொன்னான். மன்னிப்புடன் விடையும் பெற்றுக் கொள்கிறேன்.''

"இதென்ன, விஹாரி பாபு! நான் இன்றைக்கு இருக்கிறேன்; நாளைக்குப் போய் விடுவேன். எனக்காக நீங்கள் போவானேன்! இவ்வளவு குழப்பம் உண்டாகும் என்று தெரிந்திருந்தால் நான் இங்கே வந்திருக்கவே மாட்டேன்'' என்று விநோதினி முகம் வாடிக் கண்ணீரை அடக்க வேகமாகச் சென்று விட்டாள்.

'வீண் சந்தேகப்பட்டு இவளைக் கஷ்டப்படுத்தி விட்டோமே!' என்று கண நேரம் விஹாரிக்குத் தோன்றியது.

அன்று மாலை ராஜலட்சுமி சற்று மன வேதனையுடன் மகேந்திரனிடம் வந்தாள்; "அப்பா மகேன்! விபினனின் பெண்டாட்டி இன்று ஊருக்குப் போகிறேன் என்று ஒரே பிடிவாதமாக இருக்கிறாளடா!" என்றாள்.

"ஏனம்மா! இங்கே ஏதாவது அசௌகரியமோ?''

"அசௌகரியம் என்ன? தன்னைப் போல் வயது வந்த விதவை பிறர் வீட்டில் வெகு காலம் இருந்தால் ஊரார் பழிப்பார்களே என்றாள்.''

மகேந்திரன் குன்றிய குரலில், "இது பிறத்தியான் வீடா?" என்றான். விஹாரி உட்கார்ந்திருந்தான். மகேந்திரனுடைய கோபப் பார்வை அவன் மேல் விழுந்தது.

விஹாரி அனுதாபத்துடன், 'நேற்று நான் பேசியதில் ஓரளவு பழிச் சொல் இருந்தது உண்மைதான். அதனால்தான் விநோதினி மனக் கஷ்டப்படுகிறாளோ?' என்று எண்ணினான்.

கணவன் மனைவி இருவருக்குமே விநோதினியிடம் பிணக்கு மூண்டது. "நான் வேற்று மனுஷிதானே!" என்றாள் ஒருத்தி. மற்றவளோ, "இத்தனை நாளுக்குப் பின் எங்களை ஒதுக்கி விட்டாயா?" என்றாள்.

"என்னை வாழ்நாள் முழுவதும் இங்கேயே இருக்கச் சொல்கிறீர்களா என்ன?'' என்றாள் விநோதினி.

"அவ்வளவு துணிச்சல் எனக்கு ஏது?" என்றான் மகேந்திரன்.

"பின் எதற்காக இவ்வளவு மனம் விட்டு நெருங்கிப் பழகினாய்?" என்றாள் ஆசா, விநோதினியைப் பார்த்து.

அன்று எதுவும் முடிவாகவில்லை. "இல்லையடி. இன்னும் இரண்டு நாள் பாசத்தை வளர்ப்பதில் பலன் இல்லை'' என்று கண்ணீரும் கம்பலையுமாக மகேந்திரனை நோக்கினாள் விநோதினி.

மறுநாள் விஹாரி வந்தான். "விநோதினி மன்னி! போகிறேன் என்று ஏன் கிளம்புகிறாய்? நான் ஏதாவது தவறு செய்தேனா! அதற்குத் தண்டனையா இது?" என்றான்.

விநோதினி முகத்தை வேறு பக்கமாகத் திருப்பி, ''நீங்கள் என்ன குற்றம் செய்தீர்கள்? என் தலையெழுத்து அப்படி!'' என்றாள்.

''நீ போய்விட்டால், என் மேல் கோபத்துடன்தான் போய் விட்டாய் என்று எனக்கு மனத்தில் குத்திக் கொண்டே இருக்கும்.''

விநோதினி கண்களில் இரக்கம் படர விஹாரியை நோக்கினாள். ''நான் இங்கு இருப்பது நல்லதா, நீங்களே சொல் லுங்கள்?'' என்றாள்.

விஹாரியின் பாடு திண்டாட்டமாயிற்று. அவள் தங்குவது சரியென்று எவ்வாறு சொல்வது? ''நீ போக வேண்டியதுதான் சரி. ஆனால், இன்னும் சில நாட்கள் தங்கிச் செல்ல உனக்கு ஏன் தயக்கம்?'' என்றான் அவன்.

விநோதினி தன் கண்களைத் தாழ்த்திக் கொண்டாள். ''நீங்கள் எல்லாருமாக என்னை இருக்கச் சொல்லுகிறீர்கள். உங்க ளுடைய பேச்சை மீறிச் செல்வது எனக்குக் கஷ்டமாகத்தான் இருக்கிறது. ஆனால், நீங்கள் செய்வது மிகவும் அநியாயம்!'' என்றாள்.

இவ்வாறு சொல்லும் போது அவளுடைய மலர் விழிகளி லிருந்து பெரிய முத்துக்களாகப் பலபலவென்று நீர் உருண்டது.

இப்படிப் பெருகும் கண்ணீரைக் கண்டு விஹாரி மன வேதனைப்பட்டான். ''இங்கு வந்த சில நாட்களிலேயே உனக்கே இயல்பான குணத்தால் எல்லோரையும் வசப்படுத்தி விட்டாய்! அதனால்தான் உன்னைப் பிரிய எவருக்கும் மன மில்லை. ஒன்றும் நினைக்காதே, மன்னி! இந்த மாதிரி ஒரு நல்ல மனுஷியை வேண்டாமென்று யார்தாம் ஒதுக்குவார்கள்?' என்றான் அவன்.

கூந்தலை ஒரு பக்கம் மூடியபடி உட்கார்ந்திருந்த ஆசாவும் தலைப்பினால் கண்களைத் துடைத்துக் கொண்டாள். அதற்கு மேல் விநோதினி ஊருக்குச் செல்வதென்ற பேச்சையே எடுக்க வில்லை.

17

நடுவில் முளைத்த இந்தக் குழப்பங்களை ஒரே யடியாகத் துடைத்து விட வேண்டும் என்ற எண்ணத் துடன் மகேந்திரன், ''வருகிற ஞாயிற்றுக் கிழமை யன்று 'தம்தம்' தோட்டத்திற்கு உல்லாசமாகப் போய் வரலாம்'' என்று தெரிவித்தான்.

ஆசாவுக்குக் களிப்புப் பொங்கியது. விநோதினி அதற்கு ஒப்புக் கொள்ளவில்லை. மகேந்திரனுக்கும் ஆசாவுக்கும் விநோதினி யின் மறுப்பு ஏமாற்றத்தை அளித்தது. வரவர விநோதினி தங்களை விட்டு ஒதுங்கிச் செல்லுகிறாளென்றே அவர்களுக்குத் தோன்றியது.

அன்று பிற்பகல் விஹாரி வந்ததுமே விநோதினி, ''பாருங் களேன், விஹாரி பாபு, மகேன் பாபுவும், ஆசாவும் 'தம்தம்' தோட்டத்துக்கு உல்லாசமாகப் போகிறார்களாம். கூட வர விருப்பமில்லை என்றேன் நான். அதற்காக இரண்டு பேரும் என் மேல் கோபித்துக் கொண்டு உட்கார்ந்திருக்கிறார்கள்!'' என்றாள்.

''அவர்கள் கோபித்துக் கொள்வதில் தவறே இல்லை. நீங்கள் போகா விட்டால் அவர்களுடைய தோட்ட விருந்து எப்படி இருக்கும் தெரியுமா! பல நாள் பகைவனுக்குக் கூட இப்படி நேரக் கூடாது என்றுதான் எண்ணத் தோன்றும்.''

''வாருங்களேன், விஹாரி பாபு! நீங்கள் வருவதானால் நானும் கூட வரத் தயார்.''

''நல்லது. ஆனால், எஜமானர் உத்தரவு தேவை. அவர் திருவுள்ளம் எப்படியோ?''

விநோதினி விஹாரியிடம் காட்டும் இந்தப் பரிவைக் கண்டு எஜமானன், அவனுடைய இல்லத்தரசி இருவருமே உள்ளூறக் குன்றிப் போனார்கள். விஹாரியும் கூட வருகிறான் என்றதுமே மகேந்திரனுடைய ஆவலில் பாதி பறந்தது. விஹாரி யைக் கண்டால் விநோதினிக்கு ஆகவில்லை என்பதைத் தன் நண்பனுடைய மனத்தில் பதிய வைக்க அவன் தவித்துக் கொண் டிருந்தான். ஆனால், இனிமேல் விஹாரியைப் பிடித்து வைக்க அவனால் ஆகாதே!

''நல்லது. மிகவும் நல்லது! ஆனால், விஹாரி, நீ எங்கே போனாலும் ஏதாவது சிக்கலைக் கிளப்பாமல் விட மாட்டாயே. அங்கே ஊர்ப் பிள்ளைகளையெல்லாம் இழுத்துக் கொண்டு வந்தாலும் வருவாய்; இல்லையோ, யாரேனும் வெள்ளைக்கார னுடன் அடிதடியில் இறங்கினாலும் ஆச்சரியமில்லை.''

மகேந்திரனுடைய மனத்தில் உள்ள கசப்பை உணர்ந்து தனக்குள் சிரித்துக் கொண்டான் விஹாரி. ''அதுதானே உலகத் தில் ஒரு வேடிக்கை. எங்கு, என்ன நடக்கும் என்பதை முன் னால் சொல்லவே முடியாது. விநோதினி மன்னி! காலையி லேயே கிளம்ப வேண்டும். நான் சரியாக வேளைக்கு வந்து சேருகிறேன்'' என்றான்.

ஞாயிறு காலையில் சாமான்களுக்கும் வேலையாட்களுக்கு மாக சாதாரண வண்டியும், எஜமானர்களுக்காக ஒரு கோச்சு வண்டியும் வாடகைக்கு அமர்த்திக் கொண்டனர். விஹாரி பெரிய பெட்டி ஒன்றை எடுத்துக் கொண்டு சமயத்தில் வந்தான். ''இது வேறே என்ன! அந்த வண்டியில் பிடிக்காதே!'' என்றான் மகேந்திரன்.

''கவலைப்படாதே! நான் ஏற்பாடு செய்கிறேன்'' என்றான் விஹாரி.

விநோதினி, ஆசா இருவரும் வண்டியினுள் ஏறிக் கொண்டார்கள். விஹாரியை எங்கு ஏறச் சொல்வது என்று மகேந்திரன் சற்று தயங்கினான். அதற்குள் விஹாரி பெட்டியை வண்டியின் மேல் ஏற்றி விட்டுச் சட்டென்று கோச்சின் வெளியே இருந்த இடத்தில் ஏறி உட்கார்ந்தான்.

மகேந்திரன் நிம்மதியுடன் பெருமூச்சு விட்டான். 'விஹாரி உள்ளே உட்காருவானோ, என்ன செய்வானோ?' என்று அவன் கவலைப்பட்டான். விநோதினி பரபரப்புடன், "விஹாரி பாபு! விழுந்து விட மாட்டீர்களே!" என்றாள்.

விஹாரி அதைக் கேட்டு, "பயப்படாதீர்கள்! விழுவதும், மயக்கம் போடுவதும் என்னைப் பொறுத்தவரை இல்லை!" என்றான்.

வண்டி கிளம்பவும், மகேந்திரன், "நான் வெளியே உட்கார்ந்து கொண்டு, விஹாரியை உள்ளே அனுப்பட்டுமா?" என்றான்.

ஆசா பரபரப்புடன் அவனுடைய மேல் அங்கியைப் பிடித்துக் கொண்டாள். "நீங்கள் அங்கே போகக் கூடாது" என்றாள்.

"உங்களுக்குப் பழக்கமில்லை. விழுந்து வைப்பீர்கள்! வேண்டாம்" என்றாள் விநோதினி.

மகேந்திரனுக்கு ரோஷம் பொத்துக் கொண்டு வந்தது. "விழுவதா! ஒருகாலும் இல்லை" என்று அவன் வெளியே போகக் கிளம்பினான்.

"நீங்கள் விஹாரி பாபுவைச் சொன்னீர்கள்! ஆனால், சிக்கல் கிளப்புவதில் நீங்களே முதல் ஆளாக இருக்கிறீர்களே!" என்றாள் விநோதினி.

மகேந்திரனது முகம் வாடியது. "சரி, ஒன்று செய்யலாம். நான் தனியாக ஒரு வண்டி பிடித்துக் கொண்டு வருகிறேன். விஹாரி உள்ளே உட்காரட்டும்" என்றான் அவன்.

ஆசா, "அப்படியென்றால் நானும் உங்களுடன் வருகிறேன்" என்றாள்.

"நான் வண்டியிலிருந்து கீழே குதித்து விட வேண்டுமாக்கும்" என்று விநோதினி சொன்னதும் சிக்கல் ஒருவாறு தீர்ந்தது.

மகேந்திரன் வழி நெடுகிலும் ஒன்றுமே பேசாமல் வந்தான். வண்டி 'தம்தம்' தோட்டத்தை அடைந்தது. வேலையாட்களின் வண்டி முன்னரே கிளம்பியுங்கூட அது இருக்கும் இடமே காணவில்லை. இலையுதிர் காலம் காலை வேளை இனிமை பயந்தது. வெயிலில் பனித் துளிகள் காய்ந்து விட்டன. ஆனால், மரம், செடிகள் தெளிவான ஒளியில் பளிச்சென்று விளங்கின. தோட்டத்தின் ஓரமாகப் பாரிஜாத மலர்ச் செடிகளை வரிசையாக நட்டிருந்தது. அவற்றின் கீழெங்கும் மலர்கள் உதிர்ந்து இனிய மணத்தைப் பரப்பின.

கல்கத்தாவில் செங்கற் சுவர்களுக்கிடையே சிக்கித் தவித்த ஆசாவின் உள்ளம் பரந்த வெளியைக் கண்டதும் காட்டு மானைப் போலத் துள்ளியது. விநோதினியுடன் அவள் குவியல் களாகப் பூப் பொறுக்கினாள்; மரத்திலிருந்து சீதாப் பழத்தைப் பறித்து, அந்த மரத்தின் கீழேயே உட்கார்ந்து கடித்துத் தின்றாள். தோழியர் இருவரும் ஏரியில் இறங்கி நீண்ட நேரம் துளைந்து நீராடினார்கள். இலைகளினூடே தப்பி வரும் கிரணங்கள், மர நிழல், குளத்து நீர், தோட்டத்தின் பூச்செடி கொடிகள், இந்தப் பெண்மணிகள் இருவருடைய அர்த்தமற்ற களிப்பு யாவும் ஒரு சிலிர்ப்பை ஊட்டின.

குளித்து விட்டு இருவரும் வந்த போது கூட வேலை யாட்களின் வண்டி வரவில்லை. மகேந்திரன் தோட்ட வீட்டின் வராந்தாவில் ஒரு நாற்காலியில் உட்கார்ந்து ஆங்கிலக் கடையில் கிடைக்கும் சாமான் பட்டியல் ஒன்றைப் படித்துக் கொண்டிருந் தான். அவன் முகம் வற்றிக் கிடந்தது. ''விஹாரி பாபு எங்கே?'' என்று கேட்டாள் விநோதினி.

மகேந்திரன் சுருக்கமாக, ''தெரியாது'' என்றான்.

விநோதினி : வாருங்கள், அவரைத் தேடிப் பிடிக்கலாம்.

மகேந்திரன் : அவனை யாரேனும் திருடிக் கொண்டு போய் விடுவார்களோ என்ற கவலை வேண்டாம். தேடாமலேயே கிடைத்து விடுவான் அவன்.

விநோதினி : ஆனால், அவர் உங்களுக்காகக் கவலைப்பட்டுக் கொண்டிருக்கிறாரோ என்னவோ! பெறற்கரிய மாணிக்கம் போய் விட்டால்! அவருக்கு ஆறுதல் சொல்லலாம் வாருங்கள்.

ஏரியின் கரையில் விழுது இறங்கிக் கிழடு தட்டின ஓர் ஆல மரம். அங்கு விஹாரி தன் பெட்டியைத் திறந்து ஸ்டவ்வை எடுத்து மூட்டித் தண்ணீர் கொதிக்க வைத்திருந்தான். எல்லோ ரும் வந்ததுமே அங்கே ஆல மரத்தைச் சுற்றிக் கட்டியிருந்த மேடையில் உட்கார வைத்து ஆளுக்கு ஒரு கோப்பை தேநீரும், தட்டில் கொஞ்சம் பலகாரமும் கொடுத்தான். ''நல்ல வேளை, விஹாரி பாபு எல்லாவற்றையும் கையோடு கொண்டு வந்தார். ஒரு கோப்பைத் தேநீர் இராவிட்டால் மகேன் பாபுவின் கதி என்னவாகியிருக்கும்!'' என்று திரும்பத் திரும்பச் சொன்னாள் விநோதினி.

தேநீர் கிடைத்ததும் மகேந்திரனுக்குச் சூடு பிறந்தது உண்மைதான். இருந்தும் அவன், ''இந்த விஹாரிக்கு எல்லாமே அவசரந்தான். விருந்துக்கு வந்த இடத்தில்கூட இவன் தன் மூட்டையை விடவில்லையே! இதில் களிப்பு என்ன இருக் கிறது?'' என்றான்.

"சரியப்பா, உன் தேநீரை இப்படித் தா. சாப்பிடாமல் களித்திரேன். யார் தடுத்தார்கள்?" என்றான் விஹாரி.

பொழுது ஏறியது. ஆனால், வேலையாட்கள் வந்த பாடாக இல்லை. விஹாரியின் பெட்டியிலிருந்து சாப்பாட்டுக்குத் தேவையான பொருட்களும் வெளி வந்தன. அரிசி, பருப்பு, கறிகாய்கள், சிறு புட்டிகளில் அரைத்த மசாலா எல்லாம் கிடைத்தன. விநோதினி வியப்புடன், "விஹாரி பாபு, எங்களையும் மிஞ்சி விட்டீர்களே நீங்கள்! வீட்டில் மனைவி இல்லை; இருந்தும் இவைகளையெல்லாம் எங்கே தயாரிக்கக் கற்றீர்கள்?" என்றாள்.

"உயிருடன் இருக்க வேண்டுமே! என்னைப் பற்றிக் கவலைப்பட நான்தானே இருக்கிறேன்" என்று விஹாரி பரிகாசமாகச் சொன்னான். ஆனால், விநோதினி சற்று அனுதாபத்துடன் விஹாரியின் முகத்தை நோக்கினாள்.

விஹாரி, விநோதினி இருவருமாகச் சமைத்துப் பரிமாறுவதில் முனைந்தார்கள். ஆசா சற்றுக் கூச்சத்துடன் தானும் கலந்து கொள்ள முன் வந்த போது விஹாரி அவளைத் தடுத்தான். மகேந்திரனுக்குக் கைத்திறன் இல்லை. ஆகவே, அவன் முன் வரவே இல்லை. அவன் ஆல மரத்தடி மீது கால் மேல் கால் போட்டவாறு சாய்ந்து கொண்டு, அசையும் ஆல மரத்தின் கிளைகளினூடே பாயும் சூரிய கிரணங்களின் விளையாட்டைக் கவனித்துக் கொண்டிருந்தான்.

சமையல் முடிந்ததும் விநோதினி, "மகேன் பாபு, ஆல மரத்தின் இலைகளை எண்ணி முடிக்க உங்களால் முடியாது; குளித்து விட்டு வாருங்கள்" என்றாள்.

வேலையாட்கள் இவ்வளவு நேரமான பிறகு சாமான் முஸ்தீபுகளுடன் வந்து சேர்ந்தார்கள். அவர்களுடைய வண்டி வழியில் முறிந்து விட்டது. பொழுதும் அப்பொழுது பிற்பகல் ஆகி விட்டது.

சாப்பிட்டானதும் ஆல மரத்தின் அடியில் சீட்டாடுவதென்று ஒரு யோசனை கிளம்பியது. மகேந்திரன் அதற்கு இணங்கவில்லை. சற்று நேரத்துக்குள் மரத்தின் நிழலில் அவன் தூங்கி விட்டான். ஆசா தோட்ட வீட்டினுள் கதவை அடைத்துக் கொண்டு இளைப்பாறச் சென்றாள். விநோதினி தலையை முக்காட்டினால் சற்றே மூடியவாறு, "நான் உள்ளே போகட்டுமா?" என்றாள்.

"எங்கே போகிறீர்கள்? கொஞ்சம் பேசலாம். உங்கள் ஊரைப் பற்றிச் சொல்லுங்கள்" என்றான் விஹாரி.

கண நேரத்துக்கு ஒரு முறை நடுப் பகலின் வெம்மையான காற்று மரத்தின் இலைகளை அசைத்தது. ஏரிக் கரையில் நாவல் மரத்தின் அடர்ந்த இலைக் குவை நடுவே குயில் அவ்வப்போது

கூவியது. விநோதினி தன் இளமைப் பருவ வரலாறுகளைக் கூறத் தொடங்கினாள். தாய், தந்தை, தோழியரின் கதைகளைச் சொல்லும் போது தலைத் துணி சரிந்தது. இளமையின் செவ்வி அவள் முகத்தில் எப்போதுமே இருக்கும். இளமையின் நினைவு கள் அந்த வனப்பைப் பின்னும் குளிர்வித்தன. அவளுடைய குறும்பு விழிகளின் கூரிய நோக்கு இதுவரை விஹாரியின் உள்ளத்தில் பலவகை ஐயங்களை எழுப்பின. அதே கார் விழிகளின் ஒளி அமைதியின் நிழலுடன் தோய்ந்து இருப்பதைக் கண்டு விஹாரி அவளைப் புது விதப் பிறவியாகவே நினைத்து விட்டான். ஒளிச் சுடர் நடுவே இனிமையும் மென்மையும் வாய்ந்த ஓர் இதயத்தில் இன்னும் அன்போட்டம் இருப்பதை அவன் உணர்ந்தான். இளமையின் சரச கேளிக்கையை அனு பவிக்க முடியாத வேதனையால் அவளது பெண்மை வற்றி விட வில்லை. நாணோடு மிடைந்து கற்பில் சிறந்த ஒரே மனத்துடன் கணவனை வழிபடும் ஒரு பெண்ணாகவோ, குழந்தையைக் கையில் ஏந்திய தூய அன்னையாகவோ கணப் பொழுதுகூட அவளைப் பற்றிக் கனவிலும் அவன் நினைத்தவனல்ல. அன்று திரை விலகி கண நேரம் வீட்டினுள் ஒரு மங்களகரமான காட்சி யைக் கண்டான். வெளிப் பார்வைக்கு விநோதினி கேளிக்கை களில் ஈடுபட்டாலும், உள்ளூற அவள் தூய்மையுடன் நோன் பிருக்கிறாள் என்று எண்ணினான் விஹாரி. அவன் உள்ளுக்குள் பெருமூச்செறிந்தான். ''மனிதன் தன் இயல்பைத் தானே உணருவ தில்லை. கடவுள்தான் அதை அறிய வல்லவர். சூழ்நிலைக்கு ஏற்றபடி அமையும் வெளித் தோற்றமே உலகிற்கு உண்மையாகி விடுகிறது'' என்று அவன் தனக்குள் சொல்லிக் கொண்டான். பேச்சு முடியாமல் இருக்க விஹாரி ஏதாவது கேள்விகள் கேட்டுக் கிளறிக் கொண்டிருந்தான். தான் சொல்லுவதையெல் லாம் இப்படி கேட்கும் ஆள் விநோதினிக்கும் இதுவரையில் கிடைத்ததில்லை. அதிலும், ஆண் மகன் ஒருவனுடன் இவ் வளவு சாதாரணமாகத் தன்னை மறந்து அவள் பேசியதே இல்லை. அன்று ஓயாது தன்னை மறந்து மனத்தைத் திறந்து பேசியதில் அவளுடைய உள்ளம் புது மழையில் நனைந்தது போலத் தண்மையும், தூய்மையும், நிறைவும் பெற்றது.

விடியலில் எழுந்த தொல்லையால் களைத்துப் போன மகேந்திரன் மாலை ஐந்து மணிக்குத்தான் தூக்கம் கலைந்து எழுந்தான். ஒரு வித வெறுப்புடன் அவன், ''திரும்புவதற்கு ஏற்பாடுகள் செய்ய வேண்டுமே!'' என்றான்.

''இன்னும் சற்று இருட்டியபின் போனால்தான் என்ன? ஒன்றும் மூழ்கி விடாதே!'' என்றாள் விநோதினி.

''வேண்டாம். கடைசியில் குடித்து விட்டு வரும் வெள்ளைக் காரன் எவனிடமாவது சிக்கிக் கொள்ள வேண்டியிருக்கும்.''

சாமான்களைத் திரட்டிக் கொள்ளுவதற்குள் இருட்டி விட்டது. இதற்குள் வேலைக்காரன் ஓடி வந்தான். ''வாடகை வண்டி போன இடம் தெரியவில்லை. வண்டி தோட்டத்துக்கு வெளியே நின்றிருந்தது. இரண்டு வெள்ளைக்காரர்கள் வண்டிக் காரனைப் பலவந்தமாக ஸ்டேஷனுக்கு இழுத்துச் சென்று விட்டார்கள்'' என்று அவன் தெரிவித்தான்.

வேறு ஒரு வண்டி கொண்டு வர வேலையாள் சென்றான். மகேந்திரன் கசப்புடன் முணுமுணுத்துக் கொண்டான்: ''இன்று வீணாகப் பொழுது போய் விட்டது.'' பொறுமை இல்லை அவனுக்கு. அதை அடக்க முடியாத நிலையில் இருந்தான் அவன்.

வளர் பிறைச் சந்திரன் இலைகள் குவிந்த பக்கத்தை விட்டுத் திறந்த வானிடையே எழுந்தது. அமைதியான தோட்டம் நிழல் உலகில் ஆழ்ந்தது. இந்த மாயா லோகத்தின் நடுவே விநோதினி தன்னை ஓர் அபூர்வமான தோற்றத்தில் கண்டாள். செடிகளின் நடுவே சென்ற பாதையில் அன்று ஆசாவைத் தழுவியபோது அவளிடம் முன்போல் நடிப்பு காணப்பட வில்லை. அவளுடைய விழிகளில் கோவையாக நீர் வடிவதைக் கண்டாள் ஆசா. உடனே பரபரப்புடன், ''என்னடி, ஏன் அழு கிறாய்?'' என்று கேட்டாள்.

''ஒன்றுமில்லையடி எனக்கு. நான் நன்றாகத்தான் இருக் கிறேன். இன்று நன்றாகவே பொழுது போயிற்று.''

''உனக்கு எதனால் இப்படித் தோன்றுகிறது?''

''நான் செத்துப் போய்ப் பரலோகத்துக்கு வந்து விட்டாற் போல் இருக்கிறது. அங்கே எனக்கு எல்லாம் மீண்டும் கிடைக்கு மல்லவா?''

ஆசா வியப்புற்றாள். அவளுக்கு இது ஒன்றும் விளங்க வில்லை. சாவு என்ற சொல் மட்டும் அவளுக்குக் கஷ்டம் அளித்தது. ''சீச்சீ! அப்படியெல்லாம் சொல்லாதே!'' என்றாள் அவள.

வண்டி கிடைத்தது. விஹாரி மீண்டும் வண்டியோட்டுபவ னின் பக்கத்தில் அமர்ந்தான். விநோதினி வாய் திறவாமல் வெளியே பார்த்துக் கொண்டு வந்தாள். நிலவில் திகைத்து நிற்கும் மரங்கள் நிழல் வெள்ளம் போல் அவளுடைய விழிகளின் முன்னே ஓடின. வண்டியின் மூலையில் ஆசா தூங்கி விட்டாள். மகேந்திரன் நீண்ட வழியெங்கும் மனம் ஒடுங்கி உட்கார்ந்து கிடந்தான்.

18

தோட்ட விருந்து நடந்த நாள் கெட்ட நாள் என்றே பட்டது மகேந்திரனுக்கு. அதற்குப் பின் அவன் விநோதினியை மீண்டும் தன் வசப்படுத்திக் கொள்ள ஆசைப்பட்டான். ஆனால், மறு நாளே ராஜ

லட்சுமி இன்புளூயென்ஸா காய்ச்சலில் படுத்துக் கொண்டாள். கடுமையான நோய் இல்லை என்றாலும் அவளுடைய உடலில் பலவீனம் அதிகமாக இருந்தது. விநோதினி இரவு பகல் பாராமல் அவளுக்குப் பணிவிடை செய்வதில் ஈடுபட்டாள்.

''இப்படி இரவு பகலாக உழைத்தால் கடைசியில் உனக்கு உடம்புக்கு வந்து விடுமே! அம்மாவுக்குப் பணிவிடை செய்ய ஆள் ஏற்பாடு செய்து விடுகிறேனே!'' என்றான் மகேந்திரன்.

''மகேன் அண்ணா! நீ ஏன் கவலைப்படுகிறாய்? அவள் பணிவிடை செய்வதானால் செய்யட்டும். வேறு எவரால் இப்படிச் செய்ய முடியும்!'' என்றான் விஹாரி.

நோயாளியின் அறைக்கு மகேந்திரன் அடிக்கடி வரலானான். ஒருவன் தான் வேலை செய்யாமல் பிறர் வேலை செய்யும் போது விடாமல் பின்தொடர்வது என்றால் வேலையே கருத்தாக இருக்கும் விநோதினிக்குப் பிடிக்காது. அவள் வெறுப்புடன் இரண்டொரு தடவை சொல்லிப் பார்த்தாள்: ''மகேன் பாபு, இங்கே உட்கார்ந்திருப்பதில் என்ன பயன்? நீங்கள் போங்கள். வீணாகக் காலேஜுக்கு மட்டம் போடாதீர்கள்'' என்றாள்.

மகேந்திரன் தன்னைப் பின் தொடர்வதில் விநோதினிக்கு ஒரு பெருமையும் இன்பமும் இருந்தன. ஆனால், இப்படிப் பிச்சைக்காரன் போல், நோய்ப்பட்டிருக்கும் தாயின் படுக்கை அருகில் பேராசை பிடித்த உள்ளத்துடன் காத்துக் கிடப்பதை அவளால் சகிக்க முடியவில்லை. வெறுப்பே மூண்டது அவளுக்கு. ஏதாவது வேலையில் மனத்தைச் செலுத்தினால் வேறு எதுவுமே அவளுக்கு நினைவிராது. சாதம் பரிமாறுவது, நோயாளிக்குப் பணிவிடை, வீட்டு வேலை இவை இருக்கும் வரையில் விநோதினி ஓய்வாக இருந்ததே இல்லை. அவசியம் இருக்கும் போது மற்றவர் அவ்வாறு சோம்பித் திரிவதையும் அவள் பொறுக்க மாட்டாள்.

விஹாரி அவ்வப்போது சிறிது நேரம் ராஜலட்சுமியைப் பற்றி விசாரிக்க வருவான். உள்ளே நுழைந்ததுமே எது தேவை என்று புரிந்து கொள்வான். ஏதேனும் குறைகள் இருந்தால் அது அவன் கண்களில் படும். அந்தக் கொஞ்ச நேரத்தில் அதை அவன் சரிக்கட்டிச் செல்வான். விஹாரி, தான் செய்யும் பணிவிடைக்கு உரிய மதிப்பு தருகிறான் என்று விநோதினிக்குத் தெரியும். ஆகவே, விஹாரி வருவதை அவள் ஒரு வெகுமதி என்றே கருதினாள்.

அவச் சொல்லும், கடுமையான கட்டுப்பாடும் சேர்ந்து மகேந்திரனைக் காலேஜுக்குச் செல்ல வைத்தன. ஏற்கனவே அவனுடைய மன நிலை கொதிப்பேறியிருந்தது. இந்த மாறுதல் வேறு சேர்ந்து கொண்டது. வேளையில் உணவு கிடைப்ப

தில்லை; வண்டிக்காரன் காணாமல் போய் விடுகிறான்; கால் சட்டைகளில் கிழிசல் பெரிதாகிக் கொண்டே வந்தது. இந்த அசௌகரியங்கள் முன்போல் அவனுக்கு வேடிக்கையாகத் தோன்றவில்லை. அவசியத்துக்கு ஏற்றபடி கேட்பவை எல்லாம் கைக்கு ஒழுங்காக வந்து சேருவதில் உள்ள நிம்மதியை அவன் நன்கு அனுபவித்து விட்டான். இப்போதெல்லாம் அம்மாதிரி கிடைப்பதில்லை. ஆசாவின் மக்குத்தனம் முன்போல் வேடிக்கை யாகத் தோன்றவில்லை அவனுக்கு.

''சூனி! குளிக்கு முன்பே என் சட்டைக்குப் பித்தான் போட்டு வை, என் கால் சட்டை, கோட்டு எல்லாவற்றையும் தயாராக எடுத்து வை என்று எத்தனை தடவை சொன்னேன்? ஒரு நாளா வது சரியாக இருந்ததில்லை எதுவும். குளித்து விட்டுச் சட்டை யைத் தேடுவதும், வேஷ்டி தேடுவதுமாக இரண்டு மணி நேரம் வீணாகிறது எனக்கு!''

ஆசா உள்ளூறப் புழுங்குவாள். ''நான் வேலையாளிடம் சொல்லியிருந்தேனே!'' என்று அவள் முக வாட்டத்துடன் சொல்லுவாள்.

''வேலைக்காரனிடமா சொன்னாய்! நீயாக எடுத்து வைப்ப தில் என்ன தவறு! உன்னால் ஏதாவது உபயோகம் உண்டா?''

ஆசாவுக்கு இடி விழுந்தாற்போல் ஆயிற்று. இப்படி மிரட்டலைக் கேட்டதேயில்லை அவள். ''நான் வேலை கற்றுக் கொள்ளத் தடையாக இருந்தவர் நீங்கள்தானே?'' என்று பதில் சொல்ல அவளுக்கு வாயோ, அந்த நினைவோ இல்லை. வீட்டு வேலைகளுக்குப் பழக்கமும், முன்னறிவும் தேவை என்ற விஷயமே அவளுக்குத் தெரியாது. 'எனக்குத் திறமை போதாது; நான் முட்டாள்! அதனால்தான் எந்தக் காரியமும் சரிவரச் செய்ய என்னால் முடியவில்லை' என்றே அவள் நினைத்தாள். தன்னை மறந்து மகேந்திரன் விநோதினியுடன் ஆசாவை ஒப்பு நோக்கிக் குறை கூறும்போது, ஆசா வெறுப்பின்றிப் பணிவாக அதைப் பொறுத்துக் கொண்டாள்.

ஆசா ஒரொரு வேளை, நோயுற்றிருக்கும் மாமியாரின் அறைக்கு அருகே செல்வாள். கூச்சத்துடன் அறை வாயிலில் வந்து நிற்பாள். அந்தக் குடும்பத்துக்குத் தானும் அவசியம் என்று காட்டிக் கொள்ள அவள் விரும்பினாள். வேலை செய்ய அவள் சென்றால், எவரும் அவளை விரும்பவில்லை. எப்படி வீட்டு வேலைகளில் கலந்து கொள்வது, குடும்பத்தினுள் பங்கு கொள்வது எப்படி என்று அவளுக்குத் தெரியவில்லை. தனக்குத் திறமையில்லை என்ற கூச்சம் அவளை வெளியிலேயே அலைய வைத்தது. உள்ளத்தினுள் ஒரு வேதனை நாளுக்கு நாள் அதி கரித்தது. ஆனால், அந்தத் தெளிவற்ற வேதனை, புலனாகாத

சந்தேகம், என்ன என்று அவளுக்குப் புரியவில்லை. தன்னைச் சுற்றி எல்லாம் வீணாவதை உணர்ந்தாள். ஆனால், அது எவ் வாறு உண்டாயிற்று, எப்படி வீணாகிறது, அதற்கு என்ன பரிகாரம் செய்ய வேண்டும் — இவையெல்லாம் அவளுக்குத் தெரியவில்லை. 'நான் எதற்கும் தகுதியற்றவள்; கையால் ஆகாத வள். என் முட்டாள்தனத்துக்கு அளவேயில்லை' என்று வாய் விட்டு அழலாமா என்றிருந்தது அவளுக்கு.

முன்பெல்லாம் ஆசா, மகேந்திரன் இருவரும் அறையின் ஒரு மூலையில் உட்கார்ந்து, பேசிக் கொண்டோ பேசாமலோ நிம்மதியாகப் பொழுது போக்கினார்கள். இப்போதோ விநோதினி இராமல் ஆசாவுடன் தனியே உட்கார்ந்து மகேந்திரனால் சாதாரணமாகப் பேச முடியவில்லை. கம்மென்று பேசாமல் இருக்கவும் ஏதோ போல் இருந்தது.

மகேந்திரன் வேலையாளைப் பார்த்து, ''யாருக்கு இந்தக் கடிதம்?'' என்றான்.

''விஹாரி பாபுவுக்கு.''

''யார் கொடுத்தது?''

''எஜமானியம்மா *(விநோதினி).*''

''கொண்டா'' என்று அவன் கடிதத்தை வாங்கிக் கொண் டான். கிழித்துப் படிக்கலாமா என்று ஓர் ஆவல். இரண்டு மூன்று தடவை திருப்பித் திருப்பிப் பார்த்து விட்டு வேலை யாளிடமே அதைக் கொடுத்தான். கடிதத்தைத் திறந்து படித் திருந்தால் இவ்வளவேதான் அதில் இருந்திருக்கும்.

> ''ஜவ்வரிசி, பார்லிக் கஞ்சி சாப்பிட மாட் டேன் என்கிறார் அத்தை. இன்று அவருக்குப் பருப் பும் சாதமும் போடலாமா?''

மருந்து, பத்தியம் விஷயமாக விநோதினி மகேந்திரனை ஒன்றுமே கேட்பதில்லை. அதற்கெல்லாம் விஹாரியைத்தான் அவள் நம்பியிருந்தாள்.

மகேந்திரன் வராந்தாவில் சிறிது நேரம் உலாவிய பின் அறையினுள் நுழைந்தான். சுவரில் மாட்டியிருந்த படம் ஒன்றின் கயிறு நைந்து போய் படமே சாய்ந்து கிடந்தது. அவன் ஆசாவை அதட்டினான்: ''உன் கண்ணில் எதுவுமே படுவதில்லை. இப்படித்தான் எல்லாமே நாசமாகிறது'' என்றான். தம்தம் தோட்டத்திலிருந்து அன்று விநோதினி கொணர்ந்து வைத்த மலர்ச் செண்டு பூச்செப்பில் அப்படியே வாடிக் கிடந்தது. வேறு நாளாக இருந்தால் அது மகேந்திரனுடைய கண்களில் பட்டே இராது. அன்று அது அவன் பார்வையில் விழுந்தது. 'விநோதினி வந்து அதை வெளியே எறியாவிட்டால், அது அப்படியேதான் கிடக்கும்!' என்று அவன் பூச்செண்டுடன் பூச்செப்பையும் எடுத்து

வெளியே எறிந்தான். அது மாடிப் படிகளில் டங்டங்கென்று உருண்டது. 'ஆசா ஏன் என் மனம் போல் ஆகவில்லை? எனக்குப் பிடித்தாற்போல் அவள் ஏன் நடக்கவில்லை? சுபாவமாக இருக்கும் பலவீனத்தையும், தளர்ச்சியையும் விட்டுக் குடும்ப வழியில் ஏன் என்னை உறுதியாகப் பிடித்து வைத்துக் கொள்ளவில்லை? எப்போதும் என்னை ஏன் அலைக்கழிக்கிறாள்?' - மகேந்திரனுடைய மனம் இவ்வாறெல்லாம் குழம்பியது. சட்டென்று அவன் பார்வை ஆசாவின் பக்கம் சென்றது. ஆசாவின் முகம் வாடிக் கிடந்தது; கட்டிலின் காலைப் பிடித்துக் கொண்டு நின்றிருந்தாள் அவள்; அவளுடைய உதடுகள் நடுங்கின; சரசரவென்று அவள் பக்கத்து அறை வழியாகச் சென்றாள்.

மகேந்திரன் மெல்லத் தானே போய்ப் பூச்செப்பைக் கொணர்ந்து வைத்தான். அறையின் மூலையில் மேஜை இருந்தது. நாற்காலியில் உட்கார்ந்தபடியே மேஜையின் மேல் கைகளில் தலை ஊன்றியவாறு வெகு நேரம் கிடந்தான்.

இருட்டியதும் விளக்கு அறைக்கு வந்து சேர்ந்தது. ஆனால், ஆசா வரவில்லை. மகேந்திரன் வேகமாக மேல் மாடிக்கு உலாவச் சென்றான். இரவு மணி ஒன்பது அடித்தது. ஜனங்களே அவ்வளவாக இராத மகேந்திரனுடைய வீடு நள்ளிரவைப் போல் கம்மென்று அடங்கியது. அப்போது ஆசா வரவில்லை. மகேந்திரன் அவளைக் கூப்பிட்டனுப்பினான். ஆசா கூசியவாறு மாடிக்குச் செல்லும் கதவருகே வந்து நின்றாள். மகேந்திரன் தானே வந்து அவளைத் தன்னருகில் அழைத்து அணைத்துக் கொண்டான். கண நேரத்துக்குள் கணவனின் மார்பில் முகம் புதைத்து ஆசா விக்கி விக்கி அழுதாள். அவளால் அதை அடக்க முடியவில்லை. கண்களில் நீரும் ஆறாக வடிந்து அழுகுரலும் அடக்க முடியாமல் தொண்டையை விட்டு வெளிவந்தது, மகேந்திரன் அவளை ஆரத் தழுவிக் கூந்தலை முத்தமிட்டான். மோனம் பரவிய வானத்தில் விண்மீன்கள் நிச்சப்தமாக இதைக் கண்ணுற்றன.

அன்றிரவு மகேந்திரன் ஆசாவிடம், "காலேஜில் எனக்கு இரவு வேலை போட்டிருக்கிறார்கள். ஆகவே, கொஞ்ச நாள் காலேஜுக்கு அருகிலேயே வீடு எடுத்துக் கொள்ள வேண்டும்" என்றான்.

'இன்னுமா கோபம்! என் மேல் வெறுப்புக் கொண்டு வெளியே போகிறாரா? என் முட்டாள்தனத்தால் இவரை வீட்டிலிருந்தே துரத்தி விடுகிறேனா! நான் சாவது மேல் அல்லவா!' என்று ஆசா எண்ணினாள்.

ஆனால், மகேந்திரனுடைய செய்கைகளில் கோபத்தின் அறிகுறியே இல்லை. அவன் வெகு நேரம் ஒன்றும் பேசாமல்

ஆசாவின் முகத்தைத் தன் மார்பில் பதித்தவாறு அவளது கூந்தலைக் கை விரலால் கோதினான். முன்பும் இவ்வாறு மகேந் திரன் கூந்தலைக் கோதிப் பின்னலை அவிழ்த்து விடுவான். அப்போதெல்லாம் ஆசா அவனுடன் சண்டையிடுவாள். இன்று அவள் அவ்வாறு செய்யாமல் அதில் ஓர் இன்பச் சிலிர்ப்பை அனுபவித்தாள். இந்தச் சமயத்தில் சட்டென்று அவள் நெற்றி யின் மேல் நீர்ச் சொட்டு ஒன்று விழுந்தது. மகேந்திரன் ஆதர வுடன் அவள் முகத்தை நிமிர்த்தி அன்பொழுகும் குரலில், "சுனி!" என்றான். ஆசா அதற்குப் பதில் ஒன்றும் பேசாமல், அவனைத் தன் மென்கரங்களால் அழுத்தத் தழுவினாள். மகேந்திரன், "நான் செய்தது தப்பு. என்னை மன்னித்து விடு" என்றான்.

பூவினும் மென்மையான தன் கையால் ஆசா அவன் வாயைப் பொத்தினாள். "இல்லை; அப்படிச் சொல்லாதீர்கள்! நீங்கள் என்ன தவறு செய்தீர்கள்? தப்பு என்னுடையதுதான். அடிமை போல் தண்டனை கொடுங்கள். உங்கள் பாதங்களில் கிடக்க ஏற்றவளாக என்னை ஆக்கிக் கொள்ளுங்கள்" என்றாள்.

விடை பெறும் நாளன்று காலையில் படுக்கையை விட்டு எழுந்திருக்கும் போது மகேந்திரன், "சுனி, நீ என் மாணிக்கம். உன்னை என் இருதயத்துள் எல்லாவற்றுக்கும் மேலாக வைத்துக் கொள்வேன். அங்கு உன்னை மீறிக் கொண்டு செல்ல எவராலும் முடியாது" என்றான்.

ஆசா தன்னுடையது எல்லாவற்றையும் துறக்க உறுதி பூண்டவளாகத் தன் கணவனிடம் தன் சிறு வேண்டுகோளைத் தெரிவித்தாள். "நீங்கள் தினமும் ஒரு கடிதம் எனக்கு எழுத வேண்டும்" என்றாள்.

"நீயும் எழுதுகிறாயா?"

"எனக்கு என்ன, எழுதத் தெரியுமா?"

காதருகில் படிந்த அவளுடைய கூந்தலைச் சற்றே விலக் கியவாறு மகேந்திரன், "அட்சயகுமார* தத்தரைவிட உனக்கு நன்றாக எழுதத் தெரியும் - அதாவது, பால சிட்சை" என்றான்.

"போதுமே, உங்கள் கேலியெல்லாம்!"

போகுமுன் ஆசா தன் கையால் மகேந்திரனுடைய பெட்டியை ஒழுங்காக வைக்க முயன்றாள். குளிருக்காகத் தைத்த அவ னுடைய கோட்டுகள் இரண்டு உண்டு. அவைகளை மடிப்பது கடினம். பெட்டியிலும் பிடிக்கும்படி இல்லை. இருவருமாகச் சேர்ந்து எப்படியோ ஒருவாறாக ஒரு பெட்டியில் பிடிக்கக் கூடியவற்றை இரண்டு பெட்டிகளில் நிரப்பினார்கள். தவறுத லாக விட்டுப் போனவை, தனித் தனி மூட்டைகளாக நின்றன. இது ஆசாவுக்கு மிகவும் வெட்கமூட்டியது என்றாலும், அவர்கள் பிடித்திழுப்பதும், ஒருவரை ஒருவர் குற்றங் கூறிக் கொள்வது

---

* பிரபல வங்க எழுத்தாளர்.

மாக முன்னாள் களிப்பை மீண்டும் அடைந்து அனுபவித்தனர். பிரிவுக்காகத்தான் இந்த ஏற்பாடு என்பதைக் கொஞ்ச நேரம் ஆசா மறந்தும் விட்டாள்.

வண்டி தயாராக இருப்பதைப் பத்துத் தடவை சொல்லியும் மகேந்திரன் அதைக் காதில் வாங்கவில்லை; கடைசியில் வெறுப்புடன், ''குதிரையை அவிழ்த்து விடு'' என்றான்.

காலை பகலாகி மாலையும் மங்கியது. அப்போதுதான் உடம்பைக் கவனித்துக் கொள்வது, தவறாமல் கடிதம் போடுவது, இன்னும் பல விதங்களில் ஒருவரை ஒருவர் எச்சரிக்கை செய்தவாறு ஏங்கி வாடும் உள்ளங்களுடன் பிரிந்தனர்.

இரண்டு நாட்களாக ராஜலட்சுமியினால் உட்கார முடிந்தது. மாலை நேரம் அவள் கம்பளியால் உடம்பைப் போர்த்துக் கொண்டு விநோதினியுடன் சீட்டாடிக் கொண்டிருந்தாள். உடம்பில் ஒரு விதச் சோர்வும் இல்லை. உள்ளே நுழைந்த மகேந்திரன் விநோதினியின் பக்கம் பார்க்கவே இல்லை. ''அம்மா! காலேஜில் எனக்கு இரவு வேலை தொடங்கி விட்டது. இங்கே இருப்பது சௌகரியமில்லை. காலேஜுக்குப் பக்கமாக வீடு கிடைத்திருக்கிறது. இன்று முதல் அங்கேதான் இருக்க வேண்டும்'' என்று தாயிடம் சொன்னான்.

ராஜலட்சுமிக்கு உள்ளூற ரோஷம். ''சரி; போய் வா! படிப்புக்குக் குந்தகம் என்றால் போகத் தானே வேண்டும்!'' என்றாள் அவள். உடம்பு குணமாகி விட்டது என்றாலும், மகேந்திரன் போகிறான் என்ற செய்தி கேட்டதும் அவளுக்குச் சோர்வும் நோயும் திருப்பிக் கொண்டு விட்டது போல் உணர்ச்சி மூண்டது. ''அந்தத் தலையணையைக் கொண்டா, அம்மா!'' என்று அவள் விநோதினியிடம் சொன்னாள். அதன் மேல் சாய்ந்து கொண்டதும் விநோதினி மெல்ல அவள் அங்கங்களைத் தடவிக் கொடுத்தாள்.

மகேந்திரன், தாயின் நெற்றியில் கை வைத்துப் பார்த்தான். பிறகு நாடியைப் பிடித்தான். ராஜலட்சுமி கையை உதறிக் கொண்டாள். ''நாடி பார்த்துத் தெரிந்து விடுமோ! நீ ஒன்றும் கவலைப்பட வேண்டாம். நான் நன்றாகத்தான் இருக்கிறேன்'' என்று அவள் மிகவும் கஷ்டத்துடன் வேறு பக்கம் திரும்பிப் படுத்தாள்.

மகேந்திரன் விநோதினியுடன் ஒன்றும் சொல்லிக் கொள்ளவில்லை. தாயை வணங்கி விட்டுக் கிளம்பினான்.

19

விநோதினி தனக்குள் எண்ணமிட்டாள்: 'என்ன விசேஷம்? கோபமா, ரோஷமா அல்லது பயமா! என்னை ஒரு பொருளாக மதிக்கவில்லை என்று

காட்டுவதற்குத்தானா இது! தனி வீட்டில் இருக்கப் போகிறாரோ! எத்தனை நாட்களோ பார்க்கலாம்!' - ஆனால், அவள் உள்ளத்தின் அமைதி குறைந்தது. இது வரையில் தினமும் அவள் மகேந்திரனைப் பல வலைகளால் பிணைத்தும், பல அம்புகளால் துளைத்தும் வந்தாள்; அந்த வேலை போய் விடவும், அவளுக்குப் பொழுதே போகவில்லை. வீட்டை விட்டுத் தன்னுடைய உயிரே சென்று விட்டது போல ஆயிற்று அவளுக்கு. மகேந்திரன் இராமல் ஆசாவின் நட்பு அவளுக்குச் சுவைக்கவில்லை. ஆசாவிடம் மகேந்திரன் காட்டும் பரிவும், காதலும், அந்த இன்பங்களை இழந்த விநோதினியின் உள்ளத்தைத் தூண்டி விடும். அதன் மூலம் எழும் கற்பனைகளில் வேதனையும் தீவிரமான எரிச்சலும் கலந்திருந்தன. மகேந்திரன் அவளுடைய வாழ்வைப் பயனற்றதாகச் செய்தவன்; அவளைப் போன்ற மாணிக்கத்தை விட்டு ஆசாவைப் போல் அப்பாவிப் பெண்ணை மணந்தவன்; அவன் மேல் விநோதினிக்குக் காதலா, வெறுப்பா? அவனுக்குத் தண்டனை அளிப்பதா, இல்லை உள்ளத்தைக் கொடுப்பதா? - என்ன செய்வதென்று அவளுக்குத் தெரியவில்லை. மகேந்திரன் அவள் உள்ளத்தில் மூட்டிய தீ, பொறாமைத் தீயா அல்லது காதல் சுடரா? இல்லை, இரண்டும் கலந்த ஒன்றா? எது என்று அவளுக்கு விளங்கவில்லை. அவள் தனக்குள் இப்படிச் சொல்லிச் சிரித்துக் கொண்டாள்: ''என்னைப் போன்ற நிலை எந்தப் பெண்ணுக்கு நேர்ந்திருக்கிறது! நான் சாவதா, இல்லை கொல்வதா என்றே எனக்கு விளங்கவில்லையே!''

ஆனால், பொசுங்கிச் சாகவோ அல்லது பொசுக்கித் தள்ளவோ, மகேந்திரன் அங்கு அவசியம் தேவை. நஞ்சு பொதிந்த அவளுடைய தீய அம்பை உலகில் எவர் மேல் எறிவது! ஆழ்ந்த பெருமூச்சுடன், ''அவர் எங்கே சென்று விடுவார்! அவர் திரும்பத்தான் வேண்டும். அவர் எனக்குத் தான் உரியவர்!'' என்று சொல்லிக் கொண்டாள் விநோதினி.

சில நாட்களுக்கெல்லாம் மகேந்திரனுக்கு அவனுடைய விடுதி விலாசத்துக்குப் பழக்கமான கையெழுத்தில் ஒரு கடிதம் கிடைத்தது. பகலெல்லாம் கலவரம்; அதனால் அவன் அதைத் திறந்து பார்க்கவில்லை. மார்பினருகில் சட்டைப் பையில் வைத்துக் கொண்டான். காலேஜில் படிக்கும் போதும் ஆசுபத்திரியில் சுற்றும் போதும் நடுநடுவே காதல் பறவை ஒன்று மார்பில் கூடு கட்டித் தூங்குவது போல் அவனுக்குத் தோன்றியது. அதை எழுப்பினால் அதன் மென்குரலின் தீஞ்சுவை காதில் வந்து பாயும்.

மாலை நேரம்; அவன் தனி அறையில் விளக்கொளியில் சாய்வு நாற்காலியில் நன்றாகச் சாய்ந்து கொண்டான். மார்பினுள் மறைந்திருந்த கடிதம் வெளிவந்தது. அதைத் திறக்காமலே

அவன், மேலே இருந்த விலாசத்தை வெகு நேரம் பார்த்தவாறு இருந்தான். கடிதத்தினுள் விஷயம் அதிகமாக இராது என்று அவனுக்குத் தெரியும். தன் மனத்தில் உள்ளதை வெளிப்படை யாக ஆசாவுக்கு எழுதத் தெரியுமா என்பது சந்தேகம். பழக்க மற்ற கையெழுத்தில் கோணல் மாணலாக அவள் எழுதுவதில் இருந்து அவளுடைய பூவினும் மென்மையான உள்ளத்தின் மொழியைக் கற்பனை செய்து கொள்ளத்தான் வேண்டும். மிகவும் முயன்று ஆசா எழுதிய விலாசத்தைப் படிக்கும் போது தன் பெயரே ஓர் இன்னிசை போல் அவன் காதில் ஒலித்தது. பதிவிரதையான பெண் உள்ளத்தின் ஆழ்ந்த புரையிலிருந்து வெளிப்பட்ட தூய காதல் கீதம் அது!

இரண்டு நாள் பிரிவில் மகேந்திரனுடைய மனம் நீண்ட காலத் தொடர்பினால் உண்டான சோர்வை உதறியது. பேதை யின் புதுக் காதலில் மலர்ந்த இன்ப நினைவுகள் மீண்டும் புத் தொளி பெற்றன. கடைசி சில நாட்கள் அன்றாடக் குடும்ப அலு வல்களில் ஏற்பட்ட அசௌகரியங்கள் அவனுக்கு எரிச்சலூட் டின. அந்த எரிச்சல் விலகியது. எல்லையற்ற ஒரு களிப்பின் கொழுந்தென ஆசாவின் உருவம் அவனுடைய மனத்தினுள் உயிர் பெற்று எழுந்தது.

மகேந்திரன் நிதானமாக உறையைப் பிரித்துக் கடிதத்தை எடுத்து நெற்றியிலும் கன்னங்களிலும் தடவிக் கொண்டான். முன்பு ஆசாவுக்குப் பரிசாக அளித்த வாசனை அத்தரின் மணம் கடிதத்திலிருந்து பெருமூச்சு போல் அவன் உள்ளத்தினுள் புகுந்தது.

அவன் கடிதத்தைப் படித்தான். ஆனால், அங்கு அவன் கண்டது என்ன? கோணல் எழுத்துக்கள்தான்; ஆனால், அந்த எழுத்தின் அர்த்தமோ!.. எழுத்துக்குத் தக்கபடி அமையவில்லை, அந்த மொழியின் பொருள்!

"காதலரே! யாரை மறக்க வேண்டும் என்று போனீர்களோ, அவளைப் பற்றி ஏன் நான் நினை வூட்ட வேண்டும்! நீங்களாக அறுத்து எறிந்த கொடி மானத்தை விட்டுத் தழுவி ஏற முயலுமா! அது ஏன் மண்ணோடு மண்ணாக மட்கி விடக் கூடாது! ஆனால், இதனால் உங்களுக்கு என்ன நஷ்டம், ஸ்வாமி! கண நேரம் நினைவு வந்தால்தான் என்ன! அதனால் என்னதான் கெட்டு விடும்! நீங்கள் என்னை அவமதித்தது முள்ளைப் போல் என் மார்பைத் துளைத்தது; அல்லும் பகலும், வேலையிலும் ஓய் விலும், என் சிந்தையை விட்டு அகலாமல் என்னைத் துளைக்கிறது. நீங்கள் மறந்தாற் போல நானும் மறந்து விட வழி ஒன்று கூறுங்கள்.

''ஸ்வாமி! நீங்கள் என்னைக் காதலித்தது என் தவறா! கனவிலும் இத்தகைய அதிருஷ்டத்தை நான் எதிர்பார்த்திருப்பேனா! நான் எங்கிருந்து வந்தவள் என்று யாருக்குத் தெரியும்! என்னைக் காண விரும்பாமல், உங்கள் வீட்டில் சம்பளம் பெறாத வேலையாளாக இருந்த போது உங்கள் மேல் ஏதாவது குறை கூற முடிந்ததா? நீங்கள் என்னிடம் என்ன குணத்தைக் கண்டு மயங்கினீர்களோ; எதைக் கண்டு என்னை இவ்வளவு உயர்த்தி விட்டீர்கள்! இன்றோ மேகம் இராமலேயே இடி விழுந்து விட்டது. அது ஏன் எரிச்சல் மூட்டிச் சென்றது? உள்ளம், உடல் எல்லாவற்றையும் ஏன் சாம்பலாக்கவில்லை?

''இந்த இரண்டு நாட்களாக எவ்வளவோ பொறுத்தேன். யோசனை செய்தும் பார்த்தேன். ஆனால், ஒன்று மட்டும் எனக்கு விளங்கவில்லை. வீட்டில் இருந்தவாறே என்னை விலக்க முடியவில்லையா? எனக்காக வீட்டை விட்டுப் போகும் படியான அவசியம் என்ன? உங்களை அவ்வளவு தூரம் வசப்படுத்தி விட்டேனா நான்! உங்கள் வீட்டின் ஒரு மூலையில், உங்கள் வாயிலுக்கு வெளியே தள்ளி வைத்தால் உங்கள் கண்ணில் படுவேனா? அப்படியென்றால், ஏன் நீங்கள் போக வேண்டும்? எனக்குப் போக்கிடம் இல்லையா? மிதந்து வந்தவள் அப்படியே போகிறேன்.''

இதென்ன கடிதம்! - இது எவருடைய மொழி என்று அவனுக்கு நன்கு புரிந்தது. எதிர்பாராமல் தாக்குண்டு மயங்கியவன் போல் கடிதத்தைக் கையில் பிடித்தவாறு திகைத்துப் போய் உட்கார்ந்திருந்தான் அவன். ஒரு வழியே அவனுடைய மனம் வெகு தீவிரமாகச் சென்று கொண்டிருந்த போது, அதே வழியில் எதிர்ப்புறமாக ஒரு தாக்குதல். இதனால் அவனுடைய மனம் தடம் புரண்டு சிதைந்து சுக்கு நூறாகிக் கிடந்தது.

வெகு நேரம் அவன் யோசனையில் ஆழ்ந்திருந்த பின் மீண்டும் இரண்டு தடவை கடிதத்தைப் படித்தான். சிறிது நேரம் தொலை நினைவுகளாக இருந்தவை வரவரப் பளிச்சென்று தோன்றலாயின. வாழ்வின் வானத்தில் ஒரு மூலையில் நிழல் போலத் தோன்றிய வால் நட்சத்திரம் இப்போது தீச்சுடர் போன்ற வாலுடன் வெளிச்சமாகத் தெரியலாயிற்று.

இது விநோதினியின் கடிதந்தான். அப்பாவிப் பெண் ஆசா, அதைத் தன் மனத்தில் தோன்றியதாக எண்ணி எழுதியிருக்கிறாள். முன்பு அவள் இவ்வாறெல்லாம் எண்ணவே இல்லை. விநோதினி சொன்னபடி கடிதம் எழுதும் போதுதான் இவை

யாவும் அவள் மனத்தில் எழுந்தன. பிறரைப் பார்த்து எழுதிய சொற்கள் அவள் உள்ளத்தினுள் புகுந்து ஊறிப் போய் விட்டன. புதிதாக மூண்ட பிரிவின் துயரை இவ்வாறு அழகுபட எழுத ஆசாவினால் முடியாது. 'என் மனத்தில் உள்ளதை அவள் எப்படிச் சரியாகத் தெரிந்து கொள்ள முடிந்தது? இவ்வளவு அப்பட்டமாக எவ்வாறுதான் சொல்ல முடிந்தது, அவளால்?' என்று ஆசா எண்ணினாள். உயிர்த் தோழியை ஆசா பின்னும் ஆர்வத்துடன் பின்தொடரலானாள். ஏனென்றால், உள்ளத்தினுள் குமுறும் வேதனையை எடுத்துச் சொல்லும் எழுத்து வன்மை தோழியிடந்தானே இருக்கிறது! வேறு வழியில்லையே அவளுக்கு!

மகேந்திரன் நாற்காலியை விட்டு எழுந்தான். புருவம் சுளித்தவாறு விநோதினியைக் கடிந்து கொள்ள நினைத்தான். ஆனால், அவனுடைய கோபமோ ஆசாவின் மேலே விழுந்தது. ''என்ன அசட்டுத்தனம் இது! புருஷன் விஷயத்தில் இவ்வளவு அட்டூழியம் செய்வதா!'' என்றவாறு நாற்காலியில் உட்கார்ந்து அதற்கு அத்தாட்சியாக இருந்த கடிதத்தை மீண்டும் படித்தான். படிக்கும் போது அவன் உள்ளத்தினுள் ஒரு களிப்பு புரை யோடியது. ஆசாவின் கடிதமாக எண்ணி அதைப் படிக்க முயன்றான். ஆனால், அந்த வார்த்தைகளின் கோவை ஆசாவை நினைவூட்டவில்லை. இரண்டு மூன்று வரிகள் படித்ததும் இன்பச் சிலிர்ப்பூட்டும் ஐயம், நுரைத்துப் பொங்கும் சாராயம் போல மனத்தின் நாற்புறமும் கவியத் தொடங்கியது. மறைந் தும், அதே சமயத்தில் தெளிவாகவும் இருந்தது; தடையிருந்தும் அண்டி நின்றது; நஞ்சாக இருந்தாலும் இனிப்பைத் தந்தது அது! தேடி வந்து மீண்டும் இழந்த காதலின் நினைவு மகேந்திரனை மயக்கத்தில் ஆழ்த்தியது. கையிலோ காலிலோ கத்தியால் வெட்டிக் கொண்டு எப்படியாவது மனத்தை வேறு விஷயத்தில் திருப்பி, தன்னைப் பொசுக்கும் மயக்கத்தை நீக்க வேண்டு மென்று தோன்றியது அவனுக்கு. எதிரே இருந்த மேஜையைப் பலமாகக் குத்தியவாறு அவன் துள்ளி எழுந்தான். ''சனியனைக் கொளுத்தி விடுகிறேன்'' என்று கடிதத்தை விளக்கின் அருகில் கொண்டு சென்றான். கொளுத்தாமல், மீண்டும் ஒரு முறை படித் தான். மறுநாள் வேலையாள் காகிதம் பொசுக்கிய சாம்பலை வெகு நேரம் தட்டிச் சுத்தம் செய்ய வேண்டியிருந்தது. ஆனால், அது ஆசா வின் கடிதத்துச் சாம்பல் அல்ல; அவன் பதில் எழுதப் பன்முறை முயன்று தோல்வியுற்றுப் பொசுக்கிய கடிதங்களே அவை!

20

இதற்குள் இன்னும் ஒரு கடிதம் வந்து சேர்ந்தது.

''என் கடிதத்திற்கு நீங்கள் பதில் போடா தது நல்லதாயிற்று. மனத்தில் உள்ளதை எழுத

முடியுமா! உங்கள் பதிலை நான் உள்ளத்தினுள் புரிந்து கொண்டேன். பக்தன் கடவுளை அழைக் கிறான். தெய்வம் வாய்ச் சொல்லால் பதில் அளிப்ப தில்லை. இந்த ஏழையின் வேண்டுதல் தங்கள் திரு வடிகளில் இடம் பெற்றிருக்கும் என்று நம்புகிறேன்.

"ஆனால், பக்தையின் பூஜைக்காகத் தங்கள் தவம் கலைந்தால், அதன் பொருட்டுக் கோபம் கொள்ள வேண்டாம்! என் உள்ளத்தின் இறைவனே! நீங்கள் வரம் அளித்தாலும் சரி, அளிக்கா விட்டா லும் சரி, கண் நோக்கம் அளித்தாலும், அளிக்கா விட்டாலும் சரிதான்; உங்களுக்குத் தெரிகிறதோ இல்லையோ, பக்தைக்குப் பூஜை செய்யாமல் வேறு வழியில்லை. அதனால்தான் இன்று இந்த இரண்டு வரிகளைக் கடிதமாக எழுதுகிறேன். கல்லால் ஆன என் தெய்வமே! நீங்கள் நிலைத்து இருங்கள்!"

மகேந்திரன் அதற்கு மீண்டும் பதில் எழுத உட்கார்ந்தான். ஆனால், ஆசாவுக்கு எழுதுவதற்குப் பதிலாக விநோதினிக்கு எழுதுவதாகவே தோன்றியது அவனுக்கு. ஒளித்து மறைத்து இரு பொருள்பட எழுத அவனுக்கு வன்மை இல்லை. பல கடிதங்கள் எழுதிக் கிழித்த பின் இரவு நெடுநேரங் கழித்து ஏதோ கிறுக்கி உறையினுள் அடைத்து மேலே விலாசம் எழுதும் போது யாரோ பின்னால் சவுக்கால் அடிப்பது போன்ற ஓர் உணர்ச்சி மூண்டது அவனுக்கு. "மோசக்காரா! உன்னை நம்பும் ஓர் அபலையை இப்படியா வஞ்சிப்பது!" என்று யாரோ கேட் பது போல் இருந்தது அவனுக்கு. அவன் கடிதத்தைச் சுக்கல் சுக்கலாகக் கிழித்தெறிந்தான். மிகுதி இரவை, மேஜையின் மேல் கைகளால் முகத்தை மூடியவாறு கழித்தான்.

மூன்றாவது கடிதமும் வந்தது.

"ஊடல் கொள்ளத் தெரியாதவளுக்குக் காதலின் அருமை என்ன தெரியும்? என் காதலை அவ மதிப்பு, அலட்சியம் இவற்றிலிருந்து காப்பாற்ற முடியா விட்டால், அதை எப்படி உங்களுக்கு அளிப்பேன்?

"உங்கள் மனத்தை நான் சரியாக உணரவில் லையோ என்னவோ! அதனால்தான் இவ்வளவு துணிச்சல்! நீங்கள் துறந்து சென்ற பின்னரும் நானாகவே கடிதம் எழுத முன் வந்தேன். கம்மென் றிருக்கவே என் உள்ளத்தையும் திறந்து காட்டினேன். ஆனால், உங்களை நான் தவறாக மதிப்பிட்டிருந் தால், அது என் தவறு மட்டுமா? முதலிலிருந்து நடந்தவற்றை எல்லாம் ஒரு முறை மீண்டும்

எண்ணிப் பாருங்கள். என்னை அவ்வாறு எண்ண வைத்தது நீங்கள் அல்லவா?

"போனது போகட்டும். அது சரியோ, தவறோ, எழுதியதை இனி அழிக்க முடியாது. கொடுத்ததை இனிப் பெற என்னால் ஆகாதே என்பதுதான் என் குறை! சீ! இப்படியும் வெட்கக் கேடு உண்டா, ஒரு பெண்ணுக்கு! ஆனால், காதலிக்கும் பெண் தன் காதலை இவ்வாறு பழித்துக் கூறுவது இயல்புதான் என்று மட்டும் எண்ணி விடாதீர்கள். என் கடிதம் வேண்டாமென்றால் சரி; பதில் எழுதா விட்டால் இதோடு நிறுத்தி விடுகிறேன்."

இதற்கு மேலும் அவனால் கம்மென்றிருக்க முடியவில்லை. 'வீட்டுக்கு மிகவும் கோபத்துடன்தான் திரும்ப வேண்டும். விநோதினி அவளுக்கு அஞ்சித்தான் நான் ஓடி வந்ததாக நினைக் கிறாள். அவளுடைய அகந்தையை அகற்றுவதற்காகவாவது நான் போய்த்தான் ஆக வேண்டும்' என்று எண்ணிக் கொண் டான் மகேந்திரன்.

இந்தச் சமயத்தில் விஹாரி உள்ளே வந்தான். அவனைக் கண்டதும் மகேந்திரனுடைய உள்ளம் இரு மடங்கு ஆர்வத் துடன் துள்ளியது. பல காரணங்களால் முன்பு அவனுக்கு விஹாரியின் மேல் ஐயமும் பொறாமையும் இருந்தன. அதனால் அவர்களுடைய நட்பும் சற்று நெகிழ்ந்தே இருந்தது. கடிதத்தைப் படித்த பின்னர் அந்தப் பொறாமையை அகற்றி விட்டு அவன் மனப்பூர்வமாக விஹாரியை வரவேற்றான். நாற்காலியை விட்டு எழுந்து, அவன் முதுகில் தட்டிக் கையைப் பிடித்து இழுத்து வந்து சோபாவில் உட்கார வைத்தான் மகேந்திரன்.

ஆனால், விஹாரின் முகமோ வாட்டமுற்றிருந்தது. இதற் குள் விநோதினியைப் பார்க்கப் போய் அங்கிருந்து தாக்குண்டு வந்திருப்பான் என்று மகேந்திரனுக்குத் தோன்றியது. "விஹாரி! என் வீட்டுப் பக்கம் சென்றிருந்தாயோ?" என்று அவன் கேட்டான்.

விஹாரி நிதானமாக, "இப்போது அங்கிருந்துதான் வரு கிறேன்" என்றான்.

விஹாரியின் மன வேதனைக்குத் தான் கற்பனை செய்த காரணத்தை எண்ணி மகேந்திரன் களிப்படைந்தான். 'பாவம், அதிருஷ்டமற்றவன்! பெண்களின் காதலைப் பெற முடியாத வன்!' என்று எண்ணியவாறு மகேந்திரன் மார்பருகே கை வைத்துப் பார்த்தான். அங்கு மூன்று கடிதங்கள் சலசலத்தன.

"வீட்டில் எல்லோரும் நலந்தானே?"

விஹாரி அதற்கு விடை அளிக்கவில்லை. "வீட்டைத் துறந்து நீ இங்கே இருக்கக் காரணம் என்ன?" என்று கேட்டான்.

''இப்போதெல்லாம் அடிக்கடி 'இரவு வேலை' இருக்கிறது. வீட்டில் இருந்தால் அசௌகரியம்.''

''இதற்கு முன்பெல்லாங்கூட 'இரவு வேலை' இருந்தது. அப்போதெல்லாம் வீட்டை விட்டு வந்ததே இல்லையே!''

மகேந்திரன் சிரித்தான். ''ஏன், உனக்கு ஏதாவது சந்தேகம் கிளம்பி விட்டதா?'' என்றான்.

''கேலியல்ல; வா, வீட்டுக்கு.''

வீடு திரும்பத் தயாராகத்தான் இருந்தான் மகேந்திரன். ஆனால், விஹாரியின் வேண்டுகோளைக் கேட்டதும் அவன் வீட்டுக்கு வர அவ்வளவாக ஆர்வம் இல்லாதது போல் நடித்தான். ''அதென்னடா! இந்த வருஷமெல்லாம் வீணாகி விடுமே!'' என்றான்.

''இதோ பார், மகேன்! உன்னைச் சின்ன வயசு முதல் பார்த்து வருகிறேன். என்னை ஏமாற்றப் பார்க்காதே! நீ செய்தது தவறு.''

''நான் யாருக்குத் தவறு செய்தேன், நீதிபதியே?''

விஹாரிக்குக் கோபம் வந்தது. ''இருதயம் இருதயம் என்று பெருமை அடித்துக் கொண்டாயே, இப்போது அது எங்கே?'' என்றான்.

''இப்போது காலேஜ் ஆஸ்பத்திரியில் இருக்கிறது.''

''''போதுமடா, மகேன், நிறுத்து! இங்கே என்னுடன் நீ கேலியாகப் பேசுகிறாய். அங்கே ஆசா உன் வீட்டில் உள்ளும் புறமும் அழுது கொண்டு வளைய வருகிறாள்.''

ஆசா துயரத்தில் ஆழ்ந்திருக்கும் செய்தி மகேந்திரனுடைய உள்ளத்தைத் தாக்கியது. உலகத்தில் வேறு எவருக்கும் சுகதுக்கம் என்ற உணர்ச்சி இருப்பதாகவே அப்போது அவனுக்கு இருந்த மயக்கத்தில் தோன்றவில்லை. திடீரென்று திகைத்துப் போய் அவன், ''ஆசா ஏன் அழுகிறாள்?'' என்று கேட்டான்.

விஹாரிக்கு வெறுப்புத் தட்டியது. ''அது உனக்குத் தெரியாது; எனக்குத் தெரியும்'' என்றான்.

''நான் எல்லாம் அறிந்தவன் அல்ல. அதற்காக என்மேல் ஏன் கோபப்படுகிறாய்! என்னைப் படைத்தவன் மீதல்லவா உனக்குக் கோபம் வர வேண்டும்!''

விஹாரியின் ஆத்திரம் மகேந்திரனுக்கு வியப்பைத் தந்தது. விஹாரிக்கு இருதயம் என்று ஒன்று இல்லை என அவன் எண்ணியிருந்தான். 'இத்தனை பரிவு எங்கிருந்து அவனுக்கு வந்தது? விவாகம் ஆகாத கன்னிப் பெண் ஆசாவைக் கண்டது முதலாகவே இந்த மாறுதலா? பாவம், விஹாரி!' - இவ்வாறு எண்ணும் போது மகேந்திரன் வருந்தவில்லை. அது அவனுக்கு வேடிக்கையாகவே இருந்தது. ஆசாவின் மனம் எந்தப் பக்கம்

செல்கிறதென்று அவனுக்கு நன்றாகத் தெரியும். 'பிறர் வேண்டியும் கிடைக்காத செல்வம், தானாகவே வந்து என்னை அடைகிறது' என்று அவன் தனக்குள் பெருமைப்பட்டுக் கொண்டான்.

''சரி, வா; போகலாம். ஒரு வண்டியைக் கூப்பிடு'' என்றான் மகேந்திரன்.

21

மகேந்திரன் உள்ளே வந்ததும், அவனுடைய முகத்தைக் கண்ட ஆசாவின் மனத்தில் இருந்த ஐயம் யாவும் கண நேரத்தில் பனி போல் மறைந்தன. தான் எழுதிய கடிதத்தைப் பற்றி எண்ணம் வரவே, அவளால் அவன் எதிரே தலை தூக்கவும் முடியவில்லை. மகேந்திரன் வேறு அவளைக் கடிந்து கொண்டான். ''இவ்வளவு பழிகளை என் மேல் எப்படித்தான் சுமத்தி எழுதினாயோ?' என்று அவள் எழுதிய கடிதங்கள் மூன்றையும் சட்டைப் பையிலிருந்து எடுத்தான். ஆசா பரபரப்புடன், ''உங்கள் காலில் விழுகிறேன். அந்தக் கடிதங்களைக் கிழித்து விடுங்களேன்'' என்று அவனுடைய கையிலிருந்து அவற்றைப் பிடுங்க முயன்றாள். மகேந்திரன் அவளைத் தடுத்து நிறுத்திக் கடிதங்களைத் தன் சட்டைப் பையில் வைத்துக் கூறினான்: ''நான் கடமையின் பொருட்டாகச் சென்றேன். என் கருத்து உனக்குப் புரியவில்லையா! என்னையா சந்தேகித்தாய்?''

ஆசாவின் விழிகளில் நீர் துளித்தது. ''என்னை இந்த முறை மன்னித்து விடுங்கள். இனி இப்படி நடக்காது'' என்றாள்.

''நிச்சயமாகவா?''

''நிச்சயமாகத்தான்.''

மகேந்திரன் அவளை அருகில் இழுத்து அணைத்து முத்தமிட்டான். ''கடிதங்களைக் கொடுங்கள். கிழித்து விடுகிறேன்'' என்றாள் ஆசா.

''வேண்டாம்; இருக்கட்டும்.''

'எனக்கு இடும் தண்டனையாகத்தான் இவற்றை வைத்துக் கொண்டிருக்கிறார்' என்று நினைத்தாள் ஆசா.

இந்தக் கடிதங்கள் விஷயமாக ஆசாவுக்கு விநோதினியின் மேல் சற்றுக் கோபம். கணவன் வந்த சந்தோஷச் செய்தியைத் தோழியிடம் தெரிவிக்க அவள் போகவில்லை. அவளை ஒதுக்கியே சென்றாள். விநோதினியும் அதைக் கண்ணுற்று, வேலையைச் சாக்கிட்டு ஒரேயடியாக விலகினாள்.

'இதென்ன விந்தை! விநோதினியைப் புதுமையாகக் காணலாம் என்று எண்ணினேன். எதிரிடையாக இருக்கிறதே! அந்தக் கடிதங்களின் பொருள்தான் என்ன?' - இவ்வாறு எண்ணமிட்டது மகேந்திரனுடைய மனம்.

பெண உள்ளத்தின் புதிரை விடுவிக்க இனி முயலுவ தில்லை என்று மகேந்திரன் உறுதி பூண்டிருந்தான். 'விநோதினி அண்டி வந்தாலும் நான் விலகியே செல்வேன்' என்று அவன் திடமாக இருந்தான். 'இது சரியாக இல்லையே! நடக்கக் கூடாதது ஒன்று நடந்தாற் போல இருக்கிறதே! விநோதினியுடன் சாதாரணமாகக் கேலிப் பேச்சுக்கள் பேசிச் சந்தேகச் சூழ் நிலையை அகற்ற வேண்டும்' என்று அவன் தனக்குள் ஒரு தீர்மானத்துக்கு வந்தான்.

அவன் ஆசாவிடம், "ஏது! உன் தோழிக்கு நானே வேண்டாதவனாக ஆகி விட்டேன் போல் இருக்கிறதே! இப்போதெல்லாம் அவள் தரிசனமே கிடைப்பது அரிதாக இருக்கிறதே!" என்றான்.

ஆசா அலட்சியமாக, "அவளுக்கு என்னவோ, யாருக்குத் தெரியும்!" என்று பதில் அளித்தாள்.

ராஜலட்சுமி மீண்டும் கண்ணீரும் கம்பலையுமாக வந்து நின்றாள்: "விபினனின் பெண்டாட்டி ஊருக்குப் போகிறாளாம்!" என்றாள்.

மகேந்திரன் திகைப்பைச் சமாளித்து, "ஏன், அம்மா?" என்றான்.

"என்னவோ, அப்பா! இந்தத் தடவை ஊருக்குப் போகிறேன் என்று ஒற்றைக் காலில் நிற்கிறாள். எவரையும் கௌரவமாக நடத்த உனக்குத் தெரியாது. பிறத்தியார் வீட்டுப் பெண்! அவளை வீட்டு மனுஷி போல் கௌரவித்துப் பாராட்டாவிட்டால் எப்படி அவள் இங்கே இருப்பாள்?"

விநோதினி தன் படுக்கையறையில் படுக்கை உறை தைத்துக் கொண்டிருந்தாள். மகேந்திரன், "விநோதினி!" என்று அழைத்தபடி உள்ளே நுழைந்தான்.

விநோதினி நேராக உட்கார்ந்து, "என்ன, மகேந்திர பாபு!" என்றாள்.

"நாசமாய்ப் போயிற்று! மகேந்திரன் எப்போது பாபுவானான்!"

விநோதினி தையலிலிருந்து கண்ணை எடுக்காமல், "பின், எப்படிக் கூப்பிடுவது?" என்றாள்.

"உன் தோழியைக் கூப்பிடவில்லையா, அப்படித்தான்."

மற்ற சமயங்களில் போல், அன்று விநோதினி கேலியாகப் பதில் அளிக்கவில்லை. தன் கை வேலையிலேயே அவள் கருத்தாக இருந்தாள்.

"அது நிஜமான உறவாகி விட்டதாக்கும்! அதனால்தான் இன்று அது கேலியாகப் படவில்லை" என்றான் மகேந்திரன்.

விநோதினி தன் வேலையைச் சற்று நிறுத்தி ஒரு மூலையில் அதிகப்படியாக இருந்த நூலைப் பல்லினால் கடித்தெறிந்தாள். "எனக்கென்ன தெரியும்? உங்களுக்குத் தானே அது தெரி

யும்!'' என்றதும் உடனே மேற்கொண்டு பேச்சை வளர்த்தாமல் திரும்பினாள். ''திடீரென்று காலேஜிலிருந்து வந்து விட்டீர்களே!'' என்றாள்.

''பிணத்தை அறுப்பதைத்தான் எத்தனை நாளைக்குச் செய்ய முடியுமாம்!''

விநோதினி மீண்டும் பல்லினால் நூலைக் கடித்து அறுத்துக் கொண்டே, ''இப்போது உயிருள்ள ஒன்று தேவைப்படுகிறதா?'' என்றாள்.

விநோதினியுடன் சாதாரணமாகக் கேலிப் பேச்சுக்கள் பேசிப் பழையபடி பொழுது போக்க வேண்டுமென்ற உறுதியுடன் இருந்தான் மகேந்திரன். ஆனால், இப்படி அழுத்தமாக அவள் இருப்பது கண்டு சாதாரணமாகப் பேச எவ்வளவோ முயன்றும் அவனால் முடியவில்லை. விநோதினி இவ்வாறு தொலைவில் ஒதுங்குவது கண்டு மகேந்திரனுடைய உள்ளமும் அவள் பின்னாலேயே ஓடியது. இடையே இருந்த தடையை எவ்வாறாகிலும் அடியோடு ஒழிக்க அவன் விரும்பினான். விநோதினி கடைசியாக எய்த சொல்லம்புக்கு எதிராகக் கணை எய்யாமல் அவன் அவளருகில் வந்து உட்கார்ந்தான். ''எங்களை விட்டுச் செல்லக் காரணம் என்ன? ஏதாவது தவறு செய்தேனா?'' என்றான்.

விநோதினி சற்று நகர்ந்து தையல் வேலையிலிருந்து தலை நிமிர்ந்தாள். அவளுடைய மதர்த்த விழிகள் மகேந்திரனைக் கூர்ந்து நோக்கின. ''கடமை என்று எல்லாருக்கும் ஒன்று இருக்கிறதல்லவா! நீங்கள் எல்லாவற்றையும் விட்டு மாணவர் விடுதிக்குச் சென்றது எவராவது செய்த குற்றம் காரணமாகவா? நானுந்தான் போக வேண்டும்; எனக்கும் கடமைகள் இல்லையா?'' என்றாள் அவள்.

இதற்கு ஏற்ற மறுமொழி கூற அவனுக்கு ஒன்றும் தோன்றவில்லை. சற்று நேரம் பொறுத்து அவன், ''போகா விட்டால் நடக்காது என்று சொல்லும்படி அப்படி என்ன கடமைகளோ உனக்கு!'' என்றான்.

விநோதினி கவனமாக ஊசியின் காதிலே நூலைச் செலுத்தியவாறு, ''கடமை இருக்கிறதா, இல்லையா என்று என் மனசுக்குத்தான் தெரியும். உங்களுக்கு அந்தப் பட்டியலை என்னவென்று சொல்வது?'' என்றாள்.

மகேந்திரன் ஆழ்ந்த யோசனையுடன் தொலைவில் தெரிந்த தென்னை மரத்தையே சாளரத்தின் மூலம் பார்த்தவாறு கொஞ்ச நேரம் நின்றான். விநோதினி வாய் திறவாமல் தையல் வேலையில் ஆழ்ந்தாள். ஊசி விழுந்தால் கூடக் கேட்கும்படியான அமைதி அறையினுள் நிலவியது! வெகு நேரம் சென்ற பின்

சட்டென்று பேசினான் மகேந்திரன். எதிர்பாராமல் மோனம் கலையவும், விநோதினி திடுக்கிட்டாள். அவளுடைய விரலில் ஊசி தைத்தது.

''எவ்வளவு கெஞ்சினாலும், வேண்டினாலும் நீ தங்க மாட்டாய்!'' என்றான் மகேந்திரன்.

கையில் துளித்த ரத்தத்தை உறிஞ்சினாள் விநோதினி.

''ஏன், இத்தனைக் கெஞ்சலும் வேண்டுதலும் எதற்கு? நான் இருந்தாலும் சரி, இல்லாவிட்டாலும் சரி, இரண்டும் ஒன்றுதான். உங்களுக்கு அதனால் ஒன்றும் வந்து விடப் போவதில்லை'' — இவ்வாறு சொல்லும் போது விநோதினியின் குரல் கம்மியது. நன்றாகத் தலை குனிந்து தைப்பதில் முழுக் கவனத்தையும் செலுத்தினாள் அவள். அவளுடைய விழிகளின் ஓரத்தில் கண்ணீர் தேங்குவது போல தோன்றியது. மாசி மாதப் பிற்பகல் மாலையாக மங்கி வந்தது.

கணப் பொழுதில் மகேந்திரன் விநோதினியின் கைகளைப் பிடித்துக் கொண்டு கண்ணீர் தொண்டையையடைக்க, ''எனக்கு அதில் அக்கறை இருப்பதாக வைத்துக் கொள். அப்படியென்றால் தங்குவாயா?'' என்று கேட்டான்.

விநோதினி பரபரப்புடன் கையை விடுவித்துக் கொண்டு நகர்ந்தாள். மகேந்திரனுடைய திகைப்பும் அகன்றது. தான் சொன்ன சொல்லே அவனுடைய காதில் கேலிப் பேச்சாக எதிரொலித்தது. குற்றம் புரிந்த நாக்கை அவன் பற்களால் கடித்துக் கொண்டான். அதற்கப்புறம் அவன் வாயே திறக்கவில்லை.

இந்த வேளையில் மோனம் சூழ்ந்த அந்த அறையினுள் ஆசா நுழைந்தாள். விநோதினி உடனே முன் பேசிய பேச்சின் தொடர்ச்சியாகச் சிரிப்புடன் மகேந்திரனை நோக்கிச் சொன்னாள்: ''எனக்கு இத்தனை மதிப்புத் தருகிறீர்கள். ஆகவே, உங்கள் வார்த்தையைக் கேட்பது என் கடமை. நீங்களாக விடை கொடுக்கும் வரையில் நான் இருக்கிறேன்.''

கணவனுடைய முயற்சி பலித்தது கண்டு மலர்ச்சியுடன் ஆசா தோழியைத் தழுவிக் கொண்டாள். ''இதே தான் கடைசிப் பேச்சு. சரி, மூன்று தடவை சொல்; நாங்களாக விடை கொடுக்கும் வரையில், 'கிளம்ப மாட்டேன், மாட்டேன், மாட்டேன்' என்று சொல்'' என்றாள். அவ்வாறே விநோதினியும் மும்முறை கூறினாள். ''அடி தோழி! இருக்கத்தான் இருக்கிறாயே, அதற்கு இவ்வளவு தூரம் வேண்ட வேண்டுமா! கடைசியில் என் புருஷரிடம் தோற்று விட்டாயே!'' என்றாள் ஆசா.

விநோதினி சிரித்தாள்: ''நான் தோற்று விட்டேனா, உங்களைத் தோற்கடித்தேனா, சொல்லுங்கள்'' என்று அவள் மகேந்திரனைக் கேட்டாள்.

இவ்வளவு நேரமாக மகேந்திரன் திகைத்து நின்றிருந்தான். தன் தவறுதலே வீடெங்கும் நிறைந்திருப்பது போலவும், தன்னைச் சுற்றிக் கஷ்டமே சூழ்ந்திருப்பது போலவும் தோன்றியது அவனுக்கு. ஆசாவுடன் முகமலர்ந்து சகஜமாகப் பேசுவது எப்படி முடியும்! கண நேரத்தில் தான் செய்த பயங்கரமான தவறுதலை எப்படிச் சிரிப்பினால் மழுப்ப முடியும்! அத்தகைய மாய வித்தை அவனுக்குத் தெரியாது. அவன் நிதானமாக, ''நான்தான் தோல்வி அடைந்தவன்'' என்றதும் அறையிலிருந்து வெளியே சென்றான்.

சற்று நேரத்துக்கெல்லாம் அவன் மீண்டும் அறையினுள் நுழைந்து, ''என்னை மன்னித்து விடு'' என்றான்.

''நீங்கள் செய்த தவறு என்ன?'' என்றாள் விநோதினி.

''உன்னைப் பலவந்தமாக நிறுத்தி வைக்கும் உரிமை எங்களுக்கு இல்லை.''

விநோதினி சிரித்தாள். ''நீங்கள் பலவந்தம் செய்ததாக எனக்குத் தோன்றவில்லை; என் மேல் பரிவு கொண்டு நல்ல தனமாகச் சொன்னீர்கள். அதைப் பலவந்தம் என்று சொல்லலாமா? நீயே சொல்லேன், ஆசா; வலுவும் பரிவும் ஒன்றா குமா?'' என்றாள்.

''ஒருகாலும் ஆகாது'' என்று ஆசா முழு மனத்துடன் விநோதினிக்கு ஒத்துப் பாடினாள்.

''நான் தங்க வேண்டுமென்பது உங்கள் ஆசை. நான் போனால் உங்கள் மனம் நோகும். இது என் அதிருஷ்டமென்றே கருதுகிறேன். ஆசா, நீ என்ன சொல்லுகிறாய்! உலகத்தில் இப்படி ஒரு தோழர் கிடைப்பாரா? வருந்தும் போதும், களிக்கும் போதும் கூடவே உறுதுணையாக இருப்பது அதிருஷ்டவசமாகக் கிடைத்தால், அவரைத் துறந்து செல்ல நான் ஏன் ஆத்திரப்பட வேண்டும்?''

தன் புருஷன் குன்றிப் போய்ப் பதில் அளிக்காமல் நிற்பது ஆசாவுக்குச் சற்று வேதனை தந்தது. ''உன்னுடன் பேச யாரால் ஆகும்! என் புருஷர்தான் தோல்வியை ஒப்புக் கொண்டு விட்டாரே! போதும், உன் பேச்சு! கொஞ்சம் நிறுத்திக் கொள்'' என்றாள் அவள்.

மகேந்திரன் மறுபடியும் விரைவாக வெளியே சென்றான். அப்போது ராஜலட்சுமியுடன் சற்று உரையாடிக் கொண்டிருந்து விட்டு விஹாரி மகேந்திரனைத் தேடி வந்தான். கதவருகில் அவனைக் கண்டதும் மகேந்திரன், ''அப்பா விஹாரி, என்னைப் போல வஞ்சகன் உலகத்தில் கிடையாது!'' என்றான். அவன் குரலில் தொனித்த தீவிரம் அறையிலும் ஒலித்தது.

உள்ளிருந்து அழைப்பு வந்தது: ''விஹாரி பாபு!''

''கொஞ்சம் பொறுத்து வருகிறேன், விநோதினி மன்னி!'' என்றான் விஹாரி.

''கொஞ்சம் கேட்டு விட்டுத்தான் போங்களேன்'' என்றாள் விநோதினி.

விஹாரி உள்ளே நுழைந்ததுமே ஆசாவின் பக்கம் ஒரு கணம் பார்த்துக் கொண்டான். முக்காட்டில் ஆசாவின் முகம் ஓரளவு தெரிந்தது. அங்கு வேதனையோ கவலையோ எதன் அடையாளமும் தென்படவில்லை. ஆசா எழுந்து செல்ல முயன்றபோது, விநோதினி அவளைக் கெட்டியாகப் பிடித்துக் கொண்டாள்: ''அது சரி, விஹாரி பாபு! உங்களுக்கும் ஆசாவுக்கும் இடையே நானா? உங்களைக் கண்டதுமே ஏன் ஓட்டம் பிடிக்கிறாள்?'' என்றாள்.

ஆசா கூச்சத்துடன் விநோதினியைத் தட்டினாள்.

விஹாரி சிரித்தான்: ''ஒரு வேளை கடவுள் என்னை அவ்வளவு அழகனாகப் படைக்கவில்லை என்பதனால் இருக்கலாம்'' என்றான்.

''பார்த்தாயாடி! எவ்வளவு தந்திரமாகப் பேசுகிறார்! உன்னைக் குறை சொல்லாமல் பழியைக் கடவுளின் மேல் போடுகிறார். லட்சுமணர் போல் ஒரு குணசாலியான மைத்துனர் கிடைத்தும் அவரைப் போற்றத் தெரியவில்லையே; மிகவும் துரதிருஷ்டசாலியடி நீ!''

''அதைக் கண்டு நீ இரக்கம் கொள்கிறாய் என்றால் நான் வேண்டாம் என்றா சொல்லப் போகிறேன்!''

''பரந்த கடல் கிடந்த போதிலும், சாதகப் பறவையின் தாகம் மழைத் துளியைப் பருகாமல் தணிகிறதா?''

ஆசா பலவந்தமாகத் தன் கைகளை விடுவித்துக் கொண்டு வெளியே சென்றாள். விஹாரியும் புறப்பட்டான். விநோதினி, ''மகேந்திர பாபுவுக்கு என்ன? உங்களுக்குத் தெரியுமா?'' என்று கேட்டாள்.

இதைக் கேட்டதும் விஹாரி திடுக்கிட்டுத் திரும்பினான். ''எனக்கு ஒன்றும் தெரியாதே! ஏதாவது நடந்ததா என்ன?'' என்றான்.

''எனக்கு என்னவோ நல்லதாகப் படவில்லை'' என்றாள் விநோதினி. விஹாரி ஆவலும் கவலையும் தோய்ந்த முகத்துடன் நாற்காலியில் உட்கார்ந்தான்.

விநோதினி விவரமாகச் சொல்லுவாள் என்று ஆவலுடன் அவளுடைய முகத்தையே நோக்கினான். விநோதினி ஒன்றும் பேசாமல் தையல் வேலையில் கருத்தைச் செலுத்தினாள்.

கொஞ்ச நேரம் காத்திருந்த பின் விஹாரி, ''மகேன் அண்ணா விஷயமாக ஏதாவது கவனித்தாயா?'' என்றான்.

விநோதினி சகஜமாகப் பதில் சொன்னாள். "என்னமோ, எனக்கு நல்லதென்று படவில்லை. தோழியைப் பற்றித்தான் எனக்குக் கவலையாக இருக்கிறது" என்றதும் அவள் பெரு மூச்சுடன் சவுக்கத்தைக் கீழே வைத்து விட்டு எழுந்து செல்லக் கிளம்பினாள்.

விஹாரி பரபரப்புடன், "உட்கார், மன்னி!" என்றான்.

விநோதினி அறையின் கதவு, சாளரங்களை எல்லாம் நன்றாகத் திறந்து விட்டு, மண்ணெண்ணெய் விளக்கின் திரியைத் தூண்டினாள். பிறகு படுக்கையின் ஓரமாகச் சவுக்கம் பின்ன எடுத்துக் கொண்டு உட்கார்ந்தாள். "நான் என்னவோ இங்கேயே இருந்து விட முடியாது. நான் போய் விட்டால் என் தோழியைக் கொஞ்சம் கவனித்துக் கொள்ளுங்கள். அவள் கவலைப்படக் கூடாது" என்றதும் பொங்கி எழுந்த இதயத்தின் பொருமலை அடக்கத் தன் முகத்தை வேறு புறம் திருப்பிக் கொண்டாள் விநோதினி.

"மன்னி, நீ இருந்தே ஆக வேண்டும். உனக்கோ சொந்த மனிதர் என்று சொல்லிக் கொள்ள யாருமில்லை. இந்த அப்பாவிப் பெண்ணைச் சுக துக்கங்களில் காப்பாற்றும் பொறுப்பை நீ ஏற்றுக் கொள். நீ இவளை விட்டுப் போனால், எனக்கும் வேறு வழி எதுவும் தெரியவில்லையே!" என்றான் விஹாரி.

"உங்களுக்கு உலகத்தின் போக்கு நன்றாகத் தெரியும். இங்கேயே எப்போதும் இருப்பது முடியுமா! நாலு பேர் என்ன சொல்லுவார்கள்!"

"ஊரார் என்ன வேண்டுமானாலும் சொல்லிக் கொள்ளட் டுமே! நீ அதைக் காதில் போட்டுக் கொள்ளாதே! நீ தெய்வப் பிறவி. இந்த அபலையை உலகத்தின் கடுமையான தாக்குதல்களி லிருந்து காப்பாற்றுவது உனக்கு ஏற்ற காரியம். நானுங்கூட முதலில் குறுகிய மனம் படைத்த அற்பர்களைப் போல் உன்னைப் பற்றித் தவறான எண்ணம் கொண்டிருந்தவன்தான். ஒரு தடவை ஆசாவின் சுக வாழ்வைக் கண்டு உனக்குப் பொறாமை என்றுகூட எண்ணியவன்தான். இன்னும்... கிடக்கிறது. அதை யெல்லாம் எடுத்துச் சொல்லுவதுங்கூடப் பாவம். அப்புறந்தான் உன் உள்ளத்தின் பெருந்தன்மையை என்னால் உணர முடிந்தது; உன்னிடம் எனக்கு இன்று அதிகமாகப் பக்தி பிறந்திருக்கிறது. அதனால்தான் என் குற்றங்களை வெளிப்படையாகக் கூறாமல் இருக்க என்னால் முடியவில்லை."

விநோதினிக்கு மெய் சிலிர்ப்பு எழுந்தது. இதெல்லாம் அவள் நடிப்புத்தான் என்றாலும், விஹாரி பணிவுடன் அளித்த அந்தக் கௌரவத்தைப் பொய்யென்று தள்ள அவளால் முடிய வில்லை. இவ்வாறு அவளுக்கு எவரும் பெருமை தர முன்

வந்ததில்லை. ஒரு கணம் உண்மையாகவே தான் தூய்மையும் உயர்வும் பெற்றவளென்று கூட அவளுக்குத் தோன்றியது. ஆசா வின் மேல் ஒரு பரிவு மூண்டு அவள் கண்களில் நீரும் வடிந் தது. அதை அவள் மறைக்கவில்லை. அந்தக் கண்ணீர்ப் பெருக்கு, 'நாம் உயர்வை எய்தி விட்டோம்' என்ற மயக்கத்தை அவளுக்குத் தந்தது.

விநோதினியின் கண்களில் உதிரும் நீர் முத்துக்களைக் கண்ட விஹாரி தன் கண்ணீரை அடக்கிக் கொள்ள மகேந்திர னின் அறைக்குச் சென்றான். மகேந்திரன் திடீரென்று, 'நான் வஞ்சகன்' என்று சொல்லிக் கொள்ளக் காரணம் என்ன? விஹாரி க்கு அதன் பொருள் விளங்கவில்லை. அறைக்குள் மகேந்திரன் இல்லை. அவன் வெளியே உலாவச் சென்று விட்டதாக வேலை யாள் தெரிவித்தான். முன்பெல்லாம் அவசியம் இராவிட்டால் மகேந்திரன் வெளியே கிளம்பவே மாட்டான். பழக்கமான மனிதர், பழகிய வீடு இவற்றுக்கு வெளியே எதுவும் அவ னுக்குப் பிடிக்காது. அவை அவனுக்குச் சோர்வையும் எரிச்சலை யுமே தரும். விஹாரி தீவிரமாக யோசனை செய்தவாறு மெல்லத் தன் வீட்டுக்குச் சென்றான்.

விநோதினி ஆசாவைத் தன் படுக்கை அறைக்கு அழைத்து வந்து கண்ணீர் ததும்ப அவளை அணைத்துக் கொண்டு, ''அடி! நான் மிகவும் துரதிருஷ்டசாலி! முற்றும் அவலட்சணமானவள்'' என்றாள். ஆசா வேதனையுடன் அவளைக் கைகளால் தழுவி, ''ஏன் அப்படிச் சொல்கிறாய்?'' என்ற போது அவள் குரலில் பாசம் ததும்பியது.

விநோதினி ஆசாவின் மார்பில் முகம் புதைத்துக் குழந்தை போல் விம்மி, ''நான் போகும் இடங்களில் எல்லாம் கெட்ட தாகவே முடிகிறது. என்னை விட்டு விடடி! எங்காவது காட்டுக்கு ஓடி விடுகிறேன்'' என்றாள்.

ஆசா, விநோதினியின் மோவாயைத் தொட்டு அவள் முகத்தை நிமிர்த்தினாள். ''என் கண்ணோ இல்லையோ? அப்படி யெல்லாம் பேசாதே! உன்னைப் பிரிந்து என்னால் இருக்க முடியாது. என்னை விட்டுச் செல்லும் எண்ணம் உனக்கு இன்று வரக் காரணம் என்ன?'' என்றாள்.

மகேந்திரனைக் காணாமல் விஹாரி மீண்டும் ஏதாவது சாக்கிட்டு விநோதினியின் அறைக்கு வந்தான்; மகேந்திரன், ஆசா இவர்களுக்கு இடையே உண்டான சிக்கலைப் பற்றிச் சற்றுத் தெளிவாகக் கேட்க வேண்டுமென்றே அங்கு வந்தான்.

மறுநாள் காலை மகேந்திரனைத் தன் வீட்டுக்குச் சாப்பிட வரச் சொல்லும்படி விநோதினியைக் கேட்கும் விஷயமாக அவன் அங்கே வந்தான். ''விநோத் மன்னி!'' என்று அழைத்தவன்

மண்ணெண்ணெய் விளக்கின் ஒளியில் கண்ணீரும் கம்பலையு மாகத் தழுவிக் கொண்டு நிற்கும் தோழியரைக் கண்டதும் திகைத்து நின்றான். 'விஹாரி ஏதாவது விநோதினியைப் பழித் திருப்பார். அதனால்தான் அவள் போகிறேனென்கிறாள்' என்று ஆசாவுக்குத் தோன்றியது. 'விஹாரி பாபு செய்தது மிகவும் அநியாயம். அவர் மனத்தில் நல்லெண்ணமே சிறிதும் இல்லை' என்று நினைத்தவாறு ஆசா வெளியே வந்தாள். அவளுக்கு வெறுப்பாக இருந்தது. விஹாரியும் விநோதினியின் மேல் பின்னும் பக்தியுடன் வெளிவந்தான்.

அன்றிரவு மகேந்திரன் ஆசாவிடம், ''சுனி! நான் நாளைக் காலைப் பாஸஞ்சர் வண்டியில் காசிக்குப் போகிறேன்'' என்றான்.

ஆசாவுக்கு மார்பு திக்கென்றது. ''ஏன்?'' என்று கேட்டாள் அவள்.

''சின்னம்மாவைப் பார்த்து வெகு நாள் ஆகிறது'' என்றான் மகேந்திரன்.

இதைக் கேட்டதும் ஆசாவுக்குக் கூச்சம் மண்டியது. இந்த எண்ணம் அவளுக்கு அல்லவா முதலில் தோன்றியிருக்க வேண் டும்! தன் சுக துக்கங்களில் மூழ்கி அன்புருவமான பெரியம் மாவை அவள் மறந்தாள். மகேந்திரனோ ஊரை விட்டுச் சென்ற அந்தத் துறவியை மனத்தில் வைத்துக் கொண்டிருந்தான். தான் மிகவும் கல் நெஞ்சம் படைத்தவள் என்றே அவளுக்குத் தோன்றியது.

''என் கையில் அவள் தன் குடும்பத்தின் ஒரே அன்புச் செல்வத்தைத் தந்து விட்டுச் சென்றாள். அவளை ஒரு முறை பாராமல் என்னால் நிம்மதியாக இருக்கவே முடியாது'' என்று சொல்லும் போது மகேந்திரனுக்கு நெஞ்சு அடைத்தது. அன் போடு ஆசியும், நல்வாழ்த்தும் அளிப்பது போல் அவன் கம் மென்று வலது கையினால் ஆசாவின் தலையையும் நெற்றியை யும் மெல்லத் தடவினான். எதிர்பாராமல் பொங்கிய இந்த அன்புப் பெருக்கின் முழுப் பொருளும் ஆசாவுக்குப் புரிய வில்லை. அவள் இருதயம் மட்டும் உருகி, கண்ணீராக வடிந்தது. அன்று அந்திப் பொழுதில் விநோதினி பரிவாக அவனிடம் சொன்னதும் ஆசாவுக்கு நினைவு வந்தது. இருவரிடையேயும் எங்கேயோ ஏதோ தொடர்பு இருப்பதாகவே அவளுக்குத் தோன்றவில்லை. தன் வாழ்வில் ஏதோ ஒன்றின் அறிகுறிதாம் இவை எல்லாம் என்பது மட்டும் அவளுக்குத் தெரிந்தது. அந்த மாறுதல் நல்லதோ, கெட்டதோ, யாருக்குத் தெரியும்?

அச்சமும் வேதனையும் கலந்து அவள் மகேந்திரனை அணைத்துக் கொண்டாள். காரணமின்றி அவள் உள்ளத்தில்

எழுந்த பயத்தை மகேந்திரனால் உணர்ந்து கொள்ள முடிந்தது. ''சுனி! அன்பே உருவான உன் பெரியம்மாவின் ஆசி உனக்கு அளவின்றி இருக்கிறது. உனக்குப் பயமே இல்லை. உனக்கு யாதொரு பயமும் இல்லை. நீ நன்றாக இருக்க வேண்டு மென்றே அவள் எல்லாவற்றையும் துறந்து சென்றாள். உனக்கு எந்தவிதமான தீங்கும் நேராது'' என்றான் அவன்.

ஆசா உறுதியுடன் தன் அச்சத்தை விலக்கித் தன் கணவ னின் ஆசியைக் குறைவற்ற கவசம் என்று ஏற்றுக் கொண்டாள். அவளுடைய உள்ளம் பெரியம்மாவைப் பன்முறை வணங்கி, பாத தூளியை ஏற்றுக் கொண்டது. 'அம்மா! உன் ஆசி என் புருஷரை என்றென்றும் காப்பாற்றட்டும்' என்று மனப்பூர்வமாக அவள் வேண்டிக் கொண்டாள்.

மறுநாள் மகேந்திரன் விநோதினியிடம் ஒன்றும் சொல் லாமல் கிளம்பிச் சென்றான். விநோதினி தனக்குள், ''தான் செய்தது தவறாக இருக்க என்மேல் என்ன கோபமோ! இத் தகைய நல்ல மனிதரை நான் கண்டதே இல்லை. இதெல்லாம் எத்தனை நாட்கள்தான் நீடிக்கும் பார்க்கலாம்'' என்று சொல்லிக் கொண்டாள்.

22

உலகைத் துறந்து வந்த அன்னபூரணிக்கு மகேந்திரனைக் கண்டதும் களிப்பும் அன்பும் ஒரு புறம் இருக்க, மீண்டும் ஆசாவுக்காகத் தாயுடன் ஏதோ சச்சரவு மூளவே, தன்னிடம் குறை கூறி ஆறுதல் பெற வந்திருக்கிறானோ என்ற பயம் மற்றொரு பக்கம் மூண்டது. குழந்தைப் பருவம் முதலே ஏதாவது சங்கடமோ, கவலையோ மூண்டால் சித்தியிடந்தான் ஓடி வருவான். யார் மீதாவது அவனுக்குக் கோபம் என்றால் அவள் அதைப் போக்குவாள். ஏதாவது மன வருத்தம் என்றால், அதை எளிதில் பொறுத்துக் கொள்ளப் புத்தி கூறுவாள். ஆனால், கல்யாணமான பிறகு மகேந்திரனுடைய வாழ்வில் மூண்ட சிக்கலுக்குப் பரிகாரம் கிடக்கட்டும், ஆறுதல்கூட அவளால் சொல்ல முடியவில்லை. அது விஷயமாக எந்த விதத்தில் சொன்னாலும், வீட்டில் கலகம் இரு மடங்காகும் என்று அவளுக்குத் தெரிந்து விடவே, தானே குடும்பச் சுழலிலிருந்து விலகிக் கொண்டாள். நோயாளிக் குழந்தை தண்ணீர் கேட்டு அழுகிறது. வைத்தியரோ தண்ணீர் தரக் கூடாது என்று பத்தியம் வைத்திருக்கிறார். மன வாட் டத்துடன் தாய் ஒன்றும் செய்ய இயலாமல் வேறு அறைக்குச் சென்று விடுவதில்லையா? அதே போல் அன்னபூரணியும் ஊரை விட்டுக் கிளம்பி வந்தாள். தொலைவில் தூய்மை வாய்ந்த திவ்வியத் தலத்தில் தெய்வப் பற்றுதலிலும் தினப்படி அனுஷ் டானங்களிலும் மூழ்கி அவள் குடும்பத்தை ஓரளவு மறந்தும்

இருந்தாள். அந்தப் பழைய பகைமையை எல்லாம் கிளப்பி மறைந்து கிடக்கும் புண்ணைக் கிளறிவிடத்தான் மகேந்திரன் வந்திருக்கிறானோ என்று பயந்தாள் அன்னபூரணி.

மகேந்திரன் ஆசாவைப் பற்றியோ, தன் தாயைப் பற்றியோ எந்த விதமான பேச்சும் எடுக்கவில்லை. ஆகவே, அன்னபூரணி யின் கவலை இன்னொரு விதமாகச் சென்றது. 'ஆசாவை விட்டுக் காலேஜுக்கும் போகாத மகேந்திரன் இன்று நம்மைத் தேடிக் கொண்டு காசிக்கு வரக் காரணம் என்ன? ஆசாவின் மேல் அவனுக்கு இருந்த பற்றுதல் தளர்ந்து விட்டதா' என்று எண்ணினாள்.

அவள் கவலையுடன், ''ஏனப்பா, மகேன், சுனி எப்படி இருக்கிறாள்! உண்மையைச் சொல்ல வேண்டும். இரா விட்டால் என் தலையைத் தின்றாப் போல்!'' என்றாள்.

''அவள் சுகமாகத்தான் இருக்கிறாள், சின்னம்மா.''

''இப்போதெல்லாம் அவள் என்ன செய்கிறாள்? அப்படியேதான் குழந்தைகளாக இருக்கிறீர்களா, இல்லை வீட்டு விஷயங்களில் ஏதாவது அக்கறை பிறந்ததா?''

''சிறுபிள்ளைத்தனம் போய் விட்டது. எல்லாவற்றுக்கும் முதல் காரணமான பாடப் புத்தகம் போன சுவடே தெரிய வில்லை. நீ இருந்தால் பார்த்து மகிழ்ந்திருக்கலாம். படிப்பை எவ்வளவு தூரம் பெண்கள் அவமதிக்கலாமோ அவ்வளவு தூரம் சுனி மனப்பூர்வமாகக் கடைப்பிடித்து விட்டாள்.''

''மகேன், விஹாரி என்ன செய்கிறான்?''

''தன் வேலையைத் தவிர வேறு எல்லாம் செய்கிறான். திவானும், குமாஸ்தாவும் வீட்டையும் சொத்தையும் கவனித்துக் கொள்கிறார்கள். எப்படிக் கவனிக்கிறார்களோ எனக்குத் தெரி யாது. எப்போதுமே விஹாரி இப்படித்தான். தன் வேலையைப் பிறர் பார்த்துக் கொள்ள, இவன் பிறத்தியாருடைய வேலைகளைக் கவனிக்கிறான்.''

''அவன் கல்யாணமே செய்து கொள்ளப் போவதில் லையா, மகேன்?''

மகேந்திரன் சற்று சிரித்தான். ''அவன் அது விஷயமாக முயற்சி செய்ததாக எனக்குத் தெரியவில்லையே!'' என்றான்.

இதைக் கேட்டதும் அன்னபூரணியின் உள்ளத்தை ஏதோ தாக்கியது. அவளுக்குத் தெரியும்; தன் தங்கைப் பெண்ணைப் பார்த்தவன் ஆவலுடன் மணம் செய்து கொள்ளத்தான் முன்வந் தான். ஆனால், அந்த ஆவல் எதிர்பாராத விதமாக அநியாய மாகச் சிதைவுற்றது. முன் ஒரு நாள் விஹாரி, ''சின்னம்மா! நீ இனி என்னை விவாகம் செய்து கொள்ள வற்புறுத்தாதே!'' என் றான். அன்று பிணக்குடன் அவன் சொன்னது இப்போதும்

அன்னபூரணியின் செவியில் தொனித்தது. அன்புடன் அண்டி நின்ற விஹாரியை மனமுடைந்த நிலையில் விட்டு விட்டு வந்து விட்டாள் அவள். ஒரு வித ஆறுதலும் சொல்ல முடியவில்லை, அன்னபூரணியினால். மிகவும் கவலையும் பயமும் மூள அவள், 'இன்னும் ஆசாவின் மேல் விஹாரியின் மனம் ஊன்றியிருக் கிறதோ!' என்று எண்ணினாள்.

மகேந்திரன் கேலியாகவும் சில சமயங்களில் சற்று ஆழ்ந் தும் தங்கள் வீட்டைப் பற்றிய செய்திகள் எல்லாவற்றையும் தெரிவித்தான். ஆனால், விநோதினியின் பெயரைக் கூட எடுக்க வில்லை.

காலேஜ் திறந்திருக்கவே, அவன் அதிக நாட்கள் காசியில் இருக்க முடியாது. ஆனால், நீண்ட காலம் நோய்வாய்ப்பட் டிருந்த பின் ஆரோக்கியமான சூழ்நிலையில் சென்று இருப்பது உடலுக்கு எவ்வளவு தெம்பைத் தருமோ, அத்தகைய அமைதி காசியில் அன்னபூரணியிடம் கிட்டியது. ஆகவே, நாட்கள் தம் பாட்டில் சென்றன. தன் மேலேயே அவனுக்குத் தோன்றியிருந்த கோபம் மெல்ல அகன்றது. தான் உண்டு, தன் பூஜை உண்டு என்றிருந்த அன்னபூரணியின் அன்பு முகத்தெதிரே எப்போதும் இருந்ததால் மகேந்திரனுக்குக் குடும்பத்தின் கடமைகளை ஏற்று நடத்துவது மிகச் சகஜமாகப் பட்டது. அதிலும், ஒரு நிம்மதி யைக் காண முடியவே, முன்பு அதனால் மூண்ட ஓர் அச்சத்தை எண்ணி அவனுக்குச் சிரிப்பாக வந்தது. விநோதினி தனக்கு எம் முறையினளும் இல்லை என்று தோன்றியது. அவளுடைய முகமும் அவனுக்கு மனத்தில் தெளிவாக நினைவு இல்லை. தனக்குள் உறுதியாகவே, ''ஆசாவை என் இதயத்திலிருந்து சிறிதளவும் அகற்றி அங்கு உட்காரக் கூடிய ஆள் எவரும் இல்லை!'' என்று சொல்லிக் கொண்டான்.

''சின்னம்மா, எனக்குக் காலேஜ் படிப்பு வீணாகிறது. நான் வருகிறேன். குடும்பச் சூழலைத் துறந்து இங்கே வந்து விட்டாய் என்றாலும், நடுநடுவே உன் பாதத் தூளை எடுத்துச் செல்ல வாவது அனுமதி கொடு'' என்றான் மகேந்திரன்.

மகேந்திரன் வீட்டுக்கு வந்ததும் ஆசாவிடம் அவள் பெரியம்மா அன்பளிப்பாகத் தந்த குங்குமச் சிமிழ், சலவைக் கல்லால் ஆன செம்பு ஒன்று இரண்டையும் கொடுத்தான். ஆசா வின் விழிகள் அவைகளைப் பெறும் போது நீரை உகுத்தன. பெரியம்மாவின் அன்பும் பொறுமையும், தானும் தன் மாமியாரு மாக அவளைப் படாத பாடுகள் செய்ததும் நினைவு வர, அவள் உள்ளம் மிகவும் வேதனைப்பட்டது. ''எனக்குப் பெரியம்மாவைப் பார்த்து, அவளை வணங்கி, மன்னிப்புக் கேட்டுக் கொள்ள வேண்டும் என்றிருக்கிறது. எப்படியாவது அது நடக்குமா?'' என்று அவள் தன் புருஷனைக் கேட்டாள்.

மகேந்திரனுக்கு ஆசாவின் மன வேதனை புரிந்தது. அவள் சில நாட்கள் காசியில் பெரியம்மாவிடம் போய் இருப்பதிலும் அவனுக்குச் சம்மதந்தான். ஆனால், மீண்டும் படிப்பைக் கெடுத்துக் கொண்டு ஆசாவைக் காசிக்கு அழைத்துச் செல்ல அவன் தயங்கினான்.

''பெரியப்பா வீட்டில் இன்னும் கொஞ்சம் நாளில் காசிக்குப் போகிறார்கள்; அவர்களுடன் போனால் தவறில்லையே?'' என்றாள் ஆசா.

மகேந்திரன் ராஜலட்சுமியிடம் சென்று, ''அம்மா, ஆசா சின்னம்மாவைப் பார்க்கக் காசிக்குப் போய் வருகிறேன் என்கிறாள்'' என்றான்.

ராஜலட்சுமி, ''அப்படியென்றால் அவசியம் போக வேண்டியதுதான்! நீயே கொண்டு விட்டு வாயேன், உன் பெண்டாட்டியை!'' என்று குத்தலாகச் சொன்னாள்.

மகேந்திரன் மீண்டும் அன்னபூரணியிடம் செல்லத் தொடங்கியது ராஜலட்சுமிக்குப் பிடிக்கவில்லை. மருமகளும் போகிறாள் என்றதும் உள்ளூறப் பின்னும் வெறுப்படைந்தாள்.

''எனக்குக் காலேஜ் இருக்கிறது. என்னால் போக முடியாது. அவள் தன் பெரியப்பாவுடன் போகிறாள்.''

''சரி; பெரியப்பா வீட்டார் பெரிய மனிதர்கள். நம்மைப் போல் ஏழைகளின் நிழலைக் கூட மிதிக்க மாட்டார்கள்! அவர்களுடன் போவது என்றால் பெருமைப்பட வேண்டிய விஷயந்தானே!''

தாய் இவ்வாறு மேன்மேலும் குத்திச் சொல்வது கேட்டு மகேந்திரனுடைய மனம் கல்லாகியது. அவன் பதில் ஒன்றும் சொல்லாமல் ஆசாவைக் காசிக்கு அனுப்புவது என்ற உறுதியுடன் சென்றான்.

விஹாரி ராஜலட்சுமியைப் பார்க்க வந்த போது அவள், ''அடே விஹாரி, என் மருமகள் காசிக்குப் போகிறாளாமடா!'' என்றாள்.

''என்ன அம்மா திரும்பவும் படிப்பைக் கெடுத்துக் கொண்டு மகேன் அண்ணா காசிக்குப் போகிறானா!''

''இல்லை, இல்லை! மகேன் ஏன் போகிறான்! அப்படியிருந்தால் துரைசானியம்மாவுக்கு என்ன மகிமை! மகேன் இங்கே இருப்பான்; அவன் பெண்டாட்டி பெரியப்பாவுடன் போகிறாள். எல்லாரும் துரை துரைசானிமார்கள் ஆகி விட்டார்கள்.''

விஹாரியின் உள்ளம் பரபரப்படைந்தது. துரைசானிமார்களைப் பற்றி அல்ல. என்ன நடந்தது? மகேந்திரன் காசிக்குப் போன போது ஆசா இங்கேதான் இருந்தாள். அவன் திரும்பியதும் ஆசா போகிறாள்! அவர்களிடையே என்ன நடந்தது?

இப்படி இன்னும் எத்தனை காலம் நடக்கும்! 'நண்பனாக இருக்கும் நான், இதற்கு ஒரு பரிகாரம் செய்ய முடியாதா என்ன? தொலைவிலேயே நிற்கவா வேண்டும்?' என்று எண்ணினான் அவன்.

தாய் நடந்து கொண்ட விதத்தைப் பார்த்து மனம் குன்றி மகேந்திரன் தன் படுக்கையறையில் உட்கார்ந்திருந்தான். விநோதினி இதற்கிடையே அவனைப் பார்க்கவே இல்லை. ஆசா அவளைப் பக்கத்து அறையிலிருந்து மகேந்திரனிடம் அழைத்து வர மன்றாடிக் கொண்டிருந்தாள்.

இந்தச் சமயம் விஹாரி மகேந்திரனிடம் வந்தான். "ஆசா மன்னி காசிக்குச் செல்வது நிச்சயமாகி விட்டதா!" என்றான்.

"ஏன் ஆகாது! தடை என்ன இருக்கிறது?"

"தடையைப் பற்றி யார் சொன்னது? ஆனால், திடீரென்று உனக்கு இந்தக் கோணல் புத்தி வரக் காரணம் என்ன?"

"பெரியம்மாவைப் பார்க்க அவளுக்கு ஆசை. மனிதர்கள் என்றால் தொலைவில் இருக்கும் உறவினரைக் காணும் ஆவல் இராதா?"

"நீயும் கூடப் போகிறாயா?"

இப்படி விஹாரி கேட்டதும், மகேந்திரன், பெரியப்பாவுடன் ஆசாவை அனுப்புவது சரியல்ல என்று வாதாடத்தான் விஹாரி வந்திருக்கிறான் என்று எண்ணினான். அதிகமாகப் பேசினால் கோபம் பொங்கி வரும் என்று அவன் சுருக்கமாக, "இல்லை" என்றான்.

விஹாரிக்கு அவனை நன்றாகத் தெரியும். மகேந்திரனுக்குக் கோபம் வந்து விட்டது என்று அவன் புரிந்து கொண்டான். மகேன் ஒன்று தீர்மானித்தால் அதை அசைக்கவே முடியாது என்று விஹாரி அறிவான். அதனால் மீண்டும் அந்தப் பேச்சை அவன் எடுக்கவில்லை. 'பாவம், ஏதாவது மன வேதனையுடன் போகிறாள் என்றால், விநோதினியும் கூடப் போனால் ஓரளவு ஆறுதலாகவாவது இருக்கும்' என்று அவன் எண்ணினான். அதனால் மெல்ல, "விநோதினி மன்னியும் அவளுடன் கூடச் சென்றால் நல்லதல்லவா?" என்றான்.

மகேந்திரன் உரத்த குரலில், "விஹாரி, உன் மனத்தில் என்னதான் இருக்கிறது? தெளிவாகச் சொல்லி விடு! என்னுடன் புதிர் வைத்துப் பேச வேண்டிய அவசியமே இல்லை. எனக்கு விநோதினியின் மேல் ஆசை என்று உனக்குச் சந்தேகம். அது பொய். எனக்கு அவள் மேல் ஆசை இல்லை. என்னைக் காப்பாற்ற நீ பாரா கொடுக்க வேண்டிய தேவையே இல்லை. நீ உன்னைக் காத்துக் கொள். நட்பு உனக்கு உண்மையாகவே இருந்தால், பல நாட்களுக்கு முன்பே என்னிடம் உன் மனத்தில் இருப்

பதைச் சொல்லி விட்டு என் அந்தப்புரத்திற்கே வராமல் இருந் திருப்பாய். உன் முகத்தின் எதிரிலேயே நான் பச்சையாகச் சொல் கிறேன். உம்... உனக்கு ஆசாவின் மேல் ஆசை உண்டு'' என்றான்.

மிகவும் புண்பட்ட இடத்தை இரு கால்களாலும் மிதித் தால் தாக்குண்டவன் கண நேரங்கூட யோசிக்காமல் மிதித்த வனைப் பலத்தோடு தள்ள முயலுவது போல் விஹாரியும் வெளுத்த முகத்துடன் நாற்காலியை விட்டு எழுந்து மகேந் திரனை நோக்கி ஓடினான். பின்னர் சட்டென்று நின்று மிகவும் பிரயாசையுடன், "தெய்வம் உன்னை மன்னிக்கட்டும், நான் வரு கிறேன்" என்று தள்ளாடியவாறு வெளியே சென்றான்.

பக்கத்து அறையிலிருந்து விநோதினி ஓட்டமாக வந்தாள். "விஹாரி பாபு!" என்றாள்.

விஹாரி சுவரில் ஊன்றி நின்று சிரிக்க முயன்றான். "என்ன மன்னி!" என்றான்.

"விஹாரி பாபு, நானும் தோழியுடன் காசிக்குப் போகிறேன்."

"இல்லை, மன்னி! அது கூடாது. உன்னை வேண்டிக் கொள்கிறேன். என் பேச்சைக் கேட்டுக் கொண்டு நீ எதையும் செய்ய வேண்டாம். இங்கு நான் யார்? எதிலும் நான் கை வைக்க விரும்பவில்லை. அது நல்லதாக முடியாது. நீ தெய்வம். உனக்கு எது சரியென்று தோன்றுகிறதோ அதைச் செய். நான் போகிறேன்" என்று விஹாரி விநோதினியைப் பணிவுடன் வணங்கினான். "நான் தெய்வமல்ல, விஹாரி பாபு! கேட்டுக் கொள்ளுங்கள்; நீங்கள் போய் விடுவது எவருக்கும் நல்லதல்ல. அப்புறம் என்னைக் குறை சொல்லாதீர்கள்!" என்றாள் விநோதினி.

விஹாரி போய் விட்டான். மகேந்திரனும் திகைத்து உட்கார்ந்திருந்தான். விநோதினி சுடர் விடும் மின்னல் போல் அவனை ஒரு முறை கடுமையாகப் பார்த்து விட்டுப் பக்கத்து அறையினுள் சென்றாள். அங்கு ஆசா, கூச்சமும் வேதனையும் கலந்து வாட்டத் தவித்துக் கொண்டிருந்தாள். விஹாரி தன்னைக் காதலிக்கிறான் என்று மகேந்திரன் தன்னுடைய வாயால் சொன்னதைக் கேட்டபின் அவளால் தலை தூக்க முடிய வில்லை. ஆனால், அவள் மேல் விநோதினிக்கு அனுதாபம் பிறக்கவில்லை. ஆசா தலை நிமிர்ந்திருந்தால் நிச்சயம் அவள் பயந்து போயிருப்பாள். உலகத்தின் மேல் விநோதினிக்கு அப் போது அளவற்ற எரிச்சல் மூண்டிருந்தது. பொய்ச் சொல்லா இது! விநோதினியை எவரும் காதலிக்கவில்லை. எல்லோருக் கும் இந்தக் கூச்சம் மண்டிய விளையாட்டுப் பொம்மையின் மேல் தான் ஆசை!

மகேந்திரன் ஏதோ ஆவேசத்தில் விஹாரியிடம், 'நான் வஞ்சகன்' என்று சொல்லி விட்டான். பின்னர் ஆத்திரம் தணிந்

ததும் தன்னையும் அறியாமல் மனத்தில் இருந்ததை வெளி விட்டோமே என்று விஹாரியின் முன் குன்றிப் போனான். தன் இரகசியமெல்லாம் வெளியாகி விட்டதாகவே அவன் எண்ணினான். விநோதினியைத் தான் காதலிப்பது தெரிந்து விட்டது; இதனால்தான் நண்பனின் மேல் ஓர் அருவருப்பு ஏற்பட்டிருந்தது மகேனுக்கு. அதற்கப்புறம் விஹாரி எதிரே வரும் போதெல்லாம், 'நம்முள் மறைந்திருக்கும் ஏதோ ஒன்றை அவன் ஆவலுடன் தேடுகிறான்' என்றே மகேந்திரனுக்குத் தோன்றியது. அவ்வாறு ஒன்றாகச் சமைந்த வெறுப்பு இன்று சிறிதளவு தாக்குதலிலேயே வெளிப்பட்டு விட்டது.

ஆனால், விநோதினி பரபரப்புடன் பக்கத்து அறையிலிருந்து வெளி வந்தது, விஹாரியைப் பரிதாபமான குரலில் நிறுத்த முயன்றது, விஹாரியின் விருப்பப்படி ஆசாவுடன் காசிக்குச் செல்ல அவள் தயாராக இருந்தது இவற்றையெல்லாம் அவன் எதிர்பார்க்கவில்லை. இந்த நிகழ்ச்சிகள் மகேந்திரனைத் தாக்கித் திகைக்க வைத்தன. விநோதினியைக் காதலிக்கவில்லை என்றான் அவன்; ஆனால், அவன் கண்டதும் கேட்டதும் அவனை நிம்மதியாக இருக்க விடவில்லை; நாலு பக்கங்களிலிருந்தும் அவனைப் பல விதங்களில் துன்புறுத்தின. 'நான் அவளைக் காதலிக்கவில்லை என்று சொன்னதை விநோதினி கேட்டு விட்டாளே!' என்ற ஏக்கம் அவன் மனத்தை வாட்டியது.

23

'பொய். நான் விநோதினியைக் காதலிக்கவில்லை என்று சொல்லி விட்டேனே! கடுமையான சொல் அல்லவா அது! அவளை நான் காதலிக்காமல் இருந்தாலும், அதைச் சொன்னது கடுமைதானே! இதைக் கேட்டு வருத்தப்படாத பெண்ணும் உலகில் உண்டா? இதை எதிர்த்துச் சொல்ல அவகாசம் எனக்கு எங்கே எப்போது கிடைக்குமோ! காதல் என்று நிச்சயமாகச் சொல்ல முடியாது. ஆனால், காதலிக்கவில்லை என்ற வார்த்தையைச் சற்று மெதுவாகப் புண்படுத்தாத வகையில் சொல்ல வேண்டியது அவசியம். இப்படி ஒரு தவறான கொடிய எண்ணம் விநோதினியின் உள்ளத்தில் நீடித்து வளர விடுவது மிகவும் அநியாயம்' என்று எண்ணினான் மகேந்திரன்.

பெட்டியினுள்ளிருந்த மூன்று கடிதங்களையும் எடுத்து அவன் மீண்டும் ஒரு முறை படித்தான். 'விநோதினி என்னைக் காதலிக்கிறாள் என்பதில் ஐயமில்லை. ஆனால், நேற்று அவள் விஹாரியிடம் அப்படி வரக் காரணம் என்ன? எனக்குக் காட்டுவதற்காகத் தானா அது? அவளை நான் காதலிக்கவில்லை என்று தெளிவாகச் சொன்ன பிறகு, எப்படியாவது என் காதலைப் புறக்கணிக்க வேண்டும் என்று எண்ணியிருபபாள். அப்படி

என்னிடம் அவமதிப்பு அடைந்தபின் அவள் என் முன்பே விஹாரியைக் காதலிக்கவும் காதலிக்கலாம்' என்று தனக்குள் சொல்லிக் கொண்டான்.

மகேந்திரனுக்கு ஆத்திரம் வந்தது. தன்னுடைய மனச் சஞ்சலத்தைக் கண்டு அவனுக்கே வியப்பாக இருந்தது. மகேந் திரன் காதலிக்கவில்லை என்று சொன்னதை விநோதினி கேட் டிருந்தால்தான் என்ன குறைந்து விட்டது! ரோஷக்காரி விநோதினி; அதனால் அவன் மேலே அவளுக்கு உள்ள விருப்பம் போய் விட்டாலும் ஒன்றும் குறைந்து விடாது! புயலின் போது படகின் சங்கிலி நங்கூரத்தை இழுப்பது போல், மகேந்திரனும் பரபரப் புடன் ஆசாவை மிகவும் உறுதியாகப் பற்றிக் கொண்டான்.

அன்றிரவு அவன் ஆசாவின் முகத்தை மார்பின் அருகில் அணைத்தவாறு, ''சுனி, உனக்கு என்மேல் எவ்வளவு ஆசை, சரியாகச் சொல், பார்க்கலாம்'' என்றான்.

'இதென்ன கேள்வி! விஹாரியைக் குறித்துச் சொன்ன அந்த வெட்கக் கேடான விஷயத்தினால் அவள் மேல் இந்தச் சந்தேகம் மூண்டு விட்டதா!' என்று எண்ணினாள் ஆசா. கூச்சம் அவளைப் பிடுங்கித் தின்றது. ''சீச்சீ!! இன்று ஏன் இப்படி என்னைக் கேட்கிறீர்கள்? உங்கள் காலில் விழுகிறேன், தெளி வாகச் சொல்லுங்களேன். எனக்கு உங்கள் மேல் உள்ள பற்றுத லில் ஏதாவது குறை இருக்கிறதா?'' என்றாள்.

ஆசாவை வாட்டி எடுத்து அவளுடைய இனிமையை வெளிப்படுத்த மகேந்திரன், ''அப்படியானால் காசிக்குப் போக விரும்புவானேன்?'' என்றான்.

''நான் காசிக்குப் போகவில்லை. நான் எங்கேயும் போக மாட்டேன்!''

''அப்போது சொன்னாயே!''

ஆசாவுக்கு வேதனையாக இருந்தது. ''நான் சொன்னதன் காரணந்தான் உங்களுக்குத் தெரியுமே!'' என்றாள்.

''என்னைவிட உன் பெரியம்மாவிடம் நீ நிம்மதியாக இருப்பாயோ என்னவோ?''

''ஒருகாலும் இல்லை. நிம்மதிக்காக நான் போக ஆசைப் படவில்லை.''

''நான் நிச்சயமாகச் சொல்லுகிறேன், சுனி! என்னைத் தவிர வேறு யாரையேனும் கல்யாணம் செய்து கொண்டிருந்தால் சுகமாக இருந்திருப்பாய்,'' ஆசா இதைக் கேட்டதும் திடுக்கிட்டு மகேந்திரனுடைய மார்பிலிருந்து விலகித் தலையணையில் முகம் புதைத்துக் கட்டை போல் அசைவற்றுக் கிடந்தாள். கண நேரத்துக்கெல்லாம் அவளால் அழுகையை அடக்க முடிய வில்லை. மகேந்திரன் அவளை அணைத்துக் கொண்டு ஆறுதல்

கூற முயன்றான். ஆசா தலையணையை விடவே இல்லை. அந்தப் பதிவிரதையின் ரோஷத்தைக் கண்டு நிம்மதி, பெருமை, வெறுப்பு மூன்றுமாக மகேந்திரனைக் குன்ற வைத்தன.

உள்ளுக்குள்ளேயே குமைந்து கொண்டிருந்த விஷயங்கள் எல்லாம் தெளிவாகி விடவே, எல்லோருடைய மனத்திலும் ஒரு குழப்பம் மூண்டது. 'இப்படித் தெளிவாகச் சொன்ன குற்றச் சாட்டுக்கு விஹாரி ஏன் மறுப்புக் கூறவில்லை?' என்று விநோதினிக்குத் தோன்றியது. பொய்க்காகவேனும் விஹாரி மறுதலித்திருந்தால் விநோதினிக்கு நிம்மதியாக இருந்திருக்கும். நல்லதாகவே ஆயிற்று. மகேந்திரன் கொடுத்த சாட்டை விஹாரிக்கு வேண்டியதுதான்! விஹாரியைப் போன்ற உயர்ந்த மனிதர் ஆசாவைக் காதலிப்பாரா? இந்தக் குற்றச்சாட்டு விஹாரியைத் தொலைவில் ஒதுக்கியது: இதுவும் நல்லதுதான் என்று விநோதினிக்கு நிம்மதி ஏற்பட்டது.

உயிர் போகுமாறு தாக்கிய அந்தக் குற்றச்சாட்டினால் வெளுத்துப் போன விஹாரியின் முகம் மட்டும் விநோதினியை அவள் செய்யும் அலுவல்களிலெல்லாம் பின்தொடர்ந்தது. அவளுடைய உள்ளத்தினுள் இருந்த, பணியே தொழிலெனக் கருதும் பெண்மை அந்தப் பரிதாபமான முகத்தைக் கண்டு விம்மியது. நோயுற்ற குழவியைத் தாய் மார்பில் அணைத்துத் தாலாட்டுவது போல், அவனுடைய அந்த முகத்தை விநோதினி உள்ளத்தினுள் வைத்துத் தாலாட்டினாள். அவனுக்குத் தேறுதல் கூறிக் குணப் படுத்தி, அவனுடைய முகத்தில் மீண்டும் உதிரச் சிவப்பும், உயி ரோட்டமும், புன்னகை மலர்ச்சியும் உண்டாக்கிக் காணும் ஆவல் விநோதினிக்கு உண்டாயிற்று.

இரண்டு மூன்று நாட்கள் வேலை செய்யும் போதெல்லாம் இப்படி ஒரே நினைவாக இருந்த விநோதினியால் அதற்கு மேல் முடியவில்லை. அவள் அவனுக்கு ஓர் ஆறுதல் கடிதம் எழுதினாள்:

"விஹாரி பாபு! அன்று உங்களுடைய வாடிய முகத்தைக் கண்டது முதல், நீங்கள் முன் போல சிரித்த முகத்துடன் ஆக வேண்டும் என்றே வேண்டிக் கொண்டிருக்கிறேன். உங்களுக்கே இயல்பான அந்தப் புன்னகையை என்று காண்பேன்? உங்கள் பெருந் தன்மையான பேச்சை என்று கேட்பேனோ? நீங்கள் எப்படி இருக்கிறீர்கள்? எனக்கு ஒரு வரி எழுதித் தெரிவியுங்கள்.

உங்கள்
விநோத் மன்னி."

விநோதினி வாயில் காப்போன் மூலமாக அந்தக் கடிதத்தை விஹாரிக்கு அனுப்பினாள்.

'ஆசாவை விஹாரி காதலிக்கிறான்' என்ற வார்த்தையை இவ்வளவு அழுத்தமாக, வெறுக்கத்தக்க விதமாக மகேந்திரன் சொல்லுவான் என்பதை விஹாரி கனவிலும் கற்பனை செய்ய வில்லை. அவன் தன் மனத்திலுங்கூட இதைப் பற்றித் தெளி வாக இடம் அளித்ததில்லை. முதலில் இடியுண்டவன் போல் ஆனவன், கோபமும் வெறுப்பும் மூண்டு தவித்தான். 'அநியாயம்! நடக்காது... சற்றும் இதற்கு அத்தாட்சி கிடையாது!' என்று படபடத்தான் விஹாரி.

ஆனால், வெளியே உதற விட்ட பேச்சை அழித்து விட முடியுமா? அதனுள் இருந்த உண்மை வித்து மெல்ல முளை விட்டு வளரத் தொடங்கியது. பெண் பார்க்கச் சென்ற நாளன்று, மாலை மங்கலில் தோட்டத்தின் மென் மலர் மணம் கமழும் தென்றலிடையே, நாணிக் குனிந்த சிறுமியின் வனப்பார்ந்த முகத்தைத் தனக்கே உரியதென்று அன்பு கலந்த காதலுடன் ஒரு முறை நோக்கினான். அந்த முகம் இப்போது அவன் மனக் கண் முன் அடிக்கடி தோன்றியது. ஏதோ ஒன்று அவன் மார்பை அழுத்தியது. கொடிய வேதனை கழுத்தளவு வரையில் அவனை அலட்டி எடுத்தது. இரவு நீண்ட நேரம் வரை மாடியிலும், வீட்டு எதிரே தெருவிலுமாக உலாவிய போது இதுகாறும் தெளி வற்று இருந்தது இப்போது அவனுக்குத் தெள்ளென விளங் கியது. அடங்கிக் கிடந்ததெல்லாம் வெறி பிடித்தாடியது. இது வரை அவனேகூட நினைத்திராத விஷயம் மகேந்திரன் சொன்ன சொல்லால் பேருருப் பெற்று உள்ளும் புறமும் விஹாரியைக் கவிந்து கொண்டது.

தான் குற்றவாளி என்றே அவனுக்குத் தோன்றியது. 'நான் கோபம் கொள்வது அழகல்ல. மகேந்திரனிடம் மன்னிப்புக் கேட்டுக் கொண்டு விடை பெற வேண்டும். 'மகேந்திரன்தான் தவறிழைத்தவன்; நான் நீதிபதி' என்ற தோரணையில் அன்று வந்து விட்டேன். அது அநியாயம் என்று ஒப்புக் கொள்ளத்தான் வேண்டும்' என்று அவன் எண்ணினான்.

ஆசா, காசிக்குப் போய் விட்டாள் என்று ஊகித்து ஒரு நாள் சாயங்காலம் மெல்ல அவன் மகேந்திரனுடைய வீட் டெதிரே வந்தான். ராஜலட்சுமியின் தூரத்து உறவினரான ஸாது சரணரைக் கண்ட அவன், ''ஸாது மாமா! கொஞ்ச நாட்களாக வர முடியவில்லை. இங்கு எல்லாரும் சௌக்கியந்தானே!'' என்று கேட்டான். ஸாதுசாரணர் அனைவருடைய நலத்தையும் தெரிவித்தார். விஹாரி, ''மன்னி எப்போது காசிக்குப் போனாள்?'' என்று கேட்டான்.

''அவள் போகவில்லை. காசிக்கு அவள் போகவும் மாட் டாள்!'' - இதைக் கேட்டதும் விஹாரியின் மனம் எதையும் பொருட்படுத்தாமல் அந்தப்புரத்தை நோக்கி விரைந்தது. முன்பு

அவன் மிகவும் பழக்கமான களிப்புடன் உறவினன் போல் பழகிய படிகளில் ஏறி உள்ளே போவான். எல்லோருடனும் இன்முகத்துடன் பேசிக் குளிர்விப்பான். அப்போதெல்லாம் அவனுக்கு ஒன்றுமே தடை இராது. இன்று அவ்வாறு நடக்க முடியாது; இனிமேல் முடியவும் முடியாது என்று தெரிந்ததும் அவன் உள்ளம் பித்துப் பிடித்தது போல் ஆயிற்று. ஒரே தடவை, அதுவே கடைசியாகவும் இருக்கட்டும்; உள்ளே போய் ராஜலட்சுமியுடன் கொஞ்ச நேரம் பேச வேண்டும். ஆசாவை மன்னி என்று அழைத்துச் சில வார்த்தைகள் சொல்லி விட்டு வர வேண்டும் - இவையே அவன் கோரியவை. அவனால் இந்த மன வேதனையைத் தாங்கவும் முடியவில்லை. ‘‘என்ன அப்பா, இருட்டிலேயே நிற்கிறாய்? உள்ளே வா’’ என்றார் ஸாதுசரணர்.

இதைக் கேட்ட விஹாரி விடுவிடென்று உள்ளே நான்கடி வைத்தவன் திரும்பினான். ‘‘நான் வருகிறேன்; வேலை இருக் கிறது’’ என்று பரபரவென்று நடந்தான். அன்றிரவே அவன் மேற்கு நோக்கிப் பயணமானான்.

விநோதினியின் கடிதத்துடன் சென்ற வேலையாள் விஹாரி யைக் காணாமல் வந்தான். மகேந்திரன் அப்போது வாயிலின் முன்புறம் இருந்த சின்னத் தோட்டத்தில் உலாவிக் கொண் டிருந்தான்.

‘‘யாருடைய கடிதம்?’’ என்றான் அவன். வேலையாள், மொத்த விவரத்தையும் தெரிவித்தான். மகேந்திரன் அந்தக் கடிதத்தைத் தானே வாங்கிக் கொண்டான்.

கடிதத்தைத் தானே எடுத்துச் சென்று விநோதினியிடம் கொடுக்க வேண்டும், தன் குற்றத்தால் அவள் முகம் சிவப்பதைக் காண வேண்டும், எதுவும் பேசக் கூடாது என்று ஒரு முறை அவனுக்குத் தோன்றியது. இதில் எழுதியிருப்பது நிச்சயம் அவள் நாணித் தலை குனியத் தக்கதாகவே இருக்கும் என்று ஐயமற நம்பினான் மகேந்திரன். முன்பு கூட ஒரு நாள் இப்படி விஹாரிக்கு அவள் கடிதம் அனுப்பியது அவனுக்கு நினைவு வந்தது. கடிதத்தில் என்ன எழுதியிருக்கிறது என்று தெரிந்து கொள்ளாமல் இருக்க அவனால் முடியவில்லை. ‘விநோதினி என் வீட்டில் இருக்கிறாள்; அவளுக்கு நல்லதோ, கெட்டதோ வராமல் கவனித்துக் கொள்வது என் பொறுப்பு’ என்று அவன் மனத்தைத் தேற்றிக் கொண்டான். ஆகவே, ஐய மூட்டும் இந்தக் கடிதத்தைப் படிக்க வேண்டியது அவன் கடமைதான். விநோதினியைத் தான் கெட்ட வழிக்குச் செல்ல விடுவது கூடாது என்று தீர்மானித்தான்.

அந்தச் சிறு கடிதத்தை அவன் பிரித்துப் படித்தான். தெளி வான மொழியில் இருந்தது அந்தக் கடிதம்; அதனால் அவ

னுடைய உள்ளத்திலிருந்த ஆவல் பளிச்சென்று வெளிப்பட்டது. கடிதத்தை அவன் பல தடவை படித்தான். வெகு தீவிரமாக யோசனை செய்தும் அவனுக்கு விநோதினியின் உள்ளப் போக்குத் தெரியவில்லை. உள்ளூற அவனுக்குச் சந்தேகம் வலுத்தது. 'நான் அவளைக் காதலிக்கவில்லை என்று சொல்லி அவமதித்தேன். அதனால்தான் ரோஷத்துடன் வேறு பக்கம் அவள் மனம் செல்கிறது. கோபத்தால்தான் அவள் என் மேல் நம்பிக்கையை இழந்து விட்டாள்' என்று அவனுக்குத் தோன்றியது.

இவ்வாறு அவனுக்குத் தோன்றவே, அவனால் பொறுத்திருக்க முடியவில்லை. விநோதினி அவனிடம் தன் அன்பை முழுவதும் கவிழ்த்துக் கொட்ட வந்தாள். கண நேர முட்டாள்தனத்தினால் அவள் தன் உரிமையிலிருந்து நழுவிச் சென்று விடுவாளோ என்ற அச்சம் அவனைச் சும்மா இருக்க விடவில்லை. 'விநோதினி என்மேல் உள்ளூற ஆசை கொண்டிருந்தால் அது அவளுக்கு நல்லது. ஒரே இடத்தில் பிணைப்புடன் இருக்கலாம் அவள். என் மனம் எனக்குத் தெரியாதா! அவளுக்கு ஒரு போதும் நான் அநியாயம் செய்ய மாட்டேன். அவள் பயமின்றி என்னை நேசிக்கலாம். நான் ஆசாவைக் காதலிக்கிறேன். அவளுக்கு என்னால் பயம் ஒன்றும் கிடையாது. ஆனால், விநோதினி வேறு பக்கம் மனத்தைச் செலுத்தினால் என்ன பாடு படுவாளோ யாருக்குத் தெரியும்' என்றெல்லாம் எண்ணமிட்டான். தான் சிக்கிக் கொள்ளாமல் விநோதினியின் மனத்தை எப்படியாவது திருப்ப வேண்டும் என்று சமயம் பார்த்திருந்தான் மகேந்திரன்.

மகேந்திரன் உள்ளே நுழையும் போது விநோதினி வழியிலே எவரையோ எதிர்பார்த்து நிற்பதைக் கண்டான். நிமிஷத்துக்குள், அவனுடைய மனத்தில் வெறுப்புப் பொங்கி எழுந்தது. ''நீ நிற்பது வீண்தான். காண முடியாது. இந்தா உன் கடிதம். திரும்பி வந்து விட்டது'' என்று அந்தக் கடிதத்தை அவள் பக்கம் வீசினான்.

''திறந்திருக்கிறதே!'' என்றாள் விநோதினி.

அதற்குப் பதில் கூறாமல் மகேந்திரன் சென்றான். விஹாரி கடிதத்தைப் படித்து விட்டுப் பதில் அளிக்காமல் சென்றதாக எண்ணி, அவள் உடம்பெல்லாம் ஓர் எரிச்சல் மூண்டது. கடிதத்தை எடுத்துச் சென்ற பணியாளைக் கூப்பிட்டு அனுப்பினாள். ஏதோ வேறு வேலையாகச் சென்றிருந்ததால் அவனைக் காணவில்லை. விளக்கின் திரியிலிருந்து சுடும் எண்ணெய்த் துளி வடிவது போல் கதவைத் தாழிட்டுக் கொண்டு படுத்திருந்த விநோதினியின் சுடர் விழிகளிலிருந்து உள்ளத்தின் துன்பமும் குமுறலும் கண்ணீராக வடிந்தன. தன் கடிதத்தைச் சுக்கு நூறாகக்

கிழித்து எறிந்தும் அவளுக்கு அவை தணியவில்லை. அந்த நான்கு வரி மையின் கறையை முக்காலமும் ஒரேயடியாக இல்லை என்று சொல்லும்படி மறைக்க வழி இல்லையே! கோபம் அடைந்த தேனீ எதிரே அகப்பட்டவர்களையெல்லாம் கடிப்பது போல் தன்னைச் சுற்றி இருந்த உலகைச் சுட்டுப் பொசுக்கத் தயாரானாள், ரோஷமடைந்த விநோதினி! அவள் விருப்பத்துக் கெல்லாம் தடையா? எதனாலும் அவளுக்கு ஒரு நிறைவு கிட் டாதா? சுகம் கிட்டவில்லை; அதனால் தன்னுடைய நிம்மதி க்குத் தடையாக நின்று ஆவல் நிறைவேறாமல் தன்னைத் தடுத்து, தனக்கு வர இருந்த சுகங்களிலிருந்து தன்னை வஞ்சித்த வர்களைத் தோல்வியுறச் செய்து, புழுதியில் புரளச் செய்ய வேண்டும். அப்போதுதான் தன் பாழ்பட்ட வாழ்வின் காரியம் முழுமை பெறும் என்று எண்ணினாள்.

24

அன்று பங்குனி மாதத் தொடக்கத்தில் புதுத் தென்றல் வீசவும், ஆசா நீண்ட நாட்களுக்குப் பின்னர்ச் சாயங்காலமாக மாடியில் கம்பளத்தை விரித்துக் கொண்டு உட்கார்ந்தாள். மாதப் பத்திரிகை ஒன்றில் தொடர்ச்சியாக வரும் நவீனத்தை ஊன்றிப் படித்துக் கொண்டிருந்தாள். கதாநாயகன் ஓர் ஆண்டு கழிந்தபின் பூஜை விடுமுறைக்கு வீட்டுக்கு வரும் வழியில் கொள்ளைக்காரர்கள் கையில் சிக்கிக் கொண்டான். ஆசாவின் இதயம் நடுங்க லாயிற்று. இந்தப் பக்கம் கதாநாயகியோ கெட்ட கனவு கண்டு அழுதவாறு எழுந்திருக்கிறாள். இதற்கு மேலும் ஆசாவினால் கண்ணீரை அடக்க முடியவில்லை. வங்கக் கதைகளின் மேல் ஆசாவுக்குப் பிடித்தம் அதிகம். தான் படிப்பது எல்லாமே அவ ளுக்கு மிகவும் நல்லது எனத் தோன்றும். விநோதினியை அழைத்து அவள், ''இந்தக் கதையைப் படியேன். மிகவும் நன்றாக இருக் கிறது. படித்து விட்டு அழுதேன், போயேன்'' என்பாள். விநோதினி நல்லது, கெட்டது என்று விவாதம் எழுப்பி ஆசாவின் மனத்தில் பொங்கும் மகிழ்ச்சியைக் குலைப்பாள். இந்தக் கதையை மகேந் திரனுக்குப் படித்துச் சொல்ல வேண்டும் என்ற உறுதியுடன் ஆசா புத்தகத்தை மூடினாள். அதே சமயம் மகேந்திரன் அங்கு வந்தான். அவனுடைய முகத்தைக் கண்ட ஆசா கவலையுற்றாள். மகேந்திரன் கஷ்டப்பட்டு முகத்தில் புன்னகையை வர வழைத்துக் கொண்டான். ''தனியாக மாடியில் எந்தப் புண்ணிய வானை எண்ணிக் கொண்டிருக்கிறாயோ!'' என்றான். கதையில் வந்த தலைவன் தலைவி, இவர்களை மறந்து ஆசா, ''இன்று உடம்பு சரி இல்லையா?'' என்றாள்.

''உடம்பு நன்றாகத்தான் இருக்கிறது.''

''அப்படியானால், உங்கள் மனத்தில் அப்படி என்னதான் யோசனை? எனக்கு வெளிப்படையாகச் சொல்லுங்கள்.''

மகேந்திரன் ஆசா வைத்திருந்த வெற்றிலைப் பெட்டியிலிருந்து வெற்றிலையை எடுத்து வாயில் போட்டுக் கொண்டான். ''உன் பெரியம்மா உன்னைப் பார்த்து வெகு காலம் ஆகிறது. எதிர்பாராமல் நீ அவள் எதிரே போய் நின்றால் எவ்வளவு சந்தோஷமாக இருக்கும் அவளுக்கு என்றுதான் யோசித்தேன்'' என்றான்.

ஆசா பதில் கூறாமல் மகேந்திரனுடைய முகத்தையே நோக்கினாள். திடீரென்று இந்தப் பேச்சு மீண்டும் எழக் காரணமென்ன என்று அவளுக்கு விளங்கவில்லை.

ஆசா வாய் திறவாமல் இருப்பது கண்டு அவன் மீண்டும் ''உனக்கு இஷ்டமில்லையா போவதற்கு?'' என்றான்.

இதற்குப் பதில் சொல்வது கஷ்டந்தான். பெரியம்மாவைக் காணச் செல்ல விருப்பந்தான். ஆனால், மகேந்திரனைப் பிரிய மனம் இல்லை. ''காலேஜ் விடுமுறையின்போது நீங்கள் போனால் நானும் கூட வருகிறேன்'' என்றாள் ஆசா.

''விடுமுறையின் போது கூடப் போக முடியாது. பரீட்சைக்குத் தயார் செய்து கொள்ள வேண்டாமா?''

''கிடக்கிறது; இப்போது போகா விட்டால்தான் என்ன?''

''கிடப்பானேன்? போக வேண்டுமென்றாய்; போயேன்.''

''இல்லை; எனக்குப் போக மனமில்லை.''

''அன்றுதான் அவ்வளவு இஷ்டம் இருந்தது; அதற்குள் எல்லாம் போய் விட்டதா?''

ஆசா வாய் பேசாமல் தலை குனிந்து உட்கார்ந்திருந்தாள். விநோதினியுடன் சமாதானம் செய்து கொள்ள மகேந்திரனுக்குத் தடையின்றி அவகாசம் தேவை. அதற்காக அவன் உள்ளூறப் பொறுமையை இழந்து கொண்டிருந்தான். ஆசா கம்மென்று உட்கார்ந்திருப்பது கண்டு அவனுக்குக் காரணமின்றிக் கோபம் பிறந்தது. ''என் மேல் உனக்கு ஏதாவது சந்தேகமா என்ன? என் மேல் ஒரே கண்ணாகப் பாராக் கொடுக்க நினைக்கிறாயா?'' என்றான் அவன்.

ஆசாவுக்கு இயல்பான மென்மை, பணிவு, பொறுமை ஆகியவை மகேந்திரனுக்குச் சட்டென்று தாங்க முடியாமல் போயின. 'பெரியம்மாவிடம் போக ஆசைதான் என்று சட்டென்று சொல்லேன்! நான் போகத் தான் வேண்டும், எப்படியாவது என்னை அனுப்பி விடு என்று சொல்லித் தொலையேன்! ஒரு சமயம் சரி என்பது; ஒரு சமயம் வேண்டாம் என்பது; ஒரு சமயம் கம்மென்றிருப்பது - இதெல்லாம் என்ன?' என்று அவன் தனக்குள் பொருமினான்.

திடீரென்று மகேந்திரனுக்கு ஆத்திரம் வரவே, ஆசாவுக்கு வியப்பும் பயமும் மேலிட்டன. அவளால் எவ்வளவு முயன்றும் பதில் கூற முடியவில்லை. மகேந்திரன் சில சமயங்களில் அளவுக்கு மீறிக் கொஞ்சுவதும், சில சமயங்களில் கல்லைப் போலக் கடுமையாக ஆவதும் ஏன் என்று அவளுக்குப் புரியவில்லை. இப்படி மகேந்திரனைப் பற்றி அவளுக்குப் புதிர் அதிகரிக்க அதிகரிக்க அவளுடைய நடுங்கிய உள்ளம் காதலும், பயமும் மேலிட அவனையே பின்னும் சுற்றிக் கொண்டது.

மகேந்திரன் மேல் சந்தேகம் கொண்டு ஆசா அவன் மேல் கண் வைத்துப் பாராக் கொடுக்கிறாளா! இது கேலிப் பேச்சா அல்லது கடுமையான சந்தேகந்தானா? இது பொய் என்று சபதம் செய்து எதிராடுவதா? இல்லை கேலிப் பேச்சு என்று சிரித்து விடுவதா?

ஆசா திகைத்துப் போய் ஒன்றும் பேசாமல் நிற்கவும், மகேந்திரன் ஆத்திரத்துடன் அங்கிருந்து எழுந்து வேகமாகச் சென்றான். பத்திரிகையில் படித்த கதாநாயகன், கதாநாயகி இருவரும் எங்கோ கிடந்தார்கள்; மாலைமங்கல் இரவின் இருளிடையே மறைந்தது. மாலைத் தென்றலும் குளிர்க் காற்றாக வீசத் தொடங்கியது. ஆசா அப்போதும் அந்தக் கம்பளத்திலேயே குப்புறக் கிடந்தாள்.

இரவு நேரங்கழித்து ஆசா படுக்கச் சென்ற போது, மகேந்திரன் அவளை அழைக்காமலே தூங்கி விட்டதைக் கண்டாள். அன்புத் தெய்வமான பெரியம்மாவை அலட்சியம் செய்ததாக எண்ணியே மகேந்திரனுக்குத் தன் மேல் வெறுப்பு என்று ஆசாவுக்குத் தோன்றியது. படுக்கையில் ஆசா மகேந்திரனுடைய கால்களைப் பிடித்துக் கொண்டு அவற்றின் மேல் முகம் வைத்துப் படுத்தாள். மகேந்திரன் மனம் உருகி அவளை அணைக்க முயன்றான். ஆசா எழுந்திருக்கவில்லை.

''நான் ஏதாவது தப்பு செய்திருந்தால் என்னை மன்னித்து விடுங்கள்'' என்றாள் அவள்.

மகேந்திரன் இளகிய குரலில், ''உன் மேல் என்ன தப்பு, சுனி! நான் வஞ்சகன். அதனால்தான் உன்னைக் காரணமின்றிப் புண்படுத்தினேன்'' என்றான்.

மகேந்திரனுடைய கால்களை ஆசாவின் கண்ணீர் வெள்ளம் கழுவியது. அவன் எழுந்து அவளைத் தூக்கி அணைத்துப் பக்கத்தில் படுக்க வைத்தான். ஆசாவின் அழுகை சற்றுக் குறையவே, அவள், ''பெரியம்மாவைப் பார்க்க எனக்கு ஆவல் இல்லையா? ஆனால், உங்களை விட்டுப் போக எனக்கு மனம் இல்லை. அதனால்தான் நான் போக விரும்பவில்லை. என் மேல் கோபப் படாதீர்கள்'' என்றாள்.

மகேந்திரன் ஆசாவின் கன்னங்களில் வடிந்த நீரைத் துடைத்தவாறு, "இதில் கோபிக்க என்ன இருக்கிறது, சுனி? என்னைப் பிரிய மனம் இல்லை என்றால், அதனால் எனக்குக் கோபமா வரும்? நீ எங்கேயும் போக வேண்டாம்" என்றான்.

"இல்லை. நான் காசிக்குப் போகிறேன்."

"ஏன்?"

"உங்கள் மேல் சந்தேகத்தினால்தான் நான் போகவில்லை என்று உங்கள் வாயால் சொல்லி விட்டீர்கள். அதற்காகக் கொஞ்ச நாட்களாவது நான் போகத் தான் வேண்டும்."

"நான் செய்த பாவத்துக்கு நீ பிராயச்சித்தம் செய்வதா?"

"அதெல்லாம் எனக்குத் தெரியாது; நான் ஏதாவது பாவம் செய்திரா விட்டால் இந்த மாதிரி கேட்கக் கூடாத பேச்செல்லாம் ஏன் கிளம்புகிறது? கனவிலும் எண்ணாததெல்லாம் கேட்கும்படி ஏன் ஆக வேண்டும்?"

"அதற்குக் காரணம், நான் எவ்வளவு கெட்டவன் என்பது உன் கனவுக்கும் எட்டாததுதான்."

"மறுபடியும் அப்படிச் சொல்லாதீர்கள்! ஆனால், இந்தத் தடவை நான் காசிக்குப் போகத்தான் வேண்டும்."

மகேந்திரன் சிரித்தான். "சரி போ! ஆனால், உன் கண் மறைவாக நான் கெட்டுப் போனால், என்ன செய்வது?" என்றான்.

"நீங்கள் வேறு எனக்குப் பயம் காட்ட வேண்டாம். நானே கவலைப்பட்டுச் சாகிறேன்."

"ஆனால், கவலைப்பட வேண்டியது அவசியந்தானே? உன் புருஷனை நீ அஜாக்கிரதையாக நாசமாகும்படி விட்டு விட்டால், பிறகு யார் மேல் குறை கூறுவது?"

"உங்களைச் சொல்ல மாட்டேன். அதற்காக நீங்கள் கவலைப்பட வேண்டாம்."

"உன் குற்றத்தை ஒப்புக் கொள்வாயாக்கும்!"

"நூறு தடவை வேண்டுமானாலும் ஒப்புக் கொள்வேன்."

"சரி; நாளைக்கு உன் பெரியப்பாவைப் பார்த்து நிச்சயம் செய்து விட்டு வருகிறேன்" என்றதும், இரவு வெகு நேரமாகி விட்டதென்று அவன் திரும்பிப் படுத்தான். கொஞ்சம் பொறுத்து அவன் மீண்டும் திரும்பி, "சுனி, நீ போகா விட்டால்தான் என்ன! வேண்டாம்" என்றான்.

ஆசா பரிதாபமாக, "மீண்டும் ஏன் தடுக்கிறீர்கள்? இப்போது ஒரு தடவை போகா விட்டால் நீங்கள் சொன்ன அந்தச் சொல் என்னை உறுத்திக் கொண்டே இருக்கும். இரண்டு மூன்று நாட்களாவது என்னை அனுப்பி வையுங்கள்" என்றாள்.

"சரி" என்று மகேந்திரன் திரும்பிப் படுத்தான்.

காசிக்குப் போவதற்கு முந்திய நாள் ஆசா விநோதினியைக் கட்டிக் கொண்டு, ''அடி, என்னைத் தொட்டுச் சொல், ஒரு விஷயம்...'' என்றாள்.

ஆசாவின் கன்னத்தைக் கிள்ளி, விநோதினி, ''என்னடி! உன் வேண்டுகோளை நான் நிறைவேற்றி வைக்க மாட்டேனா?'' என்றாள்.

''என்னவோ? இப்போதெல்லாம் நீதான் ஒரு மாதிரியாக இருக்கிறாயே! என் புருஷர் எதிரே வருவதுகூட இல்லையே!''

''ஏன் வருவதில்லை என்று உனக்குத் தெரியாதா! அன்று விஹாரி பாபுவிடம் என்ன சொன்னாரென்று உன் காதால் நீ கேட்கவில்லையா? இதெல்லாம் வளர்ந்த பிறகு நான் அவர் எதிரே வருவது நல்லதா? நீயே சொல்லேன்?''

அது நன்றாக இராது என்று ஆசாவுக்கும் தெரியும். இந்தப் பேச்சினால் உண்டாகும் வெட்கக் கேடு எவ்வளவு என்பது அவளுக்கும் அதற்குள் புரியத் தொடங்கியது. ''இன்னும் எத்தனையோ வார்த்தைகள் கூடக் கிளம்பும். அவற்றையெல்லாம் பொறுத்துக் கொள்ளா விட்டால் பாசமும் பரிவும் எதற்கடி! அவற்றை மறந்து விடு'' என்றாள் ஆசா.

''சரி, மறந்து விடுகிறேன்.''

''நாளை நான் காசிக்குப் போகிறேன். என் கணவருக்கு அசௌகரியம் ஏற்படாமல் நீ கவனித்துக் கொள்ள வேண்டும். இப்போது போல் அப்போதும் ஒளிந்து ஆடக் கூடாது.''

விநோதினி வாய் திறக்கவில்லை. ஆசா அவளுடைய கைகளைப் பிடித்துக் கூறினாள்: ''என் தலையைத் தின்றாற் போல: இந்த வாக்குறுதி நீ எனக்குத் தரத் தான் வேண்டும்.''

''சரி'' என்றாள் விநோதினி.

25

சந்திரன் ஒரு புறம் மறைந்தால் கதிரவன் மறு பக்கம் உதயமாகிறான். ஆனால், ஆசா சென்ற பின்னரும் மகேந்திரனின் அதிருஷ்டம், விநோதினியின் தரிசனமே கிடைக்கவில்லை. மகேந்திரன் சுற்றுவான்; நடு நடுவே ஏதாவது சாக்கிட்டுத் தன் தாயின் அறைக்கு வருவான். விநோதினி ஒளிந்து மறைவாள்; பிடி கொடுப்பதில்லை.

மகேந்திரன் இவ்வாறு ஒன்றும் பிடிக்காமல் அலைவது கண்டு ராஜலட்சுமி, 'பெண்டாட்டி போய் விட்டதால் தான் வீட்டில் மகேனுக்கு எதுவும் பிடிக்கவில்லை' என்று எண்ணினாள். இப்போதெல்லாம் மகேந்திரனுடைய சுக துக்கங்களில் தாய்க்கு மனைவியைப் போல் அவ்வளவு அக்கறை இராமற் போனாலும் மகேந்திரனுடைய வாட்டம் அவளுக்கு வேதனையைத் தந்தது. விநோதினியிடம் அவள், ''இன்ப்ளூயன்ஸா வந்தது

முதல் எனக்கு இரைப்பு எடுக்கிறது. படிக்கட்டு ஏறி என்னால் மேலே போக முடியவில்லை. நீதான் அம்மா கூட இருந்து மகேந்திரனுக்கு வேண்டியதெல்லாம் கவனித்துக் கொள்ள வேண்டும். அவனுக்கு அதிக நாள் பழக்கம்; யாரேனும் இருந்து கவனிக்காவிட்டால் அவனால் இருக்கவே முடியாது. பாரேன்; பெண்டாட்டி போனது முதல் அவன் ஒரு மாதிரியாக மாறி விட்டான். அவளுந்தான் எப்படிப் போனாளோ, மகராஜி!'' என்றாள்.

விநோதினி முகம் கோணிக் கொண்டு தான் போர்த்திருந்த கம்பளத்தை விரலில் சுற்றலானாள். "என்ன யோசிக்கிறாய்? இதில் யோசிக்க என்ன இருக்கிறது! யார் என்ன சொன்னாலும் நீ வேற்று மனுஷி இல்லையே!'" என்றாள் ராஜலட்சுமி.

"வேண்டாமே, அம்மா! அவசியமில்லை" என்றாள் விநோதினி.

"நல்லது, அம்மா! அவசியமில்லைதான். என்னால் முடிந்த வரை நானே கவனிக்கிறேன்'' என்று அவள் மூன்றாம் மாடியில் இருந்த மகேந்திரனுடைய அறையைச் சுத்தம் செய்யக் கிளம்பினாள்.

விநோதினி பரபரப்படைந்தாள். "வேண்டாம், அம்மா! உங்களுக்கு உடம்பு இன்னும் குணமாகவில்லை. நீங்கள் போக வேண்டாம்; நானே போகிறேன். என்னை மன்னித்து விடுங்கள், அத்தை. இனிமேல் நீங்கள் என்ன கட்டளையிட்டாலும் செய்கிறேன்'' என்றாள்.

ஊரார் பேச்சை ராஜலட்சுமி மதிப்பதே இல்லை. கணவன் காலமானது முதல் குடும்பத்திலோ, சமூகத்திலோ அவளுக்கு மகேந்திரனைத் தவிர ஒன்றுமே தெரியாது. மகேந்திரனைப் பற்றிச் சமூகம் தூற்ற இடம் நேரும் என்று விநோதினி சொன்னது அவளுக்கு வெறுப்பூட்டியது. பிறவி முதல் அவள் மகேனைக் கவனித்து வருகிறாள்! அவனைப் போல் நல்ல பிள்ளை உண்டா! அந்த மகேனைப் பற்றி அவதூறா? யாரேனும் அப்படித் தூற்றினால் அவர்கள் நாக்கு அழுகி விடாதா! தனக்கு எது பிடித்ததோ, அல்லது நல்லதாகத் தோன்றியதோ அதற்காக உலகத்து மக்கள் யாவரையும் அலட்சியம் செய்யக் கூடிய அளவு பிடிவாதம் அவளுக்கு இருந்தது.

அன்று மகேந்திரன் காலேஜிலிருந்து வந்ததும் தன் படுக்கை அறையைக் கண்டு வியப்படைந்தான். கதவைத் திறந்த துமே சந்தனத் தூள், ஊதுவர்த்தியின் நன்மணம் அறையெங்கும் கமழ்ந்தது. கொசு வலையில் ரோஜா நிற ஜாலர் பின்னி யிருந்தது. கீழே படுக்கையில் வெளேரென்ற துப்பட்டி பளிச்சிட்டது. அதன் மேல் பழைய தலையணைக்குப் பதில், வெல்வெட்டும் பட்டும் கலந்து பூ வேலை செய்த புத்தம் புதுச் சீமைத்

தலையணைகள் போட்டிருந்தன. அந்த வேலைப்பாடுகளை முடிக்க விநோதினி வெகுநாட்கள் முனைய வேண்டியிருந்தது. ஆசா அவளிடம், ''இதை யாருக்காகப் போடுகிறாய்?'' என்று கேட்பாள். விநோதினி சிரிப்புடன், ''கட்டையில் ஏறும் போது எனக்கு வேண்டாமா? சாவைத் தவிர என்னை இனி யார் கொஞ்சப் போகிறார்கள்?'' என்று பதில் சொல்வாள்.

சுவரில் தொங்கிய மகேந்திரனுடைய போட்டோச் சட்டத் தின் நான்கு மூலைகளிலும் நிறநிறமான நாடாக்கள் கட்டப் பட்டிருந்தன. அதன் கீழே சிறு மேஜையின் மேல் இரண்டு பூச்செப்புக்களில் வண்ண மலர் செருகி வைத்திருந்தது. இது மகேந்திரனுடைய உருவப் படத்துக்கு முன் பின் தெரியாத ஒரு பக்தை அளித்த அஞ்சலி போல் இருந்தது. மொத்தத்தில் அறை யின் உருவமே மாறியிருந்தது. கட்டில் கொஞ்சம் நகர்ந்திருந்தது. அறை இரு பிரிவுகளாக ஆகியிருந்தது. கட்டிலின் எதிரே கொடி யில் துப்பட்டிகளைத் தொங்க விட்டு விடவே, மறைவு போல் தோன்றியது. கீழே உட்காரும் படுக்கையும், இரவில் தூங்கும் கட்டிலும் தனியாகப் பிரிந்தன. ஆசாவின் விளையாட்டுச் சாமான்கள், சைனா பொம்மை எல்லாம் வைத்திருந்த அலமாரி யின் கண்ணாடிக் கதவுகளின் உட்புறம் சிவப்புத் துணியைத் திரை போல் அடித்து விடவே, உள்ளிருக்கும் பொருள்கள் வெளியே தெரியாமல் இருந்தன. அறையில் முன்பு இருந்த வற்றின் சின்னமே இல்லை. புதுக் கை ஒன்றின் திறன் எல்லா வற்றையும் மறைத்து விட்டிருந்தது.

சோர்வுடன் இருந்த மகேந்திரன் தரையில் விரித்திருந்த படுக்கையில் புதுத் தலையணைகளில் தலை வைத்ததும் மென்மையான மணம் வருவதை உணர்ந்தான். தலையணையின் உள்ளே அடைத்த பஞ்சில் நாக மல்லிகையின் மகரந்தமும், அத்தரும் கலந்து வைத்திருந்ததால் உண்டான மணந்தான் அது. மகேந்திரனுடைய விழிகள் தாமாக மூடிக் கொண்டன. இந்தத் தலையணையின் மேல் திறம்படப் பூவேலை செய்த சிற்பியின் மென் விரல் மணமே கமழ்வதாக அவனுக்குத் தோன்றியது.

இந்தச் சமயம் வேலைக்காரி வெள்ளித் தட்டில் கொஞ்சம் பழத் துண்டுகளும், பட்சணங்களும், ஒரு கண்ணாடிக் கோப்பையில் மாதுளை ஷர்பத்தும் கொணர்ந்தாள். முன்பெல் லாம் நடப்பதற்கும் இன்று நிகழ்பவற்றிற்கும் எவ்வளவோ வித்தியாசம். இவ்வளவு ஒழுங்கும் கவனமும் அப்போது ஏது! சுவை, மணம், காட்சி எல்லாவற்றிலும் புதுமையின் எழில் தோன்றி அவனுடைய புலன்களை மயக்கின.

அவன் திருப்தியாக உண்ட பின்னர், வெள்ளித் தட்டில் வெற்றிலையும் பாக்கும் எடுத்துக் கொண்டு விநோதினி மெல்ல

உள்ளே வந்தாள். சிரித்துக் கொண்டே அவள், ''இத்தனை நாள் நீங்கள் சாப்பிடும் போது வர முடியவில்லை. என்னை மன்னித்து விடுங்கள். என்ன வேண்டுமானாலும் செய்யுங்கள். ஆனால், என் மேல் ஆணை; உங்களைக் கவனிக்கவில்லை என்று மட்டும் என் தோழியிடம் சொல்லி விடாதீர்கள். என்னால் ஆனதை நான் செய்கிறேன். ஆனால், என்ன செய்வது? குடும்பத்தின் பொறுப்பு எல்லாம் என் தலையில் தானே இருக்கிறது'' என்று அவள் வெற்றிலைத் தட்டை அவன் முன் ஏந்தினாள். அந்த வெற்றி லைச் சுருளிலும் தாழை போல் ஓர் இன்மணம் வீசியது.

''கவனித்துக் கொள்ளும் போது கூட நடுநடுவே இப்படிக் குற்றம் குறைபாடு ஏற்படுவது நல்லதுதான்'' என்றான் மகேந்திரன்.

''எப்படி நல்லது?''

''அப்புறம் குத்திக் காட்டி வட்டியும் முதலுமாகப் பெற்றுக் கொள்ளலாமல்லவா!''

''மார்வாடியாரே! வட்டி எவ்வளவு சேர்ந்து விட்டதோ?''

''சாப்பிடும் போது வரவில்லை. சாப்பிட்டபின் வந்ததால் இன்னும் கிடைக்க வேண்டியது பாக்கி நிற்கிறது.''

விநோதினி சிரித்தாள். ''ஏது, கணக்கு ரொம்பக் கண்டிப் பாக இருக்கிறதே! உங்கள் கையில் ஒரு முறை சிக்கினால் தப்ப முடியாது போல இருக்கிறதே!'' என்றாள்.

''கணக்கு என்னவானால் என்ன, வசூல் செய்ய முடிய வில்லையே!''

''வசூல் செய்யும்படி என்ன இருக்கிறது! அப்படி இருந்தும் கட்டிப் பிடித்து வைத்திருக்கிறீர்கள்'' என்று அவள் கேலிப் பேச்சிலிருந்து பெரிய விஷயத்திற்குத் தாவி ஒரு பெருமூச்சு விட்டாள்.

மகேந்திரனும் சற்று ஆழ்ந்த குரலில், ''இது சிறைச் சாலை யாகவா தோன்றுகிறது?'' என்றான்.

இந்தச் சமயம் வேலையாள் வழக்கம் போல் விளக்குக் கொணர்ந்து மேஜையின் மேல் வைத்துச் சென்றான்.

சட்டென்று விளக்கொளி கண்ணில் படவே விநோதினி கைகளால் கண்களை மறைத்துக் கொண்டு தலை குனிந்தாள். ''என்னவோ உங்களுடன் பேச எனக்கு அவ்வளவு சக்தி ஏது? நான் வருகிறேன்; எனக்கு வேலை இருக்கிறது'' என்றாள்.

மகேந்திரன் சட்டென்று அவள் கையைப் பிடித்துக் கொண்டான். ''கட்டிப் பிடித்திருப்பதை ஒப்புக் கொண்ட பின் எங்கே போகிறாய்!'' என்றான்.

''சீச்சீ! விடுங்கள். போக்கிடம் இராதவளைக் கட்டிப் பிடிக்க ஏன் முயல வேண்டும்!'' என்று விநோதினி பலவந்த மாகக் கைகளை உதறிக் கொண்டு சென்றாள்.

மகேந்திரன் அந்தப் படுக்கையிலேயே தலையணையில் சாய்ந்தான். அவனுடைய இதயத்தில் ரத்தம் கொந்தளித்தது. நிசப்தமான அந்தி நேரம்; தனியான அறை; புதுத் தென்றல் வீசியது. விநோதினியும் மனத்தைக் கொடுப்பவள் போல் வந்தாள். வெறி பிடித்த மகேந்திரனால் தன்னைக் கட்டுப்படுத்த முடியாது போல் தோன்றியது. பரபரவென்று விளக்கை அணைத்து விட்டு அவன் அறைக் கதவைத் தாழிட்டான். பிறகு பொழுதைக் கழிக்காமல் படுக்கையில் படுத்துக் கொண்டான்.

அந்தப் படுக்கையும் முன்பு போல் இல்லை. முன்பு இருந்ததைவிடப் பின்னும் மெத்தென்று இருந்தது. அங்கும் ஓர் இன்மணம். வெட்டி வேரா அல்லது அத்தரா எதுவென்று புரிய வில்லை. மகேந்திரன் இப்படியும் அப்படியுமாகப் பல தடவை புரண்டான். எங்கேயாவது பழமையின் சின்னம் சிறிதேனும் கிடைத்தால் அதைப் பற்றிக் கொள்ள முயன்றான் அவன். ஆனால், எதுவும் அவன் கைக்குக் கிட்டவில்லை.

இரவு ஒன்பது மணிக்கு அறைக் கதவைத் தட்டும் ஓசை கேட்டது. விநோதினி வெளியிலிருந்து கூப்பிட்டாள்: "கதவைத் திறவுங்கள். உங்களுக்குச் சாப்பாடு கொண்டு வந்திருக்கிறேன்."

சட்டென்று கதவைத் திறக்க மகேந்திரன் வாரிச் சுருட்டிக் கொண்டு எழுந்து போனவன் தாழ்ப்பாளில் கை வைத்தான். ஆனால், திறக்கவில்லை. தரையில் குப்புறக் கவிழ்ந்து கொண்டு அவன், "வேண்டாம். எனக்குப் பசி இல்லை, சாப்பிடப் போவ தில்லை நான்" என்றான்.

வெளியிலிருந்து கவலை தோய்ந்த குரல் கேட்டது: "உடம்புக்கு ஒன்றுமில்லையே! தண்ணீர் கொண்டு வரட்டுமா? ஏதாவது வேண்டுமா?"

"எனக்கு ஒன்றும் அவசியமில்லை; எதுவும் வேண்டாம் எனக்கு."

"என்னிடம் எதையும் மழுப்பாதீர்கள்! சரி, உடம்புக்கு ஒன்றுமில்லையே? அறைக் கதவைத் திறவுங்களேன்."

மகேந்திரன் உரத்த குரலில், "திறக்க மாட்டேன். ஒருக் காலும் மாட்டேன். நீ போ" என்றான்.

அவன் மீண்டும் படுக்கையில் படுத்தான். மறைந்த ஆசாவின் நினைவை, சூனியமாக இருந்த படுக்கையிலும், அலை பாயும் உள்ளத்தின் இருளிலும் துழாவித் திரிந்தான் அவன்.

தூக்கம் வரவில்லை. ஆகவே, அவன் விளக்கை ஏற்றிப் பேனா, காகிதம் எடுத்துக் கொண்டு ஆசாவுக்குக் கடிதம் எழுத உட்கார்ந்தான்.

"ஆசா! என்னை இன்னும் அதிக நாட்கள் தனிமையில் தவிக்க விடாதே! என் வாழ்வின் திரு

மகள் நீ. நீ அருகில் இராவிட்டால் என்னுடைய சுபாவம் கட்டறுத்துக் கொண்டு எந்தப் பக்கம் என்னை இழுத்துச் செல்லுமோ எனக்கு விளங்க வில்லை. வழி பார்த்துச் செல்லலாம் என்றால் விளக்கு எங்கே? அந்த விளக்கு, நம்பிக்கை நிறைந்த உன் விழிகளின் குளிர்ந்த அன்புப் பார்வைதான். நீ சீக்கிரம் வா. எனக்கு நன்மை உண்டாக்குபவளே! எனக்கு உறுதுணை நீ ஒருத்தியேதான். எனக்கு நிம்மதியைத் தா; காப்பாற்று. என் உள்ளத்தை நிரப்பு. உனக்குச் சிறிதளவும் வஞ்சகம் செய்யும் மாபாதகத்திலிருந்து, உன்னைக் கணமும் மறக்கும் பயங்கரத்திலிருந்து என்னைக் கடைத்தேற்றி விடு.''

இவ்வாறு மகேந்திரன் ஆசாவின் பக்கம் தன் மனத்தைத் திருப்பும் உத்தேசத்துடன் இரவு வெகு நேரம் என்னென்னவோ எழுதினான். வெகு தொலைவில் மாதா கோயிலின் கடிகாரத்தில் மணி மூன்றடித்தது. கல்கத்தாவின் தெருக்களில் வண்டிகளின் நடமாட்டம் இல்லை என்றே சொல்லலாம். பேட்டையின் இன் னொரு மூலையில் எங்கேயோ ஒரு வீட்டின் மாடியில் பியாக் ராகத்தில் பாடிக் கொண்டிருந்த நடிகையின் குரல் கூட ஊரெங் கும் நிறைந்து பரவிய அமைதியின் உறக்கத்தில் மூழ்கியது. மகேந்திரன் ஒரே உறுதியுடன் ஆசாவை எண்ணியவாறு தன் மனத்தின் ஆவலை எல்லாம் நீண்ட கடிதத்தில் பல விதமாக எழுதி ஓரளவு ஆறுதல் அடைந்தான். அதற்குப் பின் படுக்கை யில் படுத்ததுமே துயில் அவனை ஆட்கொள்ள வெகு நேரமாக வில்லை.

காலையில் அவன் எழுந்திருக்கும்போது நேரமாகி விட் டது; அறையினுள் வெயில் பளிச்சிட்டது. அவன் பரபரப்புடன் எழுந்தான். தூங்கி எழுந்ததால் அவன் மனத்தில் முதல் நாள் இரவு நிகழ்ச்சிகள் அவ்வளவு பாரமாக அழுத்தவில்லை. படுக்கையிலிருந்து எழுந்ததுமே ஆசாவுக்கு அவன் எழுதிய கடிதம் மேஜையின் மேல் இருப்பது கண்ணில் பட்டது. மகேந்திரன் அதை எடுத்துப் படித்தான். ''இதென்ன, நவீனம் போல் இருக்கிறதே! நல்ல வேளை அனுப்பாமல் இருந்தேனே! ஆசா படித்தால் என்ன நினைப்பாள்! இதில் பாதிக்கு மேல் அவ ளுக்குப் புரியவே புரியாது.'' அன்று இரவு ஒரு கணத்தில் அவன் மனம் அளவுக்கு மீறிப் பொங்கியதை எண்ணி, அவன் வெட்கிப் போனான். கடிதத்தைக் கிழித்து எறிந்தான். சாதாரண மாக ஆசாவுக்கு அவன் ஒரு கடிதமும் எழுதினான்.

''இன்னும் எத்தனை நாட்கள்தான் என்னைக் காக்க வைப்பாய்? உன் பெரியப்பா சீக்கிரம் திரும்ப மாட்டாரென்று தோன்றினால் எனக்கு எழுது.

நானே வந்து உன்னை அழைத்துப் போக வருகிறேன். இங்கே எனக்குத் தனிமை பிடிக்கவில்லை.''

26

மகேந்திரன் போன சில நாட்களுக்குள் ஆசா காசிக்கு வரவே, அன்னபூரணியின் மனத்தில் சந்தேகம் வலுத்தது. அவள் ஆசாவைப் பலவாறாகக் கேள்விகள் கேட்டாள்: ''ஏனடீ சுனி! உன்னுடைய தோழியைப் பற்றிச் சொன்னாயே, அவளைப் போல் தங்கமான பெண் உலகில் இல்லை என்றுதானே உனக்குத் தோன்றுகிறது!''

''நிச்சயமாகத்தான், பெரியம்மா! புத்தி, அழகு அதற்கு ஏற்றாற்போல் வேலையிலும் கெட்டிக்காரத்தனம்!''

''உன் தோழி, அதனால் அவள் உனக்கு உயர்வாகத்தான் தோன்றுவாள். வீட்டில் மற்றவர்கள் என்ன சொல்லுகிறார்கள் அவளைப் பற்றி?''

''அம்மா அவளைப் பற்றிப் புகழ்வதை அளவிட முடியாது! ஊருக்குப் போகிறேன் என்று அவள் கிளம்பினாலே அம்மாவுக்கு வெலவெலத்துப் போகிறது. அவளைப் போல் தொண்டு செய்ய யாருக்கு வரும்? வீட்டில் வேலைக்காரர்களுக்கு உடம்புக்கு வந்தாலுங்கூடத் தங்கை போல், தாய் போல் கவனிக்கிறாள்.''

''மகேந்திரன் என்ன சொல்லுகிறான்?''

''அவரைத்தான் உனக்குத் தெரியுமே, பெரியம்மா! வீட்டு மனுஷ்யரைத் தவிர வேறு எவரையும் அவருக்குப் பிடிக்காது. என் தோழியை எல்லோரும் நேசிக்கிறார்கள். ஆனால், அவருக்கும் அவளுக்கும் என்னவோ சரியாக ஒத்து வரவில்லை.''

''அப்படி என்றால்?''

''நான் எத்தனையோ தடவை இருவரையும் சந்திக்க வைத்தேன். அவளுடன் அவர் சரியாகப் பேசுவதுகூட இல்லை. அவருடைய சுபாவம் உனக்குத் தெரியுமே! அவரை 'அகம்பாவம் பிடித்தவன்' என்று எல்லோரும் சொல்லுகிறார்கள். ஆனால் உண்மையில் இரண்டொருவரைத் தவிர, அவருக்கு எவரையுமே பிடிப்பதில்லை.''

கடைசி வார்த்தையைச் சொல்லி முடித்ததுமே திடீரென்று ஆசாவுக்கு நாணம் மேலிட்டது. கன்னம் சிவப்பேறியது. அன்னபூரணி உள்ளூறச் சிரித்துக் கொண்டாள். ''அப்படியா! அன்று மகேந்திரன் வந்த போது உன் தோழியைப் பற்றி ஒரு வார்த்தைகூடச் சொல்லவில்லை'' என்றாள் அவள்.

ஆசாவுக்கு வருத்தமாக இருந்தது. ''இது தான் அவரிடம் காணும் குறைபாடு. ஒருத்தரைப் பிடிக்கா விட்டால் அவர் வரைக்கும் அந்த ஆள் இராதது போலத்தான். அந்த ஆளைப்

பார்த்தோ, அறிமுகமாகியோ இராதது போல் அவருடைய போக்கு இருக்கும்'' என்றாள் அவள்.

அன்னபூரணி அமைதியாகச் சிரித்து, ''அவனுக்கு யார் மீது காதலோ, அவளையே பல பிறவிகளிலும் காண்பான்; அவளையே அறிவான். இதுவுங்கூட அவனுடைய குணங்களில் ஒன்று; என்ன சொல்லுகிறாய், சுனி?'' என்றாள்.

ஆசா பதில் கூறாமல் தலை குனிந்தாள். அன்னபூரணி மீண்டும் கேட்டாள்: ''சுனி! விஹாரியின் சமாசாரம் என்ன? அவன் கல்யாணமே செய்து கொள்ள மாட்டானா?''

கண நேரத்துக்குள் ஆசாவின் முகம் மாறி விட்டது. இதற்கு என்ன பதில் சொல்வதென்று அவளுக்குத் தெரியவில்லை.

ஆசா கம்மென்றிருக்கவே அன்னபூரணிக்குப் பயமாகி விட்டது. ''உண்மையாகச் சொல், சுனி! விஹாரிக்கு உடம்பு ஒன்றும் இல்லையே?'' என்றாள்.

குழந்தைகள் இராத இந்தப் பெண்ணின் அன்புப் பெட்டகத்தில் விஹாரி மகனைப் போல் வீற்றிருந்தான். குடும்பத்தில் அவனை நிலைத்திருக்கச் செய்யாமல் வந்து விட்டோமே என்ற வேதனை இன்னும் அவள் மனத்தில் இருந்தது. அவளுடய சிறு குடும்பத்தில் எல்லாம் ஒருவாறு முடிந்து விட்டன. விஹாரிக்கு இன்னும் வீடு என்று ஏற்படவில்லையே என்ற கவலை அந்தத் துறவிக்கு ஒரு தடையாக இருந்தது.

''பெரியம்மா! விஹாரி பாபுவைப் பற்றி என்னை ஒன்றும் கேட்காதே'' என்றாள் ஆசா.

அன்னபூரணி வியப்படைந்தாள். ''ஏனடி?''

''என்னால் சொல்ல முடியாது'' என்றதும் ஆசா அறையிலிருந்து வெளியே சென்றாள்.

அன்னபூரணி கம்மென்று உட்கார்ந்து யோசிக்கலானாள்: 'தங்கமான பையன் விஹாரி! இதற்குள் அவன் அவ்வளவு தூரம் மாறி விட்டானா? ஆசா அவன் பேரைக் கேட்டதும் எழுந்து விட்டாளே! எல்லாம் விதியின் விளையாட்டு; அவனுக்குச் சுனியைக் கல்யாணம் செய்து கொடுக்கும் பேச்சு எழுவானேன்! அவன் கையிலிருந்து மகேந்திரன் தான் ஏன் பிடுங்கிக் கொள்ள வேண்டும்?'

வெகு நேரம் கழிந்த பின்னர் அன்னபூரணி கண்ணீர் வடித்தாள். ''விஹாரி அயோக்கியனல்ல. அப்படி ஏதாவது செய்திருந்தாலும், அதை எவ்வளவோ வருத்தத்துடன்தான் செய்திருப்பான். எளிதாகச் செய்துவிடக் கூடியவனல்ல'' என்றது அவள் உள்ளம். அவனுடைய வேதனையைக் கற்பனை செய்து கொண்டு அவளும் மனம் வருந்தினாள்.

சாயங்காலம் அன்னபூரணி ஜபம் செய்ய உட்கார்ந்த போது வாசலில் வண்டி வந்து நின்றது. வண்டிக்காரன் வீட்டிலுள்ள வரைக் கூப்பிட்டுக் கதவைத் தட்டினான். அன்னபூரணி பூஜை அறையிலிருந்து, ''அடடா! மறந்தே விட்டேன். இன்று குஞ்சரத் தின் மாமியாரும் அவளுடைய தங்கை பெண்ணும் அலாகாபாதி லிருந்து வருவதாகச் சொன்னார்கள். அவர்களாகத்தான் இருக் கும். ஆசா! விளக்கை எடுத்துப் போய்க் கதவைத் திற'' என்றாள்.

ஆசா விளக்குடன் சென்று கதவைத் திறந்ததுமே அங்கு விஹாரி நிற்பதைக் கண்டாள். ''இதென்ன, மன்னி! நீ காசிக்கு வரவில்லை என்று கேள்விப்பட்டேனே?'' என்றான் விஹாரி.

ஆசாவின் கையிலிருந்து விளக்கு கீழே விழுந்தது. அவள் பிசாசைக் கண்டவள் போல ஒரே மூச்சில் மேலே ஓடிப் பரிதாப மான குரலில், ''பெரியம்மா, உன் காலில் விழுகிறேன்; இப் போது அவரைப் போகச் சொல்'' என்றாள்.

அன்னபூரணி ஜபத்தை விட்டுப் பரபரப்புடன் எழுந்தாள். ''யாரையடி, சுனி, யாரைச் சொல்கிறாய்?'' என்றாள்.

''விஹாரி பாபு இங்கேயும் வந்து விட்டார்'' என்று ஆசா பக்கத்து அறைக்குள் சென்று தாழிட்டுக் கொண்டாள்.

விஹாரி கீழிருந்தே மேலே நடந்த பேச்சைக் கேட்டான்; அவன் உடனே போகத் துடித்தான். ஆனால், பூஜையை விட்டு அன்னபூரணி கீழே வந்த போது, விஹாரி வாசல் கதவருகில் கீழே மண்ணில் உட்கார்ந்திருந்தான். அவன் உடம்பில் தெம்பே இல்லை.

அன்னபூரணி விளக்குக் கொண்டு வரவில்லை. இருளில் அவன் முகம் அவளுக்குச் சரியாகத் தெரியவில்லை. விஹாரி யாலும் அவளைப் பார்க்க முடியவில்லை.

''விஹாரி'' என்றாள் அன்னபூரணி. பல நாட்கள் பழகிய அந்த அன்பு மண்டிய குரல் எங்கே? அந்தக் குரல் கடுமையும் தீவிரமும் கலந்து இடி போலல்லவா முழங்கியது! அன்னை அன்னபூரணி இன்று யார் மேல் இந்தப் போர் வாளை வீச எடுத்திருக்கிறாள்! துரதிருஷ்டசாலியான விஹாரி இன்று இருளில் அவள் பாதங்களில் தலை வைத்து வணங்க அல்லவா வந்தான்!

மின்னலால் தாக்குண்டது போல் அவனுடைய உடல் நடுங்கியது. அவன், ''சித்தி! இது போதும்; மேலே ஒன்றும் பேசாதே! நான் போகிறேன்'' என்று தரையில் தலை வைத்து வணங்கினான். அன்னபூரணியின் பாதங்களைக் கூட அவன் தொடவில்லை. கங்கை நீரில் மகனைத் தாய் துறப்பது போல் அன்னபூரணி மௌனமாக அந்த இருளில் விஹாரியை நழுவ விட்டாள். ஒரு முறை அவனைத் திரும்புமாறு அழைக்கவும் இல்லை. வண்டி விஹாரியுடன் மெல்ல மறைந்தது.

விநோதினி 115

அன்றிரவே ஆசா மகேந்திரனுக்குக் கடிதம் எழுதினாள்:
''விஹாரி பாபு இங்கு இன்று சாயங்காலம் திடீரென்று வந்திருந்தார். பெரியப்பா எப்போது கல்கத்தா வருவாரோ, நிச்சயமில்லை. நீங்கள் சீக்கிர மாக வந்து என்னை அழைத்துச் செல்லுங்கள்.''

27

முதல் நாள் இரவு கண் விழித்ததும், மன உளைச்சல் பட்டதும் சேர்ந்து கொள்ளவே காலையில் மகேந்திரனுக்கு ஒரே சோர்வாக இருந்தது. பங்குனி மாதத்து நடுப் பகுதி. வெயில் தொடங்கி விட்டது. சாதாரணமாக மகேந்திரன் காலை வேளைகளில் படுக்கை அறையின் ஓரமாக இருந்த மேஜையருகே புத்தகம் படிப்பது வழக்கம். அன்று அவன் கீழே இருந்த மெத்தையின் மேல் தலையணையில் சாய்ந்து படுத்தான். பொழுது ஏறியும் அவன் குளிக்கச் செல்லவில்லை. தெருவோடு வியாபாரம் செய்வோர் கூவிச் சென்றனர். ஆபீசுக்குச் செல்லும் வண்டிகளின் ஓசையும் ஓயவில்லை. பக்கத்தில் புது வீடு கட்டிக் கொண்டிருந்தார்கள். அங்கு வேலை செய்யும் பெண்கள் ஓயாமல் மாடியின் தரையைத் தட்டியவாறு அதன் தாளத்துக்கேற்பப் பாடலாயினர். சற்றே வெம்மையுடைய தென்றல் காற்றில் மகேந்திரனுடைய நரம்புகள் பின்னும் தளர்ச்சியடைந்தன. கடுமையான உறுதி, கஷ்டமான முயற்சி, மனப் போராட்டம் இவற்றுக்கு இந்த வசந்த ருதுவின் நாள் ஏற்றதல்ல; மனம் போனவாறு கவலை யின்றிப் படுத்துக் கிடப்பதற்கே இது ஏற்றது. ''உங்களுக்கு என்ன! குளிக்க வேண்டாமா! சாப்பாடும் தயாராகி விட்டது. அதென்ன படுத்திருக்கிறீர்களே? உடம்புக்கு ஏதாவது வந்திருக்கிறதா? தலைவலியா என்ன?'' என்று விநோதினி அவன் அருகில் வந்து நெற்றியில் கை வைத்துப் பார்த்தாள்.

மகேந்திரன் விழிகளைப் பாதி மூடியவாறு குழறும் குரலில், ''இன்று உடம்பு என்னவோ போல் இருக்கிறது. குளிக்கவில்லை'' என்றான்.

''குளிக்கா விட்டால் போகிறது. இரண்டு பிடி சாப்பிட வாவது செய்யுங்கள்'' என்று அவள் அவனைப் பலவந்தமாகச் சாப்பிடும் இடத்துக்கு அழைத்துச் சென்று மிகவும் கவனித்து வேண்டிச் சாப்பிட வைத்தாள்.

சாப்பிட்ட பின்னர் மீண்டும் மகேந்திரன் படுக்கையில் படுத்தான். விநோதினி தலை மாட்டில் உட்கார்ந்து மெல்ல அவ னுடைய தலையைப் பிடித்தாள். மகேந்திரன் மூடிய விழிக ளுடன், ''விநோத்! நீ இன்னும் சாப்பிடவில்லையே! போய்ச் சாப்பிடு'' என்றான்.

விநோதினி எழுந்திருக்கவில்லை. பகல் வேளையின் வெப்பக் காற்று அறையின் திரைச் சீலைகளை அசைத்தது. சுவர் ஓரம் அசைந்த தென்னை மரத்தின் கீற்றுகளின் சலசலப்பு அறை யினுள் எதிரொலித்தது. மகேந்திரனுடைய இதயம் வர வர வேகமாகத் துடித்தது. விநோதினியின் பெருமூச்சும் அதே வேகத்தில் மகேந்திரனுடைய நெற்றியில் படிந்த தலை மயிரை அசைத்தது. இருவரில் எவரும் வாய் திறக்கவிலலை. 'எல்லை யில்லாத உலகப் பெருங்கடலின் தடையற்ற பெருக்கில் மிதக் கிறேன். படகு கண நேரம் எங்கே போய் நிற்குமோ... அதனால் யாருக்கு என்ன வந்து விடப் போகிறது? அதுவும் எவ்வளவு நேரந்தான் நிலைக்கப் போகிறது?' என்று எண்ணமிட்டான் மகேந்திரன்.

தலையின் அருகில் நெற்றியைத் தடவியவாறு இருந்த விநோதினி கவலை குடி கொண்ட இளமையின் உத்வேகத்தால் மெல்லத் தலை குனியலானாள். கடைசியில் அவளுடைய கூந்த லின் நுனிச் சுருள் மகேந்திரனுடைய நெற்றி மீது விழுந்தது. காற்றில் அசைந்த அந்தக் குழற் கற்றையின் மென்மையான பரிசம் அவனுடைய உடலெங்கும் சிலிர்ப்பை ஊட்டியது. பெருமூச்சு, தன் மார்பின் அருகில் தடையுண்டு வெளிவர வழி தெரியாமல் தவிப்பது போல இருந்தது அவனுக்கு. பரபரப் புடன் ''எனக்குக் காலேஜ் இருக்கிறது. நான் போகிறேன்'' என்று அவன் அவளுடைய முகத்தைக் கூடப் பாராமல் எழுந்தான்.

''அவசரப்படாதீர்கள். உங்களுடைய உடைகளைக் கொண்டு வருகிறேன்'' என்று விநோதினி புது ஆடைகளைக் கொணர்ந்து அவனிடம் கொடுத்தாள்.

மகேந்திரன் அவசரமாகக் காலேஜுக்குச் சென்றான். ஆனால், அங்கு அவனால் நிம்மதியாக இருக்க முடியவில்லை. படிப்பில் கவனம் செலுத்த எவ்வளவோ பாடுபட்டும் வெற்றி அடையாமல் சீக்கிரமே வீடு திரும்பினான்.

அறையினுள் நுழைந்த போது விநோதினி படுக்கையில் மார்புக்குக் கீழே தலையணையை வைத்துக் குப்புறப் படுத்த வாறு ஏதோ புத்தகம் படித்துக் கொண்டிருந்தாள். அவளுடைய கருங்கூந்தல் முதுகில் அலை புரண்டது. மகேந்திரனுடைய பூட்ஸின் சப்தம் கேட்கவில்லை அவளுக்கு. அவன் மெல்ல அவள் பக்கத்தில் வந்து நின்றான். படிக்கும் போது அவ ளுடைய நீண்ட பெருமூச்சும் அவனுக்குக் கேட்டது.

''கருணைக் கடலே! கற்பனையிலுள்ள பேர்வழிகளுக்காக உள்ளத்தை வீணாகச் செலவு செய்து விடாதே! என்ன படிக் கிறாயோ?'' என்றான் மகேந்திரன். விநோதினி பரபரப்புடன் எழுந்து புத்தகத்தைத் தலைப்பினுள் மறைத்துக் கொண்டாள்.

மகேந்திரன் அதைப் பிடுங்கிப் பார்க்க முயன்றான். வெகு நேரம் கை கலந்தபின் தோல்வியுற்ற விநோதினியின் கையிலிருந்து மகேந்திரன் புத்தகத்தைப் பிடுங்கினான். புத்தகத்தின் பெயர் 'விஷ விருக்ஷம்'. விநோதினி பெருமூச்சு விட்டவாறு கோபத்துடன் முகம் திருப்பிக் கொண்டு கம்மென்றிருந்தாள்.

மகேந்திரனுடைய இதயம் அலையாடியது. வெகுவாகப் பிரயாசைப்பட்டு அவன் சிரித்து, ''சீச்சீ! ஏமாந்து போனேன். ஏதாவது ரகசியமான புத்தகமோ என்று பார்த்தேன். இவ்வளவு நேரம் கஷ்டப்பட்டுப் பிடுங்கிப் பார்த்தால் போயும் போயும் விஷ விருக்ஷந்தானா!'' என்றான்.

''என்னிடம் ரகசியம் என்ன இருக்கிறதாம்!'' என்றாள் விநோதினி.

மகேந்திரன் சட்டென்று சொல்லி விட்டான்: ''விஹாரியிடமிருந்து ஏதாவது கடிதம் வந்தது என்று வைத்துக் கொள்ளேன்.''

கண நேரத்துக்குள் விநோதினியின் கண்களில் தீ பறந்தது. இவ்வளவு நேரம் அறையினுள் விளையாடிக் கொண்டிருந்த மன்மதன் இரண்டாவது முறையாகச் சாம்பலானான். தூண்டி விட்ட தீப்பிழம்பென விநோதினி எழுந்து நின்றாள். மகேந்திரன் அவளுடைய கையைப் பிடித்தான். ''என்னை மன்னித்து விடு! என் கேலிப் பேச்சை மறந்து விடு'' என்றான்.

விநோதினி பலவந்தமாகக் கைகளை விடுவித்துக் கொண்டாள். ''யாரைக் கேலி செய்கிறீர்கள்? அவருடன் தோழமை கொள்ள உங்களுக்குத் தகுதி இருக்குமானால் அவரை நீங்கள் ஏளனம் செய்வதை நான் பொறுக்க முடியும். உங்கள் மனம் மிகவும் அற்பமானது; நட்புப் பூணும் உறுதி அதற்குக் கிடையாது. கேலி வேறு செய்கிறீர்களா?'' என்று விநோதினி வெளியே செல்லக் காலெடுத்த போது மகேந்திரன், கைகளால் அவளுடைய காலைக் கட்டிக் கொண்டான். இதே சமயம் எதிரே ஒரு நிழல் தெரிந்தது. மகேந்திரன் விநோதினியின் காலை விட்டுத் திடுக்கிட்டுத் தலை நிமிர்ந்தான். எதிரே விஹாரி நிற்பது தெரிந்தது.

நிலைத்த பார்வையால் இருவரையும் பொசுக்கியவாறு நிதானமாக விஹாரி, ''நான் வேளை தெரியாமல் வந்து விட்டேன்; ஆனால், வெகு நேரம் இருக்க மாட்டேன். ஒரு விஷயம் சொல்ல வந்தேன். காசிக்குப் போனேன். அங்கு மன்னி இருப்பது எனக்குத் தெரியாது; தெரியாமல் அவளிடம் குற்றவாளி என்று பெயர் வாங்கிக் கொண்டேன். அவளிடம் மன்னிப்புக் கேட்க எனக்குப் பொழுதில்லை. ஆனால், உங்களிடம் மன்னிப்புக் கேட்க வந்திருக்கிறேன். என் மனத்தில் தெரிந்தோ, தெரியாமலோ ஏதாவது பாபத் தீடு இருந்தால், அதற்காக அவள் எப்

போதும் துயரப்படக் கூடாது. இதுவே உன்னிடம் நான் வேண்டுவது'' என்றான்.

விஹாரியின் முன்னிலையில் தன் பலவீனம் வெளியாகி விட்டதே என்று மகேந்திரனுக்கு எரிச்சல் மூண்டது. பெருந் தன்மையுடன் இருக்க இதுவா வேளை? அவன் சற்றுச் சிரித்தான். "பூஜை உள்ளே வைத்திருந்த வாழைப் பழத்தைத் தின்ற கதை போலிருக்கிறது, நீ சொல்லுவது. உன்னை ஒப்புக் கொள்ளவும் நான் சொல்லவில்லை; மறுக்கவும் சொல்ல வில்லை. பின் மன்னிப்புக் கேட்டுக் கொள்ளச் சாது போல் வருவானேன்?'' என்றான்.

விஹாரி மரக் கட்டை போல் சற்று நேரம் அசைவற்று நின்றான். பின்னர்ப் பதில் சொல்லும் முயற்சியில் உதடுகள் துடிப்பது கண்டு விநோதினி, "விஹாரி பாபு! நீங்கள் பதில் சொல்ல வேண்டாம். ஒன்றும் சொல்லாதீர்கள். இவர் சொன்ன வார்த்தைகளால் இவருடைய வாய்தான் மாசுபட்டது. அந்த மாசு உங்களைத் தீண்டாது'' என்றாள்.

விநோதினியின் வார்த்தைகள் விஹாரியின் காதில் விழுந் தனவா இல்லையா என்பது சந்தேகந்தான். அவன் கனவில் நடப்பவன் போல் மகேந்திரனுடைய அறையை விட்டுப் படிகளில் இறங்கலானான்.

விநோதினி அவன் பின்னால் ஓடினாள். "விஹாரி பாபு! என்னிடம் சொல்வதற்கு விஷயம் இல்லையா? என்னைத் திட்ட வேண்டுமானால் தயங்க வேண்டாம்'' என்றாள்.

விஹாரி அதற்கும் பதில் சொல்லாமல் நடப்பது கண்டு விநோதினி அவன் எதிரே வந்து இரு கைகளாலும் அவனுடைய வலது கையைப் பிடித்துக் கொண்டாள். விஹாரி வெறுப்புடன் அவளைத் தூரத் தள்ளி விட்டுச் சென்றான். அந்தத் தாக்குதலில் விநோதினி விழுந்தது கூட அவனுக்குத் தெரியாது.

விழுந்த ஓசை கேட்டு மகேந்திரன் விரைந்து வந்தான். விநோதினியின் இடக் கையில் முழங்கை அருகே அடிபட்டு ரத்தம் கசிந்து கொண்டிருந்தது.

"அடி பலமாகப் பட்டிருக்கிறதே!'' என்று அவன் தன் னுடைய மெல்லிய சட்டையில் கொஞ்சம் கிழித்து அடிபட்ட இடத்தில் கட்டுப் போட முன் வந்தான். விநோதினி பரபரப் புடன் கையை விடுவித்துக் கொண்டாள். "வேண்டாம். ஒன்றும் செய்யாதீர்கள்! ரத்தம் வரட்டும்'' என்றாள்.

"கட்டுப் போட்டு மருந்து தருகிறேன். அப்புறம் வலியே இராது. சீக்கிரம் சரியாகி விடும்.''

விநோதினி நகர்ந்து நின்றாள். "எனக்கு வேதனை குறைய வேண்டாம். காயம் அப்படியே இருக்கட்டும்'' என்றாள்.

''இன்று நான் பொறுமை இழந்து இன்னொருத்தர் முன்னிலையில் உன்னை இழிவு படுத்தி விட்டேன். என்னை மன்னித்து விட மாட்டாயா?''

''எதற்காக மன்னிப்பு! நான் ஊராருக்குப் பயந்தவள் அல்ல. நீங்கள் செய்தது நல்லதுதான். யாரையும் நான் மதிப்பவளல்ல. என்னைத் தள்ளி விட்டுப் போகிறவர்கள்தாம் எனக்கு உயர்ந்தவர்களா, என் காலைப் பிடித்து நிறுத்த முயலுபவர்கள் எனக்கு வேண்டாதவர்களா?''

மகேந்திரன் வெறி பிடித்தவன் போல் குரல் தடுமாற, ''விநோதினி! அப்படியானால் என் காதலை உன் காலினால் உதைத்துத் தள்ளி விட மாட்டாயே?'' என்றான்.

''தலையில் வைத்துக் கொள்வேன். காதல் என்பதை என் பிறவி முதல் அதிகம் அனுபவித்தவளல்லவே, வேண்டாமென்று அதை உதைத்தது தள்ளுவதற்கு!'' மகேந்திரன் தன் இரு கைகளாலும் அவளுடைய கைகளைப் பிடித்துக் கொண்டான். ''அப்படியானால் என் அறைக்கு வா. உனக்கு இன்று நான் வேதனை அளித்தேன். நீயும் என்னைக் கஷ்டப்படுத்தி விட்டாய். அது ஒரேயடியாக மறையும் வரையில் ஊண் உறக்கத்திலும் எனக்கு நிம்மதியே இராது.''

''இன்று வேண்டாம். என்னை விட்டு விடுங்கள். உங்கள் மனத்தை நான் கஷ்டப்படுத்தியிருந்தால் என்னை மன்னித்து விடுங்கள்.''

''நீயும் என்னை மன்னித்து விடு. இராவிட்டால் இரவு எனக்குத் தூக்கம் வராது.''

''மன்னித்து விட்டேன்'' என்றாள் விநோதினி.

மகேந்திரன் அப்போதே விநோதினியிடம் கையோடு கையாக மன்னிப்பையும் காதலுக்கான அடையாளத்தையும் பெற்றுக் கொள்ளத் துடித்தான். ஆனால், விநோதினியின் முகத்தைக் கண்டதும் திடுக்கிட்டு நின்றான். விநோதினி படிகளில் இறங்கிக் கீழே சென்றாள். மகேந்திரன் மேலே மாடியில் உலாவத் தொடங்கினான். விஹாரியிடம் தான் அகப்பட்டுக் கொண்டதில் அவன் மனம் விடுதலை பெற்றது போல் மகிழ்ச்சியுற்றது. ஒளிந்து களவு ஆடுவதில் உள்ள அருவருப்பு, ஒருவனுக்கு அது தெரிந்ததும் குறைந்து விடும். 'நான் நல்லவன் என்று இனிமேல் பொய் சொல்லித் திரிய வேண்டியதில்லை. ஆனால், நான் காதலிக்கிறேன். இது பொய்யல்ல' என்று இவ்வாறு அவன் தனக்குள் சொல்லிக் கொண்டான். காதலின் பெருமை அவனுக்கு அளவற்ற கர்வத்தை மூட்டியது. தன்னைக் கெட்டவன் என்று கொள்வதிலும் அவன் பெருமை கொண்டான். நிசப்தமான அந்திப் பொழுதில் ஒளிச் சுடர்கள் பளிச்சென விளங்கிய

மோன உலகை அவன் அவமதிப்புடன் நோக்கினான். ''யார் என்னை எவ்வளவு கெட்டவனாக வேண்டுமானாலும் நினைத்துக் கொள்ளட்டும்; ஆனால், நான் காதலிக்கிறேன்'' என்று அவன் விநோதினியின் கற்பனை உருவை வானிலும் உலகிலும் எங்கும் கண்டு களித்தான். விஹாரி இன்று அரக்குப் போட்டு மூடி மகேந்திரனுடைய இதயத்துள் இருந்த ஒரு மசிக் கூட்டை உடைத்து விட்டான். விநோதினியின் கார்குழலும், கரு விழி களும் உலகெங்கும் பரவி, முன்பு வெளுப்பாக இருந்த யாவற் றையும் கருமையாக்கி விட்டன.

28

மறு நாள் எழுந்ததுமே மகேந்திரனுடைய இதயம் ஓர் இனிய நினைவினால் நிறைந்திருந்தது. விடியலில் பகலவனும் அவனுடைய எண்ணத்தை யும் ஆசையையும் தங்க மயமாக்கி விட்டான். எத்துணை அழகிய உலகம்; தேனினும் இனிய வானம்; காற்றும் பூவின் மகரந்தம் போல மனத்தையே அடித்துச் சென்றது!

காலை வேளையில் வைஷ்ணவப் பிச்சைக்காரர்கள் கஞ்சிராத் தாளத்துடன் பாடத் தொடங்கினார்கள். காவல்காரன் அவர்களை விரட்ட முன் வந்த போது, மகேந்திரன் அவனை அடக்கி, அவர்களுக்கு ஒரு ரூபாய் அளித்தான். வேலைக்காரன் ஹரிக்கேன் லாந்தரை எடுத்துச் செல்லும் போது கவனப் பிசகால் கீழே போட்டு உடைத்து விட்டான். மகேந்திரனுடைய முகத் தைக் கண்டதும் அச்சத்தில் அவனுக்கு உயிரே போய் விடும் போல் ஆகி விட்டது. மகேந்திரன் அவனை மிரட்டாமல், முக மலர்வுடன், ''அடே! அங்கே நன்றாக விளக்குமாற்றால் சுத்தம் செய்து விடு. யாருடைய காலிலாவது கண்ணாடி குத்தி விடப் போகிறது'' என்றான். அன்று நஷ்டங்களை எல்லாம் அவன் பெரிதாக எண்ணவில்லை.

காதல் இதுவரை திரை மறைவில் காத்திருந்தது. இன்று திரையைத் தள்ளிக் கொண்டு முன் வந்து நின்றது. உலகைக் கவிந்த திரையும் விலகியது. தினசரி உலகில் காணும் சிறுமை அன்று மறைந்தது. மரம் செடி பறவைக் கூட்டம், வழியில் செல்லும் ஜனத் திரள், பட்டணத்தின் இரைச்சல் எல்லாம் அன்று அருமையாக இருந்தன. உலகெங்கும் அன்று பரவிய புதுமை இதுவரை எங்கிருந்ததோ!

மற்ற நாட்களைப் போல் விநோதினியின் சந்திப்பு இன்று சாதாரணமாக இராது. கவிதை மூலம் பேசுவதும், இசையில் உணர்வைக் காட்டுவதும் நிகழக் கூடிய காரியமானால் அன்றைய தினத்தை, செல்வத்தையும் அழகையும் கொண்டு நிறைவு பெறச் செய்து, உலகச் சுழல்களை மீறிய அரபுக் கதை

களில் காணும் ஓர் இன்ப தினமாக்க அவன் எண்ணமிட்டான். அது உண்மையாகவும் இருக்கும்; கனவாகவும் தோன்றும். குடும்பத்தின் கட்டுப்பாடுகளோ, ஒரு பொறுப்போ, உண்மையோ அதில் இராது.

காலை முதலே அவன் நிலையின்றி உலாவினான். காலேஜுக்குச் செல்ல அவனால் முடியவில்லை. சந்திப்பு எந்தக் கணத்தில் எதிர்பாராது நிகழுமோ அதைத் தெளிவாக எந்தப் பஞ்சாங்கத்திலும் எழுதவில்லையே!

வீட்டு வேலையில் ஈடுபட்டிருந்த விநோதினியின் குரல் உக்கிராண அறையிலிருந்தோ, சமையல் அறையிலிருந்தோ அவனுடைய காதில் வந்து விழுந்தவாறு இருந்தது. அவனுக்கு அது பிடிக்கவில்லை. குடும்பத்து அலுவல்களிலிருந்து தனியே தொலைவில் நிறுத்தி அவளை அவன் கற்பனை செய்து கொண்டிருந்தான்.

பொழுது போகவில்லை அவனுக்கு. அவன் குளித்துச் சாப்பிட்டாகி விட்டது. வேலைகள் எல்லாம் முடிந்து பகற் பொழுது நிசப்தமாகியது. அப்படியும் விநோதினியைக் காண வில்லை. ஒரு புறம் துக்கம், மறு புறம் சுகம்; ஒரு பக்கம் நம்பிக்கை, மறு பக்கம் ஆத்திரம் - இவை மாறி மாறி அவனுடைய மனத்தின் தந்திகளை மீட்டிச் சென்றன.

முதல் நாள் அவன் கைப்பற்றிய அந்த 'விஷ விருக்ஷம்' படுக்கையின் மேல் கிடந்தது. அதைக் கண்டதும் முதல் நாளைய நிகழ்ச்சி மகேந்திரனுக்கு நினைவு வரவே, அவன் மனத்தினுள் ஓர் இன்பத்தின் மின்னல் ஓடியது. விநோதினி மார்பின் கீழ் வைத்துப் படுத்திருந்த தலையணையின் மேல் தலை வைத்துப் படுத்தான் மகேந்திரன். விஷ விருக்ஷத்தைக் கையில் எடுத்துக் கொண்டு அதன் பக்கங்களைப் புரட்டினான். அவ்வாறே எப்போது படிக்கத் தொடங்கினானோ தெரியாது. மணி ஐந்து அடித்ததுகூட அவனுக்குத் தெரியவில்லை. இந்தச் சமயத்தில் ஒரு மோரதாபாத் தட்டில் பழம், சந்தேஷ் *(இனிப்புப் பட்சணம்)*, ஒரு கண்ணாடிக் கோப்பையில் பனிக்கட்டி, சர்க்கரை, வாசனை கலந்து துருவிய முலாம் பழம் இவற்றை எடுத்துக் கொண்டு விநோதினி உள்ளே வந்து அவன் எதிரே வைத்தாள். ''என்ன செய்கிறீர்கள்? உங்களுக்கு என்ன? மணி ஐந்தாகி விட்டது. இன்னும் முகம் கை கால் கழுவவோ, வேறு உடைகள் அணியவோ இல்லையே!'' என்றாள்.

மகேந்திரனுக்கு வாரிப் போட்டது. அவனுக்கு என்ன என்பது கேட்க வேண்டிய கேள்வியா! அவளுக்கு அது தெரியாமல் இருப்பது அழகாகுமா! மற்ற நாட்களைப் போலவா இன்றும்! தான் எதிர்பார்த்திருப்பதற்கு நேர் விரோதமாக ஏதா

வது நேரிடுமோ என்று அஞ்சி, அவன் முதல் நாளைய நிகழ்ச்சியை நினைவூட்டி உரிமை ஏதும் கொண்டாட முனையவில்லை.

அவன் சாப்பிட உட்கார்ந்தான். விநோதினி வெளியே காயப் போட்டிருந்த மகேந்திரனுடைய துணிகளை உள்ளே கொணர்ந்து ஒழுங்காக மடித்து அமலாரியில் வைத்தாள்.

"கொஞ்சம் பொறு; சாப்பிட்டு விட்டு வந்து உனக்கு ஒத்தாசை செய்கிறேன்" என்றான் மகேந்திரன்.

விநோதினி கை கூப்பினாள். "உங்களுக்குப் புண்ணியம் உண்டு. வேறு ஏதாவது செய்தாலும் சரி; ஒத்தாசை மட்டும் வேண்டாம்" என்றாள்.

மகேந்திரன் சாப்பிட்டு விட்டு எழுந்தான். "அப்படியா! என்னைக் கையாலாகாதவன் என்று நினைக்கிறாயா? இன்று என் திறமையைச் சோதனை செய்து பார்" என்று அவன் துணிகளை வீம்புக்காக மடிக்கலானான்.

விநோதினி, அவன் கைகளிலிருந்து துணியைப் பிடுங்கினாள். "ஐயா பெரியவரே! போதும். வீணாக என் வேலையை அதிகப்படுத்தாதீர்" என்றாள்.

"சரி, நீ பாட்டில் உன் வேலையைச் செய்; நான் அதைக் கவனித்துக் கற்றுக் கொள்கிறேன்" என்று அவன் அலமாரியின் பக்கத்தில் விநோதினியின் அருகே தரையில் உட்கார்ந்தான். விநோதினி துணிகளை உதறும் சாக்கில் அவனுடைய முதுகில் தட்டித் துணிகளை மடித்து அலமாரியினுள் வைத்தாள்.

அன்றைய சந்திப்பு இவ்வாறு தொடங்கியது. காலையில் அவன் கற்பனை செய்தது போல் அபூர்வமாக எதுவும் நடக்கும் என்று தோன்றவில்லை. இவ்வாறு சந்திப்பது காவியம் புனைவதற்கோ, இசையுடன் பாட்டு அமைப்பதற்கோ, புதுமையாக ஏதாவது எழுதுவதற்கோ உகந்ததல்ல. ஆனால், மகேந்திரன் அதற்காகக் கவலைப்படவில்லை. ஓரளவு நிம்மதியும் அடைந்தான் அவன். கற்பனையில் தான் கொண்ட குறிக்கோளை எவ்வாறு நிலைநாட்டுவது, அதற்கு என்ன ஏற்பாடுகள் தேவை, என்ன பேச வேண்டும், உணர்ச்சியை எவ்வாறு வெளிப்படுத்துவது, அற்ப விஷயங்களையெல்லாம் எப்படி விலக்குவது இதெல்லாம் அவனுக்குத் தெரியவில்லை. துணி உதறுவது, மடிப்பது இவைகளில் கேலியும் சிரிப்புமாக அவன் நடைமுறைக்கு வராத ஒரு குறிக்கோளிலிருந்து விடுதலை பெற்று மகிழ்ந்தான்.

இந்தச் சமயம் ராஜலட்சுமி அங்கு வந்தாள். "மகேன், அவள் துணியை மடித்து வைக்கிறாள். நீ அங்கே உட்கார்ந்து என்ன செய்கிறாய்?" என்றாள்.

"பாருங்கள், அத்தை. வீணுக்கு என் வேலைகளில் குறுக்கிட்டுப் பொழுதை வீணாக்குகிறார்" என்றாள் விநோதினி.

''என்னது! நான் அவளுக்கு ஒத்தாசை செய்ய வந்தேனாக்கும்!''

''என் தலையெழுத்து! நீ போய் ஒத்தாசை செய்கிறா யாக்கும்! மகேனின் விதமே இதுதானடி! அம்மா, சித்தியிடம் செல்வமாக வளர்ந்து விட்டான். ஏதாவது ஒரு வேலையாவது அவன் கையால் ஆகுமா?''

இவ்வாறு கூறியதும் தாய் கையாலாகாத மகன் மீது தன் அன்புப் பார்வையை ஓட்டினாள். திறமையற்று எதற்கும் தாயையே எதிர்பார்க்கும் அந்த வயதான குழந்தையை எப்படிச் சுகமாக வைத்துக் கொள்வது என்பதைத்தான் விநோதினியிடம் ராஜலட்சுமி யோசனை கேட்டாள். மகனுக்குப் பணி செய்வதை விநோதினியிடம் கொடுத்து விட்ட பிறகு அவளுக்கு அந்தக் கவலையே இல்லை. விநோதினியின் மதிப்பு மகேந்திரனுக்குத் தெரிந்து விட்டது. அவளை நிறுத்திக் கொள்ள அவனுக்கு அக்கறை பிறந்து விட்டது என்று ராஜலட்சுமி மகிழ்வுற்றாள்.

அவனுக்குக் கேட்கும்படி அவள், ''அடியம்மா! இன்று அவனுடைய துணிகளை எல்லாம் காயப் போட்டு மடித்து வைத்தாய். நாளைக்கு அவனுடைய புதுக் கைக்குட்டைகளில் பெயர் முதலெழுத்தைப் பூத் தையல் போட்டு விடு. இங்கே வந்தது முதல் உழைக்கத்தான் வேண்டியிருக்கிறது நீ! ஏதாவது உனக்குச் செய்தேனா நான்?'' என்றாள்.

''அத்தை! அப்படியெல்லாம் சொன்னால், என்னை நீங்கள் வேற்று மனுஷியாக எண்ணுகிறீர்கள் என்றுதான் தோன்றுகிறது!''

ராஜலட்சுமி சற்றுக் கொஞ்சலாக, ''உன்னைப் போல் சொந்த மனுஷி யார் கிடைப்பாள் எனக்கு!'' என்றாள்.

விநோதினி துணி மடித்தானதும், ராஜலட்சுமி, ''இப்போது ஜீராவை அடுப்பில் வைக்கட்டுமா, இரா விட்டால் உனக்கு வேறு வேலை இருக்கிறதா?'' என்றாள்.

''இல்லை, அத்தை. வேறு வேலை இல்லை. வாருங்கள்; பட்சணங்களைச் செய்து விடலாம்.''

''அம்மா, இப்போதுதான் துக்கப்பட்டாய், உழைக்க வைத்தே இவளைச் சாக அடிப்பதாக. அதற்குள் வேலை செய்ய இழுக்கிறாயே!'' என்றான் மகேந்திரன்.

ராஜலட்சுமி விநோதினியின் மோவாயைத் தொட்டு, ''என் செல்வத்துக்கு வேலை என்றால்தான் பிடிக்கும்'' என்றாள்.

''இன்று சாயங்காலம் எனக்கோ வேலை எதுவும் இல்லை. அவளோடு ஏதாவது புத்தகம் படிக்கலாம் என்றிருந் தேன்'' என்றான் மகேன்.

''அத்தை, இன்று சாயங்காலம் நாம் இரண்டு பேருமே அவர் படிப்பதைக் கேட்க வரலாமே! என்ன சொல்லுகிறீர்கள்?'' என்றாள் விநோதினி.

'மகேன் ஒன்றியாளாகி விட்டான். எல்லாரும் அவனை எப்படியாவது தேற்றுவிக்க வேண்டும்' என்று எண்ணினாள் ராஜலட்சுமி. "சரிதான், மகேனுக்குச் சாப்பாடு தயாரானதும் இரண்டு பேருமே இன்று வரலாம். என்னடா, மகேன்?" என்றாள் அவள்.

விநோதினி அவனுடைய முகத்தை ஒரு தரம் பார்த்துக் கொண்டாள். "நல்லது" என்றான் மகேந்திரன். ஆனால், அவனுக்கு இருந்த ஆவல் போய் விட்டது. விநோதினி ராஜலட்சுமியுடன் சென்றாள்.

'நானும் இன்று வெளியே போகிறேன். நேரங் கழித்துத் தான் வீட்டுக்கு வர வேண்டும்' என்று கோபத்துடன் நினைத்துக் கொண்டான் மகேந்திரன். உடனே வெளியே செல்லும் உடைகளையும் அணிந்தான். ஆனால், தீர்மானப்படி செயலில் ஈடுபடவில்லை அவன். வெகு நேரம் அவன் மாடியில் உலாவினான். படிக்கட்டுப் பக்கம் பல தடவை அவன் பார்வை சென்றது. கடைசியில் அவன் அறையினுள் வந்து உட்கார்ந்தான். 'இன்று பட்சணத்தைத் தொடக் கூடாது. அம்மாவிடம் சொல்லி விட வேண்டும். இவ்வளவு நேரம் ஜீராவை அடுப்பில் காய்ச்சினால் அதில் இனிப்பு எப்படி இருக்கும்!' என்று அவன் தனக்குள் சொல்லிக் கொண்டான்.

சாப்பிடும் வேளையில் விநோதினி ராஜலட்சுமியையும் அழைத்து வந்தாள். இழுப்பு வருமோ என்று அஞ்சி ராஜலட்சுமி அதிகமாக மாடிக்கு வருவதில்லை. மகேந்திரன் கம்மென்று சாப்பிடலானான்.

"என்ன, ஒன்றுமே சாப்பிடவில்லையே!" என்றாள் விநோதினி.

ராஜலட்சுமியும் பரபரப்படைந்தாள். "உடம்புக்கு ஒன்றுமில்லையே?" என்றாள்.

"எவ்வளவு கஷ்டப்பட்டுப் பட்சணம் செய்தேன்! ஏதாவது சாப்பிட்டுத்தான் ஆக வேண்டும், நன்றாக இல்லையா? சரி, கிடக்கட்டும். நான் சொல்லுகிறேனே என்று பலவந்தமாகத் திணித்துக் கொள்ளாதீர்கள். அவசியமில்லை."

"நல்ல திண்டாட்டத்தில் சிக்க வைத்தாய். பட்சணம் தின்னத்தான் எனக்கு ஆசை அதிகம்; நன்றாகவும் இருக்கிறது. நீ தடுத்தால் ஏன் கேட்கிறேன்!"

இரண்டு இனிப்பு வகைகளையும் ஒரு துளி விடாமல் சாப்பிட்டான் மகேந்திரன். சாப்பிட்டானதும் மூவருமாக அவனுடைய படுக்கை அறைக்கு வந்து உட்கார்ந்தார்கள். படிக்கும் பேச்சையே அவன் எடுக்கவில்லை. ராஜலட்சுமி, "ஏதோ புத்தகம் படிப்பதாகச் சொன்னாயே, ஆரம்பியேன்" என்றாள்.

‘‘ஆனால் அதில் தெய்வம், க்ஷேத்திரம் எதுவுமே கிடை யாதே! உனக்கு அது பிடிக்காது’’ என்றான் மகேந்திரன்.

பிடிக்காதா? எப்படியும் பிடிக்க வேண்டும் என்ற உறுதி யுடன்தான் இருந்தாள் ராஜலட்சுமி. துருக்கி மொழி படித்தாலுங் கூட அவளுக்கு அது பிடிக்கும்; பாவம் மகேன்! பெண்டாட்டி யும் காசிக்குப் போய் விட்டாள்; தனியாகக் கிடக்கிறான். அவ னுக்கு எது பிடிக்கிறதோ, அது அவனுடைய தாயாருக்குப் பிடிக்காமல் இருக்கலாமா!

‘‘ஒன்று செய்யுங்கள். அத்தையின் அறையில் வங்க மொழியில் சாந்தி சதகம் இருக்கிறது. இன்றைக்கு மற்றப் புத்த கங்களை வைத்து விட்டு அதைப் படியுங்களேன். அத்தைக்கும் பிடிக்கும்; பொழுதும் போகும்’’ என்றாள் விநோதினி.

மகேந்திரன் பரிதாபமாக அவளுடைய முகத்தை ஏறிட்டு நோக்கினான். அதற்குள் வேலைக்காரி அங்கு வந்தாள். ‘‘அம்மா; காயஸ்தர் வீட்டு அம்மா வந்து உங்கள் அறையில் காத்திருக்கிறார்கள்’’ என்றாள்.

காயஸ்தர் வீட்டு அம்மாள் ராஜலட்சுமிக்கு நெருங்கிய தோழி. இருட்டினதும், அவளுடன் வம்பிடுவதில் உள்ள மோகத்தை ராஜலட்சுமியால் அடக்க முடிவதில்லை. அப்படி இருந்தும், அவள் வேலைக்காரியிடம், ‘‘இன்று எனக்கு மகேந் திரனிடம் கொஞ்சம் வேலை இருக்கிறது. நாளைக்கு அவசியம் வரச் சொன்னதாகச் சொல்லு’’ என்றாள்.

மகேந்திரன் பரபரப்புடன், ‘‘ஏனம்மா, அவர்களைப் பார்த்து விட்டுத்தான் வாயேன்’’ என்றான்.

‘‘வேண்டாம், அத்தை. நீங்கள் இங்கேயே இருங்கள். நான் அந்த அம்மாளிடம் போய்ப் பேசிக் கொண்டிருக்கிறேன்’’ என்றாள் விநோதினி.

ராஜலட்சுமியால் வம்பளப்பில் உள்ள மோகத்தை அடக்க முடியவில்லை. ‘‘அம்மா, நீ இங்கே இரு. அவளை அனுப்பி விட்டு வர முடியுமா என்று பார்க்கிறேன். நீங்கள் ஆரம்பித்து விடுங்கள். எனக்காகக் காத்திருக்க வேண்டாம்’’ என்றாள் அவள்.

ராஜலட்சுமி அறையின் வெளியே சென்றதும் மகேந்திர னால் இருக்க முடியவில்லை. ‘‘ஏன் இப்படி வேண்டுமென்று என்னை வதைக்கிறாய்!’’ என்றான்.

விநோதினி வியப்புற்றவள் போல், ‘‘அதென்ன! நானா உங்களை வதைக்கிறேன்? உங்கள் அறைக்கு நான் வந்ததே தப்புத்தான் போல இருக்கிறது; வேண்டாம்; நான் போகிறேன்’’ என்று முகம் வாடியவள் போல் எழுந்தாள்.

மகேந்திரன் அவள் கையைப் பிடித்தான். ‘‘’இப்படித் தானே என்னை எதிர்த்துப் பொசுக்குகிறாய்!’’ என்றான்.

"எனக்கு இத்தனை சக்தி இருப்பது எனக்குத் தெரியாதே! உங்கள் உயிர்கூட மிகவும் கடினமானதுதான். இன்னும் எவ்வளவோ தாங்க முடியும் உங்களால். மிகவும் எரிந்து சாம்பிப் போனவராகத் தெரியவில்லையே, உங்கள் உடம்பைப் பார்த்தால்!"

"உடம்பிலிருந்து என்ன தெரியும்!" என்று அவன் விநோதினியின் கையைப் பலவந்தமாக இழுத்து மார்பில் வைத்துக் கொண்டான்.

விநோதினி, "ஆ!" என்று கூவியதும் மகேந்திரன் பரபரப்புடன் கையை விட்டான். "வலிக்கிறதா என்ன?" என்றான்.

முதல் நாள் காயம் பட்ட விநோதினியின் கையிலிருந்து மறுபடியும் ரத்தம் கொட்டத் தொடங்கியது. மகேந்திரன் வருத்தம் அடைந்தான். "மறந்து விட்டேன், ரொம்பத் தவறு; இன்று அதற்கு மருந்து வைத்துக் கட்டுப் போடுகிறேன். விடவே மாட்டேன்" என்றான்.

"அதெல்லாம் ஒன்றுமில்லை. மருந்து வேண்டாம் அதற்கு."

"ஏன் வேண்டாம்?"

"ஏனென்றால்! என் கையிடம் உங்கள் டாக்டர் கை வரிசையைக் காட்ட வேண்டாம். அது அப்படியே இருக்கட்டும்."

மகேந்திரன் கணப் பொழுதில் மாறினான். 'பெண் உள்ளம்! புரியவே வழியில்லை' என்று தனக்குள் கூறிக் கொண்டான் அவன்.

விநோதினி எழுந்தாள். மகேந்திரன் ரோஷத்துடன் தடை செய்யாமல், "எங்கே போகிறாய்?" என்றான்.

"வேலை இருக்கிறது" என்றதும் விநோதினி விடுவிடென்று விரைவாகச் சென்றாள்.

கண நேரம் உட்கார்ந்திருந்த மகேந்திரன் விநோதினியை மீண்டும் அழைத்து வர விரைவாக எழுந்தான். படியருகே சென்றதும் அவன் திரும்பி மாடிக்குச் சென்று உலாவத் தொடங்கினான்.

விநோதினி தினமும் அவனை இழுக்கிறாள். அதே சமயம் ஒரு கணம் நெருங்கவும் விடுவதில்லை. பிறரால் தன்னைத் தெரிந்து கொள்ள முடியாது என்று அவன் தற்பெருமை கொண்டிருந்தான்; இப்போது அவன் அந்த எண்ணத்தை விட்டு விட்டான். ஆனால், முயற்சி செய்தால் பிறரைத் தன்னால் புரிந்து கொள்ள முடியும் என்றாவது பெருமைப்பட்டுக் கொள்ளக் கூடாதா? அவன் அன்று தோற்றான். ஆனால், அவளைத் தோல்வியுறச் செய்ய அவனால் முடியவில்லை. உள்ளத்தின் மேன்மையில் அவன் தலை நிமிர்ந்து நடந்தான்; தனக்கு நிகர் எவரும் இல்லை என்பதே அவன் துணிபு. ஆனால், அங்கு

அவன் அன்று தலை குனிய நேரிட்டது. உயர்வை இழந்தானே தவிரப் பதிலுக்கு ஒன்றும் கிட்டவில்லை. பிச்சைக்காரன் போல் அடைபட்ட கதவின் எதிரே அந்திப் பொழுதில் வெற்றுக் கையுடன் தெருவில் நிற்க வேண்டியதாயிற்று!

பங்குனி-சித்திரை மாதங்களில் விஹாரியின் நிலங்களி லிருந்து வாகைப் பூவின் தேன் வரும். அவன் அதை ராஜ லட்சுமிக்கு ஆண்டுதோறும் தவறாமல் அனுப்புவான். அந்த ஆண்டிலும் அவ்வாறே அனுப்பினான் விஹாரி. விநோதினி தேன் புட்டியைத் தானே ராஜலட்சுமியிடம் எடுத்துச் சென்றாள். ''அத்தை, விஹாரி பாபு தேன் அனுப்பியிருக்கிறார்'' என்றாள்.

ராஜலட்சுமி அதை உக்கிராணத்தில் வைக்கச் சொன்னாள். விநோதினி அவ்வாறே வைத்த பின் ராஜலட்சுமியின் அருகில் வந்து உட்கார்ந்தாள். ''விஹாரி பாபு உங்களைப் பற்றி விசாரி க்காமல் இருப்பதே இல்லை. பாவம், பெற்ற தாய் இல்லை; அதனால் நீங்கள்தான் தாய் போல இருக்கிறீர்கள்'' என்றாள்.

விஹாரியை மகேந்திரனுடைய நிழலாக எண்ணினாளே தவிர, ராஜலட்சுமி அவனைப் பற்றித் தனியாக யோசித்தவளல்ல. அவர்களுக்குக் கிடைத்த மிக அனுசரணையான ஆள் அவன். ராஜலட்சுமியைத் தாயற்ற விஹாரியின் அன்னை என்று விநோதினி குறிப்பிடவே, அது அவளுடைய இதயத்தைத் தொட்டது. 'உண்மைதானே! விஹாரிக்குத் தாயார் இல்லை. அவன் என்னையே அம்மாவாக எண்ணுகிறான்' என்று திடீ ரென்று அவளுக்குத் தோன்றியது. நோயிலும், வருத்தத்திலும், கஷ்டத்திலும் விஹாரி எவரும் கூப்பிடாமலேயே யாதொரு ஆடம்பரமுமின்றி ஓசைப்படாமல் வந்து அக்கறையுடன் பணி விடை செய்தான். மூச்சு வெளி விட்டு உள்ளிழுப்பது போல் சகஜமாகவே ராஜலட்சுமியும் அதை ஏற்றுக் கொண்டாள். அதற் காக நன்றி பாராட்டுவது என்ற நினைவே அவளுக்கு உதயமாக வில்லை. ஆனால், விஹாரியைப் பற்றி யார் கவலைப்பட் டார்கள்! அன்னபூரணி இருந்த போது அவள் ஓரளவு அவனைக் கவனித்து வந்தாள். 'விஹாரியை வசப்படுத்திக் கொள்ளவே அன்னபூரணி ஆடம்பரமாக அவனைக் கவனிக்கிறாள்!' என்று தான் அப்போது ராஜலட்சுமிக்குத் தோன்றும். ராஜலட்சுமி பெரு மூச்செறிந்து, ''விஹாரி எனக்குச் சொந்தப் பிள்ளை போலத்தான்'' என்றாள்.

இதைச் சொன்னதும், விஹாரி சொந்தப் பிள்ளையை யும்விட உயர்வு என்று அவளுக்குத் தோன்றியது. கைம்மாறு எதிர்பாராமலேயே அவர்களிடம் அவன் அக்கறை காட்டினான். இதை நினைக்கும்போது அவள் உள்ளத்தினுள் மீண்டும் பெரு மூச்சு எழுந்தது.

''உங்கள் கையால் சாப்பிடுவது என்றால் விஹாரி பாபு வுக்கு ரொம்ப ஆசை'' என்றாள் விநோதினி.

அன்பும் பெருமையும் கலந்த குரலில் ராஜலட்சுமி, ''வேறு யார் சமைத்தாலும் அவனுக்கு ருசிக்காது'' என்றாள். வெகு நாளாக விஹாரி வரவில்லை என்ற நினைவும் அப்போது அவளுக்கு எழுந்து, ''ஆம், விஹாரி இப்போதெல்லாம் வருவ தில்லையே! ஏன்?'' என்றாள் அவள்.

''நான் கூட அதைத்தான் யோசித்துக் கொண்டிருந்தேன். அத்தை, உங்கள் பிள்ளை என்னவோ கல்யாணமானது முதல் பெண்டாட்டியுடன் மோகத்தில் கிடந்தார். உற்றார் உறவினர் வந்துதான் என்ன செய்வார்கள்?''

இது நடக்கக் கூடியது என்று ராஜலட்சுமிக்குத் தோன்றி யது. பெண்டாட்டி மோகத்தில் மகேந்திரன் தனக்கு நல்லது செயப்வர்களையெல்லாம் ஒதுக்கி விட்டான்.

விஹாரிக்கு ரோஷம் வருவதில் என்ன தவறு! அவன் ஏன் வர வேண்டும்? விஹாரியும் தன்னைப் போலத்தான் என்று எண்ணவும், ராஜலட்சுமிக்கு அவன் மேல் பரிவு உண்டாயிற்று. விஹாரி சுயநலம் பாராது சிறு பிராயம் முதல் மகேந்திரனுக்கு எத்தனையோ உதவிகள் செய்திருக்கிறான். அவனுக்காக எத்தனையோ தடவை கஷ்டங்களை அனுபவித்திருக்கிறான். இதையெல்லாம் அவள் விநோதினிக்கு எடுத்துச் சொன்னாள். பிள்ளையின் மேல் தனக்கு இருந்த குறைகளை எல்லாம் விஹாரியின் வரலாற்றைக் கூறும் வாயிலாக உறுதிப்படுத் தினாள். பெண்டாட்டி வந்த இரண்டு நாட்களுக்குள் நெடுநாள் உடன் பழகிய நண்பனை அலட்சியம் செய்தால் குடும்பத்தில் நியாயம் எப்படி நிலைக்கும்!

''நாளைக்கு ஞாயிற்றுக் கிழமை. விஹாரி பாபுவை அழைத்துச் சாப்பிடச் சொன்னால் அவருக்குச் சந்தோஷமாக இருக்கும்'' என்றாள் விநோதினி.

''நல்லதுதான். மகேனைக் கூப்பிட்டால், அவனே விஹாரியை வரவழைப்பான்.''

''இல்லை, அத்தை; நீங்களே கூப்பிடுங்கள்.''

''உன் மாதிரி எனக்கு எழுதப் படிக்கத் தெரியுமா என்ன?''

''இருந்தால் என்ன! உங்களுக்காக நானே வேண்டுமானால் எழுதுகிறேன்.''

விநோதினி ராஜலட்சுமியின் பெயரால் தானே விஹாரி க்குக் கடிதம் எழுதி அனுப்பினாள். ஞாயிற்றுக் கிழமையை மகேந்திரன் மிக்க ஆவலுடன் எதிர்நோக்குவான். முதல் நாளிரவி லிருந்தே அவன் மனம் கற்பனைகளில் ஈடுபட்டு விடும். இது வரையில் அவன் கற்பனை செய்தபடி எதுவும் நடக்கவில்லை; என்றாலும், ஞாயிற்றுக் கிழமையன்று விடியலின் ஒளி அவன்

கண்களுக்கு இனிமையாகத் தோன்றும். விழிப்புற்ற நகரத்தின் சந்தடி யாவும் அவன் செவிக்கு அபூர்வமான இன்னிசை போலவே கேட்கும்.

ஆனால் அன்று என்ன விசேஷமோ! ஏதாவது நோன்பு இருக்க வேண்டும் அம்மாவுக்கு. மற்ற நாட்களைப் போல் விநோதினியின் கையில் பொறுப்பை விட அவள் ஓய்வுடன் இல்லை. அன்று அவளே ஓடியாடி வேலை செய்தாள்.

இந்தக் கலவரத்தில் மணி பத்தாகி விட்டது. இதன் இடையே மகேந்திரன் எவ்வளவோ முயன்றும் ஒரு கணங்கூட விநோதினியைத் தனிமையில் பார்க்க முடியவில்லை. புத்தகம் படிக்கலாமென்றால் அதில் மனம் செல்லவில்லை. பத்திரிகை யில் அவசியமற்ற ஒரு விளம்பரத்தைக் கால் மணி நேரம் பார்த் தான். கடைசியில் இருப்புக் கொள்ளாமல் அவன் கீழே வந்தான். அங்கு வராந்தாவில் அடுப்பில் ஏதோ சமைத்துக் கொண்டிருந்தாள், ராஜலட்சுமி. இடுப்பில் புடைவைத் தலைப் பைச் செருகிக் கொண்டு அதற்குத் தேவையானவற்றைத் தரு வதில் விநோதினி முனைந்திருந்தாள்.

"என்ன விசேஷம் இன்று, பலமாக இருக்கிறதே ஏற்பா டெல்லாம்!" என்றான் மகேந்திரன்.

"உனக்கு அவள் சொல்லவில்லையா? இன்று விஹாரிக்கு விருந்து" என்றாள் ராஜலட்சுமி.

விஹாரிக்கு விருந்து என்றதுமே மகேந்திரனுக்கு உடம் பெல்லாம் எரிச்சல் பிறந்தது. "ஆனால், என்னால் இருக்க முடி யாதே, அம்மா" என்றான் அவன்.

"ஏன்?"

"நான் வெளியே போக வேண்டுமே!"

"சாப்பிட்டு விட்டுப் போயேன், அதிக நேரமாகாது."

"எனக்கு வெளியே விருந்து" என்றான்.

விநோதினியின் பார்வை கண நேரம் மகேந்திரனின் முகத்தில் விழுந்தது. "விருந்துக்கு அழைப்பிருந்தால் போகட் டுமே, அத்தை. இன்று விஹாரி பாபு தனியாகத்தான் சாப்பிட்டு விட்டுப் போகட்டும்!" என்றாள் அவள்.

ஆனால், தான் சமைத்ததை மகேன் சாப்பிடாமல் போவது ராஜலட்சுமிக்கு எப்படிப் பொறுக்கும்? அவள் வேண்ட வேண்ட, மகேனின் பிடிவாதமும் அதிகரித்தது. "மிகவும் அவசியமான அழைப்பு. தட்டவே முடியாது. விஹாரியைக் கூப்பிடுவதற்கு முன் என்னைக் கேட்டிருப்பதுதானே!" என்றெல் லாம் குறுக்குக் கேள்விகள் போட்டான் அவன்.

கோபம் கொண்ட மகேந்திரன் தன் தாயை இவ்வாறு தண்டிக்க முனைந்தான். ராஜலட்சுமியின் களிப்பெல்லாம்

பறந்தது. சமையலை விட்டுப் போய் விடலாமென்று அவளுக்குத் தோன்றியது. ''அத்தை, நீங்கள் ஒன்றும் கவலைப்பட வேண்டாம். அவர் அப்படி வீம்புக்குத்தான் சொல்லுகிறார். அவர் இன்று விருந்துக்குச் செல்ல மாட்டார்'' என்றாள் விநோதினி.

ராஜலட்சுமி தலையசைத்தாள்: ''இல்லையம்மா, உனக்கு மகேனுடைய குணம் தெரியாது. அவன் பிடித்ததை விடவே மாட்டான்'' என்றாள். ஆனால், தாயை விட விநோதினிக்கு மகேனுடைய இயல்பு தெரியும் என்று புலனாகியது. விஹாரியை அழைத்தது விநோதினிதான் என்று மகேந்திரனுக்குத் தெரிந்து விட்டது! இதனால் அவனுடைய உள்ளத்தினுள் பொறாமை கனிந்தது. அவனால் விலகிச் செல்ல முடியாமல் போயிற்று. விஹாரி, விநோதினி இவர்கள் என்ன செய்கிறார்கள் என்று பார்க்காமல் அவனால் உயிருடன் இருக்க எப்படி முடியும்! பார்த்தால் வயிறுதான் பற்றி எரியும். ஆனால், பார்க்க வேண்டியதும் அவசியந்தானே!

பல நாட்கள் கழிந்த பின்னர் அழைப்புப் பெற்ற விஹாரி விருந்தினனாக அந்தப்புரத்தினுள் வந்தான். இளமை முதல் பழகிய அறை. அங்கு வீட்டுப் பிள்ளை போல் தடையின்றி ஓடி விளையாடியவன் அவன். அதன் வாயிலருகே வந்ததும் அவன் ஒரு கணம் திடுக்கிட்டு நின்றான். புலம்பல் ஒன்று இமைப் பொழுதில் மேலெழுந்த வாரியாக அவனது மார்புக் கதவத்தை மோதியது. அதை அடக்கிக் கொண்டு, அவன் புன்னகையுடன் உள்ளே சென்றான். அப்போதுதான் குளித்திருந்த ராஜலட்சுமியை வணங்கி, பாத தூளியைக் கண்களில் ஒற்றிக் கொண்டான். விஹாரி முன்பெல்லாம் அடிக்கடி வரும் போது இப்படிச் செய்வது வழக்கமில்லை. தான் எங்கேயோ தொலைவில் உள்ள ஊருக்குப் போய் மீண்டும் வீட்டுக்குத் திரும்பியது போல் இருந்தது அவனுக்கு. விஹாரி வணங்கி எழும் போது ராஜலட்சுமி அன்புடன் அவன் தலையில் ஆசி தந்தாள்.

ஆழ்ந்த பரிவு காரணமாக அன்று ராஜலட்சுமி விஹாரியிடம் அதிக ஆதரவும் அன்பும் காட்டினாள். ''ஏனடா விஹாரி, இத்தனை நாட்களாக ஏன் வரவில்லை? தினமும் இன்று வருவான், இன்று கட்டாயம் வருவான் என்று எதிர்பார்த்திருப்பேன். ஆனால், உன்னைக் காணவில்லையே!'' என்றாள்.

விஹாரி சிரித்தான். ''தினமும் வந்தால் நீ என்னை எங்கே நினைக்கப் போகிறாய்! மகேன் அண்ணா எங்கே?'' என்றான்.

ராஜலட்சுமியின் முகம் வாடியது. ''இன்று அவனுக்கு எங்கேயோ விருந்து; அதனால்தான் அவனால் இருக்க முடியவில்லை'' என்றாள்.

இதைக் கேட்டதும் விஹாரியின் மனத்திலும் மாறுதல் ஏற்பட்டது. சிறு பருவம் முதல் பழகிய தோழமையின் முடிவு இது! ஒரு நெட்டுயிர்ப்புடன் தன் மனத்திலிருந்த வேதனையை யெல்லாம் அகற்ற முயன்றான். இன்று என்ன சமையல் என்று அவன் தனக்குப் பிடித்த உணவு வகைகளைப் பற்றி விசாரித் தான். ராஜலட்சுமி சமைக்கும் நாட்களில் விஹாரி ஆடம்பர மாகத் 'தான் சாப்பாட்டு ராமன்' என்று காட்டிக் கொள்வான்; சாப்பிடுவதில் ஆவல் காட்டி, அவன் தாயுள்ளம் படைத்த ராஜலட்சுமியின் அன்பைப் பெறுவது வழக்கம். அன்றும் தான் சமைத்த பண்டங்களைப் பற்றி விஹாரியின் ஆவலைக் கண்டு ராஜலட்சுமி சிரித்துக் கொண்டே அந்தச் சாப்பாட்டுராமனுக்கு உறுதி அளித்தாள்.

இதே சமயம் மகேந்திரன் வந்து வறண்ட குரலில் விஹாரியை வழக்கம் போலக் கேட்டான்: ''என்ன, விஹாரி, எப்படி இருக்கிறாய்?''

''ஏனடா மகேன்! விருந்துக்குப் போகவில்லையா?'' என்றாள் ராஜலட்சுமி.

மகேந்திரன் தன் அசட்டுத்தனத்தை மறைக்க முயன்றான். ''இல்லை. போக வேண்டாமென்று விட்டு விட்டேன்'' என்றான்.

குளித்து விட்டு விநோதினி அங்கு வந்த போது, முதலில் விஹாரி ஒன்றுமே பேசவில்லை. விநோதினியும், அப்போது மகேந்திரனுடைய முகம் இருந்த மாதிரியை மனத்தில் பிடித்து வைத்துக் கொண்டாள். அவள் விஹாரிக்குச் சற்று அருகில் வந்து, ''என்ன விஹாரி பாபு! அடையாளமே தெரியவில்லையா என்ன?'' என்றாள்.

''எல்லோரையும் புரிந்து கொள்ள முடியுமா?'' என்றான் விஹாரி.

''கொஞ்சம் யோசித்துப் பார்த்தால் தெரியும்!'' என்றதும், அவள் ராஜலட்சுமியின் பக்கம் திரும்பினாள். ''அத்தை, சாப்பாடு சித்தமாகி விட்டது'' என்றாள்.

மகேனும் விஹாரியும் சாப்பிட உட்கார்ந்தனர். ராஜலட்சுமி சற்றுத் தொலைவில் உட்கார்ந்து கொள்ளவும், விநோதினி உணவு வகைகளைப் பரிமாறலானாள். மகேனுக்கு உண்பதில் மனம் செல்லவில்லை. உணவு பரிமாறுவதில் உள்ள பட்ச பாதத்தை ஊன்றிக் கவனித்தான் அவன். விஹாரிக்கு உணவு அளிப்பதில் விநோதினிக்கு ஒரு மகிழ்ச்சி உண்டாவதை அவன் கவனிக்கத் தவறவில்லை. விஹாரியின் இலையிலேயே அதிகப் படி தின்பண்டங்களும் தயிர்க்கட்டியும் பரிமாறப்பட்டன. இதற்கு ஒரு சரியான சாக்கும் இருந்தது. மகேன் வீட்டுப் பிள்ளை. விஹாரி விருந்தாளி அல்லவா! ஆனால், வாய் திறந்து குறை

கூறும்படி சரியான காரணங்கள் எதுவும் அமையவில்லை. அதனால் மகேனுடைய எரிச்சல் பின்னும் அதிகரித்தது. அன்றைக்கென்று விசேஷமாகக் கிடைத்த உயர்தர மீன் ஒன்றை விநோதினி விஹாரிக்கு இடச் சென்ற போது அவன், "மகேன் அண்ணாவுக்குப் போடு. அவனுக்குப் பிடிக்கும்" என்றான். மகேனுக்கு ரோஷம் பொத்துக் கொண்டு வந்தது. "எனக்கு வேண்டாம். அது வேண்டாம்" என்று அவன் சொல்லவே, மறு பேச்சின்றி அந்த மீனை விஹாரியின் இலையில் இட்டாள் விநோதினி.

உணவருந்திய பின்னர் நண்பர்கள் இருவரும் அறையை விட்டு வெளியே வந்த போது விநோதினி பரபரப்புடன் வந்து, "விஹாரி பாபு, இப்போதே போகாதீர்கள். மேலே அறையில் கொஞ்சம் பேச வேண்டும்" என்றாள்.

"நீ சாப்பிடப் போக வேண்டாமா?"

"இல்லை, இன்று ஏகாதசி."

கொடிய ஏளனத்தின் அறிகுறியாக அவன் நமுட்டுச் சிரிப்புச் சிரித்தான். அதன் பொருள்: 'ஓ, ஏகாதசி விரதங்கூட உண்டா! ஆசாரத்துக்குக் குறைவில்லை!' என்பதுதான்.

அந்தச் சிரிப்பும் அவள் கண்களில் படாமல் போக வில்லை. இருந்தும் அவள் கையில் பட்ட காயத்தைப் போல் இதையும் பொறுத்துக் கொண்டாள். மிகவும் கெஞ்சும் குரலில் அவள், "என் தலையைத் தின்றாற்போல்; கொஞ்ச நேரம் பேசலாம் வாருங்கள்" என்றாள்.

அவசியமான காரணமின்றித் திடீரென்று எரிந்து விழுந் தான் மகேந்திரன். "உங்களுக்கு என்ன அறிவு கிடையாதா! வேலை வெட்டி கிடக்கட்டும்; இஷ்டம் இருக்கிறதோ இல்லையோ, பேச வேண்டியதுதான். இத்தனை பரிவுக்கு ஏதாவது அர்த்தம் இருக்கிறதா?"

விநோதினி உரத்துச் சிரித்தாள். "விஹாரி பாபு, உங்கள் மகேன் அண்ணா சொல்வதைக் கேளுங்களேன். பரிவு என்ப தற்குப் பரிவு என்றுதான் அர்த்தம்? அகராதியில் அதற்கு இரண்டாது பொருள் இல்லையே!" மகேந்திரன் பக்கம் திரும்பி, "என்னதான் சொல்லுங்கள், செல்லம் கொடுப்பதன் பொருள் இன்று முதல் உங்களுக்குத் தெரிந்த அளவு தெளிவாக எவருக்குமே தெரியாது."

"மகேன் அண்ணா, ஒரு விஷயம்; கொஞ்சம் கேள்" என்று விஹாரி, விநோதினியிடம் விடை கூடச் சொல்லிக் கொள்ளாமல் அவனுடன் வெளியே சென்றான். விநோதினி வராந்தாவின் கிராதியைப் பிடித்துக் கொண்டு வெறிச்சென்று முற்றத்தையே பார்த்தவாறு நின்றாள்.

விஹாரி வெளியே வந்ததும், ''மகேன் அண்ணா! நமது நட்பு இத்துடன் முடியத்தான் வேண்டுமா? எனக்கு இது தெரிய வேண்டும்'' என்றான்.

மகேந்திரனுடைய உள்ளம் பற்றி எரிந்தது. அப்போது, மின்னல் போல் விநோதினியின் ஏளனச் சிரிப்பு அவனுடைய மூளையின் மூலைக்கு மூலை ஊடுருவியது. ''சமாதானத்துக்கு வந்தால் உனக்கு அதனால் செளகரியம் உண்டாகலாம். ஆனால், எனக்கு அது அவ்வளவு வேண்டியதாகப் படவில்லை. என் குடும்பத்தினுள் வெளி மனிதர் நுழைவது எனக்குப் பிடிக்க வில்லை. அந்தப்புரம் அவ்வாறுதான் இருக்க வேண்டுமென்று என் அவா'' என்றான் மகேந்திரன்.

விஹாரி மேலே பேசாமல் வெளியே சென்றான்.

பொறாமை சுட்டெரித்தது மகேந்திரனை. விநோதினியைப் பார்க்கவே கூடாது என்று ஒரு முறை உறுதி செய்து கொண் டான். உடனேயே அவளைக் காணுவதற்காக எதிர்பார்த்து மேலும் கீழும், உள்ளும் வெளியும் பரபரப்புற்று உலாவத் தொடங்கினான்.

29

ஆசா, அன்னபூரணியிடம் ஒரு நாள், ''ஏன் பெரியம்மா, உனக்குப் பெரியப்பாவை நினைவு இருக்கிறதோ?'' என்று கேட்டாள்.

''அம்மா! பதினோராவது வயதில் நான் கைம்பெண்ணாகி விட்டேன். அவர் முகம் நிழலைப் போல் நினைவு இருக்கிறது.''

''பெரியம்மா! பின் எவரைப் பற்றி எண்ணிக் கொண் டிருக்கிறாய்?''

அன்னபூரணி சற்றுச் சிரித்தாள். ''என் புருஷர் எவருடன் ஒன்றுபட்டாரோ, அந்தத் தெய்வத்தைப் பற்றித்தான் எண்ண மிடுகிறேன்'' என்றாள்.

''அதனால் உனக்கு நிம்மதி உண்டா?''

அன்னபூரணி ஆதரவுடன் ஆசாவின் கூந்தலைக் கோதி னாள். ''என் மனத்தை உன்னால் எப்படி உணர முடியும், அம்மா? அது என் மனத்துக்குத் தெரியும். யாரைப் பற்றி நான் எண்ணு கிறேனோ அவருக்குத்தானே அது தெரியும்!'' என்றாள்.

ஆசா தனக்குள் எண்ணமிடலானாள்: 'இராப் பகலாக நான் நினைக்கிறேனே, அவருக்கு என் உள்ளக் கிடக்கை தெரியுமா? என்னால் சரிவரக் கடிதம் எழுத முடியவில்லை. அதற்காக அவரும் ஏன் எனக்கு எழுதுவதை நிறுத்தி விட வேண்டும்?' சில நாட்களாக அவளுக்கு மகேந்திரனிடமிருந்து கடிதம் எது வும் வரவில்லை. 'தோழி மட்டும் என்னுடன் இருந்தால், என் மனத்தில் இருப்பதைச் சரியாக எழுதியிருப்பாளே!' என்று தனக் குள்ளே சொல்லிக் கொண்டாள் ஆசா.

சரிவர எழுதத் தெரியாத தன் கடிதம் புருஷனிடம் மதிப்புப் பெறாது என்று எண்ணிய அவளுக்குக் கடிதம் எழுதவே கை வராது. ஒழுங்காக எழுத வேண்டுமென்று அவள் கஷ்டப் பட்டால் அத்தனைக்கத்தனை எழுத்துக்கள் கோணலாகவே வரும். தன் மனத்திலுள்ளதைத் தெளிவாகக் கோத்து எழுத முயலும் போதெல்லாம் வரிகள் முற்றுப் பெறாமலேயே நிற்கும். 'அன்புள்ளவருக்கு' என்று எழுதிக் கையொப்பம் இட்டாலேயே உள்ளத்தை உணரும் வல்லமை பெற்று மகேந் திரன் எல்லா விஷயங்களையும் தெரிந்து கொள்வதானால் ஆசா வுக்குக் கடிதம் எழுதுவதன் பலன் முழுவதும் கிடைத்து விடுமே! இத்தனை காதலை அளித்த அந்தப் படைப்போன் அதை வெளிப்படுத்த ஓரளவு மொழியறிவும் அளிக்காதது ஏனோ?

கோயிலில் அந்தி வேளைத் தீபாராதனையைக் கண்டு திரும்பியதும் ஆசா பெரியம்மாவின் காலருகே உட்கார்ந்து அவ ளுடைய பாதங்களை மெல்ல வருடினாள். வெகு நேரம் மௌனமாகவே கழிந்தது. பின்னர் ஆசா, ''பெரியம்மா! புரு ஷரைத் தெய்வமாக எண்ணி வழிபடுவது பெண்களின் கடமை என்றாய். ஆனால், அறிவற்று முரட்டுக் குணம் படைத்த பெண் - கணவனுக்குச் சரிவரப் பணி செய்யத் தெரியாத பெண் - என்ன செய்வது?'' என்று கேட்டாள்.

அன்னபூரணி சற்று நேரம் ஆசாவின் முகத்தையே நோக்கி னாள். பின்னர் அடக்கிய பெருமூச்சை வெளி விட்டாள். ''அம்மா, நானும் முட்டாள்தான். அப்படியும் தெய்வ வழிபாடு செய்யவில்லையா?'' என்றாள்.

''அவருக்கு உன் மனம் தெரியும்; அதனால் திருப்தி அடை கிறார். ஆனால், முட்டாளின் பணிவிடை கணவருக்குப் பிடிக்க வில்லை என்று வைத்துக் கொள்...?''

''எல்லோரையும் திருப்திப்படுத்தும் திறமை எவருக்குமே கிடையாது, அம்மா. ஒரு பெண் உள்ளூற அக்கறையுடன், அன்பும் பண்பும் கூடிக் கணவனுக்குப் பணிவிடையுடன், குடும்பக் காரியங்களையும் கவனித்து வந்தால், கணவன் உதறி விட்டாலுங்கூடத் தெய்வம் அதை ஏற்றுக் கொள்ள முன்வரும்.''

ஆசா பதில் கூறாமல் கம்மென்றிருந்தாள். பெரியம்மாவின் சொற்களைக் கொண்டு ஓர் ஆறுதல் பெற அவள் முயன்றாள். ஆனால், கணவனே துச்சமாகக் கருதித் தள்ளியதைத் தெய்வம் ஏற்றுக் கொள்ளுமென்று அன்னபூரணி சொன்னதை அவள் மனம் ஒப்புக் கொள்ளவில்லை.

அவள் குனிந்த தலையுடன், பெரியம்மாவின் காலைத் தடவினாள்.

அன்னபூரணி ஆசாவின் கையைப் பற்றித் தன்னருகில் இழுத்து உச்சி மோந்தாள். துக்கத்தால் அடைத்துப் போன

தொண்டையைச் சிரமப்பட்டுச் சரிப்படுத்திக் கொண்டாள். ''சுனி! துக்கமோ, கஷ்டமோ அதை அனுபவித்துக் கற்றுக் கொள்ள வேண்டும். காதில் கேட்பதனால் அது வந்து விடாது. உன் பெரியம்மாகூட ஒரு நாள், உன் போல வயதில் இது போலவே குடும்பத்திலே பெரிய கொடுக்கல் வாங்கல் செய்து உறவாடியவள்தான். அப்போது நான்கூட உன்னைப் போலத் தான் எண்ணினேன். 'நான் பணிவிடை செய்தால், அவருக்கு ஏன் திருப்தி வராது? பூஜை செய்த தெய்வத்தின் பிரசாதம் எனக்கு எவ்வாறு கிடைக்காமல் போகும்? எவருடைய நன்மை யைக் கோருகிறேனோ, அவர் நான் செய்வதைச் சரி என்று ஏற்க மாட்டாரா?' என்றெல்லாம் எண்ணினேன். ஆனால், ஒவ்வோர் அடியிலும் நான் எண்ணியபடி நடவாது என்று கண்டேன். கடைசி யில் ஒரு நாள் எனக்குப் பொறுக்க முடியாமல் போயிற்று. உலகில் எல்லாம் வீணாகி விட்டதாகத் தோன்றவே குடும்பத் தொல்லையை விட்டு விலகினேன். ஆனால், என்னுடைய எண்ணம் எதுவும் வீணாகவில்லை என்று உணர முடிகிறது இப் போது. அம்மா! உலகத்தில் வியாபாரம் செய்யும் உண்மையான வியாபாரி, இந்த உலகச் சந்தையில் கடன் அளிக்க வல்ல ஒரே ஆள், நான் புரிந்த பணிகளை எல்லாம் ஏற்றுக் கொண்டார். என் உள்ளத்தில் அமர்ந்து அவர் இன்று அதை ஒப்புக் கொள்ளவும் செய்கிறார். அப்போது ஏனோ அது எனக்கு விளங்கவில்லை. அவருக்காக நான் குடும்ப அலுவல்களைச் செய்திருந்தால், அவ ருக்கே அளிப்பதாக எண்ணிக் குடும்பத்தில் மனத்தைச் செலுத்தி யிருந்தால் அன்று எவராலும் எனக்கு வேதனை ஏற்பட்டே இராது.''

ஆசா, அன்றிரவு படுக்கையில் பலவாறாக எவ்வளவோ விஷயங்களைக் குறித்து எண்ணமிட்டாள். ஆனால், எதுவும் அவளுக்கு விளங்கவில்லை. ஆனால், புண்ணியவதியான பெரி யம்மாவிடம் அவளுக்குப் பக்தி அதிகம். அவள் சொன்னது முழுவதும் புரியா விட்டாலும், தலை மேல் ஏற்றுக் கொள்ள அவள் தயங்கவில்லை. குடும்பம், உலகம் இவற்றிற்கு மேலாகத் தன் இதயத்தில் பெரியம்மா எவருக்கு இடம் அளித்து வந்தாளோ அவரை, மனப்பூர்வமாகப் படுக்கையில் எழுந்து உட் கார்ந்து வணங்கினாள். ''நான் அறியாதவள். உங்களைத் தெரி யாது. என் கணவரையே எனக்குத் தெரியும். அதைக் குற்றமாகக் கருத வேண்டாம். நான் என் கணவருக்குப் பணி புரிவதை ஏற்றுக் கொள்ளும்படி நீங்கள்தான் அவருக்கு எடுத்துச் சொல்ல வேண்டும். அவர் அதைக் காலால் உதைத்துத் தள்ளினால் என்னால் உயிருடன் இருப்பது முடியாது. பெரியம்மாவைப் போல் நான் புண்ணியம் செய்தவளல்ல. உங்களை ஊன்று கோலாகக் கொண்டு என்னால் பிழைக்க முடியாது'' என்று ஆசா பலமுறை படுக்கையிலிருந்தே வணங்கினாள்.

ஆசாவின் பெரியப்பா திரும்பிச் செல்லும் நாள் வந்தது. விடைபெறும் முன்னர், அந்தி வேளை அன்னபூரணி ஆசாவைத் தன் பக்கத்தில் இருத்திக் கொண்டாள். ''சுனி! என் கண்ணே! குடும்பத்தின் துயரம், வேதனை, கஷ்டச் சுழல்களிலிருந்து எப்போதும் கட்டிக் காக்க எனக்கு வல்லமை இல்லை. எப் போது எந்தவிதமான கஷ்டம் எங்கிருந்து வந்தாலும் சரி, உன் பக்தியை, நம்பிக்கையை, நிலைத்து வைத்துக் கொள். உன் கடமை தளரக் கூடாது. இதுதான் நான் உனக்குச் சொல்லும் அறிவுரை'' என்றாள்.

ஆசா அவளை வணங்கிப் பாத தூளியை ஏற்றுக் கொண் டாள். ''நீ ஆசி கூறு, பெரியம்மா! அவ்வாறே நடக்கிறேன்'' என்றாள்.

30

ஆசா திரும்பி விட்டாள். விநோதினிக்கு அவள் மேல் கோபம் அதிகம். ''ஏனடி, இத்தனை நாட்கள் இருந்தாயே வெளியூரில், ஒரு கடிதம் எழுதக் கூடாதா?'' என்றாள்.

''நீதான் எத்தனை எழுதினாயாம்!'' என்றாள் ஆசா.

''நான் ஏன் முதலில் எழுத வேண்டும்? நீதானே எழுது வதாகப் பேச்சு.''

ஆசா விநோதினியின் கழுத்தைக் கட்டிக் கொண்டு தன் பிழையை ஒப்புக் கொண்டாள். ''உனக்குத்தான் தெரியுமே, எனக்கு ஒழுங்காக எழுத வராது. அதுவும் உன்னைப் போல் ஒரு பண்டிதைக்கு எழுதுவது என்றால் எனக்குக் கூச்சமாக இருந்ததடி'' என்றாள்.

சற்று நேரத்துக்கெல்லாம் தோழியரின் சச்சரவு ஓய்ந்து, பழைய நட்புத் தலை தூக்கியது. ''இராப் பகல் பாராமல் நீ கூடவே இருந்து உன் புருஷருக்கு ஒரு கெட்ட வழக்கத்தை உண்டாக்கி விட்டாய். ஒருவர் எப்போதும் பக்கத்தில் இரா விட்டால் முடிவதே இல்லையே!'' என்றாள் விநோதினி.

''அதனால்தானே நான் உன் மேல் பொறுப்பைச் சுமத்தினேன்! எப்படித் தோழமை கொண்டாடுவது என்பது என்னை விட உனக்கு நன்றாகத் தெரியுமே!''

''பகல் பொழுது காலேஜுக்கு அனுப்பி விட்டு ஒருவாறு நிம்மதியாக இருப்பேன். ஆனால், விளக்கு வைத்தால் போதும்; விட்டால்தானே! கதை பேசலாம், புத்தகம் படிக்கலாம் என்று ஓயாத தொந்தரவுதான், போயேன்.''

''நன்றாக வேண்டும் உனக்கு! ஆட்களை மயக்கும் சக்தி உனக்கு இருக்கிறது. அவர்கள்தான் உன்னை எப்படி விடு வார்கள்!''

''பத்திரம்! அவர் ஓரொரு சமயம் செய்வதைப் பார்த்தால், எனக்கே வசிய வித்தை தெரியுமோ என்று சந்தேகமாக இருக் கிறது.''

''உன்னைத் தவிர வேறு யாருக்குத் தெரியுமாம் வசிய வித்தை! உனக்குத் தெரிந்ததில் ஒரு துளி எனக்குத் தெரிந்தாலும் போதுமே! பிழைத்துப் போவேனே.''

''ஏனோ! யாரை நாசமடிக்கப் போகிறாய்! வீட்டில் இருப் பதைக் கவனித்துக் கொள். பிறத்தியாரை மயக்கும் வேலை உனக்கு வேண்டாமடி; பெருந்தொல்லை!''

ஆசா, விநோதினியை மிரட்டினாள்: ''என்னடி, என்ன வெல்லாமோ பேசுகிறாயே....''

ஆசா காசியிலிருந்து வந்ததும் முதல் தடவை பார்க்கை யில் மகேந்திரன், ''ஏது! நன்றாக இருந்திருப்பாய் போல் இருக்கிறது. உடம்பு கட்டுக் குண்டாக இருக்கிறதே!'' என்றான்.

ஆசாவுக்கு வெட்கமாக இருந்தது. அவளுடைய உடம்பு இவ்வளவு ஆரோக்யமாக இருந்திருக்கக் கூடாது. ஆனால், ஆசா அறிவற்றவள். அவளுக்கு எதுவும் சரியாகத் தெரியாது. மனம் இவ்வளவு கஷ்டப்பட்டு அலைந்த போதும் பாழான உடம்பு மாத்திரம் இவ்வாறு பருத்து விட்டதே! மனத்தில் இருப்பதை எடுத்துச் சொல்ல வார்த்தை வர மாட்டேனென்கிறது. இந்த உடம்பு வேறு இப்படி நேர் எதிராக நடந்து கொள்கிறதே!

ஆசா மெதுவாக, ''நீங்கள் எப்படி இருந்தீர்கள்?'' என்றாள்.

முன்பெல்லாம் இதற்கு மகேந்திரன் கேலியும் உண்மையும் கலந்து, ''செத்தேன் போயேன்'' என்பான். இப்போது அவனால் கேலியாகப் பேச முடியவில்லை. தொண்டை வரையில் வந்து அது தடைப்பட்டது. ''நன்றாகத்தான் இருந்தேன்; மோசமாக ஒன்றுமில்லை'' என்றான்.

முன்பு இருந்ததைவிட மகேந்திரன் பின்னும் இளைத் திருப்பதாக ஆசாவுக்குப் பட்டது. அவன் முகம் வெளுத்துக் கிடந்தது. கண்களில் ஒரு தீவிரமான ஒளிச் சுடர் புலனாகியது. உள்ளத்தினுள் குமுறும் பசி அவனைத் தன் கொழுந்து நாக்கினால் நக்கித் தின்பது போல் இருந்தது. அவள் உள்ளூற வேதனை அடைந்தாள். 'பாவம்! இவர் உடம்பு நன்றாகவே இல்லை. இவரை விட்டு ஏனோ காசிக்குப் போனோம்' என்றிருந்தது அவளுக்கு. கணவர் இளைத்திருக்கும் போது தான் மட்டும் பருத்திருப்பது கண்டு அவளுக்குத் தன் உடம்பின் மேலேயே வெறுப்பு மூண்டது.

இன்னும் என்ன பேசுவது என்று எண்ணித் தயங்கிய மகேந்திரன் பிறகு, ''சித்தி எப்படி இருக்கிறாள்?'' என்றான்.

இதற்குப் பதில் கிடைத்த பின்னர் இரண்டாவது கேள்வி என்ன என்று தோன்றவில்லை. அருகில் பழைய கிழிந்த

பத்திரிகைத் துண்டு ஒன்று கிடந்தது. அதை எடுத்து வேறு ஏதோ நினைவுடன் படிக்கத் தொடங்கினான். ஆசா தலை குனிந்தவாறு எண்ணலானாள்: 'இத்தனை நாட்கள் கழித்துப் பார்த்தாலும், ஏன் இப்படிச் சரியாகப் பேச மாட்டேனென் கிறார்? என் முகத்தைக்கூடச் சரியாகப் பார்க்கவில்லையே? இந்தச் சில நாட்களாகக் கடிதம் எழுதவில்லை என்று கோபமா? இல்லை, பெரியம்மாவின் பேச்சைக் கேட்டுக் காசியில் அதிக நாட்கள் இருந்ததால் வெறுப்பா?' எவ்வாறு குற்றம் புகுந்து கொண்டது, எந்தக் காரணம் என்று அவள் மன வேதனையுடன் உள்ளத்தினுள் தேடி அலைந்தாள்.

மகேந்திரன் காலேஜிலிருந்து வந்தான். பிற்பகலில் சிற்றுண்டி அருந்தும் போது ராஜலட்சுமி அருகில் இருந்தாள். ஆசாவும் முசுக்கிட்டு, சற்றுத் தொலைவில் கதவைப் பிடித்துக் கொண்டு நின்றிருந்தாள். ஆனால், எவரும் பேசவில்லை.

ராஜலட்சுமி கவலையுடன், ''உனக்கு ஏதாவது உடம்பு சரியில்லையா, மகேன்?'' என்றாள்.

மகேந்திரன் வெறுப்புடன், ''இல்லையே! என் உடம்புக்கு என்ன கேடு?'' என்றான்.

''பின் ஏன் சாப்பிடவே இல்லை?''

மீண்டும் முன் போலக் கசந்த குரலில், ''இதோ சாப் பிட்டுக் கொண்டு தானே இருக்கிறேன்'' என்றான் மகேந்திரன்.

கோடைக் காலத்து அந்தி வேளை. உடம்பில் மெல்லிய துண்டைப் போட்டுக் கொண்டு மகேந்திரன் மாடியின் மேல் குறுக்கும் நெடுக்குமாக உலாவினான். வழக்கமாகப் படிப்பது நின்று விடாது என்று மனப் பூர்வமாக நம்பியிருந்தான் அவன். 'ஆனந்த மடம்' அனேகமாக முடிந்து விட்டது. இன்னும் மூன்று அத்தியாயங்கள்தான் பாக்கி. விநோதினி எவ்வளவு அழுத்தக் காரியானாலும் இந்தப் பாக்கியைப் படித்துச் சொல்லுவாள் என்று அவன் எண்ணியிருந்தான். ஆனால், அந்திப் பொழுது சாய்ந்தது. நேரமும் ஆகியது. ஏமாற்றம் மனத்தை அழுத்த அவன் படுக்கச் செல்ல வேண்டியதாயிற்று.

கூச்சத்துடன் அணிகள் புனைந்து ஆசா மெல்லப் படுக்கை அறையினுள் புகுந்தாள். மகேந்திரன் படுக்கையில் படுத்திருந் தான். இதைக் கண்டதும் எப்படி முன்னேகுவது என்று அவ ளுக்குப் புரியவில்லை. பிரிவுக்குப் பின் கூடும்போது புது வெட்கம் ஒன்று குறுக்கிடுவது இயல்புதானே! விட்டுச் சென்ற இடத்தைப் பிடித்து ஒட்டிக் கொள்ளும் வரை ஒருத்தர் மற்றவரிடம் புதுமையை எதிர்நோக்கி இருப்பது வழக்கம். அந்த இன்பப் பாயலுக்கு ஆசா அழைக்கப்படாமல் சேருவது எவ்வாறு முடியும்! வாயிலருகில் சற்று நேரம் நின்றாள். ஆனால்,

மகேந்திரனுடைய குரல் கேட்கவில்லை. மெல்ல அடி மேல் அடி வைத்து முன் சென்றாள். நகைகள் சற்று ஓசை செய்தாலும் நாணிக் குன்றிப் போய் விடுவது போலிருந்தது அவள் நடை. நடுங்கும் கால்களுடன் முன்னேகிய ஆசா, கொசு வலை யினருகில் வந்ததும் மகேந்திரன் உறங்குவதைக் கண்டாள். அவள் அணிந்த நகை அவளைச் சுற்றி ஏளனம் செய்வதாக அவ ளுக்குத் தோன்றியது. மின்னல் வேகத்தில் அங்கிருந்து வெளியே சென்று வேறு எங்காவது படுக்கலாமா என்றிருந்தது அவளுக்கு.

ஆசா, ஓசைப்படாமல் போய்க் கட்டிலில் ஏறிக் கொண் டாள். அதனால் உண்டான ஓசையினாலும் குலுக்கலினாலும் உண்மையான உறக்கத்தில் இருப்பவன் கூட எழுந்து விட்டிருப் பான். மகேன் தூங்கவில்லை; அதனால் அவன் கண்களைத் திறக்கவில்லை! கட்டிலின் ஓரமாக அவன் ஒருக்களித்துப் படுத் திருந்தான். ஆசா அவனுக்குப் பின்புறம் கிடந்தாள். ஆசா மௌனமாகக் கண்ணீர் வடிப்பதையும் அவனால் தெளிவாகப் புரிந்து கொள்ள முடிந்தது. தன் கொடுமையைக் கண்டு உள்ளத்தை எவரோ இடுக்கியால் நசுக்குவது போன்ற ஓர் உணர்ச்சி அவ னுக்கு மூண்டது. ஆனால், என்ன சொல்வது, எவ்வாறு அவளுக்கு ஆறுதல் சொல்வது என்று அவனுக்கு ஒன்றுமே விளங்கவில்லை. உள்ளூறத் தன்னை நொந்து கொண்டான். அதனால் உள்ளத்தில் காயம் ஏற்பட்டாலும், வேறு வழியில் லையே! ‘விடியலில் தூங்குவதாகப் பாசாங்கு செய்ய முடியாதே! அப்போது அவளிடம் என்ன பேசுவது?’ என்று அவன் எண்ண மிடலானான்.

ஆசா தானாகவே அந்தக் கஷ்டத்தை விடுவித்தாள். விடியும் முன்னரே அவள் அவமதிப்படைந்த அணிகளுடன் எழுந்து சென்றாள். அவளாலும் மகேந்திரன் முகத்தில் நேருக்கு நேர் விழிக்க முடியவில்லை.

31

‘**ஏ**ன் இப்படி? நான் என்ன செய்தேன்?’ என்று எண்ணினாள் ஆசா. ஆனால், உண்மையில் குறை இருந்த இடம் அவள் கண்களில் படவில்லை. விநோதினியை மகேந்திரன் நேசிக்கக் கூடும் என்ற ஐயம் அவள் மனத்தில் தோன்றவில்லை. உலகத்தைப் பற்றிய அற்புத அறிவு அவளுக்கு இல்லை. தவிர, மணமானபின் சில நாட்களிலேயே மகேந்திரனைப் பற்றிப் புரிந்து கொண்டாள்; அப்படிப்பட்டவன் மாற முடியும் என்று கற்பனைகூட அவளால் செய்ய முடியவில்லை.

அன்று மகேந்திரன் சீக்கிரமாகவே காலேஜுக்குச் சென் றான். வழக்கமாக அவன் காலேஜுக்குச் செல்லுகையில் ஆசா சாளரத்தின் அருகே வந்து நிற்பாள். மகேந்திரனும் வண்டியி

லிருந்து ஒரு முறை நிமிர்ந்து நோக்குவான். இது நீண்ட நாளைய வழக்கம். அதே வழக்கப்படி வண்டியின் ஓசை கேட்டதும் ஆசா யந்திரப் பாவையெனச் சாளரத்தினருகே வந்து நின்றாள். மகேந்திரனும் வழக்கத்தை ஒட்டி ஒரு முறை சட்டென்று தலை நிமிர்ந்தான். அங்கு ஆசா நின்றிருந்தாள். அவள் அப்போதும் குளிக்கவில்லை. உடலில் அழுக்கு உடை; படியாத கூந்தல்; வாடிய முகம். இவைகளைக் கண்டவுடன் மகேந்திரன் தலை குனிந்து மடியிலிருந்த புத்தகத்தில் கவனம் செலுத்தினான். கண்ணொடு கண் நோக்க ஒக்கும் அம்மொழி எங்கே? கருத்துப் பொதிந்த அப் புன்னகைதான் எங்கே?

வண்டி சென்று விட்டது. ஆசா அங்கேயே தரையில் உட்கார்ந்து விட்டாள். உலகம், குடும்பம் எல்லாம் அவளுக்கு வெறுத்து விட்டன. கல்கத்தாவின் அலுவற்கடல் பொங்கும் வேளை அது. மணி பத்தரை ஆகி விட்டது. ஆபீஸ் செல்லும் வண்டிகளுக்குக் கணக்கில்லை. டிராம்கள் ஒன்றன் பின் ஒன்றாகச் சென்ற வண்ணம் இருந்தன. பரபரப்பு, அவசரம், தீவிரம் இவை மலிந்த அந்தச் சூழலிற்கு அருகில் வேதனை கவிந்து வாடும் அந்த உள்ளம் சற்றும் எடுபடவில்லை.

‘ஓ! புரிகிறது. விஹாரி பாபு காசிக்கு வந்ததனால்தான் இந்தக் கோபமாக இருக்கும். இதைத் தவிர நடுவில் வெறுப்பூட்டும் நிகழ்ச்சி எதுவுமே நடக்கவில்லையே! அதில் என் தவறுதான் என்ன?’ என்று சட்டென்று ஆசாவின் மனத்தில் தோன்றியது.

இவ்வாறு எண்ணுகையில் கண நேரம் அவள் இதயத் துடிப்பே நின்று விடும் போல் ஆகி விட்டது. சட்டென்று அவளுக்கு ஒரு சந்தேகம் உண்டாகியது. ஒரு வேளை விஹாரி காசி சென்றதற்கும் தனக்கும் தொடர்பு இருப்பதாக மகேந்திரன் நினைத்தானோ? இருவரும் சேர்ந்துதான் இதைச் செய்வதாக அவன் எண்ணியிருக்கலாம். சீச்சீ! இத்தகைய சந்தேகமா? வெட்கக் கேடு. ஏற்கனவே விஹாரியுடன் அவள் பெயர் பல தடவை கலந்து ஓரளவு அருவருப்புக்கு அடிகோலியிருந்தது. அதற்கு மேல் மகேந்திரன் வேறு சந்தேகப்பட்டால், உயிரை வைத்துக் கொண்டு எப்படி இருக்க முடியும்? அப்படியே ஏதாவது சந்தேகம் மூண்டாலும், பிழை ஏற்பட்டிருந்தாலும், மகேந்திரன் ஏன் அவளிடம் தெளிவாகச் சொல்லக் கூடாது? விசாரணை செய்து ஏற்ற தண்டனை கொடுத்தால்தான் தவறென்ன? இவ்வாறு வெளிப்படையாகக் கூறாமல், ஆசாவைத் தட்டிக் கழித்துச் செல்வதன் காரணம் தன்னுடைய சந்தேகம் ஆதாரமற்றது என்று மகேந்திரனுக்கே தெரிந்திருக்கலாம் என்பதுதான். அதனால்தான் அவன் வெளிப்படையாகச் சொல்லக் கூசுகிறான். இல்லாவிட்டால், குற்றவாளி போல் அவன் முகம் மாறியதேன்?

ரோஷத்துடன் இருந்தால் விசாரணை செய்பவன் இவ்வாறு தயங்குவானா?

வண்டியிலிருந்தபடி மகேந்திரன் கண்ட அவ்வாடிய முகம் அன்றெல்லாம் அவன் மனத்தை விட்டு அகலவில்லை. காலேஜில் பாடங்களுக்கிடையேயும், வரிசையாய் இருந்த மாணவர்களிடையேயும், சாளரத்தில் கண்ட அவளது வாடிய முகம், குளிக்காததால் பரட்டையான அவள் தலை மயிர், அழுக் கடைந்த அவள் உடை, வேதனை தோய்ந்து மங்கிய அவள் பார்வை - இவையே அடிக்கடி அவன் கண்முன் தோன்றின. காலேஜில் தன் வேலை முடிந்ததும் அவன் ஏரியின் கரையில் உலாவச் சென்றான். பொழுது சாய்ந்து கொண்டே வந்தது. ஆசாவிடம் எவ்வாறு நடந்து கொள்வது என்று அவனுக்கு விளங்கவில்லை. பரிவு காட்டி ஏமாற்றுவதா அல்லது கடுமையாக உண்மையைத் தெரிவிப்பதா, எது தகுந்தது? விநோதினியைத் துறப்பதா, கூடாதா என்ற பிரச்னை அவன் மனத்தில் எழவே இல்லை. பரிவு, காதல் இரண்டிற்கும் உரிமை கொண்டாட அவனால் எப்படி முடியும்?

கடைசியில் அவன் தன் மனத்தை ஒருவாறு தேற்றிக் கொண்டான். ஆசாவிடம் இன்னும் தான் காட்டும் பரிவு எத்தனை மனைவியர்க்குக் கிட்டுகிறது இவ்வுலகில்! அந்த அன்பு, அந்தக் காதலைக் கொண்டே ஆசா திருப்தி அடையக் கூடாதா? விநோதினி, ஆசா இருவருக்குமே இடம் அளிக்கத் தக்க வள்ளன்மை அவனுக்கு இருக்கிறது. விநோதினிக்கும் அவனுக்கும் இடையே உள்ள தூய காதலினால் குடும்ப கௌரவத்துக்கு எத்தகைய தடங்கலும் வராது - இவ்வாறு எண்ணி அவன் தன் மனச் சுமையைத் தளர்த்திக் கொண்டான். விநோதினி, ஆசா இருவரில் எவரையும் தள்ளாமல், இரண்டு சந்திரர்கள் சூழ்ந்த கிரகம் போல் தன் வாழ்நாளைக் கழிக்கலாம் என்று எண்ணி, அவன் மனம் பூரிப்படைந்தான். அன்றிரவே சீக்கிரமாகப் படுக்கைக்குச் சென்று அன்பு, ஆதரவு, குளிர்ந்த பேச்சுக்களால் ஆசாவின் மன வேதனையை முற்றும் அகற்றி விடுவது என்ற உறுதியுடன் அவன் வேகமாக வீட்டுக்கு வந்தான்.

சாப்பிடுகையில் ஆசா வரவில்லை. ஆனால், படுக்கை யறைக்கு எப்படியும் வரத் தானே வேண்டும் என்று எண்ணி அவன் படுத்துக் கொண்டான். ஆனால், மோனம் பரவிய அந்த வெற்றுப் படுக்கையில் அவனது உள்ளத்தைக் கவிந்த நினைவு எது? புது மணம் புரிந்து கொண்டு நிதம் புதுமையுடன் கண்ட இன்பமா? இல்லை. கதிரவன் ஒளிக்கு முன் நிலவு போல், அந்தப் பழைய நினைவு இருந்த இடமே தெரியாமல் போயிற்று. தீவிரமாகச் சுடர் விடும் ஓர் யுவதியின் உருவம், அப்பாவிப் பெண்ணின் கூச்சம் மண்டிய இளமை துளும்பும் உருவை மறைத்துக்

கொண்டு பளிச்சிட்டது. விநோதினியுடன் 'விஷ விருக்ஷம்' என்ற புத்தகத்தைப் பிடுங்கி விளையாடியதே அவன் கண் முன் தோன்றியது. சாயங்காலம் விநோதினி 'கபால குண்டலா' படித்துச் சொல்லுவாள். மெல்ல இருட்டாகி விடும். வீட்டில் உள்ளவர்கள் தூங்கி விடுவார்கள். இரவில் தனிமையான அறையில் நிச்சப்தத்தில் விநோதினியின் குரல் ஒரு தீவிரத்தில் ஒலித்துத் தாழ்ந்து கொண்டே வந்து அடைத்து விடும் நிலைக்கு வரும். சட்டென்று அவள் புத்தகத்தை எறிந்து விட்டு, சமாளித்துக் கொண்டு எழுந்திருப்பாள். 'வா, உன்னைப் படிக் கட்டு வரையில் கொண்டு விடுகிறேன்' என்பான் மகேந்திரன். இந்த நினைவுகள் எல்லாம் மாறி மாறி அவன் மனத்தில் எழுந்து அவனைப் புளகம் கொள்ளச் செய்தன. இரவு நேர மாகிக் கொண்டே போயிற்று. இபபோது ஆசா வந்து விடுவாள் என்ற சந்தேகம் அவனுக்கு இருந்தது. ஆனால், ஆசா வர வில்லை. 'என் கடமையை நிறைவேற்ற நான் காத்திருந்தேன். ஆனால், ஆசா வீண் கோபத்துடன் வரவில்லை என்றால், நான் என்ன செய்வது?' என்று எண்ணி அவன் விநோதினியின் நினைவிலேயே இரவைக் கழிக்க முற்பட்டான்.

கடிகாரத்தில் மணி ஒன்றடித்தபின், இருக்க முடியவில்லை. கொசு வலையைத் தள்ளிக் கொண்டு எழுந்தான் மகேந்திரன். வெளியே மாடி முற்றத்தில் வந்த போது கோடைக் காலத்தின் நிலவு தோய்ந்த இரவு மிகவும் இனிமையைப் பயந்தது. கல்கத்தாவெங்கும் பரவிய மோனமும் துயிலும், ஒலி அடங்கிய கடல் நீர் போல் தொடக் கூடிய பொருளாகவே தோன்றின. எண்ணற்ற மாடங்களின் உச்சிகளின் மேல் அப்பெரு நகரின் துயிலைக் கவிந்து கொள்வது போல் காற்று மெல்ல வீசிக் கொண்டிருந்தது.

பல நாட்களாக மனத்தினுள் அடங்கிக் கிடந்த ஆசையை அவனால் கட்டுப்படுத்த முடியவில்லை. ஆசா காசியிலிருந்து திரும்பியது முதல் விநோதினி அவன் கண்களில் படவில்லை. நிலவு ஒளிரும் நிச்சப்தமான இரவு, மது போல் அவனை மயக்கி விநோதினியின் அறைப் பக்கம் தள்ளிச் சென்றது. மகேந் திரன் படிக்கட்டுகளில் இறங்கினான். விநோதினியின் அறை எதிரே வராந்தாவில் வந்து பார்த்தான். அறை அப்போதும் மூடி யிருக்கவில்லை. உள்ளே நுழைந்த போது, படுக்கை விரித்திருந்ததே தவிர அதில் எவரும் படுத்திருக்கவில்லை. அறையினுள் அடி ஓசை கேட்கவே, அறையின் வலது பக்கம் திறந்த வராந்தாவிலிருந்து விநோதினி, ''யாரது?'' என்றாள்.

மகேந்திரன் உணர்ச்சி மிகுந்த குரலில் மெதுவாக, ''விநோத்! நான்தான்'' என்றவாறு வராந்தாவுக்கே வந்தான்.

கோடைக்கால இரவு; வராந்தாவில் கம்பளத்தை விரித்துக் கொண்டு விநோதினியுடன் ராஜலட்சுமி படுத்திருந்தாள். ''மகேன்! இந்த நடு ராத்திரியில் நீ இங்கு வருவானேன்?'' என்றாள் அவள்.

விநோதினி தன் கரிய புருவங்களின் கீழேயிருந்து அவனைத் தீயெழ நோக்கினாள். மகேந்திரன் பதில் பேசாமல் வேகமாக அங்கிருந்து சென்றான்.

32

மறு நாள் காலை முதலே கார்மேகம் வானில் கவிந்திருந்தது. சில நாட்கள் தாங்க முடியாத வெப்பத்துக்குப் பின் குளிர்ந்த கருமுகில்கள் எங்கும் நிறைந்திருந்தன. அன்று மகேந்திரன் வெகு சீக்கிர மாகவே காலேஜுக்குச் சென்று விட்டான். அவன் கழற்றிய உடைகள் தரை மீது அவ்வாறே கிடந்தன. ஆசா, மகேந்திர னுடைய அழுக்குத் துணிகளை ஒவ்வொன்றாக எண்ணிக் கணக்கு எழுதிக் கொண்டு வண்ணானுக்குப் போட்டாள்.

மகேந்திரனுக்கு இயல்பாகவே ஞாபக மறதியும் அஜாக் கிரதையும் அதிகம். அதற்காகச் சலவைக்குப் போடுமுன் கால் சட்டையின் பைகளைச் சோதனை செய்யுமாறு ஆசாவிடம் அவன் சொல்லியிருந்தான். மகேந்திரனுடைய அழுக்குச் சட்டை யின் பை ஒன்றினில் கை விடும் போது கடிதம் ஒன்று அவள் கையில் அகப்பட்டது. அந்தக் கடிதம் விஷப் பாம்பாகி ஆசா வின் விரல்களை அப்போதே கடித்து விட்டிருந்தாலும் நன்றாக இருந்திருக்கும். ஏனென்றால், கொடிய நஞ்சு உடலினுள் சென் றால் ஐந்து நிமிடங்களிலேயே அதன் கடைசிப் பலன் வெளிப் பட்டு முடிவும் ஏற்பட்டு விடும். ஆனால், உள்ளத்தினுள் புகும் நஞ்சோ மரண வேதனையைத் தருமே தவிரச் சாவை அளிக்காது.

கடிதம் திறந்திருந்தது. விநோதினியின் கையெழுத்துத்தான் அது. கண நேரத்தில் அவள் முகம் வெளுத்துப் போயிற்று. கடி தத்தைக் கையில் எடுத்துக் கொண்டு அவள் பக்கத்து அறைக்குச் சென்று படிக்கலானாள்.

> ''நேற்று இரவு நீங்கள் செய்த காரியத்தினா லும் உங்களுக்குத் திருப்தி உண்டாகவில்லையா? இன்று மறுபடியும் க்ஷேமயின் மூலம் ரகசியமாக எனக்குக் கடிதம் ஏன் அனுப்ப வேண்டும்? சீ! அவள் என்ன எண்ணிக் கொண்டாளோ! உலகில் எவரிட மும் முகம் காட்ட முடியாதவாறு செய்து விடுவீர் கள் போல் இருக்கிறதே! என்னிடம் உங்களுக்குத் தேவையானது என்ன? இந்தப் பிச்சைக்காரத்தனம் எதற்கு? பிறவி முதலே அன்பும் பரிவும் பெற்று வாழும் உங்களுக்கு இன்னும் திருப்தி ஏற்படவில் லையா?

"உலகில் காதலிக்கவோ, காதலைப் பெறவோ எனக்கு யாதோர் உரிமையும் இல்லை. அதனால் காதலின் வேதனையை விளையாட்டின் மூலம் தணித்துக் கொள்ளப் பார்க்கிறேன். உங்களுக்கு ஓய்வு இருந்த போது அந்த விளையாட்டில் நீங்களும் கலந்து கொண்டீர்கள். ஆனால், விளையாட்டிற்கும் முடிவு உண்டல்லவா! அறையினுள் உங்களுக்கு அழைப்பு வந்தாயிற்று. பின்னரும் என் விளையாட்டு அறைக்குள் நுழைவது ஏன்? புழுதியைத் தட்டி விட்டு அறைக்குச் செல்லுங்கள். எனக்கு வீடு கிடையாது. மனத்துக்குள் தனியாக விளையாடிக் கொள்கிறேன். உங்களைக் கூப்பிட மாட்டேன். என்னைக் காதலிப்பதாக நீங்கள் எழுதியிருந்தீர்கள். விளையாடும் போது அந்தச் சொல்லைக் கேட்கலாம். ஆனால், உண்மையில் அதை நான் நம்பவில்லை. முன்பு நீங்கள் ஆசாவை நேசித்ததாக எண்ணியதும் பொய்; இப்போது என்னைக் காதலிப்பதாக நினைப்பதும் பொய். உங்களுக்கு உங்கள் மேலேயேதான் காதல்.

"காதல் தாகத்தினால் என் இதயம் முதல் மார்பு எங்கும் வதங்கி விட்டது. அந்தத் தாகத்தைத் தணிக்கும் வல்லமை உங்களுக்கு இல்லை. அதை நான் பூரணமாகக் கண்டு கொண்டேன். என்னைத் துறந்து விடுங்கள். என் பின்னால் சுற்ற வேண்டாம் என்று பல முறை சொல்லுகிறேன். கூச்சமின்றி என்னையும் அவமானப்படச் செய்தீர்கள். எனக்கும் விளையாடும் ஆவல் தீர்ந்து விட்டது. இப்போது அழைத்தாலும் என் பதில் கிடைக்காது. என்னைக் கல் நெஞ்சுக்காரி என்று கடிதத்தில் குறிப்பிட்டிருந்தீர்கள். அது உண்மையாக இருக்கலாம். ஆனால், எனக்கும் ஓரளவு பரிவு உண்டு. அதனால்தான் தயை கூர்ந்து உங்களைத் தியாகம் செய்து விட்டேன். இதற்குப் பதில் கிடைத்தால், உங்களை விட்டு ஓடா விட்டால் என்னால் தப்ப முடியாது என்றுதான் நான் நினைக்க வேண்டி வரும்."

கடிதத்தைப் படித்ததும், கண நேரத்துக்கு ஆசாவுக்குத் தன்னைச் சுற்றி இருந்த ஊன்றுகோல்கள் யாவும் விலகி விட்டன போன்ற உணர்ச்சி மூண்டது. உடலெங்கும் நரம்புகள் சட்டென்று தளர்ந்தன. மூச்சு விடத் தூய காற்றுக் கூட இல்லை போல் அவளுக்குத் தோன்றியது. சூரியனும் அவள் கண் எதிரே தன் ஒளிக் கிரணங்களை மறைத்துக் கொண்டானோ! சுவர், அலமாரி, நாற்காலி இவைகளை மாறி மாறிப் பிடித்தவாறு ஆசா

விநோதினி 145

தரையில் விழுந்து விட்டாள். கண நேரம் கழிந்த பின் நினைவு பெற்றுக் கடிதத்தை மீண்டும் படிக்க முயன்றாள் அவள். ஆனால், பித்தம் பிடித்த நிலையில் அவளால் அதன் பொருளைப் புரிந்து கொள்ள முடியவில்லை. கறுப்பு எழுத்துக்கள் அவள் கண்முன் தாண்டவமாடின. இதென்ன? இது எவ்வாறு நடந்தது? முற்றும் பாழாகி விட்டதே! என்ன செய்வது, யாரை அழைப்பது, எங்கு செல்வது - ஒன்றுமே அவளுக்கு விளங்கவில்லை. நீரிலிருந்து கரையில் போட்ட மீன் போல் அவளது உள்ளமும் துள்ளித் துடித்தது. மூழ்கும் ஆள் ஏதாவது பிடித்துக் கொள்ள அகப்படுமா என்று கைகளை உயரத் தூக்கி துழாவுவது போல், ஆசாவும் தன் உள்ளத்தினுள் பிடித்துக் கொள்ள ஓர் ஆதாரத்தைத் தேடி அலைந்தாள். கடைசியில் மார்பைக் கைகளால் அழுத்திக் கொண்டு மேல் மூச்சு வாங்க, ''பெரியம்மா!'' என்று அரற்றினாள்.

அந்த அன்புக் களஞ்சியத்தின் பெயரை உச்சரித்ததுமே அவள் விழிகளில் நீர் ஊற்றெடுத்தது. தரையில் உட்கார்ந்து அவள் ஓயாது அழுதாள். அழுகை ஓயவும், அவள், 'இந்தக் கடிதத்தை என்ன செய்வது?' என்று யோசித்தாள். தன்னிடம் இது இருப்பது தெரிந்தால் கணவர் எவ்வளவு கூச்சப்படுவார் என்று நினைக்கும் போது அவள் மிகவும் குன்றிப் போனாள். அந்தக் கடிதத்தை அதே அழுக்குச் சட்டைப் பைக்குள் வைத்துக் கொடியில் மாட்டி விடுவது, அதைச் சலவைக்குப் போடக் கூடாது என்ற முடிவுக்கு வந்தாள் ஆசா.

ஆசா கையில் கடிதத்துடன் படுக்கை அறைக்குள் வந்தாள். இதற்குள் வண்ணான் அழுக்குத் துணி மூட்டையில் சாய்ந்தவாறு உறங்கி விட்டிருந்தான். அழுக்குச் சட்டையின் பையினுள் கடிதத்தைப் போட முயலும் போது, ''அடியம்மா'' என்ற குரல் கேட்டது. பரபரவென்று ஆசா கடிதத்தைக் கட்டிலின் மேல் போட்டு விட்டு அதன் மேல் உட்கார்ந்து கொண்டாள். அறையினுள் வந்ததுமே, ''வண்ணான் ரொம்பவும் துணிகளை மாற்றி விடுகிறான். குறியிடாத துணிகளை நான் எடுத்துப் போகிறேன்'' என்றாள் விநோதினி.

ஆசா, விநோதினியின் முகத்தைப் பார்க்கவில்லை. முகத்தின் மாறுதலினால் விஷயம் தெளிவாகி விடுமே என்று அவள் சாளரத்தின் பக்கம் முகம் திரும்பி வெளியே வானத்தை நோக்கியவாறு இருந்தாள். கண்களில் நீர் வந்து விடுமோ என்று அவள் உதட்டை அழுத்தமாகக் கடித்துக் கொண்டாள்.

விநோதினி ஒரு முறை திடுக்கிட்டுப் போய் ஆசாவை உற்று நோக்கினாள். ''ஓ! புரிகிறது! நேற்று இரவு நடந்தது உனக்கு எட்டி விட்டது போல் இருக்கிறது! என் மேல்தான்

கோபமெல்லாம்! தவறு முழுவதும் என்னுடையதா என்ன!'' என்று தனக்குள் சொல்லிக் கொண்டாள் அவள். விநோதினி ஆசாவுடன் பேச முயற்சி செய்யவில்லை. சில துணிகளைப் பொறுக்கி எடுத்துக் கொண்டு அறையிலிருந்து கோபமாகச் சென்றாள்.

விநோதினியுடன் மிகவும் நட்புரிமை பாராட்டி வந்தோமே என்ற கூச்சம், ஆழ்ந்த வேதனை நடுவிலும் ஆசாவின் உள்ளத்தைக் கவிந்து கொண்டது. மனத்தினுள் தோழியைப் பற்றி எண்ணிய வற்றுக்கும் இந்தக் கடிதத்துக்கும் உள்ள தொடர்பைப் பார்க்க அவளுக்கு ஆசை பிறந்தது.

அவள் கடிதத்தைத் திறந்து பார்க்கும் போது மகேந்திரன் பரபரவென்று உள்ளே நுழைந்தான். திடீரென்று ஏதோ எண்ணம் வரவே காலேஜில் ஒரு பாடம் நடக்கும் போது நடுவே எழுந்து வீட்டுக்கு ஓடி வந்து விட்டான் அவன்.

ஆசா, கடிதத்தைத் தலைப்பினுள் மறைத்துக் கொண்டாள். மகேந்திரனும் அறையினுள் ஆசாவைக் கண்டு சற்றுத் திகைத்து நின்றான். பிறகு அறையில் இங்குமங்கும் ஆவலுடன் பார்வை யைச் செலுத்தினான். மகேந்திரன் தேடுவது என்ன என்று ஆசாவுக்குத் தெரியும். ஆனால், கையிலுள்ளதைச் சட்டைப் பையில் தெரியாமல் எப்படி வைத்து விட்டு ஓடுவது என்று அவளுக்குத் தோன்றவில்லை.

மகேந்திரன் அழுக்குத் துணிகளை ஒவ்வொன்றாக எடுத்துப் பார்த்தான். மகேந்திரன் அவ்வாறு வீணாகத் தேடுவது கண்டு ஆசாவினால் கம்மென்றிருக்க முடியவில்லை. அவள் கடிதத்தை யும் சட்டையையும் தரையில் எறிந்து விட்டு, இடது கையால் கட்டில் காலைப் பிடித்துக் கொண்டு அதன் மேல் முகம் கவிந்த படி இருந்தாள். மகேந்திரன் மின்னல் வேகத்தில் கடிதத்தை எடுத்துக் கொண்டான். கண நேரம் கம்மென்று ஆசாவை நோக்கினான். சற்று நேரத்துக்கெல்லாம் அவன் மாடிப் படிகளில் திபுதிபுவென்று ஓடும் ஒலி ஆசாவுக்குக் கேட்டது. அப்போது வண்ணானும் கூப்பிட்டான்: ''அம்மா! துணி போட இன்னும் எத்தனை நேரந்தான் ஆகும்! பொழுதோ ஏறிப் போவுது; என் வீடு இங்கே இல்லையே, அம்மா.''

33

ராஜலட்சுமி அன்று காலை முதலே விநோதினியை அழைக்கவில்லை. விநோதினி வழக்கம் போல் உக்கிராண அறைக்குச் சென்றாள். அங்கு ராஜலட்சுமி அவளைத் தலை நிமிர்ந்து பார்க்கவில்லை.

அவள் அதைக் கண்டு கொண்டாள். ''அத்தை, உனக்கு ஏதாவது உடம்பா என்ன...? வரத்தானே செய்யும்? நேற்று

ராத்திரி உங்கள் பிள்ளை செய்த வேலை வேறு! பைத்தியக்காரர் போல் அல்லவா வந்து நின்றார்! அப்புறம் எனக்குத் தூக்கமே வரவில்லை'' என்றாள் விநோதினி.

ராஜலட்சுமி முகம் திருப்பிக் கொண்டாள். அதற்குப் பதில் ஏதும் அவள் கூறவில்லை.

"ஆசாவுடன் சின்ன விஷயத்துக்காக ஏதாவது சச்சரவு மூண்டிருக்கும். அதை யார் கவனிப்பது? அப்போதே குற்றச் சாட்டு. அதைத் தீர்த்து வைக்க நான் போயே தீர வேண்டும்; விடியும் மட்டுங்கூடப் பொறுக்காது. என்னதான் சொல்லுங்கள், அத்தை, நீங்கள் கோபித்துக் கொள்ளக் கூடாது, உங்கள் பிள்ளைக்கு எவ்வளவு குணங்கள் இருந்தாலும், பொறுமை மட்டும் சிறிதாவது இல்லை; அதனால்தான் என்னுடன் சண்டை மூண்டு விடுகிறது.''

"அம்மா! நீ பொய் பேசுகிறாய்; எனக்கு இன்று எதுவும் பிடிக்கவில்லை.''

"எனக்குங்கூட எதுவும் பிடிக்கவில்லை, அத்தை! உங்கள் மனம் நோகுமே என்றுதான் பொய் சொல்லி உங்கள் பிள்ளை யின் குற்றத்தை மூடப் பார்த்தேன். ஆனால், விஷயம் இவ் வளவு தூரம் வந்தபின் மூடுவது முடியாதுதான்.''

"என் பிள்ளையின் குற்றங் குறைகள் எனக்குத் தெரியும். ஆனால், நீ இவ்வளவு பெரிய மாயக்காரி என்பதுதான் எனக்குத் தெரியாமல் போய் விட்டது!'' என்றாள் ராஜலட்சுமி.

விநோதினி ஏதோ பதில் கூற வாயெடுத்தாள்; அடக்கிக் கொண்டாள். "அது உண்மைதான், அத்தை! எவருக்கும் இன் னொருவரைப் புரிந்து கொள்வது முடியாதுதான். சொந்த மனசு கூட எல்லாருக்கும் புரிந்து விடுகிறதா? நீங்கள் ஒரு நாள் மருமகளின் மேலுள்ள வெறுப்பினால் இந்த மாயக்காரியைக் கொண்டு உங்கள் பிள்ளையின் மனத்திற்கு ஆறுதல் அளிக்கச் சொல்லவில்லையா? சற்று யோசித்துப் பாருங்கள்!'' என்றாள் அவள்.

ராஜலட்சுமி எரிந்து விழுந்தாள்: "அடி நாசக்காரி! பிள்ளைக் காகத் தாய் மீது இப்படிக் குற்றமா சாட்டுகிறாய்? உன் நாக்கு அழுகி விடாதா!''

விநோதினி சற்றும் தயங்கவில்லை. "அத்தை, நாமெல் லாம் மாயாவினிகள். என்னுள் இருந்த மாயம் உங்கள் கண்ணுக்குப் பட்டதே தவிர, எனக்குத் தெரியவில்லை. உங்கள் உள்ளத்தினுள் இருக்கும் வஞ்சகம் உங்களுக்குத் தெரியாது. ஆனால், எனக்கு நன்றாகப் புலனாகிறது. ஆனால் மாயை இருக்கிறது. அது இரா விட்டால் இவ்வாறு நடக்கவே முடியாது. நான் ஓரளவு தெரிந் தும் ஓரளவு புரியாமலும் வலை விரித்தேன். நீங்களுங்கூட,

ஓரளவு அறிந்தும் ஓரளவு புரியாமலும் சூழ்ச்சி செய்தீர்கள். நமது இனத்தின் சுபாவமே இதுதான். நாமெல்லாம் மாயக்காரிகள்'' என்றாள் அவள்.

கோபத்தில் ராஜலட்சுமியின் தொண்டை அடைத்துக் கொண்டது. அவள் வாய் திறவாமல் வேகமாக அறையிலிருந்து வெளிச் சென்றாள். விநோதினி அறையினுள் தனியே நின்றாள். அவளுடைய விழிகளில் தீச்சுடர் தெறித்தது.

காலைப் பொழுது வேலைகள் முடிந்ததும், ராஜலட்சுமி மகேந்திரனைக் கூப்பிட்டனுப்பினாள். முதல் நாள் இரவு நிகழ்ச்சிகளைப் பற்றித்தான் விசாரணை நடக்கும் என்று மகேந்திரனுக்குப் புரிந்தது. விநோதினியின் கடிதம் வேறு கிடைத்ததில் அவன் மனம் அல்லல் கொண்டிருந்தது. அந்தத் தாக்குதலுக்கு எதிராக அவனுடைய இதய அலைகள் விநோதினியின் பக்கமாகவே வேகமாய் ஓடின. இதற்கு மேல் தாயிடம் பதில் வேறு சொல்லுவது அவனால் முடியாது. விநோதினி விஷயமாகத் தாய் ஏதாவது கோபமாகச் சொன்னால், புரட்சி செய்யும் அவன் மனம் உண்மையான வரலாறுகளை வெளிப்படுத்தி விடும். அதன் பின் குடும்பத்தில் குழப்பம் நேரிடாமல் இராது. ஆகவே, இந்த வேளை வீட்டை விட்டுத் தொலைவில் போய் எல்லாவற்றையும் யோசித்துப் பார்ப்பது அவசியம். மகேந்திரன் வேலையாளைக் கூப்பிட்டு, ''அம்மாவிடம் சொல்லு, எனக்குக் காலேஜில் அவசியமான வேலை இருக்கிறது. இப்போதே போக வேண்டும். திரும்பி வந்து பார்க்கிறேன் என்று சொல்'' என்றதும், ஓடிச் செல்லும் சிறுவனைப் போல் உடைகளை அணிந்து சாப்பிடாமலேயே வெளியே சென்றான். இளம் பிள்ளை போல விநோதினியின் அந்தக் கொடிய கடிதத்தைக் காலை முதல் பல தடவை படித்தான்; சட்டைப் பையிலேயே வைத்துக் கொண்டு திரிந்தான். கடைசியில் பரபரப்பில் கடிதத்துடனேயே சட்டையைக் கழற்றி எறிந்து விட்டு அவன் வெளியே போய் விட்டான்.

ஒரு பாரல் மழை பெய்து அப்போது வானம் மூட்டமாக இருந்தது. விநோதினியின் மனம் அச்சமயம் வெறுத்துக் கிடந்தது. மனம் சரியாக இரா விட்டால் அவள் அதிகமாக வேலைகளை இழுத்துப் போட்டுக் கொள்வது வழக்கம். அதனால்தான் அழுக்குத் துணிகளைச் சுமந்து வந்து குறியிடும் வேலையைத் தொடங்கினாள். ஆசாவிடம் துணிகளை வாங்கி வரச் சென்ற போது அவளுடைய முக மாறுதலைக் கண்டதும் விநோதினியின் மனம் பின்னும் கசந்தது. உலகில் குற்றவாளியாகவே இருந்தாலும், அந்தக் குற்றத்தின் தண்டனைகளை மட்டுந்தானா அனுபவிக்க வேண்டும்? அதனால் வரும் இன்பங்களை மட்டும் ஏன் பெறாமல் வஞ்சிக்கப்பட வேண்டும்?

சோவென்று மழை பொழியத் தொடங்கியது. விநோதினி தன் அறையினுள் தரையில் உட்கார்ந்திருந்தாள். எதிரே குவிய லாகத் துணிகள் கிடந்தன. வேலைக்காரி க்ஷேமி ஒவ்வொன் றாகத் துணிகளை எடுத்துத் தரவும் விநோதினி குறியிடும் மசியி னால் அவைகளில் எழுத்துக்களைப் பொறித்துக் கொண்டிருந்தாள்.

மகேந்திரன் ஓசைப்படுத்தாமல் கதவைத் திறந்து கொண்டு அறையினுள் நுழைந்தான். க்ஷேமி வேலையைப் போட்டு விட்டுத் தலையை முசுக்கினால் மூடியவாறு அவ்வறையை விட்டு வெளியே சென்றாள். விநோதினி மடியிலிருந்த துணியைக் கீழே போட்டு விட்டு மின் வேகத்தில் எழுந்து நின்றாள். ''போங்கள், என் அறையை விட்டு உடனே போய் விடுங்கள்!'' என்றாள்.

''ஏன், நான் என்ன செய்தேன்?'' என்றான் மகேந்திரன்.

''என்ன செய்தீர்கள்! கோழை!.. கையால் ஆகாதவர்! என்ன செய்ய முடியும் உங்களால்? காதலிக்கத் தெரியுமா அல்லது கடமையையாவது செய்யத் தெரியுமா? வீணாக என் பெயரை நாலு பேர் முன் ஏன் நாசமாக்குகிறீர்கள்?''

''நான் உன்னைக் காதலிக்கவில்லை என்றா சொல்கிறாய்?''

''ஆம். அவ்வாறுதான் சொல்லுகிறேன். கண்ணாமூச்சி, ஒளிப்பாட்டம், ஒரு முறை இப்படி, ஒரு தடவை அப்படி! திருடன் போல இந்த நடத்தையைக் கண்டு எனக்கு வெறுப்பே மூள்கிறது; எனக்கு இது பிடிக்காது! நீங்கள் போகலாம்.''

''நீ என்னை வெறுக்கிறாயா, விநோதினி?'' என்று உருகும் குரலில் கேட்டான் மகேந்திரன்.

''ஆம். வெறுக்கத்தான் வெறுக்கிறேன்.''

''இன்னும் பிராயச்சித்தம் செய்து கொள்ள வேண்டிய பொழுது கிடக்கிறது. விநோத், நான் தயங்காமல் எல்லாவற்றை யும் துறந்து செல்வதானால் என்னுடன் வர உனக்குச் சம் மதமா?'' என்று மகேந்திரன் விநோதினியின் கைகளை அழுத்த மாகப் பிடித்துத் தன் அருகில் இழுத்துக் கொண்டான். ''விடுங் கள். எனக்கு வலிக்கிறது'' என்றாள் விநோதினி.

''வலிக்கட்டும். சொல்; என்னுடன் நீ வருவாயா?''

''மாட்டேன். வர மாட்டேன். ஒருகாலும் முடியாது.''

''ஏன் வர மாட்டாய்? நீதான் என்னை இவ்வளவு தூரம் பாழ் நிலைக்குக் கொண்டு வந்தாய். இன்று இப்படி என்னை விட்டுச் செல்ல முடியாது. நீ வரத்தான் வேண்டும்'' என்று அவன் அவளைத் தன் மார்பில் அணைத்துப் பிடித்துக் கொண் டான். ''உன் வெறுப்பும் என்னைத் தடுக்க முடியாது. உன்னை அழைத்துச் செல்லத்தான் போகிறேன். எவ்வாறேனும் சரி, நீ என்னைக் காதலிக்கத்தான் வேண்டும்.''

விநோதினி பலவந்தமாகத் தன்னை விடுவித்துக் கொண்டாள்.

''சுற்றுமுற்றும் தீயை எழுப்பி விட்டாய். இனி அதை அணைக்கவும் முடியாது; நீ ஓடவும் முடியாது'' என்றதும் அவனுடைய குரல் ஓங்கியது. ''ஏன் இவ்வாறு விளையாடினாய்? விநோத்! இனி இதை விளையாட்டு என்று சொல்லித் தப்பி விட உன்னால் முடியாது. இப்போது உனக்கும் எனக்கும் ஒரே விதமான மரணந்தான்.''

ராஜலட்சுமி உள்ளே வந்தாள். ''மகேன்! என்னடா சொல்கிறாய்?'' என்றாள்.

மகேந்திரனுடைய வெறி நோக்கு ஒரு முறை மட்டுமே தாயின் பக்கம் திரும்பியது. பின்னர் அவன் மீண்டும் விநோதினியின் பக்கம் பார்த்தான். ''நான் எல்லாவற்றையும் துறந்து செல்லப் போகிறேன். சொல்; என்னுடன் வருகிறாயா?'' என்றான்.

ரோஷம் கொதிக்க நிற்கும் ராஜலட்சுமியின் முகத்தை விநோதினி ஒரு முறை நோக்கினாள். பின்னர்த் தயங்காமல் மகேந்திரனுடைய கையைப் பிடித்துக் கொண்டாள். ''வருகிறேன்'' என்றாள்.

மகேந்திரன், ''சரி; இன்று பொறுத்துக் கொள். நான் வருகிறேன். நாளை முதல் உன்னைத் தவிர வேறு எவரும் கிடையாது'' என்று சொன்னான்.

இதே சமயம் வண்ணான் அங்கு வந்து, ''அம்மணி! இன்னும் காத்திருக்க என்னால் முடியாது. இன்று ஒழிவு இரா விட்டால் சொல்லுங்கள். நாளைக்கு வந்து துணி எடுத்துப் போகிறேன்'' என்றான்.

க்ஷேமி வந்து, ''அம்மா! கொள் ஆகி விட்டதாம்; குதிரைக்காரன் சொன்னான்'' என்றாள்.

விநோதினி ஏழு நாட்களுக்கு வேண்டிய கொள்ளை லாயத்துக்கு அனுப்புவாள். தானே சாளரத்தில் நின்று குதிரை தின்பதையும் கவனிப்பது வழக்கம்.

வேலைக்காரன் கோபாலன் வந்து, ''அம்மா! வேலைக்காரப் பயல் ஜடு தாத்தா*(ஸாதுசரண பாபு)*வுடன் சண்டை போட்டான். மண்ணெண்ணெய்க் கணக்குத் தீர்ந்ததுமே குமாஸ்தாவிடம் சம்பளத்தை வாங்கிக் கொண்டு போகிறானாம்... சொன்னான்'' என்றான்.

குடும்பத்தின் மற்ற அலுவல்கள் யாவும் முன் போலவே நடந்தன.

34

விஹாரி இதுவரை வைத்தியக் கல்லூரியில் படித்துக் கொண்டிருந்தான். பரீட்சைக்குச் சற்று முன்னேதான் அதை விட்டு விட்டான். யாரேனும் இது குறித்து வியப்புக் காட்டினால், ''பிறருடைய

உடல் நலத்தைப் பின்னர்க் கவனிக்கலாம். இப்போதைக்கு என் உடம்பை நான் பார்த்துக் கொள்ள வேண்டுமே!'' என்பான் அவன்.

ஆனால், உண்மை இதுதான்; விஹாரியின் முயற்சி சற்றும் சளைக்காதது; ஏதாவது ஒன்று செய்யாமல் இருக்க அவனால் முடியாது. ஆனால், புகழைத் தேடியோ, பணத்துக்காகவோ, பிழைப்புக்காகவோ, வேலையைத் தேடிப் போக அவனுக்குத் தேவை ஏற்படவில்லை. கல்லூரியில் பட்டம் பெற்றதும் அவன் எஞ்சினீயரிங் கற்கும் எண்ணத்துடன் சிவபுரத்துக்குச் சென்றான். கற்றுக் கொள்ள ஆவல் இருந்த அளவு - எடுத்துக் கொண்டதை முடிக்கும் அளவு - கற்றதும் மருத்துவக் கல்லூரியினுள் புகுந்தான். மகேந்திரன் ஓராண்டு முன்னதாகவே பட்டம் பெற்று மருத்துவக் கல்லூரியில் சேர்ந்தான். கல்லூரியில் வங்க மாணவர்களிடையே அவ்விருவருடைய நட்பும் பிரபலமாகியிருந்தது. அவர்கள் இவ்விருவரையும் சயாமிய *(ஒட்டிப் பிறந்த)* இரட்டையர் என்று கேலி செய்வது வழக்கம். சென்ற ஆண்டு மகேந்திரன் தவறி விடவே, இருவரும் ஒரே வகுப்பில் சேர்ந்து கொண்டனர். இந்தச் சமயத்தில் இந்த இரட்டையரிடையே பிளவுக்கு மூல காரணம் என்னவென்று மற்ற மாணவர்களுக்கு விளங்கவில்லை. தினமும் எங்கே சென்றால் மகேந்திரன் நிச்சயமாகத் தென்படுவானோ, அங்கே விஹாரி செல்வதையே நிறுத்தி விட்டான். மகேனின் கண்ணில் படக் கூடாது என்பது அவன் விருப்பம். விஹாரி நன்றாகத் தேறிப் பரிசுகளும் பெறக் கூடியவன் என்று யாவருக்கும் தெரியும். ஆனால், அவனோ பரீட்சைக்குச் செல்லவே இல்லை!

அவர்களுடைய வீட்டின் பக்கத்தில் ஒரு குடிசையில் ராஜேந்திர சக்கரவர்த்தி என்ற ஓர் ஏழை அந்தணர் இருந்தார். அச்சகத்தில் எழுத்துக் கோர்க்கும் தொழிலில் மாதம் பன்னிரண்டு ரூபாய் பெற்று வாழ்ந்தார் அவர். விஹாரி அவரை அழைத்து, ''உங்கள் பிள்ளையை என்னிடம் விடுங்கள்! நானே அவனுக்குப் படிப்புச் சொல்லித் தருகிறேன்'' என்றான்.

அந்தப் பிராம்மணருக்கு நிம்மதியாகப் போயிற்று. களிப்புடன் அவர் தம் எட்டு வயதுச் சிறுவன் வசந்தனை விஹாரியிடம் ஒப்படைத்து விட்டார்.

விஹாரி தன் சொந்தப் பாணியில் பையனுக்குக் கல்வி புகட்டத் தொடங்கினான். 'பத்து வயதுக்கு முன்னால் புத்தகம் படிக்கச் சொல்லக் கூடாது. எல்லாம் வாய்ப் பாடமாகவே சொல்லித் தர வேண்டும்' என்று அவன் வசந்தனுடன் ஆடுவதும், உலாவச் செல்வதும், மியூஸியம், மிருக சாலை, சிவபுரத் தோட்டம் எங்கும் சுற்றிக் காட்டுவதுமாய் நாட்களைக் கடத்தினான். வாய்ப் பாடமாக ஆங்கிலம் கற்றுத் தருவது, சரித்திரக்

கதைகள் சொல்வது, பலவிதமாகச் சிறுவனின் உள்ள மாறுதல்களைச் சோதித்து முடிவைக் காண்பது இவ்வாறே அவன் பொழுது கழிந்தது. ஒரு நிமிடங்கூட அவன் ஓய மாட்டான்.

அன்று சாயங்காலம் வெளியே செல்ல முடியாமல் இருந்தது. பிற்பகலில் நின்றிருந்த மழை மறுபடியும் தொடங்கி விட்டது. விஹாரி இரண்டாவது மாடியில் பெரிய அறையினுள் விளக்கேற்றி வசந்தனுடன் தனது புதுமுறைப் போதனையின் விளையாட்டில் ஈடுபட்டிருந்தான்.

"வசந்தா! இந்த அறையின் கூரையில் எத்தனை வரிச்சில்கள், சொல் பார்க்கலாம்... எண்ணக் கூடாது!"

"இருபது."

"தவறு, பதினெட்டு."

சட்டென்று சாளரத்தின் கம்பிகளை எண்ணிக் கொண்டான் விஹாரி. "சட்டென்று சொல்; இந்தச் சாளரத்தில் எத்தனை கம்பிகள்?" என்று சாளரக் கதவை மூடினான்.

"ஆறு."

"சரியாகச் சொன்னாய். இந்தப் பெஞ்சு எவ்வளவு நீளம்? இந்தப் புத்தகத்தின் எடை என்ன?" என்றெல்லாம் விஹாரி கேட்டுச் சிறுவனின் புலன்களுடைய அறிவை வளர்க்கும் பொழுது வேலைக்காரன் வந்தான். "பாபுஜீ! ஒரு பெண்..." என்றான்.

அவன் முடிப்பதற்குள்ளாகவே விநோதினி அறையினுள் வந்து விட்டாள்.

"இதென்ன, மன்னி!" என்று விஹாரி வியப்புடன் கேட்டான்.

"உங்கள் வீட்டில் உங்கள் உறவுப் பெண்களே எவரும் இல்லையா?" என்றாள் விநோதினி.

"உறவினரும் இல்லை, வெளியாரும் கிடையாது. அத்தை ஒருத்தி ஊரில் இருக்கிறாள்."

"சரி, உங்கள் ஊருக்கு என்னை அழைத்துச் செல்லுங்கள்."

விஹாரி, "என்னவென்று அழைத்துச் செல்வது?" என்றான்.

விநோதினி, "வேலைக்காரி என்று சொல்லுங்கள். அங்கு வீட்டு வேலைகள் செய்கிறேன்" என்றாள்.

விஹாரி, "அத்தைக்குக் கொஞ்சம் வியப்பாகத்தான் இருக்கும். வேலைக்காரி வேண்டுமென்று அவள் எனக்குச் சொல்லவில்லையே! முதலில் சொல். உனக்கு இந்த முடிவு தோன்றக் காரணம் என்ன?.. வசந்தா! போ; நீ போய்ப் படுத்துக் கொள்" என்றான்.

வசந்தன் போய் விட்டான். "வெளி நிகழ்ச்சிகளைக் கேட்டு நீங்கள் உள் மர்மத்தைத் தெரிந்து கொள்ள முடியாது" என்றாள் விநோதினி.

"தெரியா விட்டால் போகிறது. தவறாகத்தான் புரிந்து கொள்கிறேன். அதனால் நஷ்டம் ஒன்றுமில்லையே!"

"சரி; தவறாகத்தான் எடுத்துக் கொள்ளுங்களேன். மகேன் என்னைக் காதலிக்கிறார்."

"அது புதிய செய்தி அல்லவே! அதுவும் இரண்டாவது முறை கேட்கும்படியான செய்தியும் அல்ல."

"திரும்பத் திரும்பச் சொல்ல எனக்கும் விருப்பம் இல்லை. அதற்காகத்தான் உங்களிடம் வந்திருக்கிறேன். அடைக்கலம் கொடுங்கள்."

"உனக்கு இஷ்டம் இல்லையா? இந்தக் கஷ்டங்களைத் தோற்றுவித்தது யார்? மகேந்திரன் சென்ற பாதையிலிருந்து அவனை வழுவச் செய்தது யார்?"

"நான்தான் செய்தேன். உங்களிடம் ஒளிக்க மாட்டேன். இதெல்லாம் என்னுடைய கை வேலைதான். நான் கெட்டவளாகவே இருந்தாலும் சரி. ஒரு முறை என்னைப் போல் இருந்து பார்த்து உள்ளத்தை உணர்ந்து கொள்ள முயற்சி செய்து பாருங்கள். என் உள்ளத்தில் எரியும் தீயினால் மகேனுடைய வீட்டைப் பொசுக்கினேன். ஒரு முறை மகேனை நான் காதலிப்பதாகவும் எண்ணினேன். ஆனால், அது தவறு."

"காதலிப்பவள் தீப்பற்ற வைப்பாளா?"

"விஹாரி பாபு! இது உங்கள் சாஸ்திரங்கள் சொல்லும் பேச்சு. இப்போது அதையெல்லாம் கேட்கும் அளவுக்கு எனக்கு அறிவு இல்லை. உங்கள் புத்தகத்தை வைத்து விட்டுத் தெய்வம் போல என் உள்ளத்தினுள் இருப்பதைப் பாருங்கள். என்னிடம் உள்ள நல்ல, கெட்ட குணங்களை உங்களிடம் சொல்ல விரும்புகிறேன்."

"ஆசைப்பட்டா புத்தகத்தை வைத்துக் கொண்டு உட்கார்ந்திருக்கிறேன்! இதயத்தைக் கொண்டு உணரும் பொறுப்பைத் தெய்வமே ஏற்றுக் கொள்ளட்டும். நாங்கள் புத்தகத்தை ஓர் ஆதாரமாகக் கொண்டுதான் நடக்க வேண்டும். இராவிட்டால் கடைசியில் தடுக்க முடியாதபடி போய் விடும்."

"கேளுங்கள், விஹாரி பாபு! நான் கூச்சத்தை விட்டுச் சொல்லுகிறேன். நீங்கள் என்னைத் திரும்பி அனுப்பலாம். மகேன் என்னை நேசிப்பது உண்மைதான். ஆனால், அந்த முட்டாள், குருட்டு மனிதர், என்னைச் சரிவரப் புரிந்து கொள்ள வில்லை. நீங்கள் என்னைப் புரிந்து கொண்டதாக ஒரு சமயம் எனக்குத் தோன்றியது. ஒரு முறை என்னைக் கௌரவிக்கவும் செய்தீர்கள். உண்மையாகச் சொல்லுங்கள்; அதை இன்று மறைக்கத் தேவை இல்லை."

"உண்மையாகவே, நான் உன்னைப் பற்றி உயர்வாகத்தான் எண்ணினேன்."

"நீங்கள் செய்தது தவறல்ல. ஆனால், என்னைப் புரிந்து கொண்டு கௌரவித்த நீங்கள் அத்துடன் நிற்கக் காரணம்

என்ன? என்னை நேசிக்க என்ன தடை இருந்தது உங்களுக்கு? நான் வெட்கமின்றி உங்களை அணுகியிருக்கிறேன். நீங்களும் என்னைக் காதலித்திருக்கலாமே! என் தலையெழுத்து, நீங்களுங் கூட ஆசாவின் காதலில் மூழ்கி விட்டீர்களே! நீங்கள் கோபம் கொள்ளக் கூடாது. உட்காருங்கள். உங்களிடம் எதையும் மறைத்துச் சொல்லவில்லை. நீங்கள் ஆசாவை நேசிப்பது உங்களுக்கே தெரியா விட்டாலுங்கூட எனக்கு நன்கு தெரியும். ஆனால், ஆசா விடம் நீங்கள் எப்படி என்ன கண்டீர்களென்றுதான் எனக்கு விளங்கவில்லை. நல்லதோ, கெட்டதோ அவளிடம் என்ன இருக்கிறது? ஆண்களின் கண்ணோக்குடன் உள்ளத்தைப் பார்க்கும் திறனைப் பெண்களுக்கு ஏனோ தெய்வம் அளிக்கவில்லை. நீங்கள் எதைக் கண்டு இவ்வளவு தூரம் கவனித்து ஏமாந்து போகிறீர்களோ, குருடர்கள்..."

விஹாரி எழுந்து நின்றான். "இன்று நீ என்னிடம் சொல்ல வேண்டியதையெல்லாம் சொல், கேட்கிறேன். ஆனால், பேசத் தகாத பேச்சுக்களையெல்லாம் சொல்லாதே! உன்னிடம் நான் கேட்டுக் கொள்ளும் ஒரே வேண்டுகோள் இதுதான்" என்றான்.

"விஹாரி பாபு! உங்களுக்கு எந்த இடத்தில் தாக்குகிறது என்பது எனக்குத் தெரியும். ஆனால், நான் எவரிடமிருந்து கௌரவம் ஏற்றேனோ, எவருடைய காதலைப் பெற்றால் என் வாழ்வே உய்யுமோ, அந்த ஒருவரிடம் இன்றிரவு பயம், கூச்சம் எல்லாவற்றையும் துறந்து ஓடி வந்திருக்கிறேன்! எவ்வளவு மனக் கஷ்டத்துடன் வந்திருப்பேன் என்று எண்ணிக் கொண்டு சற்றுப் பொறுமையாயிருங்கள். ஆனால், நீங்கள் மட்டும் ஆசாவைக் காதலித்திராவிடில் என் மூலம் ஆசாவுக்கு இவ்வளவு தூரம் கஷ்டம் ஏற்பட்டிராது."

விஹாரியின் முகம் மாறியது. "ஆசாவுக்கு என்ன? நீ அவளுக்கு என்ன செய்து விட்டாய்?" என்றான்.

"மகேன் நாளைக்குக் குடும்பத்தைத் துறந்து என்னுடன் போய்விடத் தீர்மானம் செய்து விட்டார்."

விஹாரி திடுமென உறுமினான்: "ஒருகாலும் நடக்காது! ஒருகாலும் நடக்க முடியாது!"

"ஒருகாலும் முடியாதா! மகேனை இன்று யாரால் தடுக்க முடியும்?"

"உன்னால் ஆகும்."

விநோதினி சற்று நேரம் கம்மென்று இருந்தாள். பின்னர் விஹாரியின் முகத்தையே உற்று நோக்கினாள். "எவருக்காக நான் தடுக்க வேண்டும்? உங்கள் ஆசாவின் பொருட்டாகவா? எனக்கென்று சுக துக்கங்கள் இல்லையோ? உங்கள் ஆசா நன்றாக இருக்க வேண்டும் என்று இந்த வாழ்வில் என் உரிமை

களை எல்லாம் அழித்து விடுமளவுக்கு நான் அவ்வளவு நல்லவள் அல்ல! தர்ம சாஸ்திரங்களை அவ்வளவு தூரம் நான் படித்தவள் அல்ல. நான் அப்படித் துறந்தால் அதற்குப் பதிலாக என்ன கிடைக்கும் எனக்கு?'' என்றாள்.

விஹாரியின் முகம் வரவரக் கடுமையாகியது. ''நீ எத்தனையோ விஷயங்களைத் தெளிவாகச் சொல்லத் துணிந்து விட்டாய்! இப்போது நானும் ஒன்று சொல்லுகிறேன். அன்று நீ செய்தது, இப்போது சொல்லுவது இவைகளில் பெரும் பகுதி நீ படித்த இலக்கிய நூல்களிலிருந்து திருடியது. இதில் முக்கால் பங்கு நாடகம், நவீனந்தான்!''

''நாடகமா! நவீனமா!''

''ஆம்; நாடகம், நவீனந்தான்! அதுவும் உயர்தரமல்ல. இதெல்லாம் உன் சொந்த எண்ணமென்று நினைக்கிறாய். அது அவ்வாறல்ல. இது முற்றும் அச்சேறியுள்ளவற்றின் எதிரொலி. நீ ஒன்றும் அறியாத அப்பாவிச் சிறுமியாக இருந்தாலும் குடும்பத் தாரின் பரிவில் குறைவு ஏற்பட்டிராது. ஆனால், நடிகை நாடக மேடை மீதுதான் நன்றாக இருப்பாள். வீட்டில் அவளுடன் வாழ்வது நடக்காது.''

விநோதினியின் அந்தத் தீவிரமான தைரியமும் அடங்காத கர்வமும் போன இடம் தெரியவில்லை. மந்திரத்தால் கட்டுண்ட பாம்பு போலத் தலை குனிந்து அடங்கி நின்றாள். வெகு நேரம் சென்ற பின்னர், விஹாரியின் முகத்தை நோக்கி அமைதியான குரலில், ''நீங்கள் என்னை என்ன செய்யச் சொல்லுகிறீர்கள்?'' என்றாள்.

''அபூர்வமாக எதையும் செய்ய விரும்பாதே! சாதாரணப் பெண்டிரின் தூய மனம் விரும்புவதைச் செய். ஊருக்குப் போய் விடு.''

''எப்படிச் செல்வது?''

''பெண்கள் வண்டியில் ஏற்றி நான் உன்னை உங்கள் ஊர் ரெயில் நிலையம் வரை கொண்டு விட்டு வருகிறேன்.''

''அப்படியானால், இன்றிரவு இங்கேயே இருக்கலாம் அல்லவா!''

''இல்லை, அவ்வளவு நம்பிக்கை எனக்கு என் மேல் இல்லையே!''

இதைக் கேட்டதும் விநோதினி சட்டென்று தரையில் விழுந்து விஹாரியின் கால்களை மார்பில் அழுத்திக் கொண் டாள். ''இந்தப் பலவீனத்தையாவது வைத்துக் கொள்ளுங்கள், விஹாரி பாபு! ஒரேயடியாகக் கல் தெய்வம் போல் தூய்மை அடைந்து விட வேண்டாம். இழிந்தவளைச் சற்று நேசித்து ஓரளவு உங்கள் தூய்மை குறைந்தாலும் பரவாயில்லை'' என்று

அவள் விஹாரியின் பாதங்களை முத்தமிட்டாள். விநோதினியின் இந்த எதிர்பாராத செய்கையினால் கண நேரம் விஹாரியினால் தன்னைக் கட்டுப்படுத்த முடியவில்லை. அவனுடைய உடலும் மனமும் சோர்வுற்றன. அவனுக்கு மூண்ட தளர்வைக் கண்டு விநோதினி கால்களை விட்டு விட்டு முழந்தாளிட்டு, நிமிர்ந்து நாற்காலியில் உட்கார்ந்திருந்த அவனுடைய கழுத்தைக் கட்டிக் கொண்டாள். ''என் வாழ்வின் செல்வமே! எனக்கு என்றென்றும் சொந்தமல்ல நீங்கள். ஆனால், இன்று சிறிது நேரமாவது என்னை நேசியுங்கள். பின்னர் அந்தக் கானகத்தை நாடி நான் போகிறேன். எவரிடமும் எதையும் கேட்க மாட்டேன். சாகுமள வும் மனத்தில் நிறுத்திக் கொள்ள எனக்கு ஏதாவது கொடுங்கள்'' என்றதும் விநோதினி தன் இதழ்களை மெல்ல விஹாரியின் முகத்தினருகே கொண்டு சென்றாள். கண நேரம் இருவரும் அசைவற்று இருந்தார்கள். அறையினுள் நிசப்தம் நிலவி யிருந்தது. பின்னர்ப் பெருமூச்சுடன் விஹாரி கைகளை விடு வித்துக் கொண்டு மெல்ல இன்னொரு நாற்காலியில் உட்கார்ந் தான். அவனுடைய குரல் அடைத்திருந்தது. அதை ஒருவாறு சரிப்படுத்திக் கொண்டு, ''இன்றிரவு ஒரு மணிக்கு ஒரு பாஸஞ்சர் வண்டி இருக்கிறது'' என்றான்.

விநோதினி சற்று நேரம் மௌனமாக இருந்த பின்னர், தெளிவற்ற குரலில், ''நல்லது; அந்த வண்டியிலேயே போகி றேன்'' என்றாள்.

இந்த வேளையில் காலில் செருப்போ, உடம்பில் சட்டையோ இராமல் வசந்தன் பளிச்சென்று சிவந்த உடலுடன் விஹாரியின் நாற்காலியருகில் வந்து விநோதினியை உற்று நோக்கினான்.

''படுத்துக் கொள்ளச் சொன்னேனே!'' என்றான் விஹாரி. வசந்தன் பதில் ஏதும் கூறாமல் அங்கேயே நின்றான்.

விநோதினி தன் கைகளை நீட்டினாள். முதலில் சற்றுத் தயங்கிய வசந்தன் மெல்ல அவளருகில் சென்றான். விநோதினி தன் கரங்களால் அவனை அணைத்துக் கொண்டு கண்ணீர் பெருக அழத் தொடங்கினாள்.

35

நடக்க முடியாததும் நிகழ்ந்து விடுகிறது. பொறுக்க முடியாதது கூடச் சகித்துப் போய் விடுகிறது. இராவிடில் மகேந்திரனுடைய வீட்டில் அன்றைய இரவு கழிந்தே இராது. விநோதினியைத் தயாராக இருக்கச் சொல்லி விட்டு, மகேந்திரன் அன்றிரவே ஒரு கடிதம் எழுதினான். அந்தக் கடிதம் காலைத் தபாலில் அவனுடைய வீட்டுக்கு வந்தது.

ஆசா அப்போது படுத்திருந்தாள். வேலைக்காரன் கடி தத்தைக் கொணர்ந்தான். ''அம்மா, கடிதம்!''

ஆசாவின் இதயம் திக்கென்று அடித்துக் கொண்டது. இமைப் பொழுதில் பலவிதச் சந்தேகங்களும், ஆறுதல்களும் அவளுடைய மனத்துள் எழுந்தன. பரபரப்புடன் தலை நிமிர்ந்து கடிதத்தை நோக்கினாள். மகேந்திரனுடைய கையெழுத்தில் விநோதினியின் பெயர் எழுதியிருந்தது. மறுகணமே அவளுடைய தலை தலையணையில் சாய்ந்தது. வாய் திறவாமல் அவள் கடிதத்தை வேலைக்காரனிடமே கொடுத்தாள். ''எவரிடம் கொடுக்க வேண்டும், அம்மா?'' என்றான் வேலைக்காரன்.

''தெரியாது.''

இரவு அப்போது மணி எட்டு இருக்கும். மகேந்திரன் புயல் வேகத்தில் விநோதினியின் அறை எதிரே வந்தான். உள்ளே விளக்கில்லை. எங்கும் இருள் கவிந்திருந்தது. சட்டைப் பையிலிருந்து தீப் பெட்டியை எடுத்து ஒரு வர்த்தியைக் கொளுத்திப் பார்த்தான். அறை காலியாகக் கிடந்தது. விநோதினியையோ அவளுடைய பெட்டி படுக்கைகளையோ காணவில்லை. தென்னண்டைப் பக்கம் வராந்தாவிலும் எவரும் இல்லை. 'விநோத்' என்று அவன் அழைத்த குரலுக்குப் பதில் ஏதும் வரவில்லை.

'நான் முட்டாள்! முழு முட்டாள்! அப்போதே அவளை என்னுடன் அழைத்துச் சென்றிருக்க வேண்டும். நிச்சயமாக அவள் வீட்டில் தங்க முடியாதபடி அம்மா ஏதாவது கஷ்டப் படுத்தியிருப்பாள்.' - இவ்வாறு அவனுக்குத் தோன்றவும், அப்படித்தான் இருக்கும் என்று உறுதியும் கொண்டான். மகேந்திரன் பொறுமையை இழந்தவனாய்த் தாயின் அறையினுள் சென்றான். அந்த அறையிலும் விளக்கில்லை. ஆனால், படுக்கையில் ராஜலட்சுமி படுத்திருப்பது இருளிலும் புலனாகியது. அவன் கடுமையான குரலில், ''அம்மா! விநோதினியை நீ ஏதாவது சொன்னாயா?'' என்று கேட்டான்.

''ஒன்றும் சொல்லவில்லையே!''

''பின் அவள் எங்கே சென்றாள்?''

''எனக்கென்ன தெரியும்!''

மகேந்திரன் அவநம்பிக்கையடன், ''உனக்கா தெரியாது? நல்லது, அவளைத் தேடி நான் போகிறேன். அவள் எங்கிருந்தாலும், நான் கண்டுபிடிக்கத்தான் போகிறேன்'' என்று கிளம்பினான். ராஜலட்சுமி எழுந்து பரபரப்புடன் அவன் பின்னால் ஓடினாள். ''மகேன்! போகாதே. திரும்பி வா. நான் சொல்வதைக் கேட்டுக் கொண்டு போ'' என்றாள்.

மகேந்திரன் ஒரே மூச்சில் விரைந்து வீட்டுக்கு வெளியே வந்தான். கண நேரத்துக்கெல்லாம் திரும்பி வந்து காவல்காரனைக் கேட்டான்: ''விநோத் யஜமானியம்மா எங்கே போனாள்?''

''எங்களிடம் சொல்லவில்லையே! எங்களுக்குத் தெரியாதே.''

மகேந்திரன் மிரட்டும் குரலில், ''தெரியாதா?'' என்று உறுமினான்.

காவலாள் கை குவித்துக் கூறினான்: ''தெரியாதுங்களே!''

'ஓ! அம்மாவின் பாடந்தான் இது' என்று தனக்குள் தீர்மானித்து மகேன், ''நல்லது'' என்றான்.

மாநகரின் ராஜ வீதியில் கியாஸ் விளக்குகள் ஒளிரும் இருளிடையே 'ஐஸ் கிரீம்', 'தப்ஸி மீன்' என்று விற்பவர் கூவித் திரிந்தனர். முழக்கமிடும் ஜனத் திரளினிடையே மகேந்திரன் நுழைந்து மறைந்தான்.

36

தனிமையில் இருளிடையே உட்கார்ந்திருப்பது விஹாரிக்குப் பிடிக்காது. தனக்குத் தானே மதிப்பிட்டுக் கொள்வதை ஒரு வழக்கமாக அவன் என்றுமே எண்ணியதில்லை. படிப்பு, ஏதாவது அலுவல், நண்பர்கள், உற்றார் இவர்களுடனேயே மூழ்கியிருப்பான். சுற்றியுள்ள உலகைத் தன்னிலும் மதிப்புடையதாகவே பாவித்தான் அவன். ஆனால், திடீரென்று ஒரு நாள் பலத்த தாக்குதலினால் எல்லாம் சிதறிப் போயின. ஊழிக் காலத்தின் காரிருளில், வானைத் தொடுமளவு உயர்ந்த வேதனையின் உச்சியில், தன்னந்தனியே நிற்க வேண்டி வந்தது. அது முதலாக அவனுக்குத் தன்னிடமே அச்சம் தோன்றியது. தானே வலிய வந்து காரியங்களைத் தலையில் போட்டுக் கொண்டு, இந்தத் தோழனுக்கு ஓய்வளிக்க அவன் விரும்பவில்லை.

ஆனால், அன்று தன் உள்ளத்தினுள் உறைபவரை விஹாரியால் ஒதுக்கி வைக்க இயலவில்லை. முதல் நாளே விஹாரி விநோதினியை ஊரில் கொண்டு விட்டிருந்தான். அது முதல் எவருடன் எந்த வேலையில் ஈடுபட்டாலும், மார்புக் குகையினுள் வேதனையில் மட்டும் இதயம், ஆழ்ந்த தனிமையை நோக்கி அவனை ஓயாமல் இழுத்தது. சோர்வும் களைப்பும் அவனைத் தோல்வியுறச் செய்தன. இரவு அப்போது மணி ஒன்பது இருக்கும். அவனுடைய வீட்டின் எதிரே இருந்த தென்புற வராந்தாவில் கோடைக் கால அந்தி வேளையின் இனிய காற்று அலையாடியது. நிலவு இராத மாடியின் இருளில் ஒரு கம்பளத்தின் மேல் உட்கார்ந்திருந்தான் விஹாரி.

அன்று சாயங்காலம் வசந்தனுக்கு அவன் பாடம் சொல்லித் தரவில்லை. சீக்கிரமாகவே அவனை வீட்டுக்கு அனுப்பி விட்டான். ஆறுதலுக்காக, தோழமைக்காக, பல காலமாகப் பழகிய அன்பு மண்டிய இன்பம் பயக்கும் முன் போன்ற வாழ்க்கைக்காக, அவனுடைய மனம் தாயைக் காணாத குழந்தை போல் உலகின் இருளில் இரு கைகளையும் தூக்கி எவரையோ

அணைத்துக் கொள்ளத் துழாவியது. அவனுடைய உறுதி, கடுமையான தன்னடக்கம் இவை எல்லாம் சிதைந்து போயின. எவரைப் பற்றி எண்ணக் கூடாது என்றிருந்தானோ, அவர்களைக் குறித்தே அவனுடைய இதயம் தாவியது. அதைத் தடுக்க அவனிடம் ஒரு சிறிதளவும் வலிமை இல்லை.

மகேந்திரனுடன் இளமையில் நட்புத் தொடங்கியது முதல் அதன் இறுதி வரையில் - பலவித நிறங்கள் கொண்ட, நீர் நிலம் மேடு பள்ளங்கள் என்ற பிரிவுடன் மனத்தில் இது வரையில் - சுருட்டி வைத்திருந்த நட்புச் சித்திரத்தை விஹாரி தன் மனக் கண் முன் விரித்தான். தன் வாழ்க்கையை எந்த உலகை நம்பி நிலைக்க வைத்திருந்தானோ, அது எங்கு, எந்தக் கெட்டக் கிரகத்துடன் மோதியதோ என்று அவன் ஆராய்ந்தான். முதலில் வெளியே இருந்து வந்தது யார்? மாலையில் பகலவன் மங்கும் வேளையில் செந்நிற ஒளி பட நாணிச் சிவந்த ஆசாவின் முகம் இருளில் எழுந்தது. அத்துடன் மங்கள விழாவின் சங்கொலியும் அவன் காதில் ஒலித்தது. இந்த மங்களமான கிரகம் எங்கிருந்தோ வந்து அவர்களுடைய நட்பின் குறுக்கே நின்றது. சிறிய பிளவு ஏற்பட்டது. அத்துடன் ஓரளவு வேதனையும் உள்ளூறத் தோன்றியது. அதை வெளியிலும் சொல்ல முடியாது; மனத்தில் நினைப்பதுகூடத் தவறு. ஆனால், அந்தப் பிரிவு - அந்த வேதனை - அபூர்வமான அன்பு கலந்து இனிய ஒளி சூழப் பெற்றிருந்தது. ஒரு நிறைவையும் அது பெற்றிருந்தது.

அதன்பின் தோன்றிய சனியின் வருகையால் நட்பு, கணவன் மனைவியின் பாசம், இல்லத்தின் அமைதி, தூய்மை யாவும் துகளாயின. விஹாரி வெறுப்புடன் விநோதினியைத் தன் முழு உள்ளத்துடன் தொலைவில் தள்ளி விட முயன்றான். ஆனால், இதென்ன வியப்பாக இருக்கிறது! அவனுடைய தாக்குதலில் வலிமையே இல்லை! அது அவளைத் தொடக் கூட இல்லையே! அந்த வனப்பார்ந்த புதிர், ஊடுருவக் காண முடியாத ரகசியம் பொதிந்த தன் கருவிழிகளுடன் தேய்பிறையின் இருளில் அவன் எதிரே நின்றது. கோடை இரவில் தென்றல் அவனுடைய பெருமூச்சைப் போலவே வீசியது. இமையாது நின்ற அந்தக் கண்களின் தீச்சுடர் மெல்ல மங்கியது. வறண்ட பார்வையில் குளிர்ந்த உணர்ச்சிப் பெருக்கு ஊற்றெடுத்துக் கண்ணீராக வடிந்தது. கண நேரத்துக்குள் அந்த உருவம் விஹாரியின் காலடியில் விழுந்து அவனுடைய முழங்கால்களைக் கட்டிக் கொண்டது. பின்னர் அது அபூர்வமான மாயக் கொடி போல் கண நேரத்துக்குள்ளாகவே விஹாரியைத் தழுவி வளர்ந்தது. பின்னர் அப்போதுதான் மலர்ந்து இன்மணம் கமழும் பூப் போன்ற முகம் விஹாரியின் முகத்தினருகே தன் இதழ்களைக் கொணர்ந்தது. விஹாரி கண்களை மூடிக் கொண்டு அந்தக் கற்பனை உருவைத்

தன் நினைவுலகிலிருந்து அகற்ற முயன்றான். ஆனால், அவளை ஒதுக்கித் தள்ள அவனுக்குக் கையெழவில்லை. நிறைவு பெறாத உள்ளத் துடிப்பை வெளிக் காட்டும் முத்தம் அவன் முகத்தின் எதிரேயே நின்று அவனை மெய்சிலிர்க்க வைத்தது.

மாடியில், ஒலி இராத இருளில் இருக்க அவனால் முடிய வில்லை. வேறு எதிலாவது மனத்தைச் செலுத்தும் நோக்கத் துடன் அவன் பரபரவென்று விளக்கொளி பரவியிருந்த அறை யினுள் வந்தான்.

ஒரு மூலையில் சிறிய மேஜையின் மேல் பட்டுத் துணி போர்த்திய படம் ஒன்று வைத்திருந்தது. விஹாரி துணியைத் தள்ளி அந்தச் சித்திரத்தை அறையின் நடுவே விளக்கின் கீழே வைத்துக் கொண்டு உட்கார்ந்து பார்க்கத் தொடங்கினான்.

அந்தச் சித்திரம், மகேந்திரன் - ஆசா இருவருக்கும் மண மான சில நாட்களுக்குப் பின்னர் எடுத்த அவர்களுடைய பட மாகும். அதன் பின்புறம் மகேந்திரன் தன் கையால் 'மகேன் அண்ணா' என்றும், 'ஆசா' 'ஆசா' என்றும் பெயரை எழுதி அளித்திருந்தனர். சித்திரத்தினுள் அந்தப் புது மணத்தின் இனிய நாள் அப்போதும் மறையவில்லை. மகேந்திரன் நாற்காலியில் உட்கார்ந்திருக்கிறான். அவனுடைய முகத்தில் புதிதாக மண மானதன் விளைவான ஒரு புது மலர்ச்சி. பக்கத்தில், ஆசா நிற் கிறாள்; சித்திரம் எடுத்தவன் ஆசாவை முசுக்கிட்டுக் கொள்ள விடவில்லை. ஆனால், முகத்தில் படர்ந்த அந்த நாணத்தை மட்டும் அவனால் ஒன்றும் செய்ய முடியவில்லை. அந்த மகேந் திரன் தன் பக்கத்தில் நிற்கும் ஆசாவை அழ வைத்து விட்டு, இதோ தொலை தேசம் போகிறான்! ஆனால் அசையாத அந்தச் சித்திரத்திலோ அவனுடைய முகத்தின் இளங்காதலிலே ஒரு துளிகூட மாறுதல் இல்லை. ஒன்றும் புரியாமல் மூடத் தனமாக விதியின் விளையாட்டை நிலைநிறுத்திக் காட்டியது அந்தச் சித்திரம்!

அந்தச் சித்திரத்தைக் கையில் எடுத்துக் கொண்டு விஹாரி விநோதினியைத் தன் மனத்திலிருந்து வெறுத்து விரட்ட எண்ணி னான். ஆனால் விநோதினியின் பரிதாபமான பார்வையும் இளமை நிறைந்த மெல்லிய தோள்களும் அவனுடைய கால்களை விடாது பிடித்துக் கொண்டன. 'இத்தகைய வனப்பா காதல் ததும்பிய அந்தக் குடும்பத்தைப் பாழடித்தது?' என்று விஹாரி தனக்குள் சொல்லிக் கொண்டான். ஆனால், நிமிர்ந்த தலையுடன் முத்தமிட நெருங்கிய விநோதினியின் அந்த முகமோ, "நான் உங்களை நேசிக்கிறேன். உலகத்தில் நான் உங்களைத்தான் தேர்ந்தெடுத்தேன்" என்றது. ஆனால், இதுவா பதில்! இந்தச் சொற்கள் சிதைந்த குடும்பத்தின் பரிதாபமான ஓலத்தை மறைக்குமா! - பேய்ப் பிறவி!

'பேய்ப் பிறவி!' - இதைச் சொல்லும் போது அவன் குரலில் கடுமை மட்டும் தொனித்ததா? அல்ல; ஓரளவு பரிவும் அல்லவா அதில் கலந்திருந்தது! விஹாரி தன் வாழ்வில் காதலின் உரிமையை இழந்தவனாகப் பிச்சைக்காரன் போல் வீதியில் வந்து நின்ற போது, இப்படி வேண்டாமலேயே தன்னை நாடி வரும் காதற் சுவையை முழு மனத்துடன் அலட்சியம் செய்ய முடியுமா? இதற்கு ஈடாக அவனுக்கு என்ன கிடைத்தது? இத்தனை நாட்களாகத் தன் வாழ்வை அர்ப்பணம் செய்து விட்டுப் பாசத்துக்காக ஏங்கிக் கை நீட்டி அலைந்தான் விஹாரி. காதல் தெய்வம் பொன் தட்டில் அவனுக்கென்றே அவளை அனுப்பிய போது, அந்தத் துரதிருஷ்டசாலி எவ்வாறு அதை இழக்க முற்படுவான்!

சித்திரத்தை மடியில் வைத்தவாறு அவன் பலவிதமான யோசனைகளில் ஆழ்ந்திருந்த போது பக்கத்தில் ஓசை கேட்டுத் திடுக்கிட்டு நிமிர்ந்தான். மகேந்திரனைக் கண்டதும் விஹாரி சட்டென்று எழுந்திருந்த போது, சித்திரம் கீழே கம்பளத்தின் மேல் விழுந்தது. விஹாரி அதைக் கவனிக்கவில்லை.

மகேந்திரன் முதலெடுத்ததுமே, ''விநோதினி எங்கே?'' என்று கேட்டான்.

விஹாரி முன்னால் வந்து மகேந்திரனுடைய கையைப் பிடித்தான். ''மகேன் அண்ணா! கொஞ்சம் உட்கார். உன்னுடன் எல்லாவற்றையும் பேசுகிறேன்'' என்றான்.

''உட்காரவோ, பேசவோ எனக்கு நேரம் இல்லை! சொல், விநோதினி எங்கே?''

''நீ கேட்கும் கேள்விக்கு ஒரு வார்த்தையில் பதில் சொல்வது முடியாது. நீ கொஞ்சம் பொறுமையுடன் இருக்க வேண்டும்.''

''ஏன், புத்தி சொல்லப் போகிறாயா? அந்தப் புத்தி மதிகளை எல்லாம் சின்ன வயதிலேயே படித்தாயிற்று.''

''இல்லை. புத்தி சொல்ல எனக்கு உரிமையும் இல்லை; திறமையும் கிடையாது.''

''திட்டப் போகிறாயா? நான் வஞ்சகன் என்று எனக்குத் தெரியும். நான் மனித குலத்திலேயே இழிந்தவன். நீ என்ன சொன்னாலும் அது எனக்குப் பொருந்தும். ஆனால், எனக்கு இப்போது வேண்டியது இதுதான். விநோதினி இருக்கும் இடம் உனக்குத் தெரியுமா; தெரியாதா?''

''தெரியும்.''

''எனக்குச் சொல்லுவாயா, முடியாதா?''

''மாட்டேன்.''

''சொல்லத்தான் வேண்டும். நீ அவளைத் திருடிக் கொணர்ந்து ஒளித்து வைத்திருக்கிறாய். அவள் எனக்கு உரியவள். அவளைத் திருப்பிக் கொடு.''

விஹாரி கண நேரம் கம்மென்றிருந்தான். பின்னர் அழுத்தமான குரலில், "அவள் உன்னுடையவளல்ல. நான் அவளைத் திருடிக் கொண்டு வரவில்லை. அவளாகவே என்னிடம் வந்து அடைக்கலம் கேட்டாள்" என்றான்.

மகேந்திரன், "பொய் பேசுகிறாய்" என்று உறுமியவாறு பக்கத்து அறையின் கதவைத் தட்டி உரக்கக் கத்தினான்: "விநோத், விநோத்!"

அறையினுள்ளிருந்து அழுகுரல் கேட்கவும் அவன், "அஞ்சாதே, விநோத்! நான் மகேந்திரன். உன்னை விடுவித்து அழைத்துச் செல்கிறேன். உன்னை எவராலும் சிறைப் பிடித்து வைக்க முடியாது" என்று முழுப் பலத்துடன் கதவைத் தள்ளவே கதவு திறந்து கொண்டது. உள்ளே அவன் ஓடினான். அறையில் இருள் கப்பிக் கொண்டிருந்தது. தெளிவற்ற நிழல் போல படுக்கையில் யாரோ பயத்துடன் அசைவற்றுத் தலையணையை மார்பில் அணைத்துப் படுத்திருப்பது தெரிந்தது. விஹாரி பரபரவென்று உள்ளே நுழைந்து வசந்தனைப் படுக்கையிலிருந்து தோளில் தூக்கிக் கொண்டு, "பயப்படாதே, வசந்தா! பயப்படாதே!" என்றான் அவனுக்கு ஆறுதலாக.

மகேந்திரன் விடுவிடென்று வெளியே வீடெங்கும் ஒவ்வோர் அறையிலும் தேடி விட்டு வந்தான். அப்போதும் வசந்தன் பயத்தால் நடுநடுங்க விம்மிக் கொண்டிருந்தான். விஹாரி அறையினுள் விளக்கைக் கொளுத்தி அவனைப் படுக்கையில் படுக்க வைத்து மெல்லத் தடவித் தூங்கப் பண்ணுவதில் முனைந்திருந்தான்.

மகேந்திரன் மறுபடியும், "விநோதினியை எங்கே ஒளித்திருக்கிறாய்?" என்று கேட்டான்.

"மகேன் அண்ணா! வீண் குழப்பம் செய்யாதே, அநாவசியமாக இந்தப் பையனைப் பயமுறுத்தி விட்டாய்! இவனுக்கு அதனால் ஏதாவது உடல் அசௌகரியம் ஏற்படக் கூடும். நான் சொல்வதைக் கேள். விநோதினியின் இருப்பிடம் பற்றி உனக்குத் தெரிய வேண்டிய அவசியமே இல்லை."

"சாது!... பெரிய மகான்! எனக்கு நீ நியாயம் சொல்ல வேண்டாம்! என் மனைவியின் படத்தை மடியில் வைத்துக் கொண்டு இரா வேளையில் எந்தத் தெய்வத்தின் தூய நாமத்தை ஜபம் செய்து கொண்டிருந்தாய்? வேஷக்காரா!" என்று மகேந்திரன் படத்தைக் கீழே போட்டுச் செருப்பணிந்த காலினால் அதை மிதித்து நசுக்கினான். சித்திரத்தைச் சுக்கல் சுக்கலாகக் கிழித்து விஹாரியின் மேல் எறிந்தான்.

அவனுடைய வெறியைக் கண்டு அஞ்சி வசந்தன் மீண்டும் அழத் தொடங்கினான். விஹாரியின் தொண்டையும் அடைத்தது.

மகேனை நோக்கியபடி கதவை விரலால் சுட்டி, ''போ!'' என்று மட்டுமே அவன் சொன்னான்.

மகேந்திரன் புயல் போல் வேகமாக வெளியேறினான்.

37

கூட்டம் இராத பெண்கள் வண்டியில் சாளரத்தின் மூலம் வயல்கள், மர நிழல்கள் சூழ்ந்த ஒரு கிராமம் தென்பட்டபோது, விநோதினியின் உள்ளத்தில் குளுமையும், தனிமையும் கலந்த நாட்டுப் புறத்து வாழ்க்கையின் நினைவு எழுந்தது. அந்த மர நிழல் கவிந்த சூழ்நிலையில், தானே அமைத்த கற்பனைக் கூட்டினுள் தனக்குப் பிடித்தமான புத்தகங்களைக் கொண்டு சில காலம் பட்டண வாழ்க்கையில் அனுபவித்த தாகம், ஏக்கம், மனப் புண் இவற்றை மறந்து அமைதி பெற முடியும் என்று அவளுக்குத் தோன்றியது. கோடையில் வயல்வெளிகளில் பயிர் இல்லை. எல்லையற்ற அந்த வெளியின் நடுவே சூரியன் உதயமாகும் காட்சியைக் கண்டு அவளுக்குப் பல கற்பனைகள் எழுந்தன. இனி அவளுக்கு என்ன வேண்டும்! பொன்னிறம் படைத்துப் பரந்து விளங்கும் அந்த மோனத்தில் யாரையும் மறந்து இரு கண்களையும் மூடிக் கொள்ள விரும்பியது அவள் மனம். சுக துக்கத்துக்கிடையே அலையாடும் கடலிலிருந்து வாழ்க்கைப் படகைக் கரை ஒதுக்கி நிச்சப்தமான அந்திப் பொழுதில் அசைவற்ற ஆல மரத்தில் கட்டி வைக்கலாம்! இனி என்ன தேவை இருக்கிறது? வண்டி ஓடும் போது ஓரோரிடத்தில் மாந்தோப்பிலிருந்து பூந்துணரின் மணம் வரும். நாட்டுப்புறத்தின் தண்ணிய அமைதி அவளை முற்றும் தன் வசமாக்கிக் கொண்டது. 'நல்லதாயிற்று. இனிமேல் எதற்காக வீணே இழுத்துக் கொண்டு திரிய வேண்டும்! இனி எல்லாவற்றையும் மறந்து தூங்கப் போகிறேன். நாட்டுப்புறத்துப் பெண்ணாகி வீட்டின் உள்ளேயும் ஊருக்கும் உழைத்துத் திருப்தியுடன் சுகமாகக் காலங் கழித்து விட வேண்டும்' என்று அவள் தனக்குள் சொல்லிக் கொண்டாள்.

குமையும் உள்ளத்தில் இந்த அமைதியின் நம்பிக்கையை ஏந்தி விநோதினி தன் குடிலினுள் நுழைந்தாள். ஆனால், அமைதி எங்கே? வெறிச்சிடும் அங்கே - வறுமையே தென்பட்ட அங்கே - இருந்தவை அசுத்தமாகவும் கிழிந்தும், அழுக்கடைந்தும் கேட்பாரற்றுக் கிடந்தன. பல நாட்களாக அடைத்துக் கிடந்த வீட்டினுள் புழுக்கம் அவளை மூச்சு விட முடியாமல் திணற அடித்தது. இருந்த சில பொருள்களையும் கறையான்கள் அரித்திருந்தன. எலிகள் கடித்தும், தூசியால் பாழாகியும் கிடந்தன. அந்திப் பொழுது வீட்டிற்குச் சென்றாள் அவள். வீட்டிலோ களிப்புமில்லை; ஒளியுமில்லை. இருண்டிருந்தது அந்த இல்லம். ஒருவாறாக அவள் எண்ணெய் விளக்கை ஏற்றவும்,

அதன் புகையிலும், மங்கிய ஒளியிலும் வீட்டின் வறுமை பின்னும் தெளிவாகியது. முன்னெல்லாம் எதைக் கண்டு அவள் அஞ்சவில்லையோ அது இப்போது அவளுக்கு அருவருப்பையே தந்தது. அவள் உள்ளம் உறுதியாக எதிர்க்குரல் எழுப்பியது: ''இங்கே ஒரு நிமிஷங்கூட இருக்க முடியாது.'' அலமாரியில் பழைய புத்தகங்கள் இரண்டொன்றும் சில மாதப் பத்திரிகைகளும் கிடந்தன. ஆனால், அவற்றைத் தொட அவளுக்கு விருப்பமில்லை. எதிரே காற்றின் மூச்சே இராத மாந்தோப்பினுள் சிள்வண்டுகளின் அரவமும், கொசுக்களின் இசையுமே அவ்விருளில் ஒலித்தன.

விநோதினியின் உறவினளான கிழவி வீட்டைப் பூட்டிக் கொண்டு பெண்ணைப் பார்க்கத் தொலைவிலிருந்த மாப்பிள்ளை வீட்டுக்குச் சென்றிருந்தாள். விநோதினி பக்கத்து வீட்டுக்குச் சென்றாள். அவளைக் கண்டதும் அங்கிருந்தவர் திடுக்கிட்டனர். ''அடியம்மா! விநோதினியின் நிறமே நன்றாகச் செவேலென்று மாறி விட்டதே! உடையும் பகட்டாகத் துரைசானியினது போல் இருக்கிறது'' என்று குறிப்பாகத் தங்களுக்குள் ஏதோ பேசிக் கொண்டு அவர்கள் விநோதினியை நோக்குவதும் ஒருவரை ஒருவர் பார்த்துக் கொள்வதுமாக இருந்தனர். ஊர் வாய் மூலம் அவர்கள் ஏதோ வதந்தி கேட்டது போன்ற அறிகுறி தென்பட்டது, அவர்கள் பேச்சிலும் செய்கையிலும்.

நாட்டுப்புறத்தின் தொடர்பிலிருந்து தான் பலவிதத்திலும் விலகிச் சென்று விட்டதை விநோதினி துளித் துளியாக உணர்ந்து கொண்டாள். சொந்த வீட்டிலேயே அவள் ஒதுங்கி வாழ வேண்டி வந்தது. ஒரு நிமிஷங்கூட அமைதி பெற இடமின்றித் தவித்தாள் அவள்.

தபால் ஆபீசில் கிழத் தபால்காரன் விநோதினிக்கு இள வயது முதல் அறிமுகமானவன். மறு நாள் அவள் குளத்தில் குளிக்க இறங்க இருந்த போது கடிதப் பையுடன் தபால்காரன் வழியோடு போய்க் கொண்டிருப்பதைப் பார்த்தாள். அவளால் தன்னை அடக்கிக் கொள்ள முடியவில்லை. குடத்தைக் கீழே வைத்து விட்டுப் பரபரப்புடன் அவனை அழைத்தாள் விநோதினி.

''பாஞ்சு தாத்தா, எனக்குக் கடிதம் இருக்கிறதா?''

''இல்லையம்மா'' என்றான் கிழவன்.

அவள் ஆவலுடன், ''இருக்கும் பார்' ' என்று ஊருக்கு வந்த ஐந்தாறு கடிதங்களைத் திருப்பித் திருப்பிப் பார்த்தாள். அவற்றில் எதுவும் அவளுடையதல்ல. வாடிய முகத்துடன் அவள் துறையில் இறங்கிய போது, அவளுடைய தோழி ஒருத்தி குறும்பாக, ''ஏனடி பிந்தி *(விநோதினி)*, கடுதாசிக்காக ஏன் இப்படிப் பறக்கிறாய்?'' என்று கேட்டாள்.

வாயாடி இன்னொருத்தி, ''ரொம்ப நல்லதடீ. தபாலில் கடிதம் வரும் அதிர்ஷ்டம் எத்தனை பேருக்கு இருக்கிறது! நம் புருஷனோ மைத்துனனோ, தம்பியோ வெளியூரில் வேலை பார்த்தாலுங்கூடத் தபால்காரனுக்கு நம் மேல் தயை இல் லையே!'' என்றாள்.

இப்படிப் பேச்சோடு பேச்சாகக் கேலியும் வலுத்தது; அவர்கள் பார்வையும் கூர்மையாக உறுத்தலாயிற்று. அன்றாடம் முடியாவிட்டாலும் குறைந்தது வாரத்துக்கு இரண்டு முறை யாவது இரண்டு வரி கடிதம் எழுத விநோதினி விஹாரியை வெகுவாய்க் கேட்டுக் கொண்டாள். அன்றைய தினமே விஹாரியின் கடிதத்தை எதிர்பார்ப்பது சரியல்ல. ஆனால், அவ ளுக்கு இருந்த ஆத்திரத்தில் அச்சிறிதளவு நம்பிக்கையை விநோதினி விடவில்லை. கல்கத்தாவை விட்டு வந்து வெகு காலமாகி விட்டது போலவே அவளுக்குத் தோன்றியது.

ஊரில் வீடுதோறும், மகேந்திரனுடன் அவளுடைய பெயர் கலந்து எவ்வளவு தூரம் பரவி விட்டது என்று விநோதினி கண்டாள். இனி அமைதிக்கு இடம் எங்கே?

ஊராரிடமிருந்து ஒதுங்கி ஒட்டுதலின்றி வாழ முயன்றாள் விநோதினி. அது ஊராருக்குப் பின்னும் ஆத்திரத்தை மூட்டியது. இந்தப் பாவியை அருகில் வைத்துக் கொண்டே வெறுக்கவும், அவளை வதைக்கவும் செய்து மகிழும் சுகத்தை விட்டு விட அவர்கள் விரும்பவில்லை.

அந்தக் குக்கிராமத்தில் பிறரிடமிருந்து ஒளிந்து வாழ முயலுவது வீண். புண்பட்ட நெஞ்சை இருண்ட மூலையில் தனியே ஆற்றிக் கொள்ள ஓய்வு கிடையாது. நாலு பக்கங்களி லிருந்தும் பலருடைய கூரிய பார்வை புண்ணின் மேல் படாமல் இராது. கூடைக்குள் அகப்பட்ட மீன் போல், விநோதினியின் உள்ளம் துள்ளும் போதெல்லாம் குறுகிய சூழ்நிலையில் அடி யுண்டு விழுந்தது. இங்கு வேதனையைக் கூடச் சுயேச்சையாக முற்றும் அனுபவிக்க வழியில்லை.

இரண்டாம் நாள் கடிதம் வரும் வேளை கடந்த பின்னர், விநோதினி அறையின் கதவைத் தாழிட்டுக் கொண்டு எழுத லானாள்:

> விஹாரி பாபு! அஞ்சாதீர்கள். உங்களுக்கு நான் காதல் கடிதம் எழுதவில்லை. நீங்கள் என்னைப் பற்றி அக்கறை கொண்டவராதலால் உங்களை வணங்கு கிறேன். நான் செய்த குற்றத்திற்குக் கடுமையான தண்டனை அளித்தீர்கள். நீங்கள் கட்டளையிட்ட துமே உங்கள் தண்டனையை நான் தலையால் ஏற்றுக் கொண்டேன். ஆனால், என் வருத்தம் இதுதான்:

நீங்கள் கொடுத்த தண்டனையின் கொடுமை எவ்வளவு கொடியது என்பதை நீங்கள் பார்க்கவில்லையே! பார்த்தாலோ அல்லது தெரிந்தாலோ உங்கள் உள்ளத்தினுள் சற்றாவது தயை பிறக்குமே! அது கூட எனக்குக் கிட்டாமல் போய் விட்டது. உங்களை நினைத்தும், உள்ளத்தினுள் உங்கள் பாதங்களை வைத்துத் தலை வணங்கியும் அதை நான் பொறுத்துக் கொண்டு விடுவேன். ஆனால், ஸ்வாமி, சிறைச் சாலைக் கைதிக்குக் கூட ஆகாரம் கிடைக்கிறது அல்லவா! நல்ல உணவு இராவிடினும் உயிரைக் காத்துக் கொள்ள வேண்டிய அளவேனும் கிடைக்கத்தான் செய்கிறது. உங்களிடமிருந்து இரண்டு வரி அடங்கிய கடிதமே இந்தத் தனிமையில் எனக்கு உணவாகும். அதுவும் கிடைக்கா விட்டால் இது நாடு கடத்தல் அல்ல; மரண தண்டனையே தான். எனக்கு இவ்வளவு கொடிய தண்டனை அளிக்க வேண்டாம், நீதிபதியே! இந்தப் பாவியின் உள்ளத்தில் அகந்தைக்கு ஓர் அளவில்லை. எவரிடமேனும் இவ்வாறு தலை குனிய வேண்டி வரும் என்று நான் கனவிலும் எண்ணியவளல்ல. நீங்கள் வென்றீர்கள்; நான் அதற்கு எதிராகப் புரட்சி செய்ய மாட்டேன். ஆனால், என்னிடம் கருணை காட்டுங்கள். என்னை வாழ விடுங்கள். இந்தக் காட்டில் வாழும் எனக்குச் சிறிதேனும் உணவு அளியுங்கள். அப்படிச் செய்தால் உங்கள் தண்டனையினின்று என்னை வழுவச் செய்ய எவராலும் முடியாது. இந்த வருத்தத்தையே நான் தெரிவிக்கிறேன். இன்னும் எவ்வளவோ விஷயங்கள் மனத்தில் இருக்கின்றன. சொல்லி விட வேண்டும் என்று உள்ளம் வெடித்துப் போகிறது. அவைகளை உங்களுக்குத் தெரிவிக்கக் கூடாது என்று சபதம் செய்து கொண்டிருக்கிறேன். அந்தச் சபதத்தை நிறைவேற்றி விட்டேன்.

உங்கள்
விநோத் மன்னி

விநோதினி கடிதத்தைத் தபாலில் சேர்த்தாள். ஊரெல்லம் சீச்சீ என்று அவளைத் தூற்றினார்கள். வீட்டினுள் கதவைப் போட்டுக் கொள்வது, கடிதம் எழுதுவது, பதிலுக்காகத் தபால் காரனைப் பின்தொடருவது; கல்கத்தாவில் இருந்த பொழுது இப்படியெல்லாமா அலைந்தாள் அவள்!

மறு நாளும் அவளுக்குக் கடிதம் ஏதும் வரவில்லை. அன்றைக்கெல்லாம் விநோதினி கம்மென்று உட்கார்ந்திருந்தாள். முகத்தில் கடுமை பரவியது. அவமானம், தாக்குதல்களினால்

கடையப்பட்டு, அவளுடைய உள்ளத்தின் உட்புரையிலிருந்து கொடிய நாச சக்தி உருவெடுத்து வெளிவரத் தொடங்கியது. அஞ்சத் தக்க அந்தக் கொடிய உருவம் வெளிப்படுவது கண்டு விநோதினி அச்சத்துடன் வீட்டுக் கதவைத் தாழிட்டுக் கொண் டாள்.

விஹாரிக்குச் சொந்தமான அடையாளம் ஏதும் அவளிடம் இல்லை. படமோ, ஒரு சின்னக் கடிதமோ எதுவும் இல்லை. அவள் தன்னுள் எதையோ தேடினாள். விஹாரியின் அடை யாளம் எதையேனும் மார்புறத் தழுவி வறண்ட விழிகளைத் தடாகமாக்க விரும்பினாள், விநோதினி. கண்ணீர்ப் பெருக்கு உள்ளத்தில் கடமையை இளக்கிப் புரட்சிக் கனலை அழிக்கும். பின்னர் விஹாரியின் கொடிய கட்டளையை இதயத்தின் மென்மையான அன்புப் பீடத்தில் இருத்த வேண்டும். ஆனால், மழை இராத பிற்பகல் வானைப் போல் அவள் உள்ளம் கொளுத்திக் கொண்டே இருந்தது. நாலு பக்கங்களிலும் எங்கும் ஒரு சொட்டுத் தண்ணீர்கூடக் காணவில்லை!

ஒரே நினைவாக எவரை மனத்தில் அழைக்கிறோமா, கட்டாயம் அவர் வந்தே தீருவார் என்று விநோதினி கேள்வி யுற்றிருந்தாள். அவள் கைகளைக் குவித்துக் கொண்டு விஹாரியை அழைத்தாள். ''என் வாழ்க்கை வறண்டது; என் உள்ளம் வெறிச் சோடி விட்டது. நாற்புறமும் என்னைச் சுற்றி எங்குமே எதுவும் இல்லை. இந்தத் தனிமையில் ஒரு முறையேனும் நீங்கள் வர வேண்டும். ஒரு கணம் இருந்தாலும் போதும். நீங்கள் வரத்தான் வேண்டும். உங்களை ஒருகாலும் விட மாட்டேன்.''

இதை உள்ளூற அவள் சொல்லும் போது உண்மையாகவே பலம் உண்டாகியது. இந்த அன்பின் வலிமை, வேண்டுதலின் சக்தி வீணாகாது என்றும் அவளுக்குத் தோன்றியது. நடக்க முடி யாத ஒரு நம்பிக்கைக்கு இடம் தருவதால், இதயந்தான் சோர் வடைகிறது. ஆனால், இவ்வாறு ஒரே மனமாக உயிரை மறந்து வேண்டினால், ஓரளவு சக்தி உண்டாவது போல் தோன்றுகிறது. உலகில் மற்றவற்றைத் துறந்து, வேண்டியது ஒன்றையே ஆசை இழுப்பதால், ஒவ்வொரு கணமும் அது நெருங்குவது போல மனத்தினுள் ஓர் எண்ணம் தோன்றுகிறது.

இவள் விஹாரியின் நினைவில் மூழ்கியிருக்கையில் அந்திப் பொழுது விளக்கில்லாத வீட்டினுள் இருள் முற்றும் கப்பிக் கொண்டது. சமூகம், ஊர், நாட்டுப்புறம் எதுவும் அவ ளுக்கு மறந்து விட்டது. அந்தச் சமயம் திடீரென்று கதவு தட்டும் ஓசை கேட்கவும், விநோதினி தரையிலிருந்து விரைவாக எழுந்து அசையாத நம்பிக்கையுடன் கதவைத் திறந்தாள். ''ஸ்வாமி! வந்து விட்டீர்களா?'' என்றாள். இந்தக் கணத்தில் இந்த உலகில்

அவளுடைய வாயிலருகில் வேறு எவரும் வர முடியாதென்று அவள் உறுதியாக நம்பினாள்.

''வந்து விட்டேன், விநோத்'' என்றான் மகேந்திரன்.

அளவற்ற வெறுப்பும் கசப்பும் கலந்த குரலில் விநோதினி, ''போ; போய் விடு! இங்கிருந்து போய் விடு! இப்போதே போ'' என்று கூவினாள்.

மகேந்திரன் இதை எதிர்பார்க்கவில்லை; திகைத்து நின்றான்.

''ஏனடி பிந்தி! உன் மாமியார்க் கிழவி நாளைக்கு...'' என்றவாறு வந்த வயதான பக்கத்து வீட்டுக்காரி, விநோதினியின் வீட்டுக் கதவருகே வந்ததும், ''அடியம்மா!'' என்று முகக்கை இழுத்துக் கொண்டு விரைந்தோடினாள்.

38

ஊரில் பெருங் குழப்பம் மூண்டது. கிழவர்கள் சண்டி மண்டபத்தில் குழுமிப் பேசினர்: ''இதை ஒரு காலும் பொறுத்துக் கொள்ள முடியாது. கல்கத்தா வில் என்ன நடந்ததோ, காதில் போட்டுக் கொள்ளா மல் இருந்து விடலாம். ஆனால், மகேந்திரனுக்குக் கடிதத்திற்கு மேல் கடிதம் போட்டு ஊருக்கு வரவழைத்து வெளிப்படையாக இப்படி வெட்கம் கெட்டு அலைய இத்தனை துணிச்சலா? இப்பேர்ப்பட்ட விபசாரியை ஊரில் வைத்துக் கொள்வதும் தவறு.''

அன்று விஹாரியின் பதில் நிச்சயம் வரும் என்று விநோதினி நம்பியிருந்தாள். ஆனால், பதில் வரவில்லை. விநோதினி தனக்குள் சொல்லிக் கொண்டாள்: 'என் மேல் விஹாரிக்கு என்ன அதிகாரம் இருக்கிறது? அவருடைய கட்டளையை நான் ஏன் கேட்கச் சென்றேன்? எப்படிக் கட்டளையிடுகிறாரோ, அதைத் தலை வணங்கி ஏற்றுக் கொள்கிறேன் என்று ஏன் அவருக்கு விளங்கச் செய்தேனோ? அவருடைய அன்புக்குரிய ஆசாவுக்கு வாழ்வளிக்க எது தேவையோ அது மட்டுந்தானா என்னுடன் அவருடைய உறவு! எனக்கு மட்டும் உரிமை கொண்டாட எதுவுமே கிடையாதா? இரண்டு வரிக் கடிதங்கூட எனக்கு எழுதக் கூடாதா அவர்? அவ்வளவு கேடு கெட்டவளா நான்? அவ்வளவு வெறுக்கத் தக்கவளா?' - இவ்வாறு எண்ணும் போது பொறாமை விஷம் போல் அவளுடைய உள்ளத்தில் நிறைந்தது. 'வேறு எவருக்காகவேனும் இத்தனை வேதனை களையும் பொறுத்துக் கொள்ளலாம். ஆனால், ஆசாவுக்காக வேண்டி, இப்படிச் செய்ய நான் தயாராக இல்லை. இந்த வறுமை, இந்தக் காட்டு வாழ்க்கை, ஊரார் அவதூறு, அவமதிப்பு, வாழ்வில் எவ்விதத்திலும் நிறைவு பெறாததால் இந்த அதிருப்தி இவை அனைத்தையும் ஆசாவின் பொருட்டு நான் சுமக்க வேண் டுமா? இத்தனை பெரிய ஏமாற்றத்துக்கு நான் ஏன் தலைகுனிந்து

ஆளானேன்? எதனையும் பாழாக்கும் இந்த நோன்பை முற்றும் நான் நிறைவேற்றியிருக்கலாமே! நான் முட்டாள்; புத்தியில்லாதவள். விஹாரியை ஏனோ நான் காதலித்தேன்?'

விநோதினி மரப் பதுமை போல் அறையினுள்ளேயே உட்கார்ந்திருந்தாள். அதே சமயம் அவளுடைய மாமியார்க் கிழவி மாப்பிள்ளை வீட்டிலிருந்து திரும்பியதுமே, "ஏனடி எரிமூஞ்சி! இதென்ன பழியடி? ஊரெல்லாம் பேசுகிறதே!" என்றாள்.

"நீங்கள் கேட்பது எல்லாம் உண்மைதான்."

"பின் இந்தப் பழியைச் சுமந்து கொண்டு ஊருக்கு வருவானேன்? இங்கே எதற்காக வந்தாய்?"

எழும் கோபத்தை அடக்கிக் கொண்டு விநோதினி கம்மென்று உட்கார்ந்திருந்தாள். "அடியம்மா! நீ இங்கே இருப்பது முடியாது. அதைத்தான் சொல்ல வந்தேன். என் தலையெழுத்து; எல்லாரும் செத்து மடிந்து விட்டார்கள். இதைக் கூடப் பொறுத்துக் கொண்டு உயிருடன் இருக்கிறேன். ஆனால் இந்தப் பழிச் சொல்லை என்னால் பொறுக்க முடியாது. சீச்சீ! இப்படியும் என்னைத் தலை குனிய வைத்து விட்டாயே! இப்போதே இங்கிருந்து போய் விடு" என்றாள் கிழவி.

"இப்போதே போய் விடுகிறேன்" என்றாள் விநோதினி.

இந்தச் சமயம் மகேந்திரன், குளிக்காமல், உணவு கொள்ளாமல், தலை பரட்டையாக அங்கே திடீரென்று வந்து நின்றான். இரவு முழுவதும் உறக்கம் இராததால் கண்கள் சிவந்து முகம் வாடிக் கிடந்தது. விடியலில் இருள் பிரிவதற்கு முன் பாகவே வந்து இரண்டாவது தடவையாக விநோதினியை அழைத்துச் செல்ல முயற்சி செய்வது என்று அவன் உறுதி கொண்டிருந்தான். ஆனால், முதல் நாள் இரவு எதிர்பாராத விதமாக அவள் வெறுத்து உதறவே, அவனுடைய உள்ளத்தில் தயக்கம் உண்டாகத் தொடங்கியது. பொழுது ஏறியது; வண்டிக்கும் நேரம் குறுகிக் கொண்டே வந்தது. அவன் தன் மனத்திலிருந்து எல்லா விதமான சந்தேகங்களையும் தயக்கத்தையும் அகற்றி விட்டு ஸ்டேஷனில் பிரயாணிகள் தங்குமிடத்திலிருந்து வண்டியில் ஏறி விநோதினியின் வீட்டு வாயிலுக்கே வந்து சேர்ந்தான். வெட்கத்தை விட்டு வெளிப்படையாகத் துணிச்சலான ஒரு காரியத்தைச் செய்ய முற்பட்டால் பௌருஷம் மிகுந்த ஒரு சக்தி பிறக்கும். அந்தச் சக்தியின் பெருக்கு மகேந்திரனுக்குக் களிப்பின் வெறியை மூட்டியது. சோர்வு, தயக்கம் எல்லாம் சுக்கு நூறாகிப் போயின. அவனுடைய வெறித்த நோக்கில் ஊர் மக்கள் உயிரற்ற புழுதிப் பதுமைகள் போலத் தோன்றினர். எந்தப் பக்கமும் நோக்காமல் மகேந்திரன் நேராக விநோதினியின் அருகே சென்றான். "விநோத்! ஊரார் பழிச் சொற்களுக்கு

எதிரே உன்னைத் தனியே விட்டுச் செல்ல நான் கோழையல்ல. உன்னை எவ்வாறாவது இங்கிருந்து அழைத்துச் செல்லத்தான் போகிறேன். பின்னர் வேண்டுமானால் என்னைத் தள்ளி விடு; நான் உன்னைத் தடுக்க மாட்டேன். இன்று உன்னைத் தொட்டு நான் சபதம் செய்கிறேன். உனக்கு எப்படி இஷ்டமோ, அதன் படியே நடக்கலாம். என் மீது கருணை பிறந்தால் பிழைத்துப் போகிறேன். இல்லையானால், உன் வழியை விட்டுத் தொலை வில் போய் விடுகிறேன். நான் உலகில் அவநம்பிக்கைக்குக் காரணமாகப் பல காரியங்கள் செய்து விட்டேன். ஆனால், இன்று என் மேல் அவநம்பிக்கை கொள்ளாதே! நாம் புரட்சிப் பெருக்கின் எதிரே நிற்கிறோம். இது ஒளிந்து விளையாடும் வேளையல்ல'' என்றான் மகேந்திரன்.

விநோதினி முக மாற்றமின்றிச் சகஜமாகவே, "என்னை உங்களுடன் அழைத்துச் செல்லுங்கள். வண்டி இருக்கிறதா?" என்றாள்.

"இருக்கிறது!"

விநோதினியின் மாமியார்க் கிழவி உள்ளிருந்து வெளியே வந்தாள். "மகேன்! உனக்கு என்னைத் தெரியாது. ஆனால், நீ எனக்கு வேற்று மனிதனல்ல. உன் தாய் ராஜலட்சுமி எங்கள் ஊர்ப் பெண்தான். ஊர் உறவில் நான் அவளுக்கு மாமி முறை யாக வேண்டும். இதென்ன நடத்தையப்பா? உனக்கு வீட்டில் ஒரு பெண்டாட்டி இருக்கிறாள்; தாயார் இருக்கிறாள். இருந்தும், நீ இப்படிப் பெண் பித்துப் பிடித்து அலைகிறாய்! நாலு பேர் எதிரே ஊரில் எப்படித் தலை காட்டுவாய்?" என்றாள் அவள்.

உணர்ச்சி வெள்ளத்தில் திளைக்கும் மகேந்திரனுக்கு இது ஒரு தடையாக வந்தது. அவனுக்குத் தாயும், மனைவியும் இருக் கிறார்கள், வெளியே சமூகம் என்று ஒன்று இருக்கிறது என்பது அவனுக்குப் புதிதாகத் தோன்றியது. முன்பின் அறியாத இந்தத் தொலைதூரக் கிராமத்தில் அறிமுகமிராத வீட்டின் வாயிலில் இப்படியும் ஒரு பேச்சு கேட்க வேண்டி வரும் என்று அவன் கனவிலும் நினைத்தவனல்ல. பட்டப் பகலில் ஊரின் நடுவே ஒரு குடும்பத்தின் விதவைப் பெண்ணை வீட்டிலிருந்து வெளியே அழைத்துச் செல்லும்படி அவன் வாழ்க்கையில் ஒரு அபூர்வ மான அத்தியாயம் வரைந்திருந்தது. இருந்தும், அவனுக்கு மனைவி, தாய் இருக்கிறார்கள்; ஊரிலும் சமூகம் என்று ஒன்று இருக்கத்தான் செய்தது!

மகேந்திரன் பதில் பேசாமல் நிற்பது கண்டு, கிழவி மீண்டும் சொன்னாள்: "போவதானால் இப்போதே போய் விடு! போ! என் வீட்டு முற்றத்தில் நிற்க வேண்டாம். ஒரு நிமிஷங் கூட நிற்க வேண்டியதில்லை" என்று அவள் உள்ளே போய்க் கதவை உட்புறம் அடைத்துக் கொண்டாள். குளிக்கவோ, உணவு

கொள்ளவோ இராமல், அழுக்கு உடையுடன் விநோதினி வெற்றுக் கையுடன் வண்டியில் ஏறினாள். மகேந்திரனும் உடன் ஏற வந்த போது விநோதினி, ''வேண்டாம். ஸ்டேஷன் தொலை வல்ல. நடந்தே வாருங்கள்'' என்றாள்.

''அப்படியானால், ஊரில் எல்லாரும் என்னைப் பார்த்து விடுவார்களே!'' என்றான் மகேந்திரன்.

''இன்னுங்கூட உங்களுக்குக் கூச்சம் இருக்கிறதா?'' என்று கேட்ட விநோதினி வண்டிக் கதவை மூடிக் கொண்டாள். ''நீ ஸ்டேஷனுக்கு வண்டியை ஓட்டு'' என்றாள் விநோதினி வண்டிக்காரனிடம்.

''பாபு வரவில்லையா?'' என்றான் வண்டிக்காரன்.

மகேந்திரன் முதலில் சற்றுத் தயங்கியவன் அதற்கு மேல் செல்லத் துணியவில்லை. வண்டி சென்றது. மகேந்திரன் ஊர் வழியே செல்லாமல், வயலில் இறங்கிச் சுற்றிக் கொண்டு தலை குனிந்தவாறு ஸ்டேஷனை நோக்கி நடந்தான்.

அப்போது ஊர்ப் பெண்கள் குளித்துச் சாப்பிட்டாயிற்று. வேலைகளிலிருந்து அப்போதுதான் ஓய்வு பெற்ற வயதான சில பெண்கள் மட்டும் குடம், எண்ணெய்க் கிண்ணம் இவற்றுடன் மாந்தோப்பினிடையே நிழல் கவிந்து குளிர்ச்சி தரும் குளத்தின் படித்துறையை நோக்கிச் சென்று கொண்டிருந்தனர்.

39

மகேந்திரன் எங்கோ சென்று விட்டான் என்ற கவலையில் ராஜலட்சுமி ஊண் உறக்கத்தைத் துறந்தாள். போகக் கூடிய இடம், போகக் கூடாத இடம் எங்கெல்லாமோ அவனைத் தேடி ஸாதுசரணர் அலைந்தார். இந்தச் சமயம் மகேந்திரன் விநோதினியுடன் கல்கத்தாவுக்கு வந்து சேர்ந்தான். படல்டாங்கா வீட்டில் அவளை இறக்கி விட்டு, இரவு அவன் தன் வீட்டுக்கு வந்தான்.

தாயின் அறையினுள் அவன் நுழைந்த போது அங்கு இருள் கவிந்திருந்தது. மண்ணெண்ணெய் விளக்கை மறைவாக வைத்திருந்தது. நோயாளி போல ராஜலட்சுமி படுத்திருந்தாள். ஆசா, காலருகில் உட்கார்ந்து மெல்ல அவளுடைய கால்களைப் பிடித்தாள். மருமகள் மாமியின் காலருகில் இடம் பெற இவ்வளவு காலமாகியது.

மகேந்திரன் வந்ததுமே ஆசா சட்டென்று எழுந்து அறையை விட்டு வெளியே சென்றாள். மகேந்திரன் ஒருவித உறுதியுடன் தயக்கத்தை விட்டு, ''அம்மா! இங்கே எனக்குப் படிக்கச் சௌகரியம் இல்லை. காலேஜுக்கு அருகில் வீடு பார்த் திருக்கிறேன். அங்கேதான் இருக்கப் போகிறேன்'' என்றான்.

ராஜலட்சுமி விரலினால் படுக்கையின் ஓரத்தைச் சுட்டி, ''மகேன்! கொஞ்சம் உட்கார்'' என்றாள்.

மகேந்திரன் கூச்சத்துடனேயே படுக்கையின் ஓரமாக உட்கார்ந்தான். ''மகேன்! நீ உனக்கு இஷ்டமான இடத்தில் இருந்து கொள். ஆனால், என் மருமகளை மட்டும் கஷ்டப்படுத் தாதே!'' என்றாள் ராஜலட்சுமி.

''நான் துரதிரஷ்டம் பிடித்தவள். அதனால்தான் இத்தகைய லட்சுமியைப் புரிந்து கொள்ளவில்லை'' என்று சொல்லும் போது ராஜலட்சுமியின் தொண்டை அடைத்துக் கொண்டு வந்தது. ''ஆனால், இத்தனை நாட்களாக இவளை அறிந்தும், காதலித் தும் வந்த நீ கடைசியில் இப்படி வேதனைக்கு இவளை ஆளாக் கியது எப்படி?'' - இதற்கு மேல் அவளால் சொல்ல முடிய வில்லை; அழத் தொடங்கினாள்.

அங்கிருந்து எழுந்து ஓடி விடலாம் என்றிருந்தது மகேந் திரனுக்கு. ஆனால், சட்டென்று எழுந்திருக்க அவனால் முடிய வில்லை. இருளில் படுக்கையின் ஓரமாகவே வாய் திறவாமல் உட்கார்ந்திருந்தான்.

வெகு நேரம் பொறுத்த ராஜலட்சுமி, ''இன்று ராத்திரி இங்கேதானே இருப்பாய்?'' என்றாள்.

''இல்லை.''

''எப்போது போகிறாய்?''

''இப்போதே.''

ராஜலட்சுமி மிகவும் கஷ்டத்துடன் எழுந்து உட்கார்ந்தாள். ''இப்போதேயா? உன் பெண்டாட்டியைப் பார்த்துப் பேசக் கூடாதா?'' என்றாள்.

மகேந்திரன் யாதொரு பதிலும் சொல்லவில்லை.

''இந்தச் சில நாட்கள் அவளுக்கு எவ்வாறு கழிந்தன என்பதைச் சிறிதும் உணரவில்லையா? அட வெட்கங் கெட்ட வனே! உன் அழுத்தத்தைக் கண்டு என் மார்பு விண்டு போகிற தடா!'' என்றதும் வெட்டுண்ட மரம் போல் அவள் படுக்கையில் சாய்ந்தாள்.

மகேந்திரன் தாயின் படுக்கையிலிருந்து எழுந்து வெளியே வந்தான். மெல்ல ஓசை செய்யாமல் மாடிப் படிகளில் ஏறித் தன் படுக்கை அறைக்குச் சென்றான். ஆசாவைச் சந்திக்க அவனுக்கு விருப்பம் இல்லை.

மகேந்திரன் மேலே சென்றதும், படுக்கை அறைக்கு எதிரே கூரையிட்ட வராந்தாவில் ஆசா தரையில் கிடப்பதைக் கண்ணுற் றான். மகேந்திரன் வரும் ஓசை அவளுக்குக் கேட்கவில்லை. திடீரென்று அவன் எதிரே வரவும், ஆசா பரபரப்புடன் உடை களைச் சரிப்படுத்திக் கொண்டு எழுந்தாள். அப்போது மகேந்திரன் ஒரு முறை 'சுனி' என்று அழைத்திருந்தாலும் போதும். அவள் உடனே அவனுடைய தவறுகளை எல்லாம் தன்னுடையவை

என்று தலை மேல் ஏற்று மன்னிப்புப் பெற்ற குற்றவாளி போல் அவனுடைய கால்களில் விழுந்து வாழ்வின் வேதனைகளை யெல்லாம் அழுது தீர்த்திருப்பாள். ஆனால், அவனால் அவ் வாறு செல்லப் பெயரிட்டு அழைக்க முடியவில்லை. அவன் எவ்வளவோ முயன்றான்; இஷ்டமும் இருந்தது. ஆனால், அதனால் வேதனை மட்டுமே மிஞ்சியது. ஆசாவைக் கொஞ்சு வது எல்லாம் கேலிக் கூத்தாவே ஆகும் என்பதை அவனால் மறுக்க முடியவில்லை. வீண் வார்த்தைகளால் ஆறுதல் கூறுவ தில் என்ன பலன்? விநோதினியைத் துறக்கும் வழியை அவன் தானாகவே தன் கைகளால் தடுத்து விட்டானே!

ஆசா கூச்சத்தில் புழுங்கிப் போய் உட்கார்ந்திருந்தாள். எழுந்து நிற்கவோ, போகவோ, வேறு ஏதாவது செய்யவோ அவளுக்கு வெட்கமாகவும் இருந்தது. மகேந்திரன் ஒன்றும் பேசாமல் மாடியில் உலாவத் தொடங்கினான். தேய்பிறை நாள்; வானத்தில் சந்திரன் இன்னும் தோன்றவில்லை. மாடியின் மூலை யில் ஒரு சிறு தொட்டியில் இருவாட்சிச் செடியின் இரண்டு கிளைகளில் மலர்கள் பூத்திருந்தன. மேலே இருண்ட வானில் தாரகைகள், ஏழு முனிவர்கள், கால புருஷன்; இவர்கள் பல நாட்கள் அந்திப் பொழுதில் எத்தனையோ ரகசியமான காதல் விளையாட்டுகளுக்கு மௌன சாட்சிகளாக இருந்தவர்கள். இன்றும் அவர்கள் வாய் திறவாமல் கவனித்தனர்.

நடுவே கழிந்த சில நாட்களின் புரட்சிக் கதையை இந்த வானின் இருளில் ஆழ்த்தி விட்டு முன் போல் இந்த மாடியின் திறந்த வெளியில் கம்பளத்தை விரித்து, ஆசாவின் பக்கத்தில் பழக்கமான இடத்தில் சகஜமாகச் சென்று உட்கார முடிந்தால் நன்றாக இருக்குமே என்று எண்ணமிடலானான் மகேந்திரன். கேள்வியோ, பதிலோ கூடாது. அதே அன்பும், நம்பிக்கையும், சகஜமான களிப்பும் நிலவ வேண்டும். ஆனால், உலகத்தில் அந்தச் சிறு இடத்துக்குத் திரும்ப வழி இல்லையே! ஆசாவின் பக்கத்தில் இருந்த இடத்தை அவன் போக்கடித்துக் கொண்டு விட்டான். இதுவரை விநோதினிக்கும் அவனுக்கும் இடையே உறவு சுயேச்சையாக இருந்தது; காதலிப்பதில் ஒரு வெறி இருந் தது. ஆனால், தளராத பிணைப்பு இல்லை. இப்போதோ அவன் அவளைச் சமூகத்திலிருந்து தன் கையால் பிரித்து இழுத்து வந்தான். இனி அவளைக் கொண்டு விடவோ, திரும்ப அனுப் பவோ இடம் இல்லை. மகேந்திரன்தான் அவளது ஒரே நம் பிக்கை இனி; விரும்பினாலும் சரி, விரும்பா விட்டாலும் சரி, அவளுடைய பொறுப்பு முழுவதையும் அவன் ஏற்றுத்தான் ஆக வேண்டும். இதை எண்ணும் போது அவனுக்கு உள்ளூறக் கஷ்ட மாக இருந்தது. மாடியில் இருந்த வாழ்க்கை, அமைதி, தடை யற்ற தம்பதிகளின் கூடுதல், இரவின் தனிமை இவை யாவும்

அவனுக்கு மிகவும் இன்பம் தருவனவாகத் தோன்றின. ஆனால், எளிதில் கிடைக்கக் கூடிய அந்தச் சுகம் - அவனுக்கு மட்டுமே உரிய அந்த இன்பம் - இன்று அவனுக்கு எட்டாத கனியாகவே இருந்தது. தலை மேல் ஏற்றுக் கொண்ட சுமையை இறக்கி வாழ்நாளில் ஒரு கணங்கூட நிம்மதியாக இருக்க முடியாது என்றே அவனுக்குத் தோன்றியது.

நீண்ட பெருமூச்சுடன் அவன் ஒரு முறை ஆசாவின் பக்கம் பார்த்தான். பொங்கியெழும் அழுகையை மார்பினுள் நிரப்பிக் கொண்டு ஆசா அசைவற்று உட்கார்ந்திருந்தாள். இரவின் இருள் தாயின் தலைப்பைப் போல் அவளுடைய கூச்சம், வேதனை இவற்றை மூடி மறைத்தது.

மகேந்திரன் உலாவுவதை நிறுத்தி விட்டு ஏதோ கூறுவதற் காக ஆசாவை நெருங்கினான். உடலின் இரத்தம் மொத்தமும் ஆசாவின் காதினுள் சென்று ஒலித்தது. அவள் தன் கண்களை மூடிக் கொண்டாள். அவளிடம் அவன் என்ன சொல்ல வந்தான்? என்ன இருக்கிறது சொல்லத்தான்! மகேந்திரனுக்கு ஒன்றும் தோன்றவில்லை. ஆனால், ஒன்றும் சொல்லாமல் திரும்பவும் முடியவில்லை. ''சாவிக் கொத்து எங்கே?'' என்றான் அவன்.

கொத்துச் சாவி படுக்கையின் கீழ் இருந்தது. ஆசா எழுந்து உள்ளே சென்றாள். மகேந்திரனும் அவளைப் பின்தொடர்ந்தான். ஆசா படுக்கையின் அடியிலிருந்து சாவியை எடுத்துப் படுக்கை யின் மேல் வைத்தாள். மகேந்திரன் அதைக் கையில் எடுத்துக் கொண்டு தன் உடுப்புக்கள் இருந்த அலமாரியில் ஒவ்வொன் றாகப் பொருத்திப் பார்க்கத் தொடங்கினான். ஆசாவினால் அதற்கு மேல் கம்மென்றிருக்க முடியவில்லை. ''அந்த அலமாரி யின் சாவி என்னிடம் இல்லை'' என்றாள் அவள்.

சாவி எவரிடம் இருந்தது என்று பெயரிட்டுச் சொல்ல ஆசாவுக்கு நா எழவில்லை. ஆசா விடுவிடென்று வெளியே சென்றாள். தன் அழுகை எங்கு அவன் எதிரே வெளிப்பட்டு விடுமோ என்று அவள் அஞ்சினாள். இருண்ட மாடிச் சுவரின் ஒரு மூலையாக முகம் திரும்பி நின்று, பொங்கி எழுந்த அழுகையைப் பாடுபட்டு அடக்கிக் கொண்டு விம்மினாள் ஆசா.

ஆனால், அதிக நேரம் அழக்கூட அவளுக்குப் பொழு தில்லை. மகேந்திரன் சாப்பிடும் நேரமாகி விட்டதல்லவா! ஆசா பரபரவென்று கீழே சென்றாள்.

''மகேன் எங்கே, அம்மா?'' என்றாள் ராஜலட்சுமி.

''மேலே இருக்கிறார்.''

''நீ ஏன் இறங்கி வந்தாய்?''

''அவருக்குச் சாப்பாடு...'' என்று குனிந்த தலையுடன் ஆசா ஆரம்பித்தாள்.

"நான் அதைக் கவனிக்கிறேன்; நீ கொஞ்சம் ஒழுங்கு படுத்திக் கொள், அம்மா. சீக்கிரம் அந்தப் புது டாக்கா சேலையை உடுத்துக் கொண்டு என்னிடம் வா. நான் தலையைப் பின்னி விடுகிறேன்."

மாமியின் கொஞ்சல் மொழிகளை உதறித் தள்ள அவளால் முடியவில்லை. ஆனால், புத்தாடை அணிகளைப் புனைந்து கொள்ளும் எண்ணம் அவளை உள்ளூறக் குன்றச் செய்தது. சாவைக் கோரிய பீஷ்மர் அம்புப் படுக்கையை எவ்வாறு பொறுத்தாரோ, அவ்வாறே ராஜலட்சுமி செய்த அலங்காரங் களைப் பொறுமையுடன் ஆசா ஏற்றுக் கொண்டாள்.

அலங்காரம் முடிந்ததும், ஆசா மெதுவாக மாடிப் படிகளில் ஏறி மேலே சென்றாள். எட்டிப் பார்த்த போது, மாடி யில் மகேந்திரன் இல்லை. மெல்லக் கதவருகில் சென்றாள். அறையின் உள்ளேயும் அவனைக் காணவில்லை. சாப்பாடு அப்படியே கிடந்தது.

சாவி இராததால், தனது சக்தியை உபயோகித்து அல மாரியைத் திறந்து மகேந்திரன் சில உடைகளையும், புத்தகங் களையும் எடுத்துச் சென்றிருந்தான்.

மறுநாள் ஏகாதசி. நோய்வாய்ப்பட்ட ராஜலட்சுமி சோர் வுடன் படுத்திருந்தாள். வெளியே வானம் இருண்டு புயல் வீசும் போலத் தோன்றியது. ஆசா மெல்ல அறையினுள் நுழைந்து ராஜலட்சுமியின் காலருகே சென்று அவளுடைய காலைத் தொட்டாள். "அம்மா, உங்களுக்குப் பாலும் பழமும் கொண்டு வந்திருக்கிறேன், சாப்பிடுங்கள்" என்றாள்.

பரிதாபமாக வந்து நின்ற மருமகள் - முன்பின் செய்வ தறியாதவள் - இப்படிப் பணி புரிய முன் வந்து நிற்பது கண்டு ராஜலட்சுமியின் கண்களில் நீர் பெருக்கெடுத்தது. அவள் எழுந்து உட்கார்ந்து ஆசாவை அணைத்துக் கண்ணீரால் நனைந்த அவ ளுடைய கன்னத்தை முத்தமிட்டாள்; "மகேன் என்ன செய் கிறான், அம்மா?" என்றாள்.

ஆசா கூச்சம் அடைந்தாள். "அவர் போய் விட்டார், அம்மா" என்று மெல்லப் பதில் அளித்தாள்.

"எப்போது போனான்? எனக்குத் தெரியாதே!"

ஆசா தலை குனிந்தாள். "நேற்று இரவே அவர் போய் விட்டார்" என்றாள்.

இதைக் கேட்டதும் ராஜலட்சுமியின் அன்பு எங்கோ போய் விட்டது. மருமகளிடம் அவள் காட்டிய ஆதரவு சட் டென்று மறைந்தது. ஆசா இந்தக் கஷ்டத்தையும் வாய் திறவா மல் உணர்ந்து மெல்லத் தலை குனிந்தவாறு எழுந்து சென்றாள்.

40

முதல் இரவு படல்டாங்கா வீட்டில் தன்னை விட்டு மகேந்திரன் துணிகளையும் புத்தகங்களையும் எடுத்து வரச் சென்ற போது விநோதினி கல்கத்தாவின் ஓயாத ஜனத்திரளின் ஓசை நடுவே தன்னுடைய வாழ்க்கையைப் பற்றியே யோசித்துக் கொண்டிருந்தாள். உலகில் அவளுக்குக் கிடைத்த இடம் எதுவும் விசாலமாக இல்லை. இருந்தாலும், ஒரு புறம் மரத்துப் போனால் திரும்பிப் படுக்க இடம் இருக்கத்தான் இருந்தது. இப்போது அவள் நம்பி வந்த இடம் மிகவும் குறுகியது. வெள்ளத்தில் அவள் ஏறி மிதந்து வரும் படகு இடது புறமோ, வலது புறமோ சற்றுச் சாய்ந்தாலும் போதும்; ஒரேயடியாக நீரில்தான் விழ வேண்டும். ஆகவே, மிகவும் கவனமாகச் சுக்கானைப் பிடித்துக் கொள்ள வேண்டும். சிறிதளவு தவறு, அசைவுகூடத் தாங்காது. இந்த நிலையில் கலங்காத பெண் உள்ளமும் உண்டா? பிறருடைய மனத்தை முற்றும் வசப்படுத்தத் தேவையான வசிய விளையாட்டுக்களுக்கு இடைவெளி இந்தக் குறுகிய இடத்தில் ஏது? மகேந்திரன் முன் வாழ்நாளையெல்லாம் கழிக்கத் தயாராக இருக்க வேண்டும். இருவரிடையே உள்ள வேறுபாடு இதுதான். மகேந்திரன் கரையேற வழி இருந்தது. ஆனால், விநோதினிக்கோ அது இல்லை.

தன்னுடைய பலவீனமான நிலை விநோதினிக்குத் தெளிவாகத் தெரியவே, அவள் மனத்தை உறுதிப்படுத்திக் கொண்டாள். ஏதாவது, ஒரு வழியை ஏற்படுத்திக் கொள்ளாமல் இருப்பது கூடாது என்று முடிவு செய்தாள்.

விஹாரியிடம் தன் காதலை வெளியிட்டது முதல் அவளுக்கு இருந்த பொறுமையின் அணை சிதைந்து விட்டது. விஹாரியின் முகத்துக்கு எதிரே எடுத்துச் சென்ற முத்தத்தை வேறு எங்கேயும் அளிக்க முடியவில்லை. பூஜைக்குரிய நைவேத்தியம் போல் தெய்வத்துக்கென்று இராப் பகலாக அதை எடுத்துத் திரிந்தாள் விநோதினி. எந்த நிலையிலும் விநோதினியின் உள்ளம் முற்றும் தளர்ந்து விடுவதில்லை. ஏமாற்றத்தை எளிதில் அவள் ஒப்புக் கொள்ள மாட்டாள். ஓயாமல் அவள் மனம் உயிர்விட்டுக் கத்தியது. 'இந்தப் பூஜையை விஹாரி ஏற்றுக் கொண்டே ஆக வேண்டும்.'

அடங்காத இந்தக் காதலுக்கு மேலாகத் தன்னைக் காத்துக் கொள்ளும் தீவிர ஆவலும் சேர்ந்து கொண்டது. விஹாரியை விட்டால் அவளுக்கு யார் உதவி செய்வார்கள்? மகேந்திரனை அவள் நன்றாகத் தெரிந்து கொண்டிருந்தாள். அவன் மேல் பொறுப்பைச் சுமத்தினால் அவனால் தாங்க முடியாது. அவனை உதறித் தள்ளினால்தான் அவனைப் பெற முடியும். பிடித்துக் கொண்டாலோ, ஓடி விடவே அவன் நினைப்பான். ஆனால்,

பெண்களுக்கு இன்றியமையாத, நம்பிக்கையான - கவலையோ, அச்சமோ, ஆபத்தோ இராத - ஓர் ஆதரவான இடத்தை அளிக்க விஹாரியால்தான் முடியும். விஹாரியை விட்டால் வேறு கதியில்லை என்று விநோதினிக்குத் தோன்றியது.

ஊரை விட்டு வரும் போது அவள் தன் பெயருக்கு வரும் கடிதங்களைப் புது விலாசத்துக்கு அனுப்பும்படி மகேந்திரன் மூலம் ஸ்டேஷனை ஒட்டியிருந்த தபாலாபீசில் சொல்லியிருந் தாள். தன் கடிதத்துக்குப் பதிலே போடாது விஹாரி இருப்பான் என்று அவளால் ஒப்புக் கொள்ள முடியவில்லை. 'ஏழு நாட்கள் பொறுமையுடன் பதிலுக்காகக் காத்திருப்பேன். அதற்குப் பிறகு பார்த்துக் கொள்ளலாம்' என்று எண்ணினாள்.

விநோதினி இருளில் சாளரக் கதவைத் திறந்து 'கியாஸ்' விளக்குகள் ஒளிரும் கல்கத்தா நகரை ஏதோ நினைவுடன் பார்த்துக் கொண்டிருந்தாள். 'இந்த அந்திப் பொழுதில் விஹாரி யும் இதே ஊரில்தான் இருக்கிறார். ஒரு சில தெருக்களையும், சந்துகளையும் தாண்டிச் சென்றால், அவர் வீட்டு வாயிலை அடைந்து விடலாம். பின்னர்த் தண்ணீர்க் குழாய் இருக்கும் முற்றம், படிக்கட்டு, ஒழுங்காக விளக்குகளுடன் இருக்கும் சுத்த மான அறை, அங்கு அமைதியும் மோனமும் நிலவ விஹாரி தனிமையில் ஒரு நாற்காலியில் உட்கார்ந்திருப்பான். அருகில் அந்தப் பிராம்மணச் சிறுவனும் இருப்பான். உருண்டு திரண்ட அங்கங்களும், செக்கச் சிவந்த உடலும், அகன்ற கண்களுமாக அந்தச் சிறுவன் பொம்மைப் புத்தகம் ஒன்றைப் புரட்டிக் கொண் டிருப்பான்' - ஒவ்வொன்றாக இந்த நினைவுகள் வரும் போது அவை அவள் மனத் திரையில் சித்திரமெனப் பதிந்தன. விநோதினியின் உள்ளம் அன்பும் காதலும் நிறைந்து சிலிர்த்தது. விரும்பினால் இப்போது அங்கே சென்று விடலாம் என்று அவள் கற்பனையில் மூழ்கினாள். சில நாட்களுக்கு முன்பாக இருந்தால் அதை நிறைவேற்ற அவள் முன்னேகியும் இருப்பாள். ஆனால், இப்போதோ யோசனை செய்யப் பல விஷயங்கள் இருந்தன. ஆசையை நிறைவேற்றிக் கொண்டால் மட்டும் போதாது. இலட்சியம் கைகூட வேண்டுமல்லவா! 'முதலில் விஹாரி என்ன பதில் எழுதுகிறார் என்று பார்க்கலாம். அதன் பின்னர் எந்த வழியில் போகலாம் என்று திடப்படுத்திக் கொள்வோம்' என்று எண்ணினாள் அவள். ஒன்றும் புரியாமல் விஹாரிக்குக் கசப்பை உண்டாக்க அவளுக்குத் துணிவில்லை.

இவ்வாறு யோசனையிலேயே இரவு மணி பத்தாகி விட்டது. மகேந்திரனும் மெல்ல உள்ளே வந்தான். சில நாட் களாகவே உறக்கமோ, குறிப்பிட்ட நேரத்தில் உணவோ இன்றி அவன் மிகவும் அலைச்சலில் உழன்றான். காரியம் கைகூடி விநோதினியை அழைத்து வந்தும் சோர்வும் களைப்பும் அவனை

ஆட்கொண்டன. உலகத்துடனும், தன் நிலையுடனும் எதிர்த்து நிற்க அவனுக்கு வலிமை இல்லை. எதிர்காலத்தின் கவலை மிகுந்த வாழ்க்கையின் கஷ்டங்களுங்கூட இப்போதே அவனை வாட்டின போலும்!

மூடியிருந்த கதவின் முன்னர் நின்று தட்ட அவனுக்குக் கூச்சமாக இருந்தது. எந்த வெறியின் மிகுதியில் உலகைச் சற்றும் மதிக்காமல் இருந்தானோ, அந்த வெறி இப்போது எங்கே? தெருவோடு செல்லும் அயல் மனிதர்கள் முன்னால் கூட அவன் உடல் குன்றிப் போவானேன்!

உள்ளே புதிய வேலையாள் தூங்கி விட்டான். கதவைத் திறக்க வைக்கப் பாடுபட வேண்டியதாயிற்று. பழக்கம் இராத புது வீடு. இருட்டில் உள்ளே நுழைந்ததும் அவனுடைய மனம் கம்மென்று அடங்கியது. தாய்க்குச் செல்லமான பிள்ளை; பலவித ஆடம்பரங்களில் ஊறியவன்; இழுக்கும் பங்கா *(விசிறி)*, விலையுயர்ந்த சோபா, நாற்காலிகள் இவற்றுடன் பழக்கப்பட்ட வன்; புது வீட்டில் அவை இராத குறை, அன்று சாயங்காலம் தெளிவாகத் தெரிந்தது. இந்த ஏற்பாடுகளையெல்லாம் அவன் செய்து கொள்ள வேண்டும். வீட்டுக்குத் தேவையானவற்றை அவன்தானே கவனித்தாக வேண்டும்? இதுவரையில் மகேந் திரன் தனக்காகவோ, பிறருடைய சுகத்துக்காகவோ கவலைப் பட்டவனல்ல. இனிப் புதிதாக அமைத்த இந்த நிறைவு பெறாத குடும்பத்திற்கு வேண்டியதை அவன்தான் பொறுப்புடன் கவ னிக்க வேண்டியவன். மாடிப் படியில் மண்ணெண்ணெய்க் கை விளக்கு, புகையைக் கக்கி மங்கலாக எரிந்தது. அதற்குப் பதிலாக நல்ல விளக்கு ஒன்று வாங்க வேண்டும். வராந்தாவிலிருந்து மாடிக்குச் செல்லும் வழி குழாய் நீர் வழிவதால் பாசி பிடித்து வழுக்கலாக இருந்தது. மேஸ்திரியை அழைத்துச் சிமெண்ட் பூசி மராமத்துச் செய்தாக வேண்டும். வாசல் பக்கம் இரண்டு அறைகள் செருப்புக் கடைக்காரர்கள் வசம் இருந்தன. அவர்கள் இன்னும் அதை விடவில்லை; அதற்காக வீட்டுக்காரனுடன் சண்டை போட வேண்டும். இவற்றையெல்லாம் அவனே கவனிக்கா விட்டால் ஆகாது. இதை எண்ணும் போது அந்தக் கவலையும் மற்றவைகளோடு கலந்து சோர்வை இன்னும் அதிகரிக்கச் செய்தது. மாடிப் படியருகில் நின்று மகேந்திரன் சற்றுச் சமாளித்துக் கொண்டான். விநோதினியிடம் அவன் கொண்டிருந்த காதல் அவனை ஆத்திரப்படச் செய்தது. ‘இத்தனை காலமாக உலகை மறந்து நாம் விரும்பியவளை இன்று அடைந்து விட்டோம்; இனி இருவரிடையே தடையேதும் இல்லை; இன்று களியாட்டத்திற்குரிய நாள்’ என்று அவன் தன்னைத் தேற்றிக் கொண்டான். ஆனால், தடை ஒன்றும் இராமல் இருப்

பதே பெரிய தடங்கல் ஆயிற்றே! மகேந்திரனுடைய மனமே அவனுக்குத் தடையாக நிற்குமே!

தெருவில் மகேந்திரனைக் கண்ணுற்றதுமே விநோதினி தன் தியானத்தை விட்டு எழுந்து உள்ளே விளக்கேற்றினாள். பின்னர்க் கம்பளி நூலை எடுத்துக் கொண்டு அதில் கவனத்தைச் செலுத்தி னாள். இந்தப் பின்னல் வேலை அவளுக்கு ஒரு மறைவு; அதன் பின்னே அவளுக்கு ஒரு புகலிடம் இருந்தது.

மகேந்திரன் உள்ளே நுழைந்தான். ''விநோத்! இங்கு உனக்கு அசௌகரியம் அதிகமாக உண்டு, இல்லையா'' என்றான்.

பின்னலல் ஈடுபட்டவாறு விநோதினி, ''அப்படி எதுவும் இல்லை'' என்றாள்.

''இன்னும் இரண்டு மூன்று நாட்களில் தேவையான பொருள்கள் எல்லாம் வந்து விடும். இந்தச் சில நாட்கள் நீ கஷ்டங்களைப் பொறுத்துக் கொள்ள வேண்டியிருக்கும்.''

''அதெல்லாம் எதுவும் வேண்டாம். நீங்கள் எந்த ஏற்பாடும் செய்யத் தேவை இல்லை. இங்கு இருப்பதே என் தேவைக்கு மேற்பட்டது.''

''இந்த ஏழையும் தேவைக்கு அப்பாற்பட்டவன்தானா!''

''தன்னைப் பற்றி அவ்வளவு அதிகம் எண்ணிக் கொள்வது கூடாது: கொஞ்சம் பணிவு இருப்பது நல்லது.''

தனிமையில் விளக்கொளியில் குனிந்த தலையுடன் வேலையில் ஈடுபட்டிருந்த விநோதினியின் தன்னடக்கமான தோற்றம் கணப் பொழுதில் மகேந்திரனுக்கு மீண்டும் பழைய வெறியை ஊட்டியது. வீட்டில் இருந்தால் ஓட்டமாக வந்து அவள் காலடியில் விழுந்திருப்பான். ஆனால், இதுவோ வீடல்ல; ஆகவே, அவனால் அவ்வாறு செய்ய முடியவில்லை. விநோதினி க்கு வேறு கதியில்லை. அவனுடைய கைகளுக்கு உட்பட்டு இருந்தாள்; இந்த வேளையில் சற்றுப் பொறுத்துக் கொள்ளாமல் இருப்பது கோழைத்தனமாகும்.

''உங்கள் துணி, புஸ்தகங்களை இங்கு ஏன் கொண்டு வந்தீர்கள்?'' என்றாள் விநோதினி.

''அவை அவசியமென்று எனக்குத் தோன்றுகிறது. தேவைக்கு அப்பாற்பட்டது என்று அவைகளைச் சொல்ல முடியாது.''

''அது தெரியும். ஆனால், இங்கு அவை எதற்கு?''

''அதுவும் சரிதான். அவசியமானது எதுவும் இங்கு எடுக்காது. விநோத்! புஸ்தகங்களை எல்லாம் தெருவில் வீசி எறிந்து விடு. எனக்கு ஒருவித ஆட்சேபம் இல்லை. ஆனால், அவைகளுடன் என்னையும் வீசி விடாதே!'' என்றதும் அவன் சற்று நகர்ந்து வந்து துணியில் சுற்றியிருந்த புஸ்தக மூட்டையை விநோதினியின் காலருகில் போட்டான்.

விநோதினி பின்னல் வேலையில் ஈடுபட்டவாறு தலை தூக்காமல் அழுத்தமாக, ''மகேந்திர பாபு! இங்கு நீங்கள் தங்கு வது நடக்காது'' என்றாள்.

அப்போது தான் கொண்டிருந்த ஆவலுக்கு எதிர்த் தாக்கு தல் வரவே, மகேந்திரன் பரபரப்படைந்தான். ''ஏன் விநோத்! என்னை ஏன் விலக்கித் தள்ளப் பார்க்கிறாய்? உனக்காக எல்லா வற்றையும் துறந்ததற்குப் பலன் இதுதானா?'' என்று குரல் குழறச் சொன்னான்.

''என் பொருட்டு நீங்கள் எல்லாவற்றையும் துறக்கும்படி நான் விட மாட்டேன்.''

''இனி, அது உன் கையில் இல்லை; குடும்பத்தில் எல் லாம் என்னை விட்டு நழுவி விட்டன. நீ மட்டுந்தான் இன்று இருக்கிறாய், விநோத்! விநோத்!'' என்று மகேந்திரன் கீழே விழுந்து அவளுடைய கால்களைப் பிடித்துக் கொண்டு திரும்பத் திரும்ப முத்தமிடலானான்.

விநோதினி கால்களை விடுவித்துக் கொண்டு எழுந்து சொன்னாள்: ''மகேன்! நீங்கள் என்ன சபதம் செய்தீர்கள், நினைவிருக்கிறதா?''

தன் முழுப் பலத்தையும் உபயோகித்துத் தன் நிலைக்கு வந்த மகேந்திரன், ''நினைவிருக்கிறது. உனக்கு எப்படி இஷ் டமோ அவ்வாறு இருக்கலாம். அதற்கு மாறாக நான் எதுவும் செய்ய மாட்டேன் என்று சபதம் செய்தேன். அதையே உறுதி யாகக் கடைப்பிடிப்பேன். என்ன செய்ய வேண்டும், சொல்'' என்றான்.

''நீங்கள் உம் வீட்டில் போய் இருக்க வேண்டும்.''

''நான் மட்டுந்தான் உனக்கு வேண்டாத பொருளாகி விட்டேனா, விநோத்! அவ்வாறு இருந்தால் என்னை இழுத்து வரக் காரணம் என்ன? உன் களிப்புக்கு நான் தகுதியற்றவன் என்றால், என்னை வேட்டையாட வேண்டிய அவசியந்தான் என்ன? உண்மையாகச் சொல். நானாக ஆசைப்பட்டு உன்னிடம் வந்து சிக்கினேனா, அல்லது நீ வேண்டுமென்று என்னைப் பிடித்துக் கொண்டாயா? என்னை இவ்வாறு விளையாட்டுப் பொம்மையாக வைத்து விளையாடுவதையும் நான் பொறுத்துக் கொள்ள வேண்டுமா? அப்படியே இருக்கட்டும். நான் சபதத்தை நிறைவேற்றுவேன். எனக்கென்று இருந்த இடத்தைக் காலால் உதைத்துச் சிதைத்து வந்த அந்த வீட்டுக்கே போய் நான் இருக் கிறேன்.''

விநோதினி மீண்டும் தரையில் உட்கார்ந்து பின்னல் வேலையைத் தொடங்கினாள். மகேந்திரன் சற்று நேரம் அவள் முகத்தையே உற்று நோக்கியபின், ''விநோத்! நீ ரொம்பக்

கொடியவள். நான் துரதிருஷ்டசாலி. உன்னையும் காதலித்தேன், பார்'' என்றான்.

பின்னலில் தவறு செய்து விடவே, விநோதினி விளக்கின் முன்னால் அதைப் பிடித்து, மிகவும் கவனத்துடன் அதைப் பிரித்தாள். விநோதினியின் கல் நெஞ்சைத் தன் வலுவான கரங்களால் நசுக்கிச் சிதைத்து விடலாமா என்று மகேந்திரனுக்குத் தோன்றியது. மௌனமான இந்தக் கடுமை, தயங்காத அவமதிப்பு இவைகளைத் தன் கைப் பலத்தினால் தோல்வியுறச் செய்யலாமா என்றிருந்தது அவனுக்கு.

உள்ளிருந்து வெளியே வந்து அவன் மீண்டும் உள்ளே சென்றான். ''நான் இராவிட்டால், தனியே இருக்கும் உன்னைப் பார்த்துக் கொள்ள யார் இருக்கிறார்கள்?'' என்றான்.

''அதற்காக நீங்கள் கவலைப்பட வேண்டியதில்லை. க்ஷேமியை அத்தை அனுப்பி விட்டாள். இன்று அவள் என்னிடம் வந்து வேலையை ஒப்புக் கொண்டாயிற்று. வாசல் கதவைத் தாழிட்டுக் கொண்டு நாங்கள் இரண்டு பேருமாக இருந்து கொள்வோம்.''

மனத்தினுள் கோபம் பொங்கப் பொங்க, மகேந்திரனுக்கு விநோதினியின் மேல் இருந்த காதலின் தீவிரமும் அதிகரித்தது. அசையாத அந்த உருவை முழுப் பலத்துடன் மார்பில் அழுத்திப் பிடித்துக் கசக்கிப் பிழியலாமா என்றிருந்தது அவனுக்கு. இந்தக் கொடிய ஆவலை அடக்கிக் கொள்ள அவன் வீட்டை விட்டு ஓட்டமாக வெளியேறினான்.

தெருவில் சுற்றும் போது, விநோதினி காட்டும் அலட்சியத்துக்குப் பதிலாகத் தானும் அவமதிப்பு காட்ட வேண்டும் என்று அவன் உறுதி கொண்டான். உலகில் அவளுக்கு ஒரே புகலிடம் மகேந்திரன்தான் என்று இருக்கும் நிலையில், அவனை இப்படி அலட்சியமாக, அஞ்சாமல் உறுதியாகத் தள்ளி விட்டாள் விநோதினி! இவ்வளவு பெரிய அவமானம் எந்த ஆண் மகனுடைய அதிர்ஷ்டத்திலாவது நடந்திருக்குமா? கர்வம் பொடியான பின்னரும் அது ஒரேயடியாகப் போய் விடவில்லை; ஆனால், வேதனையில் பட்டு உழலத் தொடங்கியது. 'நான் அவ்வளவு கேடு கெட்டவனா? என் விஷயத்தில் இவ்வளவு துணிச்சல் அவளுக்கு எங்கிருந்து வந்தது? என்னைத் தவிர அவளுக்கு வேறு யார் இருக்கிறார்கள்?' என்று எண்ணமிட்டான் அவன்.

இவ்வாறு அவன் யோசிக்கையில் திடீரென்று அவனுக்கு நினைவு வந்தது. 'விஹாரி!' - ஒரு கணம் அவனுடைய மார்பில் இரத்த ஓட்டமே நின்று விட்டாற் போலத் தோன்றியது. 'விஹாரியைத்தான் விநோதினி நம்பி இருக்கிறாள். நான் அதற்கு

ஒரு துணை போலத்தான். நான் அவள் கால் வைத்துக் கொள்ள ஒரு படிக்கட்டு மாத்திரமே. ஒவ்வோர் அடியிலும் மிதிபடும் இடமே எனக்கு. அந்தத் துணிவினால்தான் என்னை அவமதிக் கிறாள் அவள்! விஹாரிக்கும் விநோதினிக்கும் ஏதாவது கடிதப் போக்குவரத்து இருக்குமோ? அவனிடமிருந்து ஆறுதல் கடிதம் ஏதாவது அவளுக்கு வந்திருக்குமோ?' என்ற ஐயம் மகேந்திர னுக்கு உண்டாயிற்று.

அவன் உடனே விஹாரியின் வீட்டுக்குச் சென்றான். அவன் வீட்டுக் கதவைத் தட்டிய போது இரவு வெகு நேரமாகி இராது. பல தடவை தட்டிய பிறகு வேலைக்காரன் உள்ளிருந்த கதவைத் திறந்து, ''பாபு வீட்டில் இல்லை'' என்றான்.

மகேந்திரனுக்குத் தூக்கி வாரிப் போட்டது; 'நான் முட்டா ளைப் போல் தெருத் தெருவாக அலைகிறேன். அந்த வேளை யில் விஹாரி விநோதினியிடம் சென்றிருக்கிறான். இதனால்தான் அவள் இந்த இராத்திரிப் பொழுதில் சற்றும் தயை இராமல் என்னை அவமானம் செய்திருக்கிறாள். நானும் துரத்தி விட்ட கழுதை போல் ஓடி வந்து விட்டேன்' என்று எண்ணினான்.

மகேந்திரன் மறுபடியும் தனக்குப் பழக்கமான அந்த வேலையாளைக் கேட்டான்: ''பஜு, பாபு எப்போது வெளியே போனார்?''

''நாலைந்து நாளாகிறது. அவர் எங்கோ மேற்கே ஊர் சுற்றப் போயிருக்கிறார்'' என்றான் பஜு.

இதைக் கேட்டதும் மகேந்திரனுக்கு மூச்சு வந்தது. 'இனிச் சற்று நிம்மதியாகத் தூங்கலாம். ராத்திரி பூராவும் சுற்ற என்னால் ஆகாது' என்று அவன் மாடியில் விஹாரியின் அறையில் சோபா வில் படுத்த மறு கணமே உறங்கினான்.

முன்பு மகேந்திரன் வந்து வீட்டில் கலவரம் எழுப்பி விட்டுச் சென்றதும், மறுநாள் விஹாரி எங்கு செல்வது என்று தீர்மானம் இன்றி மேற்கே யாத்திரைக்குக் கிளம்பி விட்டான். 'இங்கு இருந்தால் பழகிய நண்பனுடன் சிக்கல் பயங்கரமான அளவுக்கு வளர்ந்து விடும். வாழ்நாள் முழுமைக்கும் எண்ணி வருந்த நேரிடலாம்' என்று விஹாரிக்குத் தோன்றியதன் விளைவு தான் இது.

மறுநாள் மகேந்திரன் கண் விழித்த போது மணி பதி னொன்றாகி விட்டது. எழுந்ததுமே எதிரே இருந்த சிறு மேஜை யின் மேல் அவன் பார்வை சென்றது. விநோதினியின் கையெழுத்தில் விஹாரியின் பெயருக்கு ஒரு கடிதம் பறந்து விடாமல் இருக்க ஒரு கல்லின் கீழ் இருப்பது தெரிந்தது. பரபரப்புடன் அவன் அதை எடுத்தான். பிரிக்கப்படாமல் இருந் தது அந்தக் கடிதம். வெளியூர் சென்றிருந்த விஹாரிக்காகக் காத்

திருந்தது அது. மகேந்திரன் கைகள் நடுங்க அதைப் பிரித்துப் படிக்கலானான். இந்தக் கடிதம் விநோதினி ஊரில் இருந்த போது எழுதியதாகும். இதற்குத்தான் அவளுக்குப் பதில் எதுவும் கிடைக்கவில்லை.

கடிதத்தின் ஒவ்வோர் எழுத்தும் அவனைப் பிடுங்கின. இளமை முதல் விஹாரி எப்போதும் அவனுக்குப் பின்னா லேயே நின்று இருந்தவன். உலகில் அன்பும் காதலும் மகேந்திர தேவதைக்குக் கிடைத்த பின் காய்ந்த சருகுகளே அவனுக்குக் கிடைக்கும். இன்றோ, மகேந்திரன் வேண்டி நிற்க, விஹாரியோ வெறுக்கிறான். ஆனால், இவனை ஒதுக்கி விஹாரியை விநோதினி அண்டிச் செல்லக் காரணம் என்ன? மகேந்திரனுக்கும் இரண்டு கடிதம் எழுதியிருந்தாள் விநோதினி. ஆனால், விஹாரிக்கு எழுதி யிருந்த கடிதத்தின் முன்னர் அவை வெறும் வேஷம்; ஏமாற்று வதற்காக எழுதியதென்றே தோன்றியது.

புது விலாசத்தைத் தெரிவிக்க ஊர்த் தபாலாபீசுக்குத் தன்னை அனுப்ப விநோதினி அவசரப்பட்டது மகேந்திரனுக்கு நினைவு வந்தது. அதன் காரணமும் அவனுக்கு விளங்கியது. விநோதினி முழு நம்பிக்கையுடன் விஹாரியின் பதிலை எதிர் பார்த்துக் கிடக்கிறாள் என்று அவன் உணர்ந்தான்.

முன் பழக்கப்படி எஜமானர் இரா விட்டாலும் பஜு மகேந்திரனுக்குத் தேநீரும், கடைத் தெருவிலிருந்து சிற்றுண்டி யும் கொணர்ந்து கொடுத்தான். மகேந்திரன் குளிப்பதற்கு மறந் தான். கொதிக்கும் மணலின் மேல் வேகமாக ஓடும் பிரயாணி போல், மகேந்திரன் ஒவ்வொரு கணமும் தனக்கு எரிச்சலைத் தந்த விநோதினியின் கடிதத்தின் மேல் பார்வையைச் செலுத்தி னான். இனி அவளைச் சந்திக்கவே கூடாது என்று ஒரு சமயம் அவனுக்குத் தோன்றியது. ஆனால், இன்னும் இரண்டு நாள் கழித்து கடிதத்திற்குப் பதில் வராவிட்டால் விநோதினி விஹாரி யின் வீட்டுக்கு வருவாள்; விஷயம் தெரிந்ததும் ஆறுதல் அடை வாளல்லவா! அதுவுங்கூட அவனுக்குப் பொறுக்கவில்லை.

அவன் கடிதத்தைப் பையில் போட்டுக் கொண்டு இருட்டு வதற்கு சற்று முன் படல்டாங்கா வீட்டுக்கு வந்து சேர்ந்தான்.

மகேந்திரனின் வாடிய முகத்தைக் கண்டு விநோதினிக்கு மனம் இளகியது. முதல் நாள் இரவைத் தெருவிலேயே உறங் காமல் கழித்திருப்பான் என்று ஊகித்துக் கொண்டாள்.

''நேற்று இரவு வீட்டுக்குப் போகவில்லையா?''

''இல்லை.''

விநோதினி பரபரப்படைந்தாள். ''இன்று, இன்னும் சாப் பிடக் கூட இல்லையா?'' என்று அவள் பணிவிடை செய்ய முற் பட்டாள்.

''கிடக்கிறது; நான் சாப்பிட்டாயிற்று.''

''எங்கே சாப்பிட்டீர்கள்?''

''விஹாரியின் வீட்டில்.''

கணப் பொழுது விநோதினியின் முகம் வெளுத்தது. சற்று நேரம் கம்மென்று இருந்த பின் அவள் சமாளித்துக் கொண்டு, ''விஹாரி பாபு சுகந்தானே?'' என்றாள்.

''சுகந்தான். விஹாரி மேற்கே ஊர் சுற்றப் போய் விட்டான்.'' விஹாரி அன்றைக்குத்தான் ஊர் சுற்றக் கிளம்பியிருக்கிறான் என்ற தோரணையில் மகேந்திரன் இதைச் சொன்னான்.

மீண்டும் ஒரு முறை விநோதினியின் முகம் வெளுததது. மறுபடியும் அவள் சுதாரித்துக் கொண்டாள். 'இப்படியும் ஒரு நிலையற்ற மனிதரை நான் கண்டதில்லை. நம் விஷயமெல்லாம் தெரிந்து விட்டிருக்கும். அவருக்கு ரொம்பக் கோபமோ? இரா விட்டால், இந்தக் கொளுத்தும் வெயிலில் மேற்கே போக எவனுக்குத்தான் ஆசை பிறக்கும்?'

''என்னைப் பற்றி ஏதாவது சொன்னாரா?'' என்றாள்.

''சொல்ல என்ன இருக்கிறது? இந்தா விஹாரியின் கடிதம்'' என்று அவன் கடிதத்தை அவளிடம் கொடுத்து விட்டு அவளுடைய முக பாவத்தை உற்றுக் கவனிக்கலானான்.

விநோதினி பரபரப்புடன் கடிதத்தை எடுத்தாள். கடிதத்தின் உறையின் மேல் அவள் கையெழுத்தில் விஹாரியின் பெயர் தெரிந்தது. உறையிலிருந்து எடுத்த கடிதமும் அவள் விஹாரிக்கு எழுதியதுதான். திருப்பித் திருப்பிப் பார்த்தும், விஹாரியின் பதில் ஏதும் அதில் இல்லை.

சற்று மௌனத்திற்குப் பின் அவள், ''நீங்கள் கடிதத்தைப் பார்த்தீர்களா?'' என்றாள்.

விநோதினியின் முக மாறுதல் அவனுக்கு உள்ளூற ஓர் அச்சத்தை மூட்டியது. அவன் சட்டென்று ஒரு பொய்யைச் சொன்னான்: ''இல்லையே!''

விநோதினி கடிதத்தைச் சுக்கல்களாகக் கிழித்துச் சாளரத்துக்கு அப்பால் எறிந்தாள்.

''நான் வீட்டுக்குப் போகிறேன்'' என்றான் மகேந்திரன். விநோதினி அவனுக்குப் பதில் ஏதும் சொல்லவில்லை.

''நீ விரும்பியபடியே நான் செய்கிறேன். ஏழு நாள்தான் வீட்டில் இருக்கிறேன். காலேஜுக்குப் போகும்போது தினம் இங்கு வேண்டியதை ஏற்பாடு செய்து க்ஷேமியிடம் கொடுத்து விடுகிறேன். உன்னைக் கண்டு உனக்கு எரிச்சல் மூட்ட மாட்டேன்.''

மகேந்திரன் சொன்னது ஏதாவது அவள் காதில் விழுந்ததோ, இல்லையோ தெரியாது. அவள் பதில் ஒன்றும் சொல்ல

வில்லை. திறந்த சாளரத்தின் மூலம் வெளியே தெரியும் இருண்ட வானத்தை நோக்கியவாறு நின்றாள் விநோதினி.

மகேந்திரன் தன் உடைமைகளை எடுத்துக் கொண்டு வெளியேறினான்.

தனியாக அறையில் வெகு நேரம் பித்துப் பிடித்தாற் போல் உட்கார்ந்திருந்த பின்னர் அவள் தன்னைப் பழைய நிலைக்குக் கொண்டு வர மார்புத் துணியைக் கிழித்துப் பலமாக அடித்துக் கொள்ளத் தொடங்கினாள். க்ஷேமி ஓசை கேட்டுப் பரபரப்புடன் ஓடி வந்தாள். ''அம்மா! இதென்ன செய்கிறீங்க?'' என்றாள்.

''நீ இங்கிருந்து போ!'' என்று கூச்சலிட்டு அவளை விரட்டினாள் விநோதினி. அதன் பின் கதவைப் படீரென்று அடைத்துக் கை முட்டியைக் குவித்துக் கொண்டு தரையில் விழுந்து, அம்பு பட்ட மான் போல நடுக்கத்துடன் முனகினாள். இவ்வாறு தன்னைத் தண்டித்துக் கொண்ட அவள், சோர்ந்து மயங்கியவளாய்த் திறந்த சாளரத்தின் அடியிலேயே இரவெல்லாம் கிடந்தாள்.

காலையில் கதிரவன் ஒளி உள்ளே நுழையவும், அவளுக்குத் திடீரென்று ஓர் ஐயம் பிறந்தது. 'விஹாரி ஊருக்குப் போகாமல் இருந்திருந்தால்...? மகேந்திரன் அவளை ஏமாற்றப் பொய் சொல்லியிருக்கலாம்!' அவள் உடனே க்ஷேமியை அழைத்தாள். ''க்ஷேமி, இப்போதே நீ விஹாரி பாபுவின் வீட்டுக்குப் போய் அவரைப் பற்றி விசாரித்து வா'' என்றாள்.

ஒரு மணி நேரத்துக்குள் க்ஷேமி திரும்பிச் சொன்னாள்: ''விஹாரி பாபு வீட்டில் ஜன்னல், கதவு எல்லாம் மூடியிருக்கின்றன. கதவைத் தட்டினேன். வேலைக்காரன் வந்தான். 'பாபு ஊரில் இல்லை; மேற்கே யாத்திரை போயிருக்கிறார்' என்றான்.''

விநோதினியின் மனத்தில் இதற்கு மேல் சந்தேகம் எழக் காரணமே இல்லை.

41

இரவே மகேந்திரன் படுக்கையை விட்டு எழுந்து சென்று விட்டான் என்று தெரிந்ததும் ராஜலட்சுமிக்கு மருமகள் பேரில் ஆத்திரம் பிறந்தது. ஆசாவின் தொந்தரவு தாங்காமல்தான் மகேந்திரன் போய் விட்டான் என்று அவள் எண்ணி ஆசாவைக் கேட்டாள்: ''அவன் நேற்று ராத்திரி ஏன் போனான்?''

ஆசா தலை குனிந்தாள். ''எனக்குத் தெரியாது, அம்மா.''

இதுவும் ரோஷத்தில் சொல்லும் வார்த்தை என்றே கருதினாள் ராஜலட்சுமி. வெறுப்புடன் அவள், ''உனக்குத் தெரியாமல் வேறு யாருக்குத் தெரியும்? அவனை ஏதாவது சொன்னாயா?'' என்றாள்.

"இல்லை" என்று மட்டுமே ஆசா பதிலளித்தாள்.

ராஜலட்சுமி அதை நம்பவில்லை. "இப்படியும் நடக்குமா? நேற்று மகேன் எப்போது போனானடி?" என்றாள்.

ஆசா கூச்சத்துடன், "அதுவும் எனக்குத் தெரியாது" என்றாள்.

ராஜலட்சுமிக்குக் கோபம் அதிகரித்தது. "உனக்கு ஒன்றுமே தெரியாது, பாவம்; பச்சைக் குழந்தை! எல்லாம் வேஷமடி, வேஷம், பாசாங்கு!"

ஆசாவின் சுபாவமும் நடத்தையுமே மகேந்திரனை வீட்டை விட்டு ஓடச் செய்யக் காரணம் என்பதையும் ராஜலட்சுமி உரத்த குரலில் கூறி விட்டாள். ஆசா குனிந்த தலை நிமிராமல் அந்த வசவுகளை எல்லாம் சுமந்து பின்னர்த் தன் அறைக்குள் வந்து அழுதாள்: 'அவர் ஏன் என்னை ஒரு நாள் நேசித்தாரோ அது எனக்குத் தெரியாது! இப்போது அவர் காதலை மீண்டும் பெற வழி என்ன என்பதும் எனக்குத் தெரியவில்லை' என்று அவள் உள்ளூறக் கவலைப்பட்டாள். தன்னை விரும்பும் மனிதரை எவ்வாறு மகிழ்விப்பது என்று இதயமே வழி காட்டுகிறது. ஆனால், தன்னைக் காதலிக்காத ஒருவருடைய மனத்தை அடைய வழி என்ன என்று ஆசாவுக்கு எப்படித் தெரியும்? இன்னொருத்தியை நேசிக்கும் ஒருவரை அணுகி, அவரிடம் ஆதரவு பெறும் அளவுக்கு வெட்கக் கேடான செய்கையை அவள் எவ்வாறு செய்வாள்?

இருட்டும் வேளையில் வீட்டுச் சோதிடரும் அவருடைய தங்கை குருதேவியும் வந்திருந்தனர். மகனுடைய கிரக தோஷத்திற்குச் சாந்தி செய்ய அவர்களை ராஜலட்சுமி அழைத்திருந்தாள். ராஜலட்சுமி மருமகளின் ஜாதகத்தையும், கை ரேகைகளையும் பார்க்கும்படி சோதிடரிடம் கேட்டுக் கொண்டாள். ஆசாவையும் அங்கு வரவழைத்தாள்.

பிறரிடம் தனது துரதிருஷ்டத்தை எடுத்துக் கூறுவது ஆசாவுக்கு மானக் குறைவாகத் தோன்றியது. அவள் ஏதோ ஒரு வாறு தன் கையை நீட்டும் சமயம் ராஜலட்சுமிக்கு, பக்கத்து வராந்தாவின் இருளில் மெதுவாகச் செருப்பின் ஓசை கேட்டது. யாரோ ரகசியமாகப் போகும் சப்தம் அது. ராஜலட்சுமி, "யார் அங்கே?" என்றாள்.

முதலில் பதில் ஏதும் வரவில்லை. அவள் மீண்டும், "யார் போவது அங்கே?" என்றதும் வாய் திறவாமல் மகேந்திரன் உள்ளே நுழைந்தான்.

மகேந்திரன் கூசி சாவது கண்டு ஆசாவுக்கும் அவமானமாக இருந்தது. சொந்த வீட்டிலேயே திருடனைப் போல் நடக்க வேண்டி வந்து விட்டதே, மகேந்திரனுடைய நிலைமை! சோதிடரும் அவருடைய தங்கையும் வேறு உட்கார்ந்திருப்பது

அவளுக்குப் பின்னும் வெட்கமாக இருந்தது. புருஷனுக்காக உலகில் எங்கும் கூச்சப்பட வேண்டியிருக்கிறதே என்ற அவமானம் ஆசாவுக்குத் துக்கத்தைவிட அதிகமாக இருந்தது. ராஜலட்சுமி மெதுவாக, ‘‘அம்மா! பார்வதியிடம் சொல்லு; மகேனுக்குச் சாப்பாடு கொண்டு வரட்டும்’’ என்ற போது ஆசா, ‘‘அம்மா, நானே கொண்டு வருகிறேன்’’ என்றாள். வீட்டு வேலக்காரிகளின் பார்வையிலிருந்தும் அவள் மகேந்திரனை மூடிக் காப்பாற்ற முனைந்தாள்.

புரோகிதரையும் அவருடைய தங்கையையும் கண்டு மகேந்திரனுக்கு உள்ளூறக் கோபம் வந்தது. தன் தாயும் மனைவியும் தெய்வத்தின் துணையோடு தன்னை வசப்படுத்த இந்தப் படித்தறியாத மூடர்களுடன் சேர்ந்து கூச்சமின்றிச் சூழ்ச்சி செய்வது மகேந்திரனுக்குப் பொறுக்க முடியவில்லை. அதிலும் சோதிடரின் தங்கை குரலில் அளவுக்கு மிஞ்சின அன்பு ஒழுக, ‘‘சுகமாக இருக்கிறாயா, அப்பா!’’ என்று கேட்டதும், அவனால் உட்கார்ந்திருக்க முடியவில்லை. அந்தக் கேள்விக்குப் பதில் அளிக்காமல் அவன், ‘‘அம்மா, நான் மேலே போகிறேன்’’ என்றான்.

படுக்கை அறையில் அவன் தன் மனைவியுடன் ஏதோ தனியாகச் சொல்ல நினைப்பதாக ராஜலட்சுமி எண்ணினாள். உடனே மிகவும் களிப்புடன் பரபரவென்று சமையலறையில் இருந்த ஆசாவிடம் சென்றாள். ‘‘போடீ, போ! சீக்கிரமாக மேலே போ! மகேனுக்கு ஏதோ அவசரமாக வேண்டியிருக்கிறதோ என்னவோ?’’ என்றாள்.

ஆசா மார்பு திக்திக்கென்று அடித்துக் கொள்ளக் கூசிக் கொண்டே மாடிக்குச் சென்றாள். மாமியார் சொன்னதைக் கேட்டு அவள் மகேந்திரன் தன்னை அழைத்ததாகவே எண்ணிக் கொண்டாள். ஆனால், அறையினுள் சட்டென்று நுழைய அவளால் முடியவில்லை. நுழையுமுன்னர் இருளில் கதவின் மறைவில் நின்று மகேந்திரனைப் பார்த்தாள்.

மகேந்திரன் அப்போது வறண்ட உள்ளத்துடன் கீழே படுக்கையில் சாய்ந்து உட்கார்ந்து, மேலே உத்தரத் துண்டுகளை எண்ணியவாறு இருந்தான். அதே மகேந்திரன்தான்; எல்லாம் முன் இருந்தபடியேதான் இருந்தன. ஆனால், எவ்வளவு மாறுதல் அவனிடம்! இந்தச் சிறு படுக்கையறையை ஒரு காலத்தில் மகேந்திரன் சொர்க்கம் ஆக்கிக் கொண்டிருந்தான். இன்று அந்தக் களிப்பின் தூய நினைவை ஏனோ அவன் அவமதிக்கிறான்! இத்தனை கஷ்டம், வெறுப்பு, அலைச்சல் இருந்தால் ஏன் இந்தப் படுக்கையில் உட்கார வேண்டுமோ! எவ்விதத்திலும் நிறைவு பெற்ற அந்த இரவுகள், தனிமையில் கழிந்த பகற் பொழுதுகள், தன்னை மறந்து வேலையற்றுக் கழித்த மழை நாட்கள்,

தென்றல் காற்றில் மெய்ம்மறந்து கழித்த இளவேனிலின் அந்தி வேளைகள், ஓயாது பேசிய எண்ணற்ற வார்த்தைகள் - இவை இங்கு வந்தும் உனக்கு நினைவிரா விடில்...? இவ்வீட்டில் இன்னும் எத்தனையோ அறைகள் உள்ளன; இந்த அறையில் இனிக் கணம் தங்க உனக்கு உரிமையில்லை மகேன்!

இருளில் ஆசா நின்று அவனையே உற்று நோக்கும் போது இப்போதுதான் அவன் விநோதினியிடமிருந்து வருகிறானோ என்று தோன்றியது. அவனுடைய உடலில் விநோதினியின் பரிச மும், அவனுடைய விழிகளில் விநோதினியின் உருவமும், செவியில் அவளுடைய குரலும், அவன் உள்ளத்தில் விநோதினி யின் ஆசையும் ஒட்டிக் கொண்டிருந்தன. அவனுடன் அவள் ஒன்றி விட்டிருப்பதாகவே அவள் கருதினாள். இந்த மகேந்திர னிடம் அவள் எவ்வாறு தூய அன்பைச் சொரிவது? முழு மனத் துடன், 'வாருங்கள்; உங்களைத் தவிர வேறு எவரையும் எண்ணாத என் இதயக் கோயிலில் அமருங்கள்; அசைவற்ற பதி விரதையின் அன்பெனும் வெண் தாமரையின் மேல் உங்கள் பாதங்களை வையுங்கள்' என்று எவ்வாறு அவனை அழைப் பது? பெரியம்மாவின் புத்திமதி, புராணக் கதைகள், சாஸ்திரங் களின் கட்டளை எதையும் அவளால் ஒப்புக் கொள்ள முடிய வில்லை. காதலின்ப வானிலிருந்து நழுவிய மகேந்திரனுக்கு உள்ளக் கோயிலில் தேவதைக்குரிய இடமளிக்க அவள் மனம் ஒப்பவில்லை. அவன் விநோதினியின் மாசுக் கடலில் தன் இதய தேவதையைப் பறி கொடுத்து விட்டான். காதலின் அன்பு நிறைந்த அந்த இரவின் இருளில் அவளுடைய செவிகளிலும், இதயத்திலும், மூளைக்குள்ளும், உதிரப் பெருக்கிலும் சுற்றி யுள்ள உலகு எங்கிலும், வானின் விண்மீன்களிலும், சுற்றிச் சுவர் சூழ்ந்த மாடியிலும், படுக்கையறையின் பிரிவுப் படுக்கையிலும் எங்கும் பயங்கரமான துயர கீதம் ஒன்று ஆழ்ந்து ஒலித்தது.

விநோதினிக்குரிய மகேந்திரன் ஆசாவுக்கு வேற்று மனிதன் தானே! அதையும்விட அதிகமென்றே சொல்லலாம். இந்த வெட்கக் கேடான விஷயம் அப்படிப் புதியதும் இல்லை. அவ ளால் அறையினுள் நுழையவும் முடியவில்லை.

மகேந்திரனின் பார்வை மெல்லக் கூரையிலிருந்து சுவரில் இறங்கியது. அவன் பார்வையை ஒட்டித் தானும் கவனித்தாள் ஆசா. எதிரே சுவரில் மகேந்திரனின் படத்தை ஒட்டி ஆசாவின் படம் ஒன்று தொங்கியது. அதைத் தலைப்பினால் மூடி எடுத்து வந்து கிழித்து எறியலாம் போல் இருந்தது அவளுக்கு. பழக்கம் காரணமாக அது ஏனோ அவள் கண்களில் படவில்லை! அதை வேறு எங்காவது ஏனோ வைக்காமல் போனோம் என்று அவள் தன்னையே நொந்து கொண்டாள். மகேந்திரன் அதைக் கண்டு தனக்குள் சிரித்துக் கொள்வான். அவனுடைய உள்ளத்தில் இருக்

கும் விநோதினியின் உருவம் அவனுடைய இமைகளின் வழி யாக அந்தப் படத்தைக் கேலிச் சிரிப்புடன் நோக்குவதாகவே அவளுக்குப் பட்டது.

கடைசியில் வெறுப்புடன் மகேந்திரன் சுவரிலிருந்து தன் பார்வையை நகர்த்தினான். ஆசா தன் மூடத் தனத்தை விலக்கும் பொருட்டுச் சாயங்கால வேளைகளில் மாமியின் பணிவிடை, வீட்டு வேலை யாவும் ஓய்ந்த பின்னர் இரவு வெகு நேரம் வரையில் தனிமையில் படிப்பது வழக்கமாக இருந்தது. அவள் படிக்கும் புத்தகங்கள் யாவும் அறையின் மூலையில் ஒரு பக்க மாகக் கிடந்தன. திடீரென மகேந்திரன் சோம்பலுடன் அவை களில் ஒன்றை எடுத்துப் பிரித்துப் பார்த்தான். கூக்குரலிட்டு ஓடிச் சென்று அதைப் பிடுங்கலாமென்று ஆசாவுக்குத் தோன்றி யது. படியாத கையெழுத்தில் அவள் கோணல் மாணலாக எழுதியிருப்பதை மகேந்திரன் கல் நெஞ்சுடன் கேலியாகப் பார்ப்பதாக எண்ணினாள். அவளால் அங்கே கணமும் இருக்க முடியவில்லை. வெகு விரைவாகக் கீழே ஓடினாள். கால் ஓசையை அடக்கும் எண்ணங்கூட அவளுக்குத் தோன்றவில்லை.

மகேந்திரனுடைய உணவு தயாராக இருந்தது. மகேந்திரன் மனைவியுடன் ஏதோ ரகசியமாகப் பேசுவதாக ராஜலட்சுமி எண்ணியிருந்தாள். அதனால்தான் உணவை எடுத்துச் சென்று நடுவே இடையூறு செய்ய அவளுக்கு மனமில்லை. ஆசா கீழே வருவதைக் கண்டதும் சாப்பிடும் இடத்தில் உணவை எடுத்து வைத்து மகேந்திரனுக்குச் சொல்லி அனுப்பினாள். மகேந்திரன் சாப்பிட உட்கார்ந்ததும், ஆசா மேலே அறைக்குள் ஓடித் தன் படத்தைக் கிழித்து மாடிச் சுவருக்கு அப்பால் எறிந்தாள். பின்னர் தன் புத்தகங்களை எடுத்துக் கொண்டு சென்றாள்.

உணவான பின்னர், மகேந்திரன் படுக்கை அறைக்கு வந்தான். ராஜலட்சுமி இங்குமங்கும் தேடியும் ஆசாவைக் காண வில்லை. கடைசியில் கீழே சமையலறையில் ஆசா தனக்காகப் பால் காய்ச்சுவதைக் கண்டாள். அது அவளுடைய வேலை அல்ல; ராஜலட்சுமிக்காக இரவு வேளைகளில் பாலைக் காய்ச்சும் வேலைக்காரி பக்கத்திலேயே இருந்தாள். ஆசா இப்படிக் காரணமின்றி ஊக்கம் காட்டுவது அவளுக்கும் பிடிக்கவில்லை. சுத்தமான தண்ணீரை விட்டுப் பாலில் ஓரளவு அவள் எடுத்துக் கொள்வது கெட்டுப் போகிறதே என்று உள்ளூற வேலைக் காரிக்குக் கவலை.

ராஜலட்சுமி, ''இதென்ன அம்மா, இங்கே இருக்கிறாயே? மாடிக்குப் போ!'' என்றாள்.

ஆசா மாடிக்குப் போய் மாமியாரின் அறைக்குள் அடைக் கலம் புகுந்தாள். இந்தச் செய்கை ராஜலட்சுமிக்கு வெறுப்பை ஊட்டியது. 'ஏதோ அந்த மாயக்காரியின் வலையிலிருந்து ஒரு

கணமாவது வீட்டுக்கு வந்தானே மகேந்திரன்; இந்தப் பெண்ணோ கோபம், பிணக்கு எல்லாம் சேர்த்துக் காட்டி அவனை மறுபடி வீட்டை விட்டுத் துரத்துவாள் போல இருக் கிறாளே! மகேந்திரன் விநோதினியின் வலைக்குள் வீழ்வதற்கு ஆசாதான் காரணம். ஆண் பிள்ளை தவறான வழியில் எப்போதுமே செல்லத் தயாராக இருப்பது சுபாவம்; எப்படி யாவது அவனைத் தந்திரமாக வளையக் கட்டி நேர்வழியில் செலுத்துவதுதானே பெண்களின் கடமை!' என்று அவள் நினைத்தாள்.

ராஜலட்சுமி மிகவும் கடுமையான குரலில், "இதென்னடி கூத்து! ஏதோ உன் அதிர்ஷ்டம் உன் புருஷன் வீட்டுக்கு வந்தான்; இப்படி நீ சட்டி போல் முகத்துடன் ஒளிந்து ஏன் திரிகி றாயோ?" என்றாள்.

தன்னைக் குற்றவாளி என்று எண்ணிய ஆசா அங்குசத்தால் குத்துண்டவள் போல மேலே சென்று, மனம் தயங்க இடம் அளிக்காமல் விர்ரென்று ஒரே மூச்சில் அறையினுள் நுழைந் தாள். மணி பத்தாகி விட்டது. மகேந்திரன் அப்போதுதான் கட்டி லின் எதிரே நின்று ஏதோ யோசனையுடன் கொசு வலையை உதறிக் கொண்டிருந்தான். விநோதினியின் மேல் அவனுக்குத் தீவிரமாகக் கோபம் மூண்டிருந்தது. 'என்னை விலைக்கு வாங்கிய அடிமை என்றுதான் கட்டாயமாக எண்ணியிருக்கிறாள். ஏனென்றால், மனத்தில் சற்றும் சந்தேகம் இராமல் என்னை ஆசாவிடம் அனுப்பியிருக்கிறாளே! நான் இன்று முதல் ஆசா விடம் என் கடமைப்படி நடக்கத் தொடங்கினால், விநோதினி எவரைத் துணை கொண்டு இந்த உலகத்தில் நிற்பாள்? இந்தக் கடமையை நிறைவேற்றும் ஆசையை என்னால் தீர்த்துக் கொள்ள முடியாது என்னும் அளவுக்குக் கேடு கெட்டவனா நான்? கடைசியில் அவள் என்னைப் பற்றித் தெரிந்து கொண் டது இதுதானா? என் மீது அவள் அக்கறையும் கொள்ள வில்லை; நான் காதலையும் பெறவில்லை. என்னை அவமதிக்க அவள் தயங்கக் கூட இல்லையே? விநோதினியின் கொற்றத்தை எதிர்த்தே ஆக வேண்டும்' என்று அவன் கொசு வலையின் முன் நின்றவாறு உறுதியாக நினைத்தான்: 'எப்படியாவது ஆசாவின் பக்கம் மனத்தைத் திருப்பி, விநோதினி செய்த அவமதிப்புக்குப் பழி தீர்த்துக் கொள்ள வேண்டும்.'

ஆசா அந்த அறையினுள் நுழைந்ததுமே, ஏதோ நினை வாகக் கொசு வலையைத் தட்டிக் கொண்டிருந்தவன் சட்டென்று நிறுத்தினான். எவ்வாறு ஆசாவுடன் பேச்சைத் தொடங்குவது என்பது அவனுக்குப் பெரும் புதிராகத் தோன்றியது. வறட்டுச் சிரிப்புடன் அவன் வாய்க்கு வந்ததைச் சட்டென்று சொன்னான்: "நீ கூட என்னைப் போல் படிப்பில் இறங்கி விட்டாய் போல்

இருக்கிறது. இங்கே புத்தகங்கள் இருந்தனவே, எங்கே போய் விட்டன எல்லாம்?''

இந்தச் சொற்கள் சமயத்துக்கு மாறாகத் தோன்றியவை மட்டுமல்ல; ஆசாவைத் தாக்கவும் செய்தன. அப்பாவியான ஆசா படிக்க முயற்சி செய்வது அவள் வரையிலும் ரகசியமே. இந்தச் செய்தி கேலிக்கிடம் என்றே அவள் கருதினாள். தான் கற்க வேண்டுமென்ற விஷயம் முக்கியமாக மகேந்திரனுக்குச் சிறிதளவு கூடத் தெரியக் கூடாது என்று அவளுக்கு எண்ணம். இத்தனை நாட்கள் கழிந்த பின்னர் முதலிலேயே சிரித்தவாறு அவன் அந்தப் பேச்சை எடுக்கவே, சுரீலென்று பிரம்படிபட்ட குழந்தையின் மென்மையான உடல் போல் ஆசாவின் உள்ளம் கூசிக் கொண்டது. அவள் மனம் வருந்தியது. அவள் பதில் ஏதும் கூறாமல் முகம் திருப்பியவாறு மேஜையைப் பிடித்துக் கொண்டு நின்றாள்.

வார்த்தைகளைச் சொன்னதுமே, அவை சமயத்துக்கு ஏற்றாற் போல் இல்லை என்று மகேந்திரனுக்கும் தெரிந்தது. ஆனால் இந்த மாதிரி வேளையில் எப்படிப் பேசுவது என்று அவனுக்குத் தெரியவில்லை. நடுவே இவ்வளவு பெரிய புரட்சி நடந்த பின்னர், முன் போல் சகஜமாகப் பேச வராது. உள்ளமும் ஊமையாகியது. புதிதாக எதையும் பேச அது தயாராக இல்லை. படுக்கையில் படுத்து விட்டால், அந்தத் தனிமையான சூழ்நிலையில் பேசுவது சகஜமாக இருக்கும் என்று எண்ணி, அவன் கொசு வலையின் வெளிப் பக்கத்தைப் பிடித்து உதறினான். புதிதாக மேடையில் ஏறும் நடிகன் திரையின் வாயில் அருகில் நின்று பரபரப்புடன் பாடத்தை மனத்துக்குள் சொல்லிக் கொள்வது போல், மகேந்திரன் கொசு வலையின் எதிரே நின்று என்ன சொல்வது, என்ன செய்வது என்று தனக்குள் யோசித்தான். அதே சமயம் மிகச் சிறிய ஓசை கேட்டு அவன் திரும்பிய போது ஆசா அறையில் இல்லை.

42

மறு நாள் காலை மகேந்திரன் தாயிடம், ''அம்மா, படிப்பதற்கு எனக்குத் தனியாக ஓர் அறை வேண்டும். சித்தி இருந்த அறையில் நான் இருக்கப் போகிறேன்'' என்றான்.

தாய்க்கு இது களிப்பை ஊட்டியது. மகேன் வீட்டில்தான் இருக்கப் போகிறான்! பெண்டாட்டியுடன் சமாதானமாகி விட்டிருக்கும். தங்கமான மருமகள்! இவளை எத்தனை நாளைக்குத் தான் ஒதுக்கி வைக்க அவனால் முடியும்? இத்தகைய லட்சுமியை விட்டு ஏதோ ஒரு மாயப் பிசாசைக் கட்டிக் கொண்டு மறந்திருக்க எவ்வளவு நாட்கள்தான் அவனால் முடியும்?

''நல்லதடா, மகேன்'' என்று அவள் மூடிக் கிடந்த அந்த அறையைத் திறந்து விளக்கிச் சுத்தம் செய்யத் தொடங்கினாள். ''அம்மா, அடி ஆசா! எங்கேயடி போனாய்?'' என்று வெகு வாகத் தேடிய பின் ஒரு மூலையில் கூசிக் கிடந்தவளை வெளிக் கொணர்ந்தாள் அவள். ''சுத்தமான கம்பளம் ஒன்று கொண்டு வா. இங்கே மேஜை இல்லை. ஒரு மேஜையைப் போட வேண் டும். இந்த விளக்குப் போதாது; மாடியிலிருந்து விளக்கைக் கொண்டு வா'' என்றதும், இருவரும் சேர்ந்து அன்னபூரணியின் அறையை, வீட்டு மன்னர் தங்குவதற்கு ஏற்ற சிம்மாசனமாக மாற்றி விட்டனர். பணி செய்பவர்களின் பக்கம் சற்றும் பாராமல் கம்பீரமாக மகேந்திரன் புத்தகங்களுடன் அறையினுள் நுழைந் தான். பிறகு பொழுதைச் சிறிதும் வீண் அடிக்காமல் அக்கணமே படிக்கவும் தொடங்கி விட்டான்.

சாயங்காலம் சாப்பிட்டானதும் மகேந்திரன் மீண்டும் படிக்க உட்கார்ந்தான். அவன் மாடிப் படுக்கை அறையில் படுத்துக் கொள்வானா அல்லது கீழேயே தூங்குவானா என்பது எவருக்கும் விளங்கவில்லை. ராஜலட்சுமி மிகவும் அக்கறை யுடன் ஆசாவைப் பதுமை போலச் சிங்காரித்தாள். ''போ அம்மா, மகேந்திரன் மேலே தான் படுத்துக் கொள்ளப் போகி றானா என்று கேட்டு வா'' என்றாள்.

இந்தக் கேள்வியைக் கேட்க அவன் அறைக்குச் செல்ல ஆசாவின் கால்கள் எழவில்லை. அவள் தலை குனிந்தவாறு நின்றாள். ராஜலட்சுமி கோபமூண்டு அவளை மிகவும் கடுமை யாகத் திட்டினள். ஆசா மிகவும் கஷ்டத்துடன் கதவு வரையில் சென்றாள்; அதற்கு மேல் முன் செல்ல அவளால் முடிய வில்லை. ராஜலட்சுமி தொலைவிலிருந்த மருமகளின் போக்கைக் கவனித்து, வராந்தா மூலையிலிருந்து கோபத்துடன் சைகை செய்தாள். ஆசா வேறு வழியின்றி உள்ளே நுழைந்தாள். பின் னால் ஓசை கேட்கவும், மகேந்திரன் புத்தகத்திலிருந்து தலை நிமிராமல், ''இன்னும் எனக்கு அதிக நேரமாகும். மறுபடியும் காலையில் வேறு சீக்கிரமாக எழுந்திருக்க வேண்டும். நான் இங்கேயே படுத்துக் கொள்கிறேன்'' என்றான்.

என்ன வெட்கக் கேடு! அவனை மேலே படுக்க வரச் சொல்லி வேண்டவா ஆசா வந்தாள்!

அறையினுள்ளிருந்து அவள் வெளியே வந்ததுமே ராஜ லட்சுமி வெறுப்புடன் கேட்டாள்: ''என்ன! என்னடி நடந்தது?''

''இப்போது அவர் படிக்கிறார். கீழேயே படுத்துக் கொள் கிறாராம்'' என்று ஆசா அவமானம் தாங்காமல் தன் படுக்கை அறைக்குள் நுழைந்தாள். எங்குமே அவளுக்கு நிம்மதி இல்லை. உலகமே அவளுக்குச் சுடுவெளியில் பொரியும் மணல் பரப்புப் போல் தோன்றியது.

இரவு கொஞ்சம் நேரம் கழிந்த பின் படுக்கையறையின் கதவு தட்டும் ஓசை கேட்டது: ''அம்மா! அடியம்மா ஆசா! கதவைத் திற!''

ஆசா பரபரவென்று கதவைத் திறந்தாள். இழுப்பு நோயுடன் மேலே வந்ததால் ராஜலட்சுமிக்கு மேல் மூச்சு வாங்கியது. உள்ளே வந்ததுமே அவள் கட்டிலில் உட்கார்ந்து விட்டாள். சற்றுப் பொறுத்துப் பேச முடிந்தது: ''இதென்னடி, அம்மா! மேலே வந்து கதவைப் போட்டுக் கொண்டாயே! இதுதான் உன் கோப தாபங்களுக்கு வேளையா? இத்தனை கஷ்டங்கள் பட்டும் உனக்குப் புத்தி வரவில்லையா? போ, கீழே போ!''

ஆசா மெதுவாக, ''அவர் தனியாக இருக்க வேண்டும் என்றாரே!'' என்றாள்.

''தனியாக இருப்பேனென்றால் போவதா? கோபத்தில் ஏதோ ஒன்று சொன்னான். அதைக் கேட்டு விட்டுப் பிணங்கு வதா? இவ்வளவு கோபம் ஆகாது... போ, சீக்கிரம் போ!''

கஷ்டம் வந்தால் மாமியார் மருமகளிடம் எதற்காகக் கூச்சம் கொள்வது? அவள் கையில் இருக்கும் வழிகளையெல் லாம் உபயோகித்து மகேந்திரனை எவ்வாறேனும் கட்டுக்குள் வைத்திருக்கத்தான் பார்த்தாள்.

ஆசாவிடம் மிகவும் வேகமாகப் பேசவே, ராஜலட்சுமிக்கு மீண்டும் மூச்சு வாங்க ஆரம்பித்தது. ஓரளவு சமாளித்துக் கொண்டு அவள் எழுந்தாள். ஆசாவும் மறு பேச்சின்றி அவளைப் பிடித்துக் கொண்டு கீழே வந்தாள். ராஜலட்சுமியை அவளுடைய படுக்கையில் உட்கார வைத்து முதுகுப்புறம் தலையணைகளை ஒழுங்காக வைத்தாள். ராஜலட்சுமி, ''கிடக்கிறது. ஸுதோவைக் கூப்பிடு. நீ போ! இன்னும் நாழிகை ஆக்காதே!'' என்றாள்.

ஆசா அதற்கு மேல் தயங்கவில்லை. மாமியாரின் அறை யிலிருந்து கிளம்பி அவள் நேரே மகேந்திரனுடைய அறைக்குள் சென்றாள். மகேந்திரன் எதிரே மேஜையின் மேல் திறந்தபடி புத்தகம் கிடந்தது. மேஜையின் மேல் கால்கள் இரண்டையும் தூக்கி வைத்துக் கொண்டு, நாற்காலியில் சாய்ந்தவாறு அவன் ஏதோ ஆழ்ந்த யோசனையில் ஈடுபட்டிருந்தான். பின்புறம் ஓசை கேட்கவே அவன் திடுக்கிட்டுத் திரும்பினான். யாருடைய நினை வில் மெய்ம்மறந்து இருந்தானோ, அவளே நேரில் வந்து விட் டாளோ என்ற மருள் அவனுக்கு மூண்டது. ஆசாவைக் கண்ட தும் அவன் கால்களைக் கீழே வைத்துத் திறந்த புத்தகத்தை மடியில் இழுத்துக் கொண்டான்.

மகேந்திரன் உள்ளூற வியப்படைந்தான். இப்போதெல் லாம் ஆசா கூச்சமின்றி அவன் எதிரே வருவதில்லை. இருவருக் கும் எதிர்பாராமல் சந்திப்பு நேரிட்டால் அவள் உடனே போய் விடுகிறாள். இன்றிரவு அவள் இவ்வளவு நேரங் கழித்து அவன்

அறைக்குள் நுழைவது மிகவும் வியப்புக்குரிய விஷயமல்லவா! மகேந்திரன் புத்தகத்திலிருந்து முகம் தூக்காமலே ஆசா திரும்பிச் செல்லும் அறிகுறி இல்லை என்று கண்டு கொண்டான். அவள் அவன் எதிரே வந்து உறுதியாக நின்றாள். அதற்கு மேலும் படிப்பது போல் பாசாங்கு செய்ய அவனால் முடியவில்லை; தலை நிமிர்ந்து பார்த்தான். ஆசா மிகவும் தெளிவாக, ''அம்மா வுக்கு இழுப்பு அதிகமாகி விட்டது. நீங்கள் ஒரு முறை வந்து பார்த்தால் நல்லது'' என்றாள்.

''அவள் எங்கே இருக்கிறாள்?''

''படுக்கை அறையில்தான் இருக்கிறார். தூக்கம் வர வில்லையாம்.''

''வா, பார்க்கிறேன்.''

பல நாட்கள் கழிந்த பின்னர் ஆசாவுடன் சற்றுப் பேசி யதும் அவனுக்கு ஏதோ பளு நீங்கியது போலத் தோன்றியது. மௌனம் தகர்க்க முடியாத கோட்டைச் சுவர் போல் கணவன் மனைவியரிடையே கருநிழல் விழச் செய்திருந்தது; அதைத் தகர்க்கக் கூடிய ஆயுதம் மகேந்திரன் வசம் இல்லை. இந்தச் சமயத்தில்தான் ஆசா தன் கைகளால் அக்கோட்டையின் திட்டி வாசலைத் திறந்து விட்டாள்.

ராஜலட்சுமியின் அறைக்கு வெளியே கதவருகில் ஆசா நின்றாள். மகேந்திரன் உள்ளே நுழைந்தான். வேளையற்ற வேளையில் மகேந்திரன் உள்ளே வரவும், ராஜலட்சுமி பயந் தாள்; மீண்டும் மனைவியுடன் சண்டையிட்டுக் கொண்டு புறப் படுமுன் சொல்லிக் கொள்ள வருகிறானோ என்று அவள் அஞ்சி னாள். ''மகேன்! இன்னும் தூங்கவில்லையா?'' என்றாள்.

''அம்மா! உனக்கு இழுப்பு அதிகமாகி விட்டதா?''

இத்தனை நாட்களுக்குப் பின்னர் இந்தக் கேள்வி வரவே, தாயின் உள்ளத்தில் பிணக்குத் தலை தூக்கியது. பெண்டாட்டி போய்ச் சொன்னதுந்தான் தாயைப் பற்றி விசாரிக்க வந்திருக் கிறான் என்பதை அவள் உணர்ந்தாள். இந்தப் பிணக்கின் வேகம் தாளாமல் அவள் மார்பு பின்னும் அதிகமாக அடித்துக் கொண் டது. கஷ்டத்துடன் அவள், ''போய்த் தூங்கு, போ! எனக்கு ஒன்றுமில்லை'' என்றாள்.

''இல்லையம்மா; ஒரு தடவை சோதனை செய்து விடுவது மேல். இந்த வியாதியை அலட்சியமாக விடக் கூடாது.''

தாயின் இதயம் பலவீனமானது என்று மகேந்திரனுக்குத் தெரியும். ஆகவே, அவளுடைய முகக் குறியைக் கண்டதும் அவனுக்கும் கவலை உண்டாகியது.

''சோதனையும் வேண்டாம்; எதுவும் அவசியமில்லை. இந்த வியாதி என்றும் தீராது'' என்றாள் ராஜலட்சுமி.

''சரி, இன்று ராத்திரி மட்டும் தூங்குவதற்கு மருந்து கொண்டு வந்து தருகிறேன். நாளைக்கு நன்றாகப் பார்த்துக் கொள்ளலாம்.''

''ஏகப்பட்ட மருந்து சாப்பிட்டாயிற்று. மருந்தினால் எனக்கு ஒன்றும் பலன் இல்லை. போடா மகேன்! ராத்திரி ரொம்ப நேரமாகி விட்டது. தூங்கு போ!''

''உனக்குக் கொஞ்சம் சரியானதும் போகிறேன்.''

ராஜலட்சுமி ரோஷத்துடன் கதவருகில் நின்ற மருமகளை அழைத்தாள். ''ஏனடியம்மா, இந்த ரத்திரி வேளையில் மகேனை வீணுக்கு இங்கு அழைத்து வந்தாய்? அவனுக்கு எரிச்சலூட்டவா?'' என்று சொன்னதுமே அவளுக்கு மறுபடியும் மூச்சுத் திணறல் அதிகரித்தது.

ஆசா உள்ளே நுழைந்ததும், மெதுவான குரலில் சற்று உறுதியாகவே, ''நீங்கள் போய்த் தூங்குங்கள்; நான் அம்மாவிடம் இருக்கிறேன்'' என்றாள்.

மகேந்திரன் ஆசாவை மறைமுகமாக அழைத்து, ''நான் மருந்து கொண்டு வர ஆள் அனுப்பியிருக்கிறேன். புட்டியில் இரண்டு அடையாளக் குறி இருக்கும். ஓர் அளவு கொடுத்ததும் தூக்கம் வராவிட்டால் ஒரு மணி நேரம் பொறுத்து இன்னோர் அளவையும் கொடு. ராத்திரியில் மூச்சுத் திணறல் அதிகமானால் என்னைக் கூப்பிட மறக்காதே'' என்றான்.

மகேந்திரன் தன் அறைக்குச் சென்றான். இன்று ஆசாவைக் கண்ட விதமே புதிதாக இருந்தது. இந்த ஆசாவிடம் கூச்சமோ, எளிமையோ இல்லை. தன் உரிமைகளை நன்கு அறிந்து ஏற்றுக் கொண்டிருந்தாள் ஆசா. அதற்காக அவள் மகேந்திரனிடம் பிச்சை எடுக்க வேண்டியதில்லை. சொந்த மனைவியை அவன் அலட்சியம் செய்தான். ஆனால், வீட்டு மருமகளிடம் அவனுக்கு ஒரு மரியாதை உண்டாயிற்று.

தன் மேல் கொண்ட அக்கறையினால்தான் ஆசா மகேனை அழைத்து வந்தாள் என்று எண்ணி ராஜலட்சுமி உள்ளூறச் சந்தோஷப்பட்டாள். ''அம்மா! உன்னைத் தூங்க அனுப்பினேன். மகேந்திரனை ஏன் நீ இழுத்துக் கொண்டு வந்தாய்?'' என்றாள்.

ஆசா அதற்குப் பதில் அளிக்காமல், கையில் விசிறியுடன் அவள் பக்கத்தில் வந்து உட்கார்ந்தாள்.

''போ, அம்மா, தூங்கு போ!''

ஆசா மெதுவாக, ''என்னை இங்கேதான் இருக்கச் சொன்னார்'' என்றாள். தாயின் பணிவிடைக்காக அவளை ஏற்பாடு செய்திருப்பதாகச் சொன்னால், ராஜலட்சுமிக்குக் களிப்பு உண்டாகும் என்று ஆசாவுக்கு நன்றாகத் தெரியும்.

43

ஆசாவினால் மகேந்திரனை வளையக் கட்ட முடியவில்லை என்று கண்டு கொண்டாள்

ராஜலட்சுமி. 'என் நோய் காரணமாகவாவது அவன் வீட்டில் இருந்தாலே நல்லது தான்' என்று அவளுக்குத் தோன்றியது. உடம்பு எங்கே குணமாகி விடுமோ என்ற அச்சமும் மூளவே, அவள் ஆசாவை ஏமாற்றி மருந்தைக் கீழே எறிந்து விடத் தொடங்கினாள்.

மகேந்திரன் எப்போதுமே அலட்சியமாக இருப்பவன்; எதையும் அதிகம் கவனிக்க மாட்டான். ஆனால், ராஜலட்சுமி யின் உடம்பு குணமாவது கிடக்க, பின்னும் நலம் குன்றுவதை ஆசா உணர்ந்தாள். 'மகேந்திரன் அக்கறையோடு சரியான மருந்தைக் கொடுக்கவில்லை; தாயின் உடம்பு பற்றி அவனுக்கு அக்கறை இல்லை. அவ்வளவு தூரம் புத்தி மாறி விட்டது' என்று அவ ளுக்குத் தோன்றியது. இவ்வளவு தூரம் கீழிறங்கி விட்டது குறித்து அவள் அவனை உள்ளூறத் தூற்றவும் செய்தாள். ஒரு விதத்தில் கெட்டால், இப்படி எல்லா விதங்களிலுமா நாசமாக வேண்டும்!

ஒரு நாள் சாயங்காலம் நோய் தாங்காமல் தவிக்கும் போது ராஜலட்சுமிக்கு விஹாரியின் நினைவு வந்தது. எத்தனையோ நாட்களாக விஹாரி வரவில்லை. அவள் ஆசாவிடம், ''அம்மா! விஹாரி இப்போது எங்கே இருக்கிறான், தெரியுமா?'' என்றாள். பல காலமாக நோயுற்ற போதெல்லாம் விஹாரிதான் அவளுக்குப் பணி செய்வது வழக்கம். அது ஆசாவுக்குத் தெரிய வந்தது. அத னால்தான் இப்போதும் விஹாரியின் நினைவு ராஜலட்சுமிக்கு வந்தது. 'இந்தக் குடும்பத்துக்கு நிலைத்த ஆதரவாக இருந்த விஹாரியும் விலகிச் சென்று விட்டார். அவர் இருந்தால் இந்த வேதனையில் அம்மாவுக்கு ஓரளவு கவனிப்பும் இருக்கும். இவரைப் போல் இதயமற்றவரல்ல விஹாரி!' - ஆசாவின் மார்பிலிருந்து நெடுமூச்சு எழுந்தது.

''விஹாரியோடு மகேன் சண்டை போட்டுக் கொண்டானா! அவன் செய்தது மிகவும் தவறு, அம்மா! அவனைப் போல் நன்மை செய்யும் நண்பன் மகேந்திரனுக்கு வேறு எவருமே கிடைக்க மாட்டான்'' என்று சொல்லும் போது தாயினுடைய விழிகளில் நீர் துளித்தது.

ஆசாவுக்குப் பல விஷயங்கள் ஒவ்வொன்றாக நினைவுக்கு வந்தன. அப்பாவித்தனமாகக் கண் மூடிக் கொண்டு நடந்த ஆசா வுக்குத் தக்க வேளையில் எச்சரிக்கை செய்ய விஹாரி பல வித மாக முயன்றான்; அதன் பலனாக ஆசாவின் வெறுப்புக்கே அவன் ஆளாக நேரிட்டது. இதை எண்ணி ஆசா தன்னைத் தானே நொந்து கொண்டாள். ஒரே நண்பனைக் கஷ்டங்களுக் குள்ளாக்கி, ஒரே பகையாளியைத் தழுவிக் கொண்ட இந்த நன்றி கெட்ட முட்டாளுக்குத் தெய்வம் ஏன் தண்டனை அளிக் காது! விஹாரி மனமுடைந்து பெருமூச்சுடன் வீட்டை விட்டு

விடைபெற்றுச் சென்றான். அவனுடைய பெருமூச்சு வீட்டைப் பற்றிக் கொள்ளாமல் இருக்குமா?

மீண்டும் வெகு நேரம் கவலையுடன் இருந்த ராஜலட்சுமி திடீரென்று, ''அம்மா, விஹாரி இருந்தால் இந்தச் சங்கடத்தில் நமக்கு ஒத்தாசையாக இருப்பான். இவ்வளவு தூரம் நடக்க விட்டிருக்க மாட்டான்'' என்றாள்.

ஆசா கம்மென்று யோசிக்கலானாள். ராஜலட்சுமி பெருமூச்செறிந்தாள்: ''எனக்கு உடம்பு சரியில்லை என்று அவனுக்குத் தெரிந்தால், வராமல் இருக்கவே மாட்டான், அம்மா.''

விஹாரிக்கு விஷயம் தெரிய வேண்டும் என்று ராஜலட்சுமி விரும்புவது ஆசாவுக்குப் புரிந்தது. விஹாரி இராமல் அவள் ஒரேயடியாகத் துணையற்றவள் ஆகி விட்டாள்.

அறையினுள் விளக்கை அணைத்து விட்டு, நிலவில் சாளரத்தின் அருகே கம்மென்று மகேந்திரன் நின்றிருந்தான். வீட்டில் சுகம் ஏதுமில்லை. படிக்கவும் பிடிக்கவில்லை. நெருங்கிய உறவினர்களுடன் சாதாரணமாகப் பழகுவதும் விட்டுப் போயிற்று. அவர்களைப் பிறத்தியாரென்று விலக்கி விடவும் முடியவில்லை. சகஜமாக அவர்களை ஏற்றுக் கொள்ளவும் முடியவில்லை. துறக்கவும் முடியாத அந்த உறவு தாங்க முடியாத பளுவைப் போல் அவனது இதயத்தை அழுத்தியது. தாயின் எதிரே செல்ல அவனுக்கு இஷ்டமில்லை. திடீரென்று அவன் அருகே வந்தால் அவள் ஏதோ சந்தேகமும் தயக்கமும் கலந்து ஆழ்ந்து கவனிப்பது மகேந்திரனைத் தாக்கியது. ஆசா ஏதாவது சாக்கிட்டு அருகில் வந்தால் அவளுடன் பேசுவது கூடக் கஷ்டமாக இருக்கிறது. கம்மென்றிருக்கவும் முடியவில்லை. இப்படி எவ்வாறுதான் நாட்கள் கழியும்? ஏழு நாட்களாவது விநோதினியைப் பார்க்காமல் இருப்பது என்று அவன் உறுதியுடன் இருந்தான். இன்னும் இரண்டு நாட்கள் பாக்கி நின்றன. எவ்வாறுதான் அந்த இரண்டு நாட்களும் கழியுமோ!

மகேந்திரனுக்குப் பின்னால் யாரோ வரும் ஓசை கேட்டது. ஆசா அறையினுள் வருவதை அவன் உணர்ந்தான்; ஆனால் அது கேட்காதது போலவே அசையாமல் நின்றான். ஆசா அதைத் தெரிந்தும் கொண்டும், அறையை விட்டுச் செல்லவில்லை; பின்னால் நின்று, ''ஒரு விஷயம் சொல்ல வேண்டும்; அதைச் சொன்னதும் போய் விடுகிறேன்'' என்றாள்.

மகேந்திரன் திரும்பினான். ''போவானேன்! கொஞ்சம் உட்காரேன்'' என்றான்.

இந்த மரியாதைச் சொல்லைக் காதில் போட்டுக் கொள்ளாமல் ஆசா, ''விஹாரி பாபுவக்கு அம்மாவின் உடம்பைப் பற்றிச் சொல்லியனுப்ப வேண்டும்'' என்றாள்.

விஹாரியின் பெயரைக் கேட்டதும் மகேந்திரனுடைய இதயத்தில் இருந்த புண்ணைச் சுரீரென்று குத்துவது போன்ற உணர்ச்சி ஏற்பட்டது. அவன் சற்றுச் சமாளித்தான். "ஏன்? என் சிகிச்சையில் நம்பிக்கை இல்லையா?" என்றான்.

மகேந்திரன், தாயின் உடம்புக்குச் சிகிச்சை செய்யப் போதுமான அக்கறை எடுத்துக் கொள்ளவில்லை என்ற எண்ணம் ஆசாவின் மனத்தில் நிறைந்திருக்கவே, சட்டென்று பதில் அவள் வாயில் வெளிவந்தது: "எங்கே, அம்மாவுக்கு உடம்பு சரியாக வில்லை; தவிர, நாளுக்கு நாள் அதிகமாகி வருகிறதே!"

இந்தச் சொல்லில் அடங்கியிருந்த வெம்மையை உணர்ந் தான் மகேந்திரன். இதுவரை ஆசா இப்படி மறைமுகமாகத் தாக்கியதில்லை. தன் ஆண்மைக்குத் தாக்குதல் ஏற்படவே அவன் வெறுப்புடன், "உன்னிடம் நான் வைத்தியம் கற்றுக் கொள்ள வேண்டும் போல் இருக்கிறது!" என்றான்.

இந்தக் கேலிப் பேச்சு ஆசாவின் உள்ளத்தில் மண்டிக் கிடந்த துயரத்தை எதிர்பாராத விதமாகத் தூண்டியது. தவிர, அறை இருளாகிக் கிடந்தது. அதனால் இதுவரை பதில் பேசாத ஆசா கூச்சமின்றி, பொங்கி எழும் துணிச்சலுடன், "வைத்தியம் கற்றுக் கொள்ளா விட்டாலும், அம்மாவைக் கவனிக்கவாவது தெரிந்து கொள்ளலாம்" என்று பதில் அளித்தாள்.

ஆசாவின் பதிலைக் கேட்டு மகேந்திரன் அடைந்த வியப்பு க்கு ஓர் எல்லை இல்லை. பழக்கமற்ற இந்தச் சொல்லம்பைக் கேட்டு அவன் மிகவும் கடுமையாகி விட்டான். "உன் விஹாரி பாபுவை ஏன் வீட்டுக்குள் வரத் தடை செய்தேன் என்பது உனக்குத் தெரியும். இன்று மறுபடியும் நினைவு வந்து விட்ட தாக்கும்!" என்றான்.

ஆசா பரபரவென்று அறையிலிருந்து வெளியே சென்றாள். வெட்கம் அவளை அவ்வாறு பிடித்துத் தள்ளியது. அவளுக்காக அல்ல அந்தக் கூச்சம்; குற்றத்தில் மூழ்கிக் கிடப்பவன் இப்படி அநியாயமாகப் பழிச் சொல்லைப் பேசலாமா? இவ்வளவு வெட்கம் கெட்டவனை மூடுவதற்கு மலையளவு கூச்சம் இருந் தாலும் முடியாதே!

ஆசா சென்றதும் மகேந்திரன் தன் முழுத் தோல்வியைப் புரிந்து கொண்டான். ஆசா எப்போதாகிலும், எந்த நிலையிலும் தன்னை இப்படி ஏசுவாள் என்று மகேந்திரன் கற்பனை கூடச் செய்தவனல்ல. சிம்மாசனம் இருந்த இடத்தில் அவன் இன்று மண்ணில் புரண்டான். ஆசாவின் வேதனை வெறுப்பாக மாறி விடுமோ என்ற சந்தேகமும் இத்தனை நாட்களுக்குப் பின் மூண்டது.

இன்னொரு பக்கம் விஹாரியின் நினைவு வந்ததுமே விநோதினியைப் பற்றிய கவலை அவனை வாட்டியது. விஹாரி

மேற்கேயிருந்து வந்து விட்டானோ என்னவோ! இதற்குள் விநோதினிக்கு அவன் விலாசம் தெரிந்தும் இருக்கலாம்; விஹாரியை அவள் சந்தித்துக்கூட இருக்கலாம். அதற்கு மேலும் அவனால் சபதப்படி இருக்க முடியுமா!

இரவு, ராஜலட்சுமிக்கு மார்பு வலி அதிகமாகியது. அவள் தாங்க முடியாமல் மகேந்திரனைக் கூப்பிட்டனுப்பினாள். மிகவும் கஷ்டத்துடன் அவள், "மகேன்! விஹாரியைப் பார்க்க வேண்டும் போல் இருக்கிறது. அவன் வந்து வெகு நாளாகிறது" என்றாள்.

ஆசா மாமியாருக்கு விசிறிக் கொண்டிருந்தவள் தலை குனிந்தாள். மகேந்திரன், "அவன் இங்கே இல்லையம்மா; மேற்கே யாத்திரை போயிருக்கிறான்" என்றான். "என் மனம் சொல்கிறது; அவன் இங்கேயேதான் இருக்கிறான். உன் மேல் கோபம், அதனால்தான் வரவில்லை. என் தலையைத் தின்றாற் போல், நாளைக்கு ஒரு தடவை நீ அவன் வீட்டுக்குப் போய் வா."

"சரி போகிறேன்" என்றான் மகேந்திரன். எல்லோரும் விஹாரியைத்தான் அழைக்கிறார்கள். உலகில் எல்லாரும் தன்னைக் கை விட்டு விட்டதாக மகேந்திரனுக்குத் தோன்றியது.

44

மறு நாள் விடியலில் மகேந்திரன் விஹாரியின் வீட்டுக்குச் சென்றான். வீட்டு வாயிலில் வேலைக் காரர்கள் பல மாட்டு வண்டிகளில் சாமான்களை ஏற்றிக் கொண்டிருப்பதை அவன் கண்டதும் பஜுவை, "என்னடா விசேஷம்?" என்று கேட்டான். "பாபு கங்கைக் கரையில் ஒரு தோட்டத்தை எடுத்துக் கொண்டிருக்கிறார். அங்கேதான் இதெல்லாம் போகிறது" என்றான் பஜு. "பாபு வீட்டில் இருக்கிறாரா?" என்று கேட்டான் மகேந்திரன். "அவர் இரண்டு நாள்தான் கல்கத்தாவில் இருந்தார். நேற்றுக் கங்கைக் கரைத் தோட்டத்துக்குப் போனார்" என்றான் பஜு.

இதைக் கேட்டதும் மகேந்திரனுக்கு உள்ளூறக் கவலை பிறந்தது. அவன் இராத சமயம் விநோதினி விஹாரியைச் சந்தித் திருக்கலாம் என்று அவன் உள்ளம் ஐயமற நம்பியது. விநோதினி யின் வீட்டு வாயிலிலுங்கூட மாட்டு வண்டியில் அவளுடைய உடைமைகள் ஏற்றப்படுவது போன்ற காட்சி அவன் மனக் கண் முன் எழுந்தது. 'இதற்காகத்தான் இந்த முட்டாளை விநோதினி வீட்டை விட்டு விலக்கி இருந்திருக்கிறாள்' என்று அவன் உறுதி யாக நம்பினான்.

கண நேரங்கூடத் தாமதிக்காமல் அவன் வண்டியில் ஏறிக் கொண்டு வண்டிக்காரனை ஓட்டச் சொன்னான். குதிரை வேக மாக ஓடவில்லை என்று நடுநடுவே வண்டிக்காரனைத் திட்ட வும் செய்தான். தெருவின் ஒரு வீட்டு எதிரே வண்டி நின்ற

போது வெளியே பிரயாணத்துக்கு ஏற்பாடு ஒன்றையும் அங்கே காணவில்லை. ஒரு வேளை முனன்னரே முடிந்து விட்டதா என்ற ஐயம் அவனுக்கு உண்டாயிற்று. பரபரப்புடன் கதவைத் திறந்ததுமே மகேந்திரன், ''எல்லாம் சுகந்தானே!'' என்றான். ''ஆமாம், பாபு, எல்லாம் சுகந்தான்'' என்றான் வேலையாள்.

மகேந்திரன் மேலே சென்ற போது விநோதினி குளிக்கச் சென்றிருந்தாள். அவளுடைய படுக்கையறையில், ஒன்றியாக அவள் முதல் நாளிரவு படுத்திருந்த படுக்கையில் போய்ப் படுத் தான். அந்த மெல்லிய தலையணையை இரு கைகளாலும் மார்பு அருகில் இழுத்து மோந்தவாறு அதில் முகம் புதைத்துக் கொண் டான். ''கொடுமை! அநியாயம்'' என்று அவன் வாய் முணு முணுத்தது.

உள்ளத்தின் பொருமலை இவ்வாறு வெளியிட்ட பின்னர் அவன் படுக்கையை விட்டு எழுந்து விநோதினிக்காகக் காத் திருந்தான். அறையினுள் குறுக்கும் நெடுக்குமாக உலவும் போது ஒரு வங்கப் பத்திரிகை கீழே கிடப்பது அவன் கண்களில் பட்டது. பொழுது போக்கும் எண்ணத்துடன் அதை அவன் அலட்சியமாகக் கையில் எடுத்த போது, அதில் விஹாரியின் பெயர் மகேந்திரனுடைய கண்களை உறுத்தியது. உடனே அவ னுடைய மனம் முழுவதும் அந்தப் பத்திரிகையின் மேல் சென்றது. குறைந்த வருவாய் உள்ள ஏழைக் குமாஸ்தாக்கள் நோய்வாய்ப்பட்டால் இலவசமாக வைத்தியம், மருந்து இவைகளுக்காக விஹாரி 'பாலி' கங்கைக் கரையில் தோட் டத்தை எடுத்திருப்பதாகவும், அங்கு ஒரே சமயத்தில் ஐந்து பேருக்கு இடம் அளிக்க ஏற்பாடுகள் செய்திருப்பதாகவும் ஒரு நிருபர் எழுதியிருந்தார்.

விநோதினி இந்தச் செய்தியைப் படித்திருப்பாள். இதைப் படித்ததும் அவள் மனம் எவ்விதமாக எண்ணியிருக்கும்? அந்தப் பக்கந்தான் ஓடலாம் என்று எண்ணியிருக்கும் அவள் மனம். அது மட்டுமல்ல; விஹாரியின் இந்தத் தீர்மானம் விநோதினி க்குப் பின்னும் அவன் மேல் பக்தியை உண்டாக்கியிருக்கும் என்று மகேந்திரனுடைய உள்ளம் இன்னும் அதிகமாக அடித்துக் கொண்டது. உள்ளூற அவன் விஹாரியை, 'சுத்த டம்பக்காரன்' என்றான். 'இதுவும் ஒரு ஜம்பம்' என்றும் அவன் அதைக் குறிப் பிட்டான். ஜனங்களுக்கு நல்லது செய்ய வேண்டும் என்ற ஜம்பம் அவனுக்குச் சின்ன வயது முதலே உண்டு என்று மகேன் சொல்லிக் கொண்டான். விஹாரியுடன் தன்னை ஒப்பு நோக்கித் தான் எல்லா விதத்திலும் ஒளிவு மறைவு இல்லாதவன் என்று பெருமைப்பட்டுக் கொண்டான். 'தாராளம், தன்னலம் கருதாமை என்றெல்லாம் ஜம்பம் அடித்து அப்பாவி மக்களை ஏமாற்று வதைக் கட்டோடு வெறுப்பவன் நான்' என்றும் மார் தட்டினான்.

ஆனால், பரிதாபம்! ஒளிவு மறைவு இராதவனுடைய பெருமையை ஜனங்கள் - அதிலும் முக்கியமாக ஓர் ஆள் - புரிந்து கொள்ள வில்லையே! தன் விஷயமாக ஒரு தந்திரம் செய்ததாகவே அவனுக்குத் தோன்றியது.

விநோதினி வரும் ஓசை கேட்கவே அவன் பரபரவென்று அதை மடித்துப் போட்டுக் கொண்டு அதன் மேல் அழுத்தி உட்கார்ந்தான். விநோதினி குளித்து விட்டு உள்ளே வந்த போது மகேந்திரன் அவளுடைய முகத்தைக் கண்டு வியப்படைந்தான். அவளிடம் எத்தகைய மாறுதல் ஏற்பட்டிருந்தது! இந்தச் சில நாட்களாக அவள் நெருப்பில் தவம் புரிந்தாளா! அவள் உடல் மெலிந்திருந்தது. அந்த மெலிவையும் தாண்டி வெளுத்த முகத் தில் ஓர் ஒளி சுடர் விட்டது.

விஹாரியின் கடிதம் வரும் என்ற நம்பிக்கையை விநோதினி கை விட்டு விட்டாள். தன் மேல் விஹாரி கொண் டுள்ள இந்த அவமதிப்பை எண்ணி அல்லும் பகலும் மௌன மாகப் புழுங்கினாள் அவள். இந்தச் சகதியிலிருந்து விடுதலை பெற அவளுக்கு யாதொரு வழியும் புலப்படவில்லை. தன்னை வெறுத்தே விஹாரி மேற்கே யாத்திரை மேற்கொண்டான். இருப்பிடம் கண்டுபிடிக்க அவளுக்கு வழி ஏதும் தெரிய வில்லை. வேலையே கண்ணாக எண்ணிச் சுறுசுறுப்புடன் அலை யும் விநோதினி இச்சிறு வீட்டினுள் வேலை எதுவுமின்றித் திணறினாள். அவளுடைய முயற்சி அவளைப் பல்வேறு வித மாக வாட்டியது.

அன்போ, வேலையோ இல்லாமல் இந்தக் களிப்பற்ற வீட்டினுள், இந்தச் சின்னச் சந்தில் வாழ்நாள் முழுவதும் அடைபட்டுக் கிடக்க வேண்டுமே என்று கற்பனை செய்து கொண்ட அவளுடைய உள்ளத்தினுள் தன் அதிருஷ்டத்துக்கு எதிராகப் புரட்சி மூண்டது. வானில் தலை முட்டிக் கொள்வது போன்ற பயனற்ற முயற்சிகள் செய்யவும் தலைப்பட்டது அவ ளுடைய புரட்சி மனப்பான்மை. தன்னுடைய விடுதலைக்குத் தடையாக நாலு பக்கங்களிலும் அடைத்துக் கொண்டு வாழ்வைக் குறுக்கிய மகேந்திரனிடம் விநோதினிக்கு ஏற்பட்ட வெறுப்புக்கும் பகைமைக்கும் எல்லையில்லை. அந்த மகேந் திரனை விலக்குவது இயலாத காரியம் என்றும் அவளுக்குத் தெரிந்ததுதான். இச் சிறு வீட்டில் மகேந்திரன் அவளை அணுகி எதிரே உட்கார்ந்து கொள்வான்; தினமும் புலனாகாத ஒரு வசியத்துடன் அணு அணுவாக அவன் முன்னேறுவான். இந்த இருண்ட குழியில், சமூகத்தை விட்டு விலகிய வாழ்வின் சேற்றில், வெறுப்பு பிணைப்பு இவைகளின் நடுவே தினமும் போராடிக் கொண்டிருப்பது மிகவும் பயங்கரமானதல்லவா! விநோதினி தானாக புற்றைக் கிளறித் தன் கையால் மகேந்திர

னுடைய இதயத்தின் அடிப்புரையிலிருந்து, பொறாமையென்னும் பெருநாக்குப் படைத்த பாம்பை வெளிப்படுத்தி விட்டாள். இதன் பிடியிலிருந்து தான் தப்புவது எவ்வாறு என்று அவளுக்குத் தோன்றவில்லை.

விநோதினியின் இதயம் வேதனையில் குமைந்து கிடந்தது. இந்த இருண்ட வீட்டினுள் மகேந்திரனுடைய ஆசை அலைகள் வேறு ஓயாமல் அடித்தன. இதைக் கற்பனையில் எண்ணும் போது அவளுடைய உள்ளம் தவிப்பில் ஆழ்ந்தது. வாழ்வில் இதற்கு முடிவு எங்கே? இவைகளிலிருந்து அவள் எவ்வாறு வெளி வருவது?

விநோதினியின் மெலிந்து வெளுத்த முகம் மகேந்திரனுடைய உள்ளத்தில் பொறாமைக் கனலை மூட்டியது. விஹாரியின் எண்ணத்திலிருந்து இந்தத் தபஸ்வினியை மீட்கப் போது மான சக்தி அவனுக்கு இல்லையா? கழுகு பாய்ந்து வந்து, ஆட்டுக் குட்டியைத் தூக்கிப் போக முடியாத வானளாவிய மலையின் மேலும் தன் கூட்டுக்குக் கொண்டு செல்லவில்லையா? அதே போல் தனிமையில் மகேந்திரன் தன் மென்மை பயந்த இளம் வேட்கையைத் தன் மார்பில் ஒளித்துக் கொள்ளக் கூடிய இடம் இல்லையா? பொறாமைக் கனலின் வேகம் அவனுடைய ஆசையின் தீவிரத்தை நான்கு மடங்காக்கியது. இனி ஒரு கணமாவது விநோதினியைக் கண் மறைவாக விட்டிருக்க அவனால் முடியாது. விஹாரி என்ற பயங்கரத்தை அவ்வப்போது ஒதுக்கித் தள்ள வேண்டும். அதற்கான துணிவு அவனுக்குத் துளியளவேனும் இல்லை.

பிரிவின் வேதனை பெண்களின் அழகைப் பின்னும் அதிகமாகச் செய்கிறது என்று மகேந்திரன் சமஸ்கிருதக் கவிதைகளில் படித்திருக்கிறான். விநோதினியைக் கண்டதும் அதை அவன் அனுபவிக்கத் தொடங்கவும், சுகம் கலந்த வேதனையின் தீவிரமான தாக்குதல் அவன் உள்ளத்தைக் கலக்கியது.

விநோதினி கண நேரம் கம்மென்றிருந்தாள். பின்னர், "தேநீர் சாப்பிட்டு விட்டு வந்தீர்களா?" என்று கேட்டாள்.

"சாப்பிட்டு விட்டு வந்தால் என்ன! உன் கையால் இன்னொரு கோப்பை கொடுக்கக் கருமித்தனம் செய்யாதே! என் கோப்பையை நிரப்பித் தா."

விநோதினி மகேந்திரனுடைய களிப்பை வேண்டுமென்றே தடுப்பது போல், "விஹாரி பாபு இப்போது எங்கே இருக்கிறார், தெரியுமா?" என்றாள்.

மகேந்திரனுடைய முகம் நிமிஷத்தில் மாறியது. "அவன் இப்போது கல்கத்தாவில் இல்லையே!" என்றான்.

"அவர் விலாசம் என்ன?"

''அவன் யாருக்கும் சொல்லி விட்டுப் போகவில்லையே!''

''விசாரித்துத் தேடினால் கிடைக்காதா?''

''எனக்கு அப்படி ஏதும் அவசியம் இல்லையே!''

''எதற்கும் அவசியம் தேவையா? இளமை முதல் நட்பு இருந்ததில்லையா? அது போதாதா?''

''விஹாரி சின்ன வயது முதல் என் நண்பன்தான். ஆனால், உன்னுடன் அவன் தொடர்பு சில நாட்கள்தான். உனக்குத்தான் அவசியம் அதிகம் போல் இருக்கிறது!''

''அதைப் பார்த்தாவது உங்களுக்குக் கூச்சமாக இல்லையா? நட்பு எப்படி இருக்க வேண்டும் என்பதை அத்தகைய நண்பரிடமிருந்து கூடக் கற்றுக் கொள்ளவில்லையா?''

''அதற்காக அவ்வளவு நான் கவலைப்படவில்லை. ஆனால் ஏமாற்றி, பெண்களின் மனத்தைக் கவருவது எவ்வாறு என்ற வித்தையை அவனிடம் கற்றுக் கொண்டிருந்தாலும் இப்போது உபயோகமாக இருக்கும்.''

''ஆசைப்பட்டால் மட்டும் அதைக் கற்றுக் கொள்ள முடியுமா? திறமை வேண்டாமா?''

''குருவின் விலாசம் உனக்குத் தெரிந்தால் சொல்லி விடேன். அவரிடம் போய் மந்திரம் கற்று வருகிறேன். திறமையை அப்போது சோதிக்கலாம்.''

''நண்பரின் விலாசத்தைக் கண்டுபிடிக்க முடியா விட்டால், காதல் என்ற பேச்சையே என்னிடம் எடுக்க வேண்டாம். விஹாரி பாபுவிடம் நீங்கள் நடந்து கொண்டதைக் கவனித்த பின் யார்தான் உங்களை நம்புவார்கள்?''

''என்மேல் முழு நம்பிக்கை இருந்தால் என்னை இவ்வாறு அவமானம் செய்யத் துணிவிராது உனக்கு. என் காதலில் சிறிதாவது உனக்கு அவநம்பிக்கை மூண்டிருந்தால் இன்று எனக்கு இவ்வளவு தாங்க முடியாத வேதனை ஏற்பட்டிராது. வசமாகாமல் தப்பும் விஹாரிக்கு வித்தை தெரியும். அதை இந்தத் துரதிருஷ்டசாலிக்குக் கற்றுக் கொடுத்திருந்தால் நண்பனுக்கு ஏற்ற உதவி செய்ததாக எண்ணலாம்.''

''விஹாரி பாபு மனிதர்; அதனால்தான் அவர் அப்படி வசப்படாமல் இருக்க முடிகிறது'' என்று விநோதினி தலைமயிர் முதுகில் புரளச் சாளரத்தின் அருகிலேயே நின்றாள். மகேந்திரன் திடீரென்று எழுந்து முஷ்டியைக் குவித்தவாறு கோபத்துடன் உறுமினான். ''என்னை இப்படித் திரும்பத் திரும்ப அவமானம் செய்ய எப்படித் துணிவு வருகிறது உனக்கு? இத்தனை அவமதிப்புக்கும் பலன் உனக்குக் கிடைக்கவில்லை என்றால், அது உன் திறமையினாலா அல்லது என் நல்ல மனசு காரணமாகவா? என்னை மிருகமென்றே எண்ணியிரு. ஆனால்,

இது துஷ்ட மிருகம் என்பதை மறவாதே! ஒரே அடியாகத் தாக்கத் தெரியாத மிருகம் என்று என்னை எண்ணி விடாதே'' என்று அவன் அவளுடைய முகத்தையே கண நேரம் பார்த்து நின்றான். பின்னர் அவன், ''விநோத்! இங்கிருந்து வந்து விடு. நாம் வெளியே போய் விடலாம்; மேற்கேயோ, மலை களுக்கோ, உனக்கு எங்கு விருப்பமோ போகலாம். இங்கு உயி ருடன் இருக்க இடம் இல்லை; நான் சாகிறேன் இங்கு'' என்றான்.

''வாருங்கள், இப்போதே மேற்கே கிளம்பி விடலாம்.''

''மேற்கே எங்கே போவது?''

''எங்கேயும் இல்லை; ஓரிடத்தில் இரண்டு நாட்கள் தங்கக் கூடாது; சுற்றித் திரியலாம்.''

''அதுவும் நல்லது, இன்றிரவே போகலாம்.''

விநோதினி ஒப்புக் கொண்டதும், மகேந்திரனுக்காக உணவு சமைக்கச் சென்றாள்.

விஹாரியின் செய்தி விநோதினியின் கண்களில் படவில்லை என்பதை மகேந்திரன் கண்டு கொண்டான். செய்தித் தாளில் மனத்தைச் செலுத்துமளவுக்குக் கவனம் அவளிடம் இல்லை. இந்தச் செய்தி அவளுக்குப் பின்னர் தெரியுமோ என்ற அச்சத்தில் அன்று முழுவதும் அவன் கவலையுடன் விழித்திருந்தான்.

45

விஹாரியைப் பற்றி விசாரித்துக் கொண்டு மகேந்திரன் திரும்பி வருவான் என்று எண்ணி வீட்டில் அவனுக்காக உணவு தயாராகிக் கொண்டிருந்தது. நேரம் ஆவதைக் கண்டு நோயுற்ற ராஜலட்சுமி கவலைப்படலானாள். இரவெல்லாம் தூங்காமல் மிகவும் சோர்ந்திருந்தவள், மகேந்திரனுக்காக வேறு கவலைப் படுவது கண்டு ஆசா விசாரித்த போது, மகேந்திரனுடைய வண்டி வந்து விட்டது தெரிந்தது. வண்டிக்காரனைக் கேட்டதில் விஹாரியின் வீட்டிலிருந்து மகேந்திரன் படல்டாங்கா வீட்டிற்குச் சென்றதாக அவன் சொன்னான். அதைக் கேள்வியுற்ற ராஜ லட்சுமி சுவரின் பக்கம் திரும்பிப் படுத்தாள். ஆசா, அவ ளுடைய தலைமாட்டில் கண்ணாடிப் பதுமை போல் உட்கார்ந்து விசிறினாள். மற்ற நாட்களில் சாப்பிடச் சொல்லி ஆசாவை வற்புறுத்தும் ராஜலட்சுமி அன்று எதுவும் சொல்லவில்லை. முதல் நாளிரவு தன் கடுமையான நோயைக் கண்டும் மகேந்திரன் விநோதினியின் ஆசையால் ஓடியதன் பின்னர் அவளுக்கு உலகில் எதைப் பற்றியும் கேட்பதிலோ, முயற்சி செய்வதிலோ, ஆசைப்படுவதிலோ பயனில்லை என்றே தோன்றி விட்டது. தன் நோயை அவன் மிகவும் சாதாரணமாக எண்ணியிருக்கிறான்;

மற்றச் சமயங்கள் போல் இம்முறையும் தானாகவே குணமாகி விடும் என்று அவன் கவலையற்று இருக்கிறான் என்று அவ ளுக்குப் புரிந்தது. ஆனால், அந்தக் கவலையற்ற போக்கு அவ ளுக்கு மிகக் கடுமையாகப் பட்டது. காம வெறியில் அவன் எந்த விதமான கடமைக்கோ, கவலைக்கோ மனத்தில் இடம் அளிக்க விரும்பவில்லை. தாயின் நோயையும் கஷ்டத்தையும் மிகவும் சாதாரணமாகவே நினைத்தான். தாயின் படுக்கையறை யில் கட்டுண்டு கிடக்கப் பயந்து அவன் வெட்கமின்றிச் சிறி தளவு ஓய்வு கிடைக்கவும், விநோதினியிடம் ஓடி விட்டான். உடல் நோய் தீர வேண்டும் என்ற ஆசை ராஜலட்சுமிக்குச் சிறி தளவும் இராமல் போய் விட்டது. மகேந்திரன் கவலைப்படா மல் இருப்பது தவறு என்பதை ரோஷத்துடன் ருசுப்பிக்க முனைந்தாள்.

மணி இரண்டிருக்கும் போது ஆசா உள்ளே வந்தாள். "அம்மா! மருந்து சாப்பிட நேரமாகி விட்டது" என்றாள். ராஜ லட்சுமி பதில் ஒன்றுமே சொல்லவில்லை. ஆசா மருந்து கொண்டு வர எழுந்த போது அவள், "மருந்து வேண்டாம்; நீ போ!" என்றாள்.

ஆசாவுக்கு அவளுடைய ரோஷம் புரிந்தது. அந்த ரோஷம் மிகவும் தீவிரமாக அவளுடைய உள்ளத்தைத் தாக்கவே, ஆசாவினால் அதற்கு மேல் இருக்க முடியவில்லை. அழுகையை அடக்கப் போய் விம்மினாள். ராஜலட்சுமி மெல்ல ஆசாவின் பக்கம் திரும்பி அவளுடைய கையைத் தன் கரத்தால் தட வினாள்; "அம்மா! நீ சின்னப் பெண். இன்னும் சுகம் காண உனக்குப் பொழுது இருக்கிறது. எனக்காக நீ இனிக் கஷ்டப் படாதே, அம்மா. நானும் எத்தனையோ நாட்கள் வாழ்ந்தாகி விட்டது. எதற்காக இன்னும் உயிருடன் இருக்க வேண்டும்?" என்றாள்.

இதைக் கேட்ட ஆசாவின் விம்மல் அதிகமாகியது. அவள் வாயைப் புடைவைத் தலைப்பினால் அழுத்திக் கொண்டாள்.

இவ்வாறு நோயாளியின் வீட்டில் அன்றைய தினம் வேதனையுடன் மெல்லக் கழிந்தது. அந்த ரோஷத்தினிடை யிலும் அந்த இருவரின் உள்ளத்தில் மகேந்திரன் வந்து விடுவான் என்ற நம்பிக்கை இருந்தது. ஓசை கேட்கும் போதெல்லாம் அவர் களுடைய உடலில் ஒரு சிலிர்ப்புத் தோன்றுவதை இருவருமே உணர்ந்தார்கள். மெல்ல அந்தி மங்கியது. பின்கட்டில் மாலை யின் மங்கிய ஒளியில் மலர்ச்சியில்லை; மறைக்க இருளின் போர்வையுமில்லை. அது வேதனையை மிகவும் கடினமாக்கும்; ஏமாற்றத்தையும் வறண்ட வேதனையாக மாற்றும் தன்மையுடை யது; வேலைகளையும், அனுபவம் மூலம் மறதியைத் தேடிக்

கொள்ளும் பலத்தையும் அது போக்கடித்து விடுகிறது. ஓய்வு, தியாகம் இவற்றால் பிறக்கும் அமைதியையும் அது தருவ தில்லை. வறண்ட அந்திப் பொழுதில் அந்த அறையினுள் ஆசா ஒரு விளக்கை ஏற்றிக் கொணர்ந்து வைத்தாள். ராஜலட்சுமி, ‘‘அம்மா, விளக்கு எனக்குப் பிடிக்கவில்லை; வெளியே எடுத்துப் போ’’ என்றாள்.

ஆசா விளக்கை வெளியே எடுத்துச் சென்று வைத்து விட்டு வந்தாள். இருட்டுச் சற்றுக் கனத்து, அறையினுள்ளிருந்து வெளியிலும் பரவியது; ஆசா ராஜலட்சுமியிடம் மெல்ல, ‘‘அம்மா, அவருக்குச் சொல்லி அனுப்பட்டுமா?’’ என்றாள்.

ராஜலட்சுமி உறுதியாக, ‘‘வேண்டாம், அம்மா. என் மேல் ஆணையிட்டுச் சொல்லுகிறேன்; மகேந்திரனுக்குச் சொல்லி அனுப்ப வேண்டியதில்லை’’ என்றாள்.

இதைக் கேட்ட ஆசா வாய் திறக்கவில்லை. அதற்கு மேல் அழக் கூட அவளுக்குச் சக்தியில்லை. வெளியே வேலைக்காரன் வந்து, ‘‘அம்மா, பாபுவிடமிருந்து கடிதம் வந்திருக்கிறது’’ என்றான்.

இதைக் கேட்ட ராஜலட்சுமிக்கு, ‘மகேனுக்குத் திடீரென்று ஏதாவது உடம்போ? அதுதான் வர முடியாமல் கடிதம் எழுதி யிருக்கிறானோ?’ என்று தோன்றியது. குரலில் வருத்தமும் பரபரப்பும் தொனிக்க அவள், ‘‘பாரம்மா, அவன் என்ன எழுதி யிருக்கிறான், பார்!’’ என்றாள்.

ஆசா கைகள் நடுங்க, வெளியே இருந்த விளக்கின் ஒளியில் கடிதத்தைப் படித்தாள். ‘‘சில நாட்களாக உடம்பு சரியாக இல்லை. அதனால் மேற்கே பிரயாணம் மேற்கொண் டிருக்கிறேன்’’ என்று அவன் எழுதியிருந்தான். அம்மாவின் உடம்பைப் பற்றி அதிகம் கவலைப்பட அவசியம் இல்லை. அவளைச் சரிவரக் கவனிததுக் கொள்ளும்படி அவன் நவீன் டாக்டரிடம் சொல்லியிருந்தான். இரவில் தூக்கம் வராவிட் டாலோ, தலை வலித்தாலோ என்ன செய்வது என்றும் அவன் கடித்ததில் எழுதியிருந்தான். இரண்டு டப்பாக்களில் சுலபமாக ஜீரணிக்கக் கூடிய மருந்துகளையும் மருந்துக் கடையிலிருந்து வாங்கிக் கடிதத்துடன் அனுப்பியிருந்தான். தாற்காலிகமாக கிரிதி விலாசத்துக்குத் தாயின் உடம்பைப் பற்றி அவசியம் தெரி விக்கும்படி பிற்குறிப்பில் எழுதியிருந்தான் மகேந்திரன்.

இந்தக் கடிதத்தைப் படித்த ஆசா திகைப்புற்று நின்றாள். அவளுடைய வேதனையையும் மீறிக் கொண்டு வெறுப்புத் தலை தூக்கியது. இந்தக் கெட்ட செய்தியை அம்மாவிடம் எவ்வாறு சொல்வது?

ஆசா நேரமாக்குவது கண்டு ராஜலட்சுமிக்குக் கவலை அதிகரித்தது. ‘‘அம்மா, மகேன் என்ன எழுதியிருக்கிறான்!

சீக்கிரம் சொல்'' என்று அவள் ஆவலுடன் படுக்கையில் எழுந்து உட்கார்ந்தாள்.

ஆசா மெல்ல உள்ளே வந்து கடிதம் முழுமையும் படித்துச் சொன்னாள். ''உடம்பைப் பற்றி மகேன் என்ன எழுதியிருக்கிறான்? அந்த இடத்தை மட்டும் படி'' என்றாள் ராஜலட்சுமி.

ஆசா மீண்டும் படித்தாள்: ''சில நாட்களாக எனக்கு உடம்பு சரியாக இல்லை. அதனால் நான்...''

''போதும்; போதும். மேலே படிக்க வேண்டாம். அப்படித்தான் அவனுக்கு இருக்கும்! கிழட்டுத் தாய் சாகவும் இல்லை. வைத்துக் கொண்டு எரிச்சல் மூட்டுகிறாளல்லவா! நீ என் உடம்பைப் பற்றி ஏன் மகேந்திரனுக்குச் சொன்னாய்? வீட்டிலே அறையின் மூலையிலே படித்துக் கொண்டிருந்தான். எவருடனும் ஒரு வம்பு தும்பு வைத்துக் கொள்ளவில்லை. நடுவில் போய் அம்மாவுக்கு உடம்பு என்று கிளப்பி அவனை வீட்டை விட்டு விரட்டியதில் உனக்கு என்ன சுகம்? நான் இங்கே செத்தால்தான் யாருக்கு என்ன குறைந்து போகும்? இவ்வளவு கஷ்டப்பட்டும் உனக்குப் புத்தி வரவில்லையே!'' என்றதும் ராஜலட்சுமி படுக்கையில் படுத்தாள்.

வெளியே பூட்ஸின் ஓசை கேட்டது. வேலைக்காரன், ''டாக்டர் பாபு வந்திருக்காங்க'' என்றான்.

டாக்டர் ஒரு முறை கனைத்து விட்டு அறையின் உள்ளே வந்தார். ஆசா பரபரவென்று முசுக்கை இழுத்து விட்டுக் கொண்டு கட்டிலின் மறைவில் நின்றாள். ''உங்களுக்கு என்ன உடம்பு, சொல்லுங்கள்'' என்றார் டாக்டர்.

ராஜலட்சுமி கோபத்துடன், ''என்ன உடம்பு! மனுஷ்யனைச் சாகக்கூட விட மாட்டீர்களா? உங்கள் மருந்தைத் தின்றால் சிரஞ்சீவியாகி விடுவேனா?'' என்றாள்.

டாக்டர் ஆறுதல் கூறும் குரலில், ''சிரஞ்சீவியாகா விட்டாலும் கஷ்டத்தைக் குறைக்க ஏதோ...'' என்று ஆரம்பித்தார்.

''கஷ்டங்களுக்கெல்லாம் முன்பு நல்ல மருந்து இருந்தது. அப்போது விதவைகள் உடன்கட்டை ஏறிச் சாவார்களாம். இப்போது கட்டுண்டு சாக அடிப்பதுதான் மிச்சம். போங்கள் டாக்டர் பாபு, எனக்கு வீணாக எரிச்சல் மூட்டாதீர்! எனக்குத் தனிமை தான் வேண்டும்.''

டாக்டர் தயங்கியவாறு, ''உங்கள் நாடியை ஒரு தடவை...'' என்றார்.

ராஜலட்சுமிக்கு எரிச்சல் அதிகமாகியது; ''போம் என்றால்...! என் நாடி நன்றாகத்தான் இருக்கிறது. இது சீக்கிரம் தளரும் என்ற நம்பிக்கை இல்லை'' என்றாள்.

டாக்டர் வேறு வழியின்றி வெளியேறி ஆசாவைக் கூப்பிட்டனுப்பினார். அவளிடம் நவீன் டாக்டர் வியாதியின் வரலாறுகளைக் கேட்டுக் கொண்டார். விஷயங்களை மற்றும் தெரிந்து கொண்ட பின்னர் மீண்டும் அவர் அறையினுள் நுழைந்தார். "இதோ பாருங்கள்! மகேந்திரன் உங்கள் பொறுப்பு முழுவதையும் என்னிடம் விட்டுச் சென்றிருக்கிறான். உங்களுக்கு வைத்தியம் பார்க்க என்னை விடாவிட்டால், அவன் மனம் கஷ்டப்படும்" என்றார்.

மகேந்திரனுடைய மனம் கஷ்டப்படும் என்ற சொல் ராஜலட்சுமிக்குக் கேலிச் சொல்லாகப் பட்டது. "மகேனுக்காக நீர் கவலைப்பட வேண்டியதில்லை. உலகில் எல்லாரும் கஷ்டம் அனுபிக்கிக வேண்டியதுதான். இந்தக் கவலை மகேனை அதிமாகப் பாதிக்காது. நீர் போகலாம். என்னைச் சற்றுத் தூங்க விடுங்கள்!" என்றாள் அவள்.

நோயாளிக்கு எரிச்சல் இருப்பது கூடாது என்று டாக்டருக்குத் தெரியும். அவர் மெல்ல வெளியே வந்து ஆசாவிடம் செய்ய வேண்டிய கடமைகளைக் கூறிச் சென்றார்.

ஆசா உள்ளே நுழைந்ததும் ராஜலட்சுமி, "நீ போய்ச் சற்று ஓய்வெடுத்துக் கொள், அம்மா! நாளெல்லாம் நோயாளியுடன் இருந்து விட்டாய். ஹாருவின் அம்மாவைக் கூப்பிடு. பக்கத்து அறையில் அவள் இருக்கட்டும்" என்றாள்.

ஆசா ராஜலட்சுமியை நன்கு அறிவாள். இது அன்புக் கட்டளை அல்ல: இது அதிகார பூர்வமான உத்தரவு. ஓடுவதைத் தவிர வேறு வழியில்லை. ஹாருவின் அம்மாவை அனுப்பி விட்டு இருளில் தன் அறையினுள் சில்லென்ற தரையில் ஆசா படுத்துக் கொண்டாள்.

அன்றெல்லாம் பட்டினி இருந்தும் கஷ்டமும் பட்ட அவள் உடம்பு களைத்துக் கிடந்தது. அந்தப் பேட்டையில் ஒரு வீட்டில் நடுநடுவே கல்யாண மேளம் வாசித்தது. இதே சமயம் மறுபடியும் அது தொடங்கியது. அந்த இசையினால் அசைவுற்ற இருட்குவை ஆசாவை அடுத்தடுத்துத் தாக்குவது போல் இருந்தது. அவளுடைய விவாக தினத்தன்று நிகழ்ந்த நுண்ணிய வரலாறுகள் உயிர் பெற்று இருண்ட வானில் கனவுச் சித்திரங்களாக நிறைந்தன. அன்றைய பிரகாசமான ஒளி, கூட்டம், கலகலப்பு, மாலை மாற்றுதல், புது உடைகள், ஹோமத் தீயின் மணம், ஐயம், நாணம், களிப்பு மூன்றும் கலந்த இதயத்தின் துடிப்பு யாவும் நினைவுத் திரையில் தோன்றி அவளை வருத்தின. அத்துடன் உள்ளத்தின் வேதனையும் பன்மடங்கு வலுப் பெற்றது. பஞ்ச காலத்தில் பசி வாய்ப்பட்ட சிறுவன் உணவுக் காகத் தாயைத் தாக்குவது போல், விழித்தெழுந்த இவ்வின்ப

நினைவுகள் தங்கள் உணவுக்காக அவளுடைய மார்பைத் தாக்கின. அதற்கு மேல் அவளால் படுத்திருக்க முடியவில்லை. கரங்குவித்துக் கடவுளை வேண்டச் சென்ற போது உலகில் தனக்கென்று கண்கண்ட தெய்வமாக விளங்கும் தூய்மையும் குளிர் நோக்கும் கொண்ட பெரியம்மாவின் உருவம் ஆசாவின் கண்ணீர் மல்கிய இதயத்தினுள் எழுந்தது. குடும்பத்தின் கஷ்ட நிஷ்டூரங்களுக்கு நடுவே அந்தத் தவமகளை அழைக்கக் கூடாது என்று இதுகாறும் அவள் சபதம் செய்து கொண்டிருந்தாள். ஆனால், இப்போது அவளுக்கு வேறு வழியே தோன்றவில்லை. அவளைச் சுற்றிலும் கவிந்துள்ள கனத்த துயரச் சூழலில் சிறிதேனும் இடைவெளியும் காணவில்லை. ஆகவே, அவள் அறையினுள் விளக்கேற்றி மடியின் மேல் காகிதத்தை வைத்துக் கொண்டு கண்ணீரைத் துடைத்தவாறு எழுதலானாள்:

> ''பெரியம்மா, உன்னைத் தவிர இன்று எனக்கு எவரும் இல்லை. ஒரு முறை வந்து உன் மடியில் இந்தத் துரதிருஷ்டசாலியை ஏற்றுக் கொள். இரா விட்டால் நான் எப்படி உயிர் வாழ்வேன்? இன்னும் என்ன எழுதுவது என்று விளங்கவில்லை. உன் பாதங்களில் நமஸ்காரங்கள்.
>
> உன் அன்புள்ள
> சுனி.''

46

அன்னபூரணி காசியிலிருந்து வந்ததும் மெல்ல ராஜலட்சுமியின் அறையினுள் போய் அவளை வணங்கிப் பாத தூளியைத் தலை மேல் வைத்துக் கொண்டாள். நடுவே நிகழ்ந்த பகை, பிரிவுச் சச்சரவுகள் இவற்றை மறந்து ராஜலட்சுமி அன்னபூரணியைக் கண்டதும் இழந்த பொருளைப் பெற்றது போல மகிழ்ந்தாள். உள்ளூற மனம் தன்னை அறியாமலேயே அன்னபூரணியின் வருகையை எதிர்பார்த்தது. அன்னபூரணியைக் கண்டதும் தெளிந்தது. பல நாட்களாகத் தான் அனுபவித்த கஷ்டம், கவலை எல்லாம் அன்னபூரணி இராத குறையால்தான் உண் டானவை என்று அவளுக்குத் தெளிவாகப் புரிந்தது. கணப் பொழுதில் அவளுடைய வதங்கிய இதயம் பழையபடி ஆகி விட்டது. மகேந்திரன் பிறக்கு முன்னர் இரு ஓரகத்திகளும் மரு மகளிராக இந்தக் குடும்பத்தின் சுக துக்கங்களைப் பகிர்ந்து கொள்ள வந்தனர். பூஜை, விழாக்கள், வருத்தம், பிரிவு எல்லாவற்றிலும் சமமாகக் கலந்து பழகிய அந்த நட்பு, பல நாட்கள் கழிந்த பின்னர் ராஜலட்சுமியின் உள்ளத்தை நிறைத்தது. பல காலங் களுக்கு முன் வாழ்வின் தொடக்கத்தில் பங்கு கொண்ட துணைவி மீண்டும் நோய்ப் படுக்கையில் பக்கத்தில் கூடினாள்.

பழைய நாட்களின் இன்ப துன்பங்களுக்கும் நல்ல நிகழ்ச்சி களுக்கும் ஒரு நினைவுத் திரையாக விளங்கினாள் அன்னபூரணி. எவன் பொருட்டு அன்னபூரணியை ராஜலட்சுமி கடுமையாக எதிர்த்தாளோ, அவன்தான் இன்று எங்கே இருக்கிறான்!

அன்னபூரணி நோயாளியின் பக்கத்தில் உட்கார்ந்து அவ ளுடைய வலது கையைத் தன் கரங்களுள் எடுத்துக் கொண் டாள். ''அக்கா!'' என்றாள்.

''அன்னம்...'' என்றாள் ராஜலட்சுமி. அதற்கு மேல் பேச அவளுக்கு நா எழவில்லை. கண்களிலிருந்து நீர் பலபலவென்று உதிர்ந்தது. ஆசாவுக்கு அந்தக் காட்சியைக் காணத் தாங்க வில்லை. பக்கத்து அறையினுள் போய் உட்கார்ந்து அழுதாள்.

ராஜலட்சுமி, ஆசா இவர்களிடம் மகேந்திரனைப் பற்றிக் கேட்க அன்னபூரணிக்குத் துணிவில்லை. ஸாதுசரணரை அவள் அழைத்தாள். ''மாமா! மகேன் எங்கே?''

ஸாதுசரணர் மகேந்திரன், விநோதினியினுடைய விவரங் களை எல்லாம் ஆதியோடந்தம் தெரிவித்தார். ''விஹாரியின் விஷயம் ஏதாவது தெரியுமா?'' என்று அன்னபூரணி கேட்டாள்.

''பல நாட்களாக அவன் வரவில்லை. என்ன விஷயமோ சரியாகத் தெரியாது.''

''ஒரு தடவை விஹாரியின் வீட்டுக்குப் போய் விஷயம் தெரிந்து கொண்டு வாருங்கள்.''

ஸாதுசரணர் போய்த் திரும்பி வந்தார். ''அவன் வீட்டில் இல்லை. பாலியில் கங்கைக் கரையில் தோட்டத்தில் இருக் கிறானாம்'' என்றார்.

அன்னபூரணி நவீன் டாக்டரை அழைத்து நோயாளியின் நிலையைத் தெரிந்து கொண்டாள். இதயத்தின் பலவீனத்துடன் வயிற்று வலியும் சேர்ந்து கொண்டு விட்டது. மரணம் எப்போது வேண்டுமானாலும் நேரலாம், ஒன்றும் சொல்ல முடியாதென்றார் டாக்டர்.

சாயங்காலமாக ஆக ராஜலட்சுமியின் நோய் அதிகமாவது கண்டு அன்னபூரணி, ''அக்கா, நவீன் டாக்டரைக் கூப்பிடட் டுமா?'' என்றாள்.

''வேண்டாமடி, நவீன் டாக்டரால் எனக்கு ஒன்றும் செய்ய முடியாது'' என்றாள் ராஜலட்சுமி.

''பின், யாரைக் கூப்பிட வேண்டும், சொல்.''

''ஒரு தடவை விஹாரியை வரச் சொன்னால் நல்லது.''

அன்னபூரணியின் மனம் வேதனைப்பட்டது. அன்றொரு நாள் வெளியூரில் இருளில் அவள் வாசலிலேயே விஹாரியை அவமதித்து விரட்டினாள். அந்த வேதனையை அவள் என்றும் மறக்கவில்லை. விஹாரி இனி, அவள் வாயிலைத் தேடி வர

மாட்டான். இவ்வாழ்வில் அந்த அவமதிப்புக்குப் பரிகாரம் செய்ய முடியுமென்று அவள் உள்ளம் சற்றும் நம்பிக்கை கொள்ளவில்லை.

அன்னபூரணி மாடியில் மகேந்திரனுடைய அறைக்குச் சென்றாள். வீட்டினுள் இந்த இடந்தான் அவளுக்குக் களிப்பின் உறைவிடமாக இருந்தது. ஆனால், அந்த அறையின் களையே இன்று இல்லை. படுக்கைகள் தாறுமாறாகக் கிடந்தன. மாடிப் பூந்தொட்டிகளுக்கு நீர் ஊற்றுவார் எவருமின்றிச் செடிகள் உலர்ந்து கிடந்தன. அறையே பொலிவிழந்து தோன்றியது.

பெரியம்மா மாடிக்குச் சென்றதை உணர்ந்த ஆசா மெல்ல அவளைப் பின்தொடர்ந்தாள். அன்னபூரணி அவளை மார்புறத் தழுவி உச்சி மோந்தாள். ஆசா மண்டியிட்டு அவள் பாதங்களை பன்முறை தொட்டுத் தொட்டு வணங்கினாள். ''பெரியம்மா, எனக்கு ஆசி கொடு; பலம் கொடு. மனிதனுக்கு இத்தனை கஷ்டம் வரும் என்று நான் எப்போதும் எண்ணியதில்லை, அம்மா! இன்னும் எவ்வளவுதான் பொறுக்க முடியும்?'' என்றாள் ஆசா.

அன்னபூரணி அங்கேயே தரையில் உட்காரவும், ஆசா அவளுடைய காலடியில் படுத்து விட்டாள். அன்னபூரணி ஆசாவின் தலையை மடியில் வைத்துக் கொண்டதும், வாய் திறவாமல் கரங் குவித்துத் தெய்வத்தை நினைக்கலானாள்.

அன்னபூரணியின் அன்பு நிறைந்த மோனம் ஆசி போல் ஆசாவின் உள்ளத்தின் உட்புரையினுள் நுழைந்து பல நாட்களுக்குப் பின்னர் அமைதியை எழுப்பியது. தன் எண்ணம் நிறைவேறி விட்டது போல் அவளுக்குத் தோன்றியது. தன்னைப் போன்ற முட்டாளைத் தெய்வம் ஒதுக்கித் தள்ளினாலும், பெரியம்மாவின் பிரார்த்தனையை ஏற்றுக் கொள்ளாமல் இருக்க முடியுமா?

உள்ளத்தில் ஆறுதலும் பலமும் பெற்ற ஆசா, வெகு நேரம் பொறுத்து நீண்ட பெருமூச்சுடன் எழுந்து உட்கார்ந்து கூறினாள்: ''பெரியம்மா! விஹாரி பாபுவை வரச் சொல்லி ஒரு கடிதம் எழுதேன்.''

''கடிதம் எழுதப் போவதில்லை.''

''பின் அவருக்கு எப்படிச் செய்தி அனுப்புவது?''

''நாளை நானே விஹாரியைக் காணப் போகிறேன்'' என்றாள் அன்னபூரணி.

47

விஹாரி மேற்கே அலைந்து கொண்டிருந்த போது, தனக்கென்று ஏதாவது வேலை தொடங்கினாலொழிய மனம் அமைதியுறாது என்று அவனுக்குத் தோன்றியது. அதே நினைவாகக் கல்கத்தா வந்ததும்

அவன் ஏழைக் குமாஸ்தாக்களின் சிகிச்சை, சேவைகளின் பொறுப்பை ஏற்றுக் கொண்டான். வெயில் நாளில் குட்டையில் இருக்கும் மீன் எஞ்சி நிற்கும் சேற்று நீரில் வற்றித் தவிப்பது போன்றதுதான் சொற்ப வருவாயுள்ள குடும்பத்துடன் சிறு சந்துகளில் வசிக்கும் குமாஸ்தாக்களின் நிலையும். வாடி வதங்கிக் கவலைப்பட்டு உழலும் அந்தப் 'பெரிய மனிதர்'களிடம் விஹாரிக்கு வெகு நாட்களாகவே கருணை உண்டு. அவர்களுக்கு மரத்தின் நிழலும், கங்கைக் கரையின் தூய காற்றும் தானம் அளிக்கத் தீர்மானித்தான் விஹாரி.

பாலியில் தோட்டம் எடுத்துக் கொண்டதும் சீனா மேஸ்திரியின் உதவியுடன் சின்னஞ்சிறு குடில்களை எழுப்பும் பணியைத் தொடங்கினான் விஹாரி. ஆனால், அவன் மனம் அமைதி பெறவில்லை. வேலையில் ஈடுபடும் நாள் நெருங்க நெருங்க, மனம் கொண்ட தீர்மானத்திலிருந்து வேறுபடத் தொடங்கியது. 'இந்த வேலையில் நிம்மதி இராது. இதில் சுவை யில்லை; பொலிவுமில்லை. இது வெறும் வறட்டுச் சுமைதான்' என்று மனம் அடித்துச் சொல்லியது. வேலையின் எண்ணம் இதுவரை விஹாரியை இவ்வாறு வாட்டியதில்லை.

விஹாரிக்குத் தேவை என்று எதுவுமே இராத காலமும் இருந்தது. எதிரே எது கிடைத்தாலும் போதும்; அநாயாசமாக அவன் அதில் ஈடுபட்டு விடுவான். இப்போதோ, அவன் மனத் தினுள் ஒரு பசி தலை தூக்கியது. அதைத் திருப்திப்படுத்தாமல் வேறு எதிலும் மனம் ஈடுபட மறுத்தது. முன் போல் அவன் ஒவ்வொன்றையும் எடுத்து ஆராய்ந்தான். மறு கணமே அதை யெல்லாம் துறந்து விட்டு விடுதலை பெற அலை பாயும் அவன் நெஞ்சம்.

விஹாரியினுள் நிம்மதியாக உறங்கியிருந்தது இளமையின் பெருக்கு. அதைப் பற்றி அவன் எண்ணியதுமில்லை. அது விநோதினியின் பொன் கரம் பட்டு விழித்துக் கொண்டது. அப்போதுதான் பிறந்த கருடன் போல் அது தன் இரையைத் தேடி உலகெங்கும் அலையத் தொடங்கியது. அந்தப் பசித்த உயிருடன் இதுவரை விஹாரி பழக்கப்பட்டவனல்ல. அது அவனை அலைக்கழித்தது. அற்பாயுசுகளாக உழலும் கல்கத்தா குமாஸ்தாக்களை வைத்துக் கொண்டு அவன் என்ன செய்வது?

எதிரே ஆடிப் பெருக்குடன் ஓடியது கங்கையாறு. கார் முகில்கள் நடுநடுவே எதிர்க் கரையில் அடர்ந்திருந்த மரங்களின் மேல் கவிந்து கொள்ளும். ஆற்றின் பெருக்கும் உருக்கு இரும் பினால் செய்த வாள் போல் சில இடங்களில் கருமையாகத் தோன்றும்; சில இடங்களில் தீயைப் போல் பளிச்சென்று தெரியும். புது மழையின் இந்தக் கொண்டாட்டம் விஹாரியின்

கண்களில் படும் போதெல்லாம், அவனுடைய இதயத்தின் கவாடத்தைத் திறந்து கொண்டு வானத்தின் தண்ணிய நீல வண்ணத்தினிடையே யாரோ தனிமையாக வந்து நிற்பது போல் இருந்தது. குளித்த பின் அடர்ந்து அலை போல் இருக்கும் அவ னுடைய கடுமையான தலை மயிரை யாரோ தொடுவது போல் இருக்கும். சிதறிக் கிடந்த வானின் கிரணங்களையெல்லாம் ஒன்று கூட்டி யாரோ கண் கொட்டாமல் பரிதாபமாகத் தன் முகத்தையே நோக்குவது போல் அவனுக்குத் தோன்றியது.

சுகமும் அமைதியுமாக முன்பு கழித்த காலம் இப்போது விஹாரிக்குக் குறைவென்றே பட்டது. இப்படி எத்தனையோ மேகம் கவிந்த அந்திப் பொழுதுகள், நிறைமதி இரவுகள் அவன் வாழ்வில் வந்து போயின. அமுதம் நிறைந்த பாத்திரத்துடன் அவை அவனுடைய இதயக் கதவருகே வந்து கம்மென்று திரும்ப வேண்டியிருந்தது. கிடைக்க முடியாத அந்தச் சுப நோக்கங்களில் எத்தனை இசைகள் தொடங்காமல் நின்றனவோ, எத்தனை விழாக்கள் முடிவின்றி மங்கினவோ, இவற்றிற்கு ஓர் அள வில்லை. விஹாரியின் பழைய நினைவுகளை எல்லாம், விநோதினி தான் கொடுக்க வந்த ஒரே முத்தத்தின் மூலம் ஒன்றுமே இரா மல் செய்து விட்டாள். அவற்றில் இன்று ஒரு விதப் பற்றுதலும் அவனுக்கு இல்லை. மகேந்திரனின் நிழலைப் போல் விஹாரி இதுவரை எப்படித்தான் காலங்கழித்தானோ? அதனால் ஏதாவது பலன் அவனுக்குக் கிடைத்ததா? காதலின் தவிப்பினால் வானம், நீர், வையம் இவற்றின் நடுவிலிருந்து இவ்வாறு ஓர் இசை கிளம்பும் என்று அந்த அப்பாவி விஹாரி இதுவரை அனு மானங்கூடச் செய்தவனல்ல. தன் இரு கரங்களால் அணைத்து அவனை ஒரு கணத்தில் இந்த அபூர்வமான ஒளி உலகிற்குக் கொணர்ந்த விநோதினியை அவனால் எப்படி மறக்க முடியும்? அவளுடைய பார்வையும் ஆவலும் இன்று எங்கும் நிறைந்து தோன்றின. வேதனை நிறைந்த அவளுடைய பெருமூச்சு விஹாரியின் உதிரத்தினுள் அலை எழுப்பியவாறு இருந்தது. அவளுடைய பரிசத்தின் இளவெம்மை விஹாரியை அணைத்த வாறு அவனுடைய இதயத்தைச் சிலிர்க்கச் செய்தது.

இருந்தும், அவன் விநோதினியை விட்டு இவ்வளவு தொலைவில் விலகி நிற்பானேன்? விஹாரிக்கு விநோதினி அளித்த இன்பச் சுவையை உலகில் இருந்து கொண்டே அவ ளுடன் எந்தத் தொடர்பு கொண்டு அனுபவிப்பது என்று அவ னால் நினைக்க முடியவில்லை. தாமரை மலரைப் பறிக்கச் சென் றால் சேறுதான் எழுந்தது. என்னவென்று அவளை எங்குக் கொணர்ந்து நிறுத்துவது? அழகு பயங்கரமாகாத இடம் எது? தவிரவும், மகேந்திரனுடன் இது விஷயமாகச் சச்சரவு நேரிட

லாம்; அதனால் இது பின்னும் கோரமான உருவெடுத்துக் கொள்ளும். இதை விஹாரியினால் நினைத்துப் பார்க்கவும் முடியவில்லை. அதனால்தான் அவன் கங்கைக் கரையின் தனிமையில் உலகின் நடுவே தனது மானசிக தெய்வத்தை நிறுத்தத் தன் இதயத்தையே நறும்புகையாக எரித்துக் கொண் டிருந்தான். தன் கனவு வலைகள் சிதையுமோ என்று அஞ்சியே அவன் கடிதம் எழுதி விநோதினியின் செய்தியை அறிய முற் படவில்லை.

தோட்டத்தின் தென்புறம் பக்கம் கனிகள் குலுங்கி நிற்கும் கொய்யாச் செடியின் கீழே மேகம் சூழ்ந்த காலை நேரத்தில் விஹாரி நின்றிருந்தான். எதிரே சின்னஞ்சிறு படகுகள் வந்து கொண்டிருந்தன. அவற்றையே ஏதோ நினைவுடன் பார்த்துக் கொண்டிருந்தான். பொழுது மெல்ல ஏறியது. வேலைக்காரன் உணவு தயாரிப்பதா, வேண்டாமா என்று கேட்ட போது, விஹாரி, "இப்போது கிடக்கட்டும்" என்றான். மேஸ்திரி ஏதோ சில முக்கியமான யோசனைகளைக் கேட்க அவனை அணுகினான். விஹாரியோ, "இன்னும் சற்றுப் பொறு" என்றான்.

இந்த வேளையில் எதிரே அன்னபூரணி நிற்பது கண்டு விஹாரி திடுக்கிட்டான். பரபரவென்று எழுந்து தன் கரங்களால் அவளுடைய கால்களைப் பிடித்தவாறு தண்டனிட்டான். அன்ன பூரணி வலது கரத்தினால் அன்புடன் அவனுடைய உடம்பைத் தடவினாள். துயரம் மண்டிய குரலில், "விஹாரி, இப்படி இளைத்துப் போய் விட்டாயே!" என்றாள் அன்னபூரணி.

"சித்தி, உன் அன்பைப் பெறத்தான் இப்படி இளைத்து விட்டேன்" என்றான் விஹாரி.

இதைக் கேட்டதும் அன்னபூரணியின் விழிகள் நீரை உதிர்த்தன. விஹாரி பரபரப்படைந்தான். "சித்தி! நீ இன்னும் சாப்பிடவில்லையே?" என்றான்.

"இல்லை. இன்னும் பொழுது ஆகவில்லை."

"வா, நான் சமைக்க ஏற்பாடு செய்கிறேன். இன்று பல காலம் பொறுத்து நீ உன் கையால் சமைத்து எனக்குப் பிரசாதம் கொடு. சாப்பிட்டுப் பிழைத்துப் போகிறேன்" என்றான் விஹாரி.

மகேந்திரன்-ஆசா சம்பந்தமாக விஹாரி ஒரு பேச்சும் எடுக்கவில்லை. அன்னபூரணி தன் கைகளால் ஒரு நாள் விஹாரிக்கு அந்தப் பக்கம் செல்ல விடாமல் தடை எழுப்பி விட்டாள். ரோஷத்துடன் அவனும் அந்தத் தடையை நிறைவேற்றி விட் டான்.

உணவானதும் அன்னபூரணி, "விஹாரி, படகு துறையில் தயாராக இருக்கிறது; என்னுடன் கல்கத்தாவுக்கு வா" என்றாள்.

"நான் அங்கு எதற்கு?"

''அக்காவுக்கு ரொம்ப உடம்பு. உன்னைப் பார்க்க ஆசைப்படுகிறாள்.''

இதைக் கேட்ட விஹாரிக்கு வாரிப் போட்டது. ''மகேன் அண்ணா எங்கே?'' என்றான்.

''அவன் கல்கத்தாவில் இல்லை; மேற்கே யாத்திரை போயிருக்கிறான்.''

இதைக் கேட்டதும் விஹாரியின் முகம் மாறியது. அவன் கம்மென்று அடங்கினான்.

''உனக்கு இதெல்லாம் தெரியாதா?' என்றாள் அன்ன பூரணி.

''ஓரளவு தெரியும். ஆனால், முடிவு வரையிலும் தெரியாது.''

அன்னபூரணி, மகேந்திரன் விநோதினியுடன் மேற்கே சென்ற விஷயம் பற்றித் தெரிவித்தாள். இதைக் கேட்டதும் விஹாரியின் கண்ணுக்கு எங்கும் மாறுதல்கள் தோன்றின. விண், மண் யாவும் பொலிவிழந்தன. கற்பனையில் நிரம்பிய அந்தத் தீஞ்சுவை யாவும் கைப்படைந்தன. 'மாயா விநோதினி அன்று அந்திப் பொழுது என்னுடன் விளையாடிச் சென்றாளா? அவ ளுடைய காதல் மொழிகளும், ஆத்ம சமர்ப்பணமும் வெறும் வேஷந்தானா? சொந்த ஊரை விட்டுக் கூச்சமின்றி மகேந் திரனுடன் ஒன்றியாக மேற்கே சென்று விட்டாளா அவள்? சீ! அவளும் ஒரு பெண்ணா? சீ! நானுந்தான் இருக்கிறேனே - ஒரு கணமேனும் அவளை நம்பிய மூடன்!' என்று அவன் தன்னையே நொந்து கொண்டான்.

மேகம் போர்த்த ஆடி மாத மாலை நேரம்; மழை ஓய்ந்த பின்னர் முழு நிலவு வீசும் இரவு; இவற்றின் மாயப் பொலிவு எங்கே?

48

துயரப்படும் ஆசாவின் கண் முன் எவ்வாறு நிற்பது என்று யோசித்தான் விஹாரி. வாயிலினுள் நுழைந்ததும், தலைவனற்ற வீட்டினுள் மண்டியிருந்த வேதனை அவனை ஒரு கணத்தில் கவிந்து கொண் டது. வீட்டு வேலைக்காரன், வாயில் காப்போன் இவர்கள் பக்கமும் மகேந்திரன் பொருட்டு உண்டான கூச்ச மிகுதியால் விஹாரி நிமிர முடியாமல் தலை குனிந்தான். முன் போல தண்ணிய குரலில் பழகிய வேலையாட்களைக் குசலம் விசாரிக்கவும் அவனால் முடியவில்லை. பின்கட்டின் உள்ளே காலெடுத்து வைக்கவும் அவன் தயங்கினான். உலகின் கண் முன்னர் வெளிப்படையாக மகேந்திரன் ஆசாவை மிகவும் கடுமையான அவமதிப்புக்கு ஆளாக்கி விட்டான். பெண்களின் கடைசி அணியையும் பிடுங்கிக் கொண்டு ஜனங்களின் கூரிய

பார்வைக்கு முன்னர் நிறுத்துவது போன்ற அவமானத்துக்கு ஆளாகி ஒளிவின்றி வெட்ட வெளிச்சத்தில் வருந்திக் குறுகி நிற்கும் ஆசாவின் முகத்தை எவ்வாறுதான் அவனால் காண முடியும்?

ஆனால், இதைப் பற்றியெல்லாம் யோசிக்கவோ, எண்ணமிடவோ அவனுக்குப் பொழுதில்லை. பின்கட்டினுள் நுழைந்ததுமே ஆசா பரபரவென்று வந்தாள். ''சீக்கிரமாக வந்து அம்மாவைக் கவனியுங்கள்; ரொம்பவும் கஷ்டமாக இருக் கிறது'' என்றாள்.

விஹாரியுடன் முதல் முறையாக வெளிப்படையாக ஆசா இப்போதுதான் பேசினாள். கஷ்ட காலத்தில் ஒரு சிறு அலையும் பல தடைகளையெல்லாம் அடித்துக் கொண்டு போய் விடும். தொலைவில் வசிப்பவர்களையும் திடீரென்று வரும் பெருக்கைப் போல் ஒரு குறுகிய கரையில் ஒதுக்கி விடும் வன்மை அதற்கு உண்டு.

கூச்சமின்றி வேதனையுடன் வந்த ஆசாவைக் கண்டு விஹாரி வருத்தம் அடைந்தான். மகேந்திரன் தன் குடும்பத்தை எத்தகைய நிலைக்குக் கொணர்ந்து விட்டான் என்பது இச்சிறு நிகழ்ச்சியிலிருந்தே வெளிப்பட்டது. கஷ்டம் வந்த போது வீடு பொலிவை இழப்பது போல் வீட்டு லட்சுமியின் நாணமென்ற அழகும் நிற்க இயலாது. அது மறைய வேண்டி வந்தது. மறைவு, ஒளிவு, இடைவெளி, தயக்கம் யாவும் விலகிச் சென்றன. அவற்றைக் கவனிக்கத்தான் பொழுது எங்கே!

விஹாரி ராஜலட்சுமியின் அறையினுள் நுழைந்தான். மூச்சு விட முடியாமல் திடீரென்று தவித்துக் கொண்டிருந்த ராஜ லட்சுமி ஓரளவு கஷ்டம் குறையவே நிம்மதியுடன் இருந்தாள். விஹாரி அவளை வணங்கிப் பாத தூளியைத் தலை மேல் வைத்துக் கொண்டான். ராஜலட்சுமி அவனுக்குப் பக்கத்தில் உட்காரும்படி சாடை காட்டினாள். பின்னர் மெதுவாக, ''எப்படி இருக்கிறாயடா, விஹாரி! இத்தனை நாளாக ஆளையே காணோமே!'' என்றாள்.

''அம்மா! உனக்கு உடம்பு என்று எனக்கு ஏன் சொல்லி அனுப்பவில்லை? நான் இவ்வளவு நாள் வாராமல் இருந்திருப் பேனா?''

''அது எனக்குத் தெரியாதாடா, அப்பா! உன்னைப் பெற் றெடுக்கவில்லை; ஆனால், உலகில் உன்னைவிட எனக்கு நெருங்கியவர் யார் இருக்கிறார்கள்?'' என்று சொல்லும் போது ராஜலட்சுமியின் கண்கள் நீரைப் பெருக்கின.

விஹாரி பரபரவென்று எழுந்து அலமாரியில் இருந்த மருந்துப் புட்டிகளைப் பார்க்கும் சாக்கில் தன்னை அடக்கிக்

கொள்ள முயன்றான். பின்னர்த் திரும்பி வந்து அவன் ராஜலட்சுமியின் நாடியைப் பார்க்க முனைந்த போது அவள், "நாடியை விட்டுத் தள்ளு. நீ ஏன் இப்படி இளைத்துப் போய் விட்டாய்? சொல்லு" என்று தன் மெலிந்த கரங்களால் விஹாரி யின் கழுத்தைத் தடவிப் பார்த்தாள்.

"உன் கையால் மீன் கூட்டுச் சாப்பிடாமல் என் எலும்பு மறையவே மாட்டேனென்கிறது. நீ சீக்கிரம் குணமாகி எழுந் திரு. அதற்குள் சமையலுக்கு ஏற்பாடு செய்கிறேன்."

ராஜலட்சுமி மங்கிய சிரிப்புடன், "சீக்கிரமாகவே உன் ஏற்பாடுகளைச் செய்யடா, அப்பா. ஆனால், சமையலுக்கு அல்ல" என்று விஹாரியின் கைகளைப் பிடித்துக் கொண்டாள். "விஹாரி! நீ கல்யாணம் செய்து கொள்ளடா. உன்னைக் கவனித்துக் கொள்ள யாருமே இல்லை... அடி அன்னம், ஆசா! நீங்களாகத்தான் பார்த்து விஹாரிக்கு ஒரு கல்யாணம் செய்து வையுங்களடி. பாரேன்! என் செல்வத்தின் உடம்பு எப்படி ஆகி விட்டது!" என்றாள்.

"நீ குணமாகி எழுந்திரு, அக்கா. இது உன் காரியம். நீதான் நடத்தி வைக்க வேண்டும். நாங்கள் எல்லாரும் கூடிக் களிப் போம்" என்றாள் அன்னபூரணி.

"எனக்கு எங்கே பொழுது இருக்கிறது? விஹாரியின் பொறுப்பு உங்கள் கையில்தான். அவனை எப்படியாவது சுகமாக இருக்கச் செய்வது உன் பொறுப்பு. அவன் கடனை என்னால் தீர்க்க முடியவில்லை. ஆனால், தெய்வம் அவனை நன்றாகவே வாழச் செய்யும்" என்று விஹாரியின் தலையில் கை வைத்து ஆசி கூறினாள் ராஜலட்சுமி.

ஆசா அங்கு நிற்க முடியாமல் அழுவதற்காக வெளியே சென்றாள். அன்னபூரணி நீர் நிறைந்த கண்களுடனேயே விஹாரி யின் முகத்தை அன்புடன் நோக்கினாள்.

ராஜலட்சுமிக்குத் திடீரென்று ஏதோ நினைவு வந்தது.

"அடியம்மா, ஆசா!"

ஆசா உள்ளே வந்ததும், அவள், "விஹாரிக்குச் சாப்பிட ஏதாவது தயார் செய்தாயா?" என்று கேட்டாள்.

"அம்மா! உன் இந்தச் சாப்பாட்டுப் பிள்ளையை வீட்டில் எல்லாருக்கும் தெரியும். உள்ளே வந்ததுமே பெரிய மீனுடன் வாமி உள்ளே ஓடி வருவதைப் பார்த்தேன். இன்னும் இந்த வீட்டில் என் புகழ் மறையவில்லை என்று தெரிந்து விட்டது" என்று விஹாரி சிரித்துக் கொண்டே ஆசாவின் பக்கம் பார்த் தான்.

ஆசாவுக்குக் கூச்சம் உண்டாகவில்லை. அவளின் அன்பு கலந்த புன்னகையுடன் விஹாரியின் கேலிப் பேச்சை ஏற்றுக்

கொண்டாள். விஹாரி இந்தக் குடும்பத்தில் எத்தகையவன் என்பது அவளுக்கு முன்பு நன்றாகத் தெரியாது. பல சமயங் களில் வேண்டாத விருந்தாளி என்றே அவனை அவமதித்தும் இருக்கிறாள். எவ்வளவோ வேளைகளில் அவளுடைய வெறுப்பு, தன் செய்கைகள் மூலமாகவே வெளிப்பட்டிருப்பதும் அவ ளுக்குத் தெரியும். அதற்கெல்லாம் ஏற்பட்ட பச்சாத்தாபம் அவளை அவன் மேல் ஓர் அக்கறையும் அனுதாபமும் கொள்ளச் செய்தது.

''அன்னம்! சமையற்காரர் வேலையல்ல இது. நீயே நின்று கவனித்துக் கொள். இந்தப் பிள்ளை வங்காளி; நிறையக் காரம் இராவிட்டால் சாப்பிட மாட்டான்.''

''உங்கள் அம்மா விக்ரமபுரியின் பெண். நீ நதியா ஜில்லாவைச் சேர்ந்த பிள்ளையை வங்காளி என்று சொல் கிறாயே! இது எனக்குப் பொறுக்காது'' என்றான் விஹாரி.

இது பற்றிக் கேலிப் பேச்சு தொடங்கியது. பல நாட்க ளுக்குப் பின்னர் மகேந்திரனுடைய வீட்டில் வேதனைப் பாரம் சற்றுக் குறைந்தது.

ஆனால், இவ்வளவு பேச்சுகளுக்கிடையேயும் மகேந் திரனைப் பற்றி எவரும் பேச்செடுக்கவே இல்லை. முன்பெல் லாம் விஹாரியிடம் ராஜலட்சுமி மகேந்திரனைப் பற்றியே பேசுவது வழக்கம். மகேந்திரனும் அது விஷயமாக ராஜ லட்சுமியை எவ்வளவோ பரிகாசம் செய்ததுண்டு. அந்த ராஜலட்சுமி ஒரு தரங்கூட மகேந்திரனுடைய பெயரை எடுக்கா தது கண்டு விஹாரி உள்ளூறத் திகைப்புற்றான்.

ராஜலட்சுமி சற்று உறங்கவும், விஹாரி வெளியே வந்து அன்னபூரணியிடம், ''அம்மாவுக்கு உடம்பு மோசமாயிருக்கிறது'' என்றான்.

''அதுதான் தெளிவாகத் தெரிகிறதே!'' என்றவாறு அன்ன பூரணி தன் அறைச் சாளரத்தின் அருகே உட்கார்ந்தாள். வெகு நேரம் கம்மென்றிருந்த பின்னர் அவள், ''ஒரு தடவை மகேனை அழைத்து வருகிறாயா, விஹாரி! இனியும் தாமதிப்பது சரி அல்ல'' என்றாள்.

விஹாரி சற்று நேரம் பதில் பேசவில்லை. பிறகு ''நீ சொன்னால் நான் அதை நிச்சயம் செய்வேன். அவன் விலாசம் யாருக்காவது தெரியுமா?'' என்றான்.

''சரியாகத் தெரியாது; தேடிப் பிடிக்க வேண்டும். விஹாரி, இன்னும் ஒன்று உனக்குச் சொல்கிறேன்; ஆசாவின் முகத்தைப் பார். விநோதினியின் வலையிலிருந்து மகேனை விடுவிக்கா விட்டால் அவள் பிழைக்க மாட்டாள். உள்ளத்தினுள் மரணத் தின் அம்பு பாய்ந்திருப்பதை அவள் முகத்தைக் கண்டே நீ தெரிந்து கொள்ளலாம்.''

விஹாரி தனக்குள் இப்படிக் கூறிச் சிரித்துக் கொண்டான்: ''பிறரை விடுவிக்க நான் போக வேண்டும்; தெய்வமே! என்னைக் காப்பவர் யார்?'' பின், ''விநோதினியின் பிடியில் இருந்து மகேனை என்றென்றும் விடுவித்து விட எனக்கு என்ன மந்திரம் தெரியுமா, சித்தி? தாய்க்கு உடம்பு என்று இரண்டொரு நாட்கள் அவன் வரலாம். ஆனால், மறுபடி திரும்ப மாட்டான் என்று எப்படித் திடமாகச் சொல்வது?'' என்றான்.

இதே சமயம் அழுக்கடைந்த உடையுடன் முகக்கிட்ட வாறு ஆசா மெல்ல உள்ளே வந்து பெரியம்மாவின் காலருகே உட்கார்ந்து கொண்டாள். ராஜலட்சுமியின் உடம்பைப் பற்றி அவர்கள் பேசுகிறார்கள் என்று தெரிந்து, அவள் ஆவலோடு அதைக் கேட்க வந்தாள். பதிவிரதையான ஆசாவின் முகத்தில் பரவிய வேதனைக் குறியைக் கண்டதும் விஹாரியின் உள்ளத் தினுள் ஒரு பக்தி பிறந்தது. வேதனையின் கொதிநீரில் குளித்த இந்தப் பெண் பழங்காலத்துப் பத்தினி மகளைப் போல ஒரு நிலைத்த மரியாதையைப் பெற்று விட்டாள். இவள் சாதாரணப் பெண் அல்ல. விடியாத கவலைக்குள்ளான இவள், புராணங் களில் வரும் பதிவிரதைகளுக்குச் சமமாகி விட்டாள்.

விஹாரி ஆசாவிடம் ராஜலட்சுமிக்குப் பத்தியம், மருந்து இவைகளைப் பற்றி எடுத்துச் சொல்லி விட்டு அவளை அனுப் பினான். பின்னர் ஒரு நீண்ட பெருமூச்சுடன், ''நான் மகேந்திரனைக் காப்பாற்றுகிறேன்'' என்று அன்னபூரணியிடம் சொன்னான்.

மகேந்திரனுடைய பாங்கியில் சென்று விசாரித்த போது அலகாபாத் கிளையில் அவன் கொடுக்கல் வாங்கல் தொடர்பு ஏற்படுத்திக் கொண்டிருக்கும் செய்தி விஹாரிக்குக் கிட்டியது.

49

ஸ்டேஷனை அடைந்ததும் விநோதினி நேராக இண்டர் வகுப்புப் பெட்டியில் பெண்கள் வண்டியில் ஏறிக் கொண்டாள். ''அதென்ன! உனக்காக நான் இரண்டாவது வகுப்பு டிக்கட் வாங்கியிருக்கிறேனே!'' என்றான் மகேந்திரன்.

''அவசியமில்லை. இதுவே எனக்குச் சௌகரியமாக இருக்கும்'' என்றாள் விநோதினி.

மகேந்திரனுக்கு வியப்பாக இருந்தது. விநோதினி இயல்பாகவே சற்றுச் சுகமாக இருக்க விரும்புபவள். முன்பு ஏழைமையின் சின்னங்கள் எதுவும் அவளுக்குப் பிடிக்காமல் இருந்தன. தன் குடும்பத்தின் வறுமையை ஓர் அவமானமாகவே கருதியவள் அவள். மகேந்திரனுடைய வீட்டில் தங்கு தடை யின்றிப் பெருகும் தாராளம், உல்லாசமாக இருக்கத் தேவை யான உபகரணங்கள், மற்றச் சாதாரண மக்களை விடப் பணக்

காரர் என்ற பெருமை இவை ஒரு காலத்தில் விநோதினியின் மனத்தை வசப்படுத்தின என்று அவன் கருதினான். கஷ்டப் படாமலேயே அவள் இந்தச் செல்வக் குவியலுக்கும், இந்தச் சுகம், பெருமைகளுக்கும், எஜமானியாகி இருக்க முடியும் என்ற கற்பனை அவளுடைய மனத்தைத் தூண்டி விட்டது. இப்போது அவள் மகேந்திரனுக்கே எஜமானியாகும் வேளை வந்து விட்டது. வேண்டாமலேயே அவனுடைய செல்வம் அவளுடைய கைக்கு வரக் காத்துக் கிடந்தது. இந்த வேளையில் அலட்சிய மாகவும் பிடிவாதத்துடனும் அவள் வெட்கமும் கூச்சமும் நிறைந்த வறுமையை ஏன் ஏற்றுக் கொள்ள வேண்டும்? எதற்கும் மகேந் திரனைச் சார்ந்து நிற்பதைக் குறைத்துக் கொள்ள அவள் எண்ணி னாள். வெறி பிடித்த மகேந்திரன் விநோதினியை அவளுடைய சொந்த இடத்தை விட்டு வாழ்நாள் முழுவதும் பிரித்து அழைத்து வந்து விட்டான். அவனுடைய கையிலிருந்து தன் அழிவுக்கு மூல காரணமாகத் தோன்றும் எதையும் பெற அவள் விரும்பவில்லை. மகேந்திரனுடைய வீட்டில் இருந்த வரையில் அவள் விதவையைப் போல் அவ்வளவு கடுமையான விரதத்தைக் கடைப்பிடிக்கவில்லை. ஆனால், இப்போது அவள் எல்லா விதமான சுக வாழ்விலிருந்தும் விலகியே நடந்தாள். ஒரே தடவை உண்டாள்; சற்றுப் பருமனான துணிகளை அணிந்தாள். ஓயாமல் ஊற்றுப் போல் பெருகும் சிரிப்பும் கேலிப் பேச்சுக்களும் எங்கே போயினவோ! அவள் வர வர அடங்கியும், விலகியும், மறைந் தும் இருப்பது கண்டு மகேந்திரன் பயந்து, சாதாரணமான பேச்சைக் கூட அழுத்திச் சொல்லத் துணியவில்லை. அவனுக்கு வியப்பும் கோபமும் மேலிடவே, பொறுமை தளர்ந்தது. 'எட்டாத கொம்பில் இருந்த பழம் போன்ற என்னைக் கஷ்டப் பட்டுப் பறித்த விநோதினி மோந்து கூடப் பாராமல் தரையில் எறிவானேன்?' என்று அவன் எண்ணினான்.

''எந்த ஊருக்கு டிக்கட் வாங்கச் சொல்லுகிறாய்?''

''மேற்கே உங்களுக்கு இஷ்டமான இடத்துக்குப் போக லாமே! நாளைக் காலை வண்டி எங்கு நிற்குமோ அங்கே இறங்கி விடலாம்.''

இப்படி யாத்திரை செல்வதில் அவனுக்கு இஷ்டமே இல்லை. சுகத்துக்குத் தடை நேரிட்டால் அவனுக்குக் கஷ்டமாக இருக்கும். பட்டணத்துக்குச் சென்று நல்ல இடமாகத் தங்கா விட்டால் அவன் பாடு திண்டாட்டந்தான். தேடிப் பிடித்த இடம் தனக்குத் தகுதியுள்ளதாகச் செய்து கொள்ளக் கூடிய ஆளல்ல மகேந்திரன். அதனால் அவன் ரோஷத்துடனும் வெறுப்புடனும் வண்டியில் ஏறிக் கொள்ள வேண்டியதாயிற்று. இன்னொரு பக்கம் அவனுடைய மனத்தில் பயமும் இருந்தது. எங்கேயாவது

வழியில் சொல்லாமல் கொள்ளாமல் விநோதினி இறங்கிச் சென்று விடலாமல்லவா!

விநோதினி இவ்வாறு சனிக் கிரகம் போல், தானும் சுழன்று மகேந்திரனையும் ஆட்டுவித்தாள். எங்கும் அவனுக்கு ஓய்வளிக்கவில்லை. வெகு சுலபமாக மக்களைச் சொந்தமாக்கிக் கொள்ளும் திறமை விநோதினிக்கு உண்டு. சீக்கிரமாகவே வண்டியிலிருந்த மற்றப் பிரயாணிகளுடன் நட்புப் பிடித்துக் கொள்ளுவாள் அவள். தனக்குப் பிடித்த இடத்தைப் பற்றிய விஷயங்களையெல்லாம் கிரகித்துக் கொள்ளுவாள். சத்திரத்தில் தங்கி, அங்கே பார்க்க வேண்டியவைகளை எல்லாம் நண்பர் களின் துணையுடன் பார்த்து விடுவாள். விநோதினிக்கு ஒரு விதத்திலும் உதவ முடியாமல் போகவே மகேந்திரனுக்கு மானம் போகும் நிலைமை ஏற்பட்டது. டிக்கட்டு வாங்கித் தருவது தவிர அவனுக்கு வேறு வேலையில்லை. மற்ற வேளைகளில் அவனுடைய சுபாவமே அவனையும், அவனுடைய செய்கை களையும் பிய்த்தெடுத்தது. முதலில் சில நாட்கள் அவன் விநோதினியுடன் தெருவில் சுற்றினான். ஆனால், நாளடைவில் அது அவனுக்குக் கசந்தது. அவன் சாப்பிட்டு விட்டுத் தூங்க முயலுவான். விநோதினி நாளெல்லாம் சுற்றித் திரிவாள். தாயின் அன்பில் வளர்ந்த மகேந்திரன் இப்படித் தெருவில் கிளம்புவான் என்று எவருமே கற்பனைகூடச் செய்திருக்க மாட்டார்கள்.

ஒரு நாள் இருவரும் அலகாபாத் ரெயில் நிலையத்தில் வண்டிக்காகக் காத்து நின்றார்கள். ஏதோ எதிர்பாராத காரணத் தினால் வண்டி வரச் சற்றுத் தாமதமாகியது. இதன் நடுவே வந்து போகும் வண்டிகளில் இருந்த பிரயாணிகளை விநோதினி கூர்ந்து கவனித்தாள். மேற்கே யாத்திரை செல்லும் வழியே திடீரென்று யாரையாவது பார்க்கக் கூடும் என்று அவளுக்கு ஆவல் போலும்! அடைபட்ட சந்து வீட்டில் தனிமையாக ஒரு வித முயற்சியும் இன்றிச் சாவதைவிடத் தினந்தோறும் புது முயுற்சியுடன் திறந்த வெளியில் கும்பல் நடுவே அலைவதில் சற்று அமைதியாவது இருக்கிறதல்லவா!

திடீரென்று ஒரு சமயம் ஸ்டேஷனில் ஒரு கண்ணாடிப் பெட்டியின் மேல் விநோதினியின் பார்வை செல்லவும், அவள் திடுக்கிட்டாள். அந்தத் தபாலாபீஸ் பெட்டியினுள், விவரம் தெரியாத ஜனங்களுக்கு வந்த கடிதங்கள் வைத்திருக்கும். அந்தப் பெட்டியிலிருந்த கடிதம் ஒன்றில் விஹாரியின் பெயர் அவ ளுடைய கண்களில் பட்டது. 'விஹாரிலால்' என்ற பெயர் அப்படி விசேஷமானதல்ல. அந்தக் கடிதத்தில் கண்ட விஹாரி விநோதினிக்கு வேண்டிய ஆள்தான் என்று முடிவு கட்டவும் முடியாது. ஆனால், அவள் மனமோ விஹாரியின் முழுப்

பெயரைக் கண்டதுமே சற்றும் ஐயமின்றி அவன்தான் இதற்கு உரிமையாளன் என்று தீர்மானித்தது. அதில் கண்ட விலாசத்தை அவள் மனப்பாடம் செய்து கொண்டாள். மிகவும் வெறுப்புடன் மகேந்திரன் ஒரு பெஞ்சியின் மேல் உட்கார்ந்திருந்தான். விநோதினி அவனிடம் வந்து, ''அலகாபாதில் கொஞ்ச நாட்கள் தங்க வேண்டும்'' என்றாள்.

விநோதினி தன் இஷ்டம் போல் மகேந்திரனை ஆட்டி வைத்தாள். ஆனால், அவனுடைய பசித்த உள்ளத்துக்கு வேண்டிய உணவைத் தரவில்லை. இதனால் அவனுடைய ஆண்மைக்கு இழுக்கே ஏற்பட்டது. அவனுடைய மனம் எதிராகக் கிளம்பவும் செய்தது. அலகாபாதில் சில நாட்கள் தங்கி இளைப்பாறினால் மேல் என்றுதான் அவனுக்கும் இருந்தது. ஆனால், தன் மனப் போக்கின்படியே இருந்தாலும் விநோதினியின் இஷ்டம் போல் சம்மதித்து விடாமல் அவன் மனம் கோணிக் கொண்டது. அவன் கோபத்துடன், ''வெளியே கிளம்பியவன், போய்த்தான் தீருவேன்! திரும்ப மாட்டேன்'' என்றான்.

''நான் வர முடியாது.''

''சரி, நீ தனியாக இரு; நான் போகிறேன்.''

''நல்லது'' என்று விநோதினி மறு பேச்சின்றிக் கூலியாளைக் கூப்பிட்டுக் கொண்டு ஸ்டேஷனை விட்டு வெளியேறினாள்.

ஆண்மைப் பிகுவுடன் மகேந்திரன் முகம் கறுத்துப் பெஞ்சியில் உட்கார்ந்திருந்தான். விநோதினியைப் பார்க்க முடிந்த வரையிலும் அவன் அசையாமல் இருந்தான். அவள் ஒரு தடவை கூடத் திரும்பிப் பாராமல் வெளியே போய் விடவே, பரபர வென்று கூலியாளைக் கூப்பிட்டுப் பெட்டி படுக்கைகளுடன் அவளைப் பின்பற்றிச் சென்றான். வெளியே வந்த போது விநோதினி ஒரு வண்டியில் ஏறி உட்கார்ந்திருந்தாள். மகேந்திரன் வாய் திறவாமல் மூட்டைகளை வண்டியில் ஏற்றி விட்டு, வண்டிக்காரன் பக்கத்தில் போய் உட்கார்ந்தான். தன்னுடைய ஆண் பிள்ளைத்தனத்திற்கு இழுக்கு வரவே விநோதினியின் எதிரே வண்டியினுள் முகம் காட்ட அவனால் முடியவில்லை.

ஆனால், வண்டி போய்க் கொண்டிருந்தது. ஒரு மணி நேரமாகியது. பட்டணத்துப் பக்கத்தை விட்டு வயல் காடுகள் தொடங்கின. வண்டிக்காரனைக் கேட்க மகேந்திரனுக்குக் கூச்சமாக இருந்தது. ஏனென்றால், வண்டியினுள் இருக்கும் பெண்பிள்ளைதான் எஜமானி என்று வண்டிக்காரன் நினைத்துக் கொள்வானே! அதுவும் இந்த ஆண் பிள்ளையை அவள் அவசியமாக எண்ணி ஆலோசனை கூடச் செய்யவில்லை என்றும் அவனுக்குத் தோன்றுமே! மகேந்திரன், கோபம் உள்ளுக்குள்ளேயே பொங்கிச் சுழலக் கம்மென்று உட்கார்ந்திருந்தான்.

வண்டி யமுனையின் கரையில் ஒரு பாதுகாப்பான தோட்டத்தினுள் வந்து நின்றது. மகேந்திரன் வியப்படைந்தான். இது எவருடைய தோட்டம்? இதன் விலாசந்தான் விநோதினிக்கு எவ்வாறு கிடைத்தது?

வீடு மூடிக் கிடந்தது. கூப்பிட்ட போது கிழட்டு வாயிற் காப்போன் வெளியே வந்தான். "வீட்டுக்காரர் பணக்காரர். அருகில்தான் இருக்கிறார். அவருடைய அனுமதி கிடைத்தால் வீட்டில் தங்கலாம்" என்றான் அவன்.

விநோதினி மகேந்திரனுடைய முகத்தை நோக்கினாள். இந்த அழகிய வீட்டைக் கண்டதுமே மகேந்திரனுக்கும் பிடித்திருந்தது. நீண்ட காலத்துக்குப் பின் சில நாட்கள் தங்கும் எண்ணம் அவனுக்கு மலர்ச்சியைத் தந்தது. "சரி வா, அந்த மனிதர் வீட்டுக்குப் போவோம். நீ வெளியே வண்டியில் காத்திரு. நான் உள்ளே போய் வாடகையைப் பேசிக் கொண்டு வருகிறேன்" என்றான் அவன்.

"இனி என்னால் சுற்ற முடியாது. நீங்கள் போகலாம். நான் இங்கேயே சற்று ஓய்வு எடுத்துக் கொள்கிறேன். பயப்படத் தேவையில்லை" என்றாள் விநோதினி.

மகேந்திரன் வண்டியில் ஏறிச் சென்றான். விநோதினி அந்தக் கிழவனை அழைத்து அவனுடைய குழந்தைகள் குட்டிகளைப் பற்றி விசாரித்தாள். 'அவன் யார்? என்ன வேலை? அவனுடைய பெண்களுக்கு எங்கு விவாகமாகியது?' என்று கேட்டறிந்தாள். அவனுடைய மனைவி காலமானது பற்றிக் கேட்டதும் அனுதாபம் தொனிக்கும் குரலில், "அடடா! ரொம்பக் கஷ்டந்தான் உங்களுக்கு! இந்தத் தள்ளாத வயதில் தனியாக உலகத்தில் கிடக்க வேண்டியிருக்கிறதே! பார்க்கக் கொள்ளக் கூட எவரும் இல்லையே!" என்றாள். பின்னர்ப் பேச்சோடு பேச்சாக, "விஹாரி பாபு இங்கே இல்லையா?" என்றாள்.

"ஆம், கொஞ்ச நாள் இருந்தார். உங்களுக்கு அவரைத் தெரியுமா?"

"அவர் எனக்கு உறவு."

கிழவன் சொன்ன அடையாளங்களைக் கேட்டதும் விநோதினிக்குச் சற்றும் சந்தேகம் இராமல் போய் விட்டது. கிழவனைக் கொண்டு கதவைத் திறக்கச் செய்து விஹாரி எந்த அறையில் தூங்குவான், எங்கு உட்காருவான் என்ற எல்லா விவரங்களையும் தெரிந்து கொண்டாள். அவன் போனது முதல் அறைகள் பூட்டிக் கிடந்தன. அதனால் அறைகளில் கண்ணுக்குத் தெரியாமல் அவனுடைய நடமாட்டம் இருப்பதாகவே அவளுக்குப் பட்டது. காற்றோடு அவை கலந்து விடவில்லை. விநோதினி இதயம் நிரம்ப அந்தக் காற்றை உட்கொண்டாள்.

அந்தக் காற்று அவளுடைய உடலெங்கும் தடவியது. ஆனால், விஹாரி எங்கே சென்றான் என்ற விஷயம் மட்டும் அவளுக்குக் கிடைக்கவில்லை. அவன் திரும்ப வந்தாலும் வரலாம். தெளி வாக எதுவும் தெரியாது. கிழவன் தன் எஜமானனைக் கேட்டு வந்து சொல்வதாக விநோதினிக்கு ஆறுதல் கூறினான்.

வாடகை முன் பணமாகக் கொடுத்து விட்டு மகேந்திரன் அனுமதியுடன் வந்து சேர்ந்தான்.

50

ஹிமாலய மலையின் சிகரங்களில் பனிக் கட்டி உருகி யமுனைக்கு வற்றாத பெருக்கை அளிக்கின்றது. பல காலங்களாகப் பல கவிஞர்கள் கூடி, அந்த யமுனையைப் பற்றிப் புனைந்த கவிதைப் பெருக்குகளும் எண்ணில் அடங்காதவை. இந்தக் கவிதைப் பெருக்கில் பல வேறு சந்தங்கள் தொனித்தன. இவற்றின் அலை புரளும் இசை, உள்ளத்தைச் சிலிர்க்க வைத்து உணர்ச்சிப் பெருக்கால் நிரப்பவும் சக்தி வாய்ந்தது.

சாயங்காலம் மகேந்திரன் யமுனைக் கரையில் வந்து உட்கார்ந்த போது காதலின் தீவிரம் அவனுடைய பார்வையிலும் பெருமூச்சிலும் ஒவ்வோர் இரத்தக் குழாயிலும், எலும்புகளிலுங் கூட வெறியோட்டத்தை எழுப்பியது. வானில் அந்திமங்கலின் சூரிய கிரணங்கள் பொன் வீணையில் எவரும் கேட்டிராத சோக கீதத்தை இசைப்பது போல் இருந்தது.

ஜன நடமாட்டமே இராத அந்த மணற் பரப்பில் பல்வேறு நிறங்களுடன் பகல் மெல்லக் கழிந்தது. மகேந்திரன் விழிகளைப் பாதி மூடியவாறு காவிய லோகத்தில் மாட்டுக் குளம்பிலிருந்து எழும் தூசிகளின் நடுவே பிருந்தாவனத்தின் ஆநிரைகள் தொழு வத்திற்குத் திரும்பும் ‘அம்மா’ என்ற ஒலியைக் கேட்டுக் கொண் டிருந்தான்.

கார்முகில்கள் வானெங்கும் நிறைந்தன. அறிமுகம் இராத இடத்தில் இருளானது கடுமையான திரை மட்டுமல்ல; அதில் விசித்திரமான இரகசியங்களும் நிறைந்திருக்கும். அதனுள் இருக் கும் ஓரளவு ஒளியோ அல்லது காணும் உருவோ உச்சரிக்க முடி யாத மொழியில் பேசும். எதிர்க் கரையில் தெளிவற்ற வெண் ணிறமான மணற் பரப்பு, அலையற்ற நீரின் மைக் கருமை, தோட்டத்தில் அடர்ந்து பரந்த வேப்ப மரத்தின் நிச்சப்தம், மரங்களே இராத மங்கலான நதியின் வளைந்த கீற்று, அந்த ஆடி மாதத்து அந்திப் பொழுது யாவும் குறிப்பிட இயலாத தெளி வற்ற உருவெடுத்து மகேந்திரனைச் சூழ்ந்து கொண்டன.

பதாவளியில் வரும் கார்காலத்துக் களவுச் சேர்க்கை மகேந் திரனுக்கு நினைவு வந்தது. காதலி வெளியே கிளம்பி யமுனை

யின் கரையில் தனியே வந்து நிற்கிறாள். கடந்து செல்வது எவ்வாறு? 'ஐயா! என்னை அக்கரைக்கு இட்டுச் செல்லுங்கள்! இட்டுச் செல்லுங்கள்' என்கிறாள். மகேந்திரனின் இதயத்தினுள் அந்தக் குரல் எதிரொலிக்கிறது; 'ஐயா! அக்கரைக்கு இட்டுச் செல்லுங்கள்.'

ஆற்றுக்கு அப்பால் இருளில் வெகு தொலைவில் நின்றிருந்தாள் அவள். அப்படியிருந்தும் மகேந்திரன் அவளைத் தெளிவாகக் கண்டான். அவளுக்குக் காலம், வயது எதுவும் இல்லை. அவள் சாசுவதமான ஆயர் மகள். அவளை அவன் அடையாளம் கண்டு கொண்டான். அவள் விநோதினியேதான். பிரிவு, வேதனை, இளமை இவுற்றுடன் அந்தக் காலம் தொடங்கி அவள் யாத்திரை கிளம்பிப் பல்வேறு இசைகளிலும் சந்தங்களிலும் புகுந்து இந்தக் காலத்தின் கரையை அடைந்திருக்கிறாள்! இன்று நடமாட்டமற்ற யமுனைக் கரையின் மேல் வானில் அவளுடைய குரல்தான் கேட்கிறது: 'ஐயா! என்ன அக்கரைக்கு இட்டுச் செல்லுங்கள்.' பரிசலுக்காக அவள் அந்த இருளில் இன்னும் எத்தனை காலந்தான் காத்து நிற்பாளோ, 'ஐயா! என்னை அக்கரைக்கு இட்டுச் செல்லுங்கள்' என்று கூவிக் கொண்டு?

மேகத்தின் ஒரு பகுதி விலகிப் பிறைமதி தோன்றியது. நிலவின் மாய மந்திரத்தில் கட்டுண்டு ஆறு, ஆற்றங்கரை, வானம், தொடுவானம் யாவும் இந்த உலகை விட்டே அப்பால் சென்று விட்டன. மண்ணுலகின் தொடர்பே அங்கு இல்லை. காலப் பெருக்கே இற்று விட்டது. கடந்த காலத்தின் வரலாறும் மறைந்தது. எதிர்காலத்தின் நிகழ்ச்சிகளும் மறைந்து விட்டன. வெள்ளி நிலவு பரந்த யமுனைக் கரையில் மகேந்திரன், விநோதினி இவர்களுடன் நிகழ்காலம் உலகின் சட்ட திட்டங்களுக்கு அப்பால் நிலைத்து நின்றது.

மகேந்திரனுக்கு வெறி பிடித்து விட்டது. விநோதினி தன்னை வெறுப்பாள்; நிலவு வீசும் இரவில் வானுலகைப் போன்ற தனிமையைத் திருமகள் போல நிரப்ப மாட்டாள் என்று அவன் கற்பனைகூடச் செய்யவில்லை. அந்தக் கணமே எழுந்து விநோதினியைத் தேடி வீட்டினுள் சென்றான்.

படுக்கையறைக்குச் சென்ற போது அறையில் மலர்களின் மணம் கமழ்ந்தது. திறந்த சாளரக் கதவுகள் மூலம் நிலவொளி வெளேரென்ற படுக்கையின் மேல் வந்து படிந்தது. விநோதினி தோட்டத்து மலர்களைப் பறித்துத் தன் குழற் கற்றையிலும் கழுத்திலும் இடையிலும் மாலையாக அணிந்திருந்தாள். மலர்களால் அணிகலன் பூண்ட அவள், பூக்கள் மலிந்து விளங்கும் கொடி போல் படுக்கையில் படுத்திருந்தாள்.

மகேந்திரனுடைய வெறி இரு மடங்காகியது. அவன் குரல் அடைக்க, "விநோத்! நான் யமுனைக் கரையில் காத்திருந்தேன். நீ இங்கு எதிர்பார்த்திருக்கிறாய் என்று வானின் மதி எனக்கு எடுத்துச் சொல்லியது. அதனால் நானே வந்து விட்டேன்" என்றவாறு அவன் படுக்கையில் உட்காரச் சென்றான்.

விநோதினி திடுக்கிட்டுப் பரபரவென்று எழுந்து வலது கையால் தடுத்தாள்: "போய் விடுங்கள், இந்தப் படுக்கையில் உட்காராதீர்கள்!"

படகு சட்டென்று மணல் மேட்டில் தட்டுப்பட்டது போல் மகேந்திரன் திகைத்து நின்றான். வெகு நேரம் வரை அவனால் பேசக் கூட முடியவில்லை. அவன் தான் சொன்னதைக் கேட்காதிருப்பானோ என்று அஞ்சி விநோதினி படுக்கையை விட்டு இறங்கி வந்தாள்.

"நீ யாருக்காக அலங்காரம் செய்து கொண்டாய்? யாரை எதிர்பார்த்துக் காத்திருக்கிறாய்?" என்று கேட்டான் மகேந்திரன்.

விநோதினி தன் மார்பை அழுத்திக் கொண்டாள். "நான் யாருக்காக எதிர்பார்த்திருக்கிறேனோ, அவர் என் இதயத்தினுள் இருக்கிறார்" என்றாள்.

"அவன் யார்? விஹாரியா?"

"அவர் பேரை வாயில் எடுத்துச் சொல்லக் கூட வேண்டாம் நீங்கள்."

"அவனுக்காகத்தான் இப்படி மேற்கே அலைகிறாயா?"

"அவருக்காகத்தான்."

"இங்கு நீ காத்திருப்பதுங்கூட அவன் பொருட்டுத் தானே!"

"அவர் பொருட்டுத்தான்."

"அவன் விலாசம் கிடைத்ததா?"

"தெரியாது. ஆனால், எப்படியாவது நிச்சயம் கண்டு பிடித்து விடுவேன்."

"அதற்கு நான் இடம் தர மாட்டேன்."

"அப்படியே இடம் தர வேண்டாம். என் உள்ளத்தில் இருப்பவரை உங்களால் வெளிக் கிளப்ப முடியாதே!" என்றதும் விநோதினி கண்களை மூடிக் கொண்டு இதயத்தினுள்ளே விஹாரியை ஒரு முறை எண்ணிப் பார்த்தாள்.

மலரணி புனைந்து விரக வேதனையில் வாடி நிற்கும் விநோதினியின் மேல் மோக வெறியும், அவளால் அதற்கு நேரிட்ட தடையுமாகச் சேர்ந்து மகேந்திரனுக்கு ஆத்திரத்தைக் கிளப்பி விட்டன. அவன் முஷ்டியைக் குவித்து, "கத்தியால் கிளறி உன் இதயத்தை விட்டு அவனை அகற்றுவேன்" என்றான்.

விநோதினி சற்றும் முக மாறுதலின்றி, "உன் காதலைவிட உன் கத்தி என் இதயத்தினுள் சுலபமாக நுழையும்" என்றாள்.

''உனக்குச் சற்றும் பயமில்லையா? இங்கு உன்னை யார் காப்பாற்றுவார்கள்?''

''நீதான் என்னைக் காப்பாற்றுவதற்கு இருக்கிறாயே! நீயே உன் வெறியிலிருந்து என்னைக் காப்பாற்றுவாய்.''

''இந்த அளவாவது நம்பிக்கையும் அக்கறையும் என் மேல் இருக்கிறதே!''

''அது இராவிட்டால் தற்கொலை செய்து கொண்டிருப் பேன்; உம்முடன் வெளியில் வந்திருக்கவே மாட்டேன்.''

''சாவதுதானே! இந்த நம்பிக்கையை என் கழுத்தில் சுருக்குப் போட்டு என்னை ஊர் ஊராக இழுத்துச் சாக அடிப் பானேன்? நீ செத்தால் எவ்வளவு நன்றாக இருக்கும், எண்ணிப் பார்.''

''அது எனக்குத் தெரியும். ஆனால், விஹாரியின் நம் பிக்கை இருக்கிற வரையில் நான் சாக முடியாது.''

''நீ சாகிற மட்டிலும் என் ஆசையும் அடங்காது. எனக்கும் விடுதலை இல்லை. இன்று முதல் மனப்பூர்வமாக நான் கடவு ளிடம் உன் மரணத்தையே கோரி வேண்டுவேன். நீ எனக்கும் வேண்டாம்; விஹாரிக்கும் உரியவளாகக் கூடாது. நீ போ! எனக்கு விடுதலை கொடு. என் தாய் அழுகிறாள். என் மனைவி அழுகிறாள். அவர்களுடைய கண்ணீர் என்னைத் தொலைவில் இருந்து சுட்டுப் பொசுக்குகிறது. நீ செத்துப் போய் உலகில் எவருக்கும் எட்டாதவளாகப் போனால் ஒழிய, அவர்களுடைய கண்ணீரைத் துடைக்க எனக்கு ஒழிவிராது'' என்று மகேந்திரன் வெளியே ஓடினான். விநோதினி தனிமையில் தன்னைச் சுற்றி எழுப்பிய கனவு வலை அறுந்து போயிற்று.

அவள் கம்மென்று வெளியே பார்த்த வண்ணம் நின்றாள். வானில் ஒளிர்ந்த நிலவில் இருந்த அமுதம், அப்பால் மணல் வெளி, அதையொட்டிக் கருமையான ஆற்று வெள்ளம், பின்னர் அக்கரையின் தெளிவற்ற காட்சிகள் எல்லாம் பெரிய வெள்ளைக் காகிதத்தில் பென்ஸிலினால் வரைந்த சித்திரம் போல் களை இழந்து தோற்றின.

மகேந்திரனை விநோதினி பலமாக இழுத்தாள்; அதே போல் புயல் வேகத்தில் வேருடன் அவனைக் களைந்து எறிய வும் செய்தாள்! இன்று அதை எண்ணி அவள் உள்ளம் இன்னும் அலைச்சலுக்கு உள்ளாகியது. அவளிடம் இந்தத் திறமை இருக்கிறது. பின்னர் விஹாரி மட்டும் ஏன் இந்த நிலவில் பொங்கியெழும் கடலைப் போல அவள் எதிரே வந்து பணிய வில்லை? காரணமின்றி எழுந்த காதலின் கேவம் தினம் அவ ளுடைய நினைவில் வந்து தோன்றக் காரணம் என்ன? பின்னர் இன்னொரு வேதனை வெளியிலிருந்து அதை உலுக்கி நிறைவு

பெறாமல் தடை செய்கிறது. ஏன்? இப்போது எழுந்த இந்தப் பெரிய புரட்சியுடன் வாழ்நாளெல்லாம் அவள் போராடுவதா? இந்தப் புரட்சியைத்தான் அவள் எவ்வாறு அடக்குவது?

அன்று அவள் அணிந்த மலர் மாலைகளின் மேல் மகேந்திரனது பார்வை பட்டது. அதனால் அவள் அவற்றைப் பிய்த்தெறிந்தாள். அவளுடைய திறமை வீண்; முயற்சியும் வீண்; வாழ்க்கையே வீணாகி விட்டது! இந்தக் காடு, நிலவு, யமுனைக் கரை, அபூர்வமான பொலிவுடன் திகழும் உலகம் யாவும் வீணே!

இவ்வளவும் அநாவசியமே! இருந்தாலும், அவை இருந்த இடத்திலேயே நிற்கின்றன. உலகத்தில் எதற்கும் ஓரளவு மாறுதல் ஏற்படவில்லை. நாளைய தினம் சூரியன் தோன்றத் தான் செய்வான். உலகம் தன் சின்னஞ்சிறு காரியத்தையும் கூட மறக்காது. சற்றும் அசைவின்றி விஹாரி தொலைவிலேயே பிராம்மணச் சிறுவனுக்குக் கல்வி புகட்டிக் கொண்டு இருப் பான்.

விநோதினியின் கண்களிலிருந்து நீர் வெடித்துக் கொண்டு வந்தது. தன் பலம், ஆவல் இவைகளைக் கொண்டு ஏதோ கல்லைப் புரட்டுகிறாள்; அவள் இதயம் உலகத்தில் மிதந்து சென்றது. ஆனால், அவளுடைய அதிர்ஷ்டமோ ஓர் ஊசி அளவு கூட நகர மறுத்தது!

51

அன்றிரவு முழுவதும் மகேந்திரன் துயில் கொள்ளவே இல்லை. உடல் சோர்ந்து விடியலில் நன்றாகத் தூங்கி விட்டான். மணி எட்டு அல்லது ஒன்பது இருக்கும் போது திடுக்கிட்டு எழுந்து உட்கார்ந்தான். கடந்த இரவின் முடியாத வேதனை, உறக்கத்திலும் உள்ளூற ஓடிக் கொண்டிருந்தது. விழித்துக் கொண்டதும் அந்த வேதனை அவனை வாட்டத் தொடங்கியது. சற்று நேரத்துக்கெல்லாம் கடந்த இரவில் நடந்த யாவும் தெளி வாய் அவன் மனத்தில் எழுந்தன. காலை வெயிலும், உறக்கம் போதாததனால் உண்டான சோர்வும் சேர்ந்து கொள்ளவே, வாழ்வும் உலகமும் அவனுக்குச் சுவையற்றவையாகத் தோன் றின. குடும்பத்தைத் துறந்ததனால் உண்டான கஷ்டம், கடமையை மீறியதால் தோன்றிய ஆழ்ந்த வேதனை, சுற்றித் திரியும் இந்த வாழ்வின் அலைச்சல் இவைகளையெல்லாம் அவன் எதற்குச் சுமந்து திரிய வேண்டும்? மயக்க வெறி இராத இந்த விடியலின் வெளிச்சத்தில், தான் விநோதினியைக் காதலிக்கவில்லை என்று மகேந்திரனுக்குத் தோன்றியது. வெளியே உலகம் விழிப்புக் கொண்டது; அவரவர் பரபரப்புடன் தங்கள் வேலைக்குச் சென்ற

வாறு இருந்தனர். சுயமரியாதையைச் சேற்றில் தள்ளி விட்டு, தன்னை வெறுக்கும் ஒரு பெண்ணின் காலடியில் சோம்பேறித் தனமான வாழ்க்கையில் கட்டுண்டு கிடப்பது முட்டாள்தனம் என்று அவனுக்குத் தெளிவாகியது. தீவிரமான ஓர் உணர்ச்சிப் பெருக்குக்குப் பின்னர் இதயத்தில் சோர்வு நேரிடுவது இயல்பு. சோர்வற்ற இதயம் தன் சோர்வுக்குக் காரணமான விஷயத்தைச் சற்று நேரம் ஒதுக்கித் தள்ள விரும்புகிறது. அந்த ஓய்வுக் காலத்தில் அடிப்புரையில் மறைந்திருந்த சேறும் வெளியாகிறது. மோக வெறியைக் கிளப்பிய பொருளின் மேல் வெறுப்பும் பிறக்கிறது. நாம் எதற்காக இவ்வாறு அவமானப்படுகிறோம் என்பது அவனுக்குப் புரியவில்லை. 'எல்லா விதத்திலும் நான் விநோதினியைக் காட்டிலும் உயர்ந்தவன். இருந்தும் இன்று பல விதமான கஷ்டங்களையும் ஈனத்தனத்தையும் ஏற்றுக் கொண்டு வெறுக்கப்பட்ட பிச்சைக்காரன் போல் அவள் பின்னாலேயே சுற்றி அலைகிறேனே! இந்தப் பைத்தியக்கரத்தனத்தை என் மனத் தில் எந்தப் பேய் புகுத்தியதோ?' என்று அவன் எண்ணினான். விநோதினி அவன் வரைக்கும் ஒரு பெண் பிள்ளைதான்! உலகின் பொலிவும், காவியங்களின் இசையும், கதைகளின் சுவையும் கலந்து எழுந்த ஓர் ஒளிப் பதுமையைக் கண்டு அவன் வசியமானான். இன்று அவை கானல் நீரைப் போல் மறைந்து விடவே சாதாரணப் பெண் ஒருத்தியே அங்கு நின்றாள். அவளிடம் அப்படி வியக்கத் தக்கது ஒன்றுமில்லை!

இந்த வெட்கக் கேடான மோகச் சுழலிலிருந்து விடுபட்டு வீடு செல்வதற்காக அவன் பரபரப்படைந்தான். அமைதி, அன்பு யாவும் அவனுக்கு இருந்தன. இன்று அவை மீண்டும் அவ னுக்கு அமுதமாகத் தோன்றின. சிறு பிராயம் முதல் சிதையாத விஹாரியின் நட்பு இன்று அவனுக்கு மிகவும் உயர்ந்ததாகவே பட்டது. 'உண்மையில் ஆழ்ந்து நிலையானது எதுவோ, அது கஷ்டப்படாமல் தடையின்றி நமக்குக் கிடைத்து விடுகிறது. அதனால்தான் அதன் பெருமை நமக்குத் தெரிவதில்லை. வெறும் மாயையோ நிலையாக அனுபவித்தாலும் முழு நிறைவு ஏற்படுவதில்லை. அது நம்மைத் தன் பின்னால் ஓட வைத்து அலைக்கழிக்கிறது. அதனால் நாம் வேண்டும் செல்வம் அதுதான் என்று எண்ணி நாமும் மயங்குகிறோம்' என்று அவன் தனக்குள் கூறிக் கொண்டான்.

'இன்றைய தினமே வீட்டுக்குச் சென்று விடலாம். விநோதினி எங்கே தங்க நினைக்கிறாளோ, அங்கே அவளுக்கு ஓர் ஏற்பாட்டைச் செய்து வைத்து விட்டால் எனக்கு விடுதலை' என்று எண்ணினான். 'எனக்கு விடுதலை' என்று அழுத்தமாக உச்சரிக்கும் போது அவன் உள்ளத்தில் ஒரு களிப்பு தோன்றியது.

இதுகாறும் அவன் ஓயாத தயக்கம் ஒன்றைச் சுமந்து திரிந்தான். அந்தச் சுமை இன்று தளர்ந்தது. இந்தக் கணத்தில் தனக்குப் பிடிக்காத ஒன்றெனத் தோன்றுவதை மறுகணமே நிறைவேற்றுவது அவனால் முடியாமல் இருந்தது. அழுத்தமாக, 'சரி' என்றோ 'இல்லை' என்றோ சொல்லக் கூடிய நிலையில் அவன் இது வரையில் இல்லை. அவனுடைய உள்ளத்தினுள்ளே எழுந்த உத்தரவுகளை மீறியே அவன் வேறு வழியில் நடந்தான். இப்போது அவன், 'எனக்கு விடுதலை' என்று சொல்லவே, ஊசலாடிக் கொண்டிருந்த அவனது இதயம் ஆறுதல் பெற்று அவனை வாழ்த்தியது.

மகேந்திரன் அப்போதே படுக்கையை விட்டு எழுந்து முகம் கழுவிக் கொண்டு விநோதினியைக் காணச் சென்றான். அங்கு அவள் கதவை அடைத்துக் கொண்டிருந்தது கண்டு, "தூங்குகிறாயா?" என்று கதவைத் தட்டினான்.

"இல்லை. நீ போய் விடு" என்றாள் விநோதினி.

"உன்னுடன் அவசியமாகப் பேச வேண்டும். நான் வெகு நேரம் நிற்க மாட்டேன்."

"நான் இனி எதையும் கேட்கத் தயாராக இல்லை. நீ போ! எனக்கு வெறுப்பூட்டாதே! என்னைத் தனியே இருக்க விடு."

வேறொரு சமயமாக இருந்தால் மகேந்திரனுடைய ஆத்திரம் இந்தப் பதிலைக் கேட்டு அதிகரித்திருக்கும். ஆனால், இப்போதோ அவனுக்கு வெறுப்புத் தட்டியது. 'ஒரு சாதாரணப் பெண்ணான இவளிடம் நான் இவ்வளவு தூரம் தாழ்ந்து போய் விட்டேனே! நினைத்த போதெல்லாம் இப்படி என்னை ஒதுக்கித் தள்ளும் அளவுக்கு இவளுக்கு அதிகாரம் பிறந்து விட்டதே! இது இவளுக்கு இயல்பானதல்ல. நான்தான் இவளுக்கு அதிகாரம் கொடுத்துக் கர்வத்தை இப்படி அநியாயமாக வளர்த்து விட்டேன்' என்று எண்ணும் போது அவன் தன்னுடைய மேன்மையை உணர முற்பட்டான். 'நான் வெற்றி பெறுவேன். இவளுடைய தொடர்பை அறுத்துக் கொண்டு போய் விடுவேன்' என்று தீர்மானித்தான்.

சாப்பிட்டானதும் பணம் எடுத்து வர மகேந்திரன் பாங்கிக்குச் சென்றான். பணத்தை வாங்கிக் கொண்டு ஆசாவுக்கும் தாய்க்கும் ஏதாவது நல்ல பொருள்கள் வாங்கும் எண்ணத்துடன் அலகாபாத் கடைத் தெருவில் சுற்றினான்.

மீண்டும் விநோதினியின் வீட்டு வாசற் கதவை யாரோ தட்டினார்கள். முதலில் அவள் வெறுப்புடன் பதில் ஒன்றும் கூற வில்லை. பின்னர் திரும்பத் திரும்பத் தட்டும் ஓசை கேட்கவே விநோதினிக்கு ஆத்திரம் பொங்கி எழுந்தது. அவள் வேகமாகக் கதவைத் திறந்து, "ஏன் திரும்பத் திரும்ப எனக்கு எரிச்சல் மூட்டு

கிறாய்?'' என்று தொடங்கியவள் முடிவுக்கு முன்னரே எதிரே விஹாரி நிற்பதைக் கண்டாள்.

வீட்டின் உள்ளே மகேந்திரன் இருக்கிறானா என்று விஹாரி ஒரு முறை எட்டிப் பார்த்தான். உள்ளே படுக்கை அறையில் உலர்ந்த மலர்களும் அறுந்த பூமாலைகளும் கிடப்பதைக் கண்டான். மறுகணமே அவனுடைய மனத்திற்குள் வெறுப்புக் குடிகொண்டது. தொலைவில் இருந்த மட்டிலும் விநோதினியின் வாழ்க்கை பற்றிச் சந்தேகப்படும்படியான எண்ணம் எதுவும் அவன் மனத்தில் எழுந்ததில்லை என்று சொல்ல முடியாது. ஆனால், கற்பனையில் எழுந்த அந்த எண்ணத்தையும் மூடிக் கொண்டிருந்தது, அந்த மோகினியின் வடிவம். தோட்டத்தினுள் நுழைந்த போது விஹாரியின் இதயம் அடித்துக் கொண்டது. கற்பனை உருவம் சிதைந்து விடுமோ என்று அவனுடைய உள்ளம் தவித்தது. விநோதினியின் படுக்கை அறைக்கு எதிரே நின்ற போது விஹாரியின் உள்ளத்தில் பேரிடி விழுந்தது.

ஒரு காலத்தில் தன் காதலினால் விநோதினியின் வாழ்க்கையிலுள்ள மாசுகளைக் கழுவிச் சுலபமாகச் சுத்தமாக்கிக் கொள்ள முடியும் என்று விஹாரி எண்ணியதுண்டு. அருகில் வந்த போது, அது சுலபமல்ல என்று அவனுக்குத் தெரிந்தது. உள்ளத்தில் சற்றும் கருணையோ, அனுதாபமோ பிறக்கவில்லையே! வெறுப்பின் அலைதான் கிளம்பி அவன் மனத்தைக் கவிந்து கொண்டது. விநோதினியை அவன் மாசு படிந்தவளாகவே எண்ணினான்.

ஒரு நிமிஷத்துக்கெல்லாம் விஹாரி திரும்ப நின்று, ''மகேந்திரா!'' என்று அழைத்தான்.

இந்த அவமதிப்பைப் பொறுத்துக் கொண்டாள் விநோதினி. ''மகேன் இல்லை. பட்டணத்துக்குப் போயிருக்கிறார்'' என்றாள்.

விஹாரி செல்லக் கிளம்பிய போது அவள், ''விஹாரி பாபு! உங்கள் காலில் விழுகிறேன். கொஞ்சம் இருங்கள்'' என்றாள்.

எந்த விதமான வேண்டுகோளையும் கேட்பதில்லை, வெறுக்கத் தக்க அக்காட்சியை விட்டுத் தொலைவில் சென்று விட வேண்டும் என்று நினைத்த விஹாரியும் விநோதினியின் குரலில் தொனித்த கெஞ்சுதலைக் கேட்டதும் கண நேரம் கால் எடுத்து வைக்க முடியாமல் நின்றான்.

''இன்று நான் சொல்வதைக் கேட்காமல் வெறுப்புடன் நீங்கள் சென்று விட்டால், உங்கள் மேல் ஆணை, நான் தற் கொலை செய்து கொள்வேன்'' என்றாள் விநோதினி.

விஹாரி திரும்பி நின்றான். ''விநோதினி! உன் வாழ்க்கை யுடன் என்னை ஏன் பிணைக்கப் பார்க்கிறாய்? நான் உனக்கு

என்ன தீங்கிழைத்தேன்? உன் வழியின் குறுக்கே நான் என்றைக்குமே வராதவன். உன் சுக துக்கங்களில் நான் குறுக்கிடவு மில்லை'' என்றான்.

"நீங்கள் என் உள்ளத்தை எவ்வளவு தூரம் அடிமைப் படுத்தி விட்டீர்கள் என்பதை ஒரு தடவை உங்களுக்கு எடுத்துச் சொன்னேன். அதை நீங்கள் நம்பவில்லை. இருந்தாலும், இன்று உங்கள் வெறுப்புக்கு முன்பே இதை மீண்டும் சொல்கிறேன். வெட்கப்பட்டுச் சொல்வதற்கு எனக்கு நீங்கள் அவகாசம் தரவில்லை. என்னை ஒதுக்கி விட்டீர்கள். ஆனால் நான் உங்கள் பாதங்களைப் பிடித்துக் கொண்டு சொல்கிறேன். உங்களை நான்…''

விஹாரி குறுக்கிட்டான்: "அதை மீண்டும் சொல்லாதே! வாயால் அந்தச் சொல்லை எடுக்காதே! அதை நம்ப வழி இல்லை.''

"அதை வேறு அற்பர்கள் நம்ப மாட்டார்கள். ஆனால், உங்களுக்கு அதில் நிச்சயம் நம்பிக்கை உண்டு. அதனால்தான் நான் உங்களை உட்காரச் சொல்லி வேண்டுகிறேன்.''

"நான் நம்புகிறேனோ இல்லையோ, அதனால் என்ன வந்து விடப் போகிறது! உன் வாழ்க்கை இன்று போல் என்றும் நடக்கும் அல்லவா!''

"உங்களுக்கு இதனால் ஒன்றும் வந்து விடப் போவ தில்லை என்று எனக்கும் தெரியும். என் அதிர்ஷ்டம், இப்படி உங்கள் மரியாதையைக் காப்பாற்ற உங்கள் பக்கத்தில் நிற்க எனக்கு வழியில்லை. எப்போதும் உங்களை விட்டு விலகியே தான் நான் இருக்க வேண்டும். உங்களிடம் நான் கேட்பது இது ஒன்றுதான். நான் எங்கு இருந்தாலும் சரி, நீங்கள் என்னைப் பற்றி எண்ணுவது நல்லதாகவே இருக்கட்டும். அதில் சற்றாவது இனிமை இருக்கட்டும். என் மேல் உங்களுக்கு ஓரளவு அக்கறை பிறந்தால் அதையே நான் எனக்கு உறுதுணையாகக் கொள் வேன். அதற்காகவே நான் சொல்வதை நீங்கள் கேட்டாக வேண் டும். நான் கை கூப்பி வேண்டுகிறேன். கொஞ்சம் உட்காருங்கள்.''

"சரி வா'' என்று விஹாரி வேறு அறையை நோக்கி நடந்தான்.

"நீங்கள் நினைப்பது போல் இல்லை. இந்த அறையை மாசு தீண்டவில்லை. நீங்கள் இந்த அறையில் ஒரு நாள் படுத்திருந்தீர்கள். உங்கள் பொருட்டே இந்த அறையைச் சமர்ப்பணம் செய்திருக்கிறேன். இந்த மலர்கள் உங்கள் பூஜைக்கு உபயோகமாகி இன்று உலர்ந்தவை. இந்த அறையில்தான் நீங்கள் உட்கார வேண்டும்.''

இதைக் கேட்டதும் விஹாரியின் உள்ளம் இன்பத்தால் சிலிர்த்தது. அவன் அறையினுள் நுழைந்தான். விநோதினி இரு

கரங்களாலும் கட்டிலைக் காண்பிக்க, விஹாரி அதன் மேல் உட்கார்ந்தான். விநோதினி அவனுடைய காலருகில் தரையில் உட்கார்ந்தாள். விஹாரி பரபரப்படைவுது கண்டு விநோதினி, ''உட்காருங்கள். எழுந்திருக்க வேண்டாம். என் தலையைத் தின்றாற்போல்! உங்கள் காலருகே உட்காரக் கூட எனக்குத் தகுதி இல்லை. நீங்களாகத் தயை செய்து எனக்கு அங்கு இடம் அளித்தீர்கள். தொலைவில் இருந்தாலும் எனக்கு இந்த உரிமை இருக்கட்டும்'' என்றாள்.

விநோதினி சற்று நேரம் கம்மென்றிருந்தாள். பின்னர் திடீரென்று, ''நீங்கள் சாப்பிட்டாயிற்றா?'' என்று கேட்டாள்.

''ஸ்டேஷனிலேயே சாப்பிட்டு விட்டேன்.''

''நான் ஊரிலிருந்து உங்களுக்குக் கடிதம் எழுதினேன். அதைத் திறந்து விட்டு எனக்குப் பதில் எழுதாமல் மகேந்திரன் மூலம் திருப்பி அனுப்புவானேன்?''

''எனக்குக் கடிதம் எதுவும் கிடைக்கவில்லையே?''

''இந்தத் தடவை மகேந்திரனைக் கல்கத்தாவில் பார்க்கவே இல்லையா?''

''உன்னை ஊருக்கு அனுப்பிய மறுநாள் மகேந்திரனைப் பார்த்தேன். அதற்குப் பின்னரே நான் மேற்கே யாத்திரை கிளம்பி விட்டேன். அப்புறம் அவனைப் பார்க்கவில்லை.''

''அதற்கும் முன்னர் ஒரு நாள் என் கடிதத்தைப் படித்து விட்டுப் பதில் தராமல் திருப்பி அனுப்பியதுண்டா?''

''இல்லை; ஒரு போதும் அப்படி நடந்ததில்லை.''

விநோதினி திகைத்து உட்கார்ந்திருந்தாள். பின்னர் பெரு மூச்சுடன், ''எல்லாம் புரிந்து விட்டது. இப்போது நான் சொல்ல வேண்டியதைச் சொல்லுகிறேன். நம்பினால், என் அதிர்ஷ்டமாக நினைப்பேன்; இராவிட்டால் உங்களைக் குறை சொல்லப் போவதில்லை. என்னை நம்புவதும் கடினந்தான்'' என்றாள்.

விஹாரியின் மனம் இளகி விட்டது. பக்தி நிரம்ப விநோதினி செய்த பூஜையை அவமதிக்க அவனால் முடியவில்லை.

''நீ ஒன்றும் சொல்ல வேண்டியதில்லை. எதையும் கேளாமலேயே உன்னை நான் நம்புகிறேன். உன்னை வெறுக்க என்னால் முடியாது. இதற்கு மேல் நீ ஒன்றும் சொல்ல வேண்டாம்.''

இதைக் கேட்டு விநோதினியின் விழிகளில் நீர் நிறைந்தது. அவள் விஹாரியின் காலைத் தொட்டுக் கண்களில் ஒற்றிக் கொண்டாள். ''எல்லாவற்றையும் சொல்லா விட்டால் என் உயிர் நிற்காது. கொஞ்சம் பொறுமையுடன் கேளுங்கள். நீங்கள் எனக்கு உத்தரவிட்டீர்கள். நான் அதைத் தலை மேல் தாங்கினேன். எனக்குக் கடிதம் ஒன்றும் நீங்கள் எழுதவில்லை. இருந்

தாலும், ஊராரின் அவதூறுகளையும் கேலியையும் பொறுத்துக் கொண்டு வாழ்நாளைக் கழித்திருக்கலாம். உங்கள் அன்புக்கு மாறாகத் தண்டனையையே ஏற்றுக் கொண்டிருப்பேன். ஆனால் தெய்வம், அதற்கும் தடையாக நின்றது. நானாகத் தூண்டி விட்ட பாபம் என்னை அந்தத் தண்டனையிலும் பின்தொடர்ந்தது. அங்கும் நிலைக்க விடாமல் செய்தது. மகேன் ஊருக்கு வந்து, வீட்டு வாயிலிலேயே ஊரார் முன்னிலையில் என்னைக் கஷ்டப்படுத் தினார். அந்த ஊரில் அதற்குப் பின் எனக்கு இடம் இல்லாமல் போயிற்று. இரண்டாவது முறை உங்கள் கட்டளையைப் பெற எங்கெல்லாமோ உங்களைத் தேடி அலைந்தேன். ஆனால், உங்களைக் காண முடியவில்லை. மகேன் திறந்த கடிதத்தை உங்கள் வீட்டிலிருந்து கொணர்ந்து என்னை ஏமாற்றினார். என்னை முற்றும் துறந்து விட்டீர்களென்று நான் எண்ணினேன். அதற்கு மேல் நான் கெட்டுப் போயிருக்க முடியும். ஆனால், உங்களுக்கு என்ன சக்தி இருக்கிறதோ, தொலைவிலிருந்தே என்னைப் பாழாக விடாமல் காப்பாற்றி விட்டீர்கள்! உங்களுக்கு உள்ளத்தில் இடம் அளித்த நான் தூய்மை பெற்று விட்டேன். என்னை அன்று விலக்கித் தள்ளி, உங்களைப் பற்றித் தெரிந்து கொள்ளச் செய்தீர்கள். அந்த அறிமுகம் உறுதியான தங்கம் போன்றது; உறுதியான மாணிக்கம் போல் அது என் உள்ளத் தினுள் நிலைத்தது. அதனால் என் மதிப்பும் உயர்ந்து விட்டது. ஸ்வாமி! இந்தப் பாதங்களைத் தொட்டுச் சொல்லுகிறேன்; அந்த மதிப்புக் கெட்டு விடவில்லை'' என்றாள்.

விஹாரி கம்மென்று உட்கார்ந்திருந்தான். விநோதினியும் அதற்கு மேல் ஒன்றும் பேசவில்லை. பிற்பகலின் ஒளி மெல்ல மெல்ல மங்கிக் கொண்டே வந்தது. இந்தச் சமயத்தில் மகேந் திரன் கதவருகில் வந்து விஹாரியைக் கண்டதும் திடுக்கிட்டு நின்றான். விநோதினியின் மேல் உண்டான வெறுப்பு, பொறாமை யால் உந்தப்பட்டு அகலத் தொடங்கியது. விநோதினி விஹாரி யின் காலடியில் கம்மென்று உட்கார்ந்திருப்பது ஒதுக்கித் தள்ளப் பட்ட மகேந்திரனுடைய பெருமைக்கு ஓர் இடி போல் இருந் தது. விஹாரியுடன் கடிதப் போக்குவரத்து இருக்கவேதான் இப்படி அவர்கள் சந்திக்க முடிந்தது என்று அவன் நம்பினான். இது வரையில் விஹாரி மீது வெறுப்புக் கொண்டிருந்தவன், இப்போதுதானே வந்து சிக்கிக் கொண்ட பின், விநோதினியைத் தடுக்க யாரால் முடியும்? விநோதினியைத் துறக்க மகேந்திர னால் முடியும். ஆனால், அவளை வேறு எவரிடமும் அளிக்க அவனால் முடியாது! விஹாரியைக் கண்டதும் அதை உணர்ந்தான்.

அவன் வீண் கோபத்துடன், ''இப்போது மேடையில் மகேந்திரன் மறைவு, விஹாரியின் நுழைவு!.. அருமையான

காட்சிதான்! கை கொட்டலாம் போல் இருக்கிறது. ஆனால், இதுதான் கடைசிக் காட்சி என்று நம்புகிறேன். இதற்கு மேல் எதுவும் ரசிக்காது'' என்று குத்தலாகச் சொன்னான்.

விநோதினியின் முகம் சிவந்தது. மகேந்திரனுடைய உறவு தனக்குத் தேவை என்று இருக்கும் வரையில், இந்த அவ மதிப்புக்கு அவளால் என்ன பதில் சொல்ல முடியும்? அவள் வேதனையுடன் விஹாரியின் முகத்தை நோக்கினாள்.

விஹாரி கட்டிலை விட்டு எழுந்தான். முன்னால் வந்து அவன், ''மகேன்! விநோதினியைக் கோழை போல் அவமானம் செய்யாதே! உன் உண்மை உன்னைத் தடுக்கா விட்டால், உன்னை அடக்கும் திறமை எனக்கு உண்டு'' என்றான்.

''இதற்குள் உரிமை தீர்மானமாகி விட்டதா? இன்று உனக்குப் புதுப் பெயர் இட வேண்டியதுதான். விநோத விஹாரி!'' என்ற தும் மகேந்திரன் சிரித்தான்.

அவமதிப்பு அளவை மீறுவது கண்ட விஹாரி மகேந்திர னுடைய கையைப் பிடித்துக் கொண்டான். ''மகேன்! விநோதினியை நான் மணம் செய்து கொள்ளப் போகிறேன். உனக்குச் சொல்லி விட்டேன். இனிமேல் வாயைச் சற்று அடக்கிப் பேசு'' என்றான்.

இதைக் கேட்ட மகேந்திரன் வியப்பினால் வாயடைத்துப் போனான். விநோதினியும் திடுக்கிட்டாள். அவள் உள்ளத்தினுள் பெரும் புரட்சி மூண்டது.

''உனக்கு இன்னும் ஒன்று சொல்ல வேண்டும். உன் தாயார் சாகக் கிடக்கிறாள். அவள் பிழைக்கும் நம்பிக்கையே இல்லை. நான் இன்றிரவு வண்டியிலேயே போகிறேன். விநோதினியும் என்னுடன் திரும்புவாள்'' என்றான் விஹாரி.

விநோதினி திடுக்கிட்டு, ''அத்தைக்கு உடம்பா?'' என்றாள்.

''குணமாகக் கூடிய நோயல்ல. எப்போது என்ன நேரிடுமோ சொல்ல முடியாது.''

மகேந்திரன் அதற்கு மேல் பேசாமல் அறையை விட்டு வெளியேறினான். விநோதினி விஹாரியிடம், ''நீங்கள் இப் போது சொன்னீர்களே, அந்த வார்த்தை எப்படி வெளி வந்தது? இதுவும் கேலியா?'' என்றாள்.

''இல்லை; நான் உண்மையைத்தான் கூறினேன். உன்னை நான் விவாகம் செய்து கொள்வேன்.''

''இந்தப் பாவியைக் கடைத்தேற்றும் பொருட்டுத் தானே?''

''இல்லை. உன்னை நான் காதலிக்கிறேன். உன் மேல் அக்கறை உண்டு. அதனால்தான்...''

''இதுவே எனக்குக் கிடைக்கும் பரிசு. இதை நீங்கள் ஏற்றுக் கொண்டதே போதும். வேறெதுவும் எனக்கு வேண்

டாம். கிடைத்தாலும் அது நிலைக்காது! தெய்வமும் அதைப் பொறுக்காது!''

"ஏன் பொறுக்காது?''

"சீ! இதை மனத்தில் நினைக்கக் கூடக் கூசுகிறது; விதவை, அதிலும் பழிக்கு ஆளானவள். உலகின் முன்னர் உங்களை நான் அவமானத்துக்கு ஆளாக்க மாட்டேன். சீ! இதை இனி வெளியே சொல்லக் கூடாது.''

"நீ என்னை வெறுத்து விடுவாயா?''

"வெறுத்து விடும் உரிமை எனக்கு இல்லை. நீங்கள் இரகசியமாக எத்தனையோ நேயர்களுக்குப் பல விதமான நன்மைகள் செய்கிறீர்கள். உங்களுடைய நோன்பில் ஏதாவது ஒரு பொறுப்பை என் மீது சுமத்துங்கள். அதை ஏற்று நான் உங்கள் அடிமையாகவே இருப்பேன். ஆனால், சீச்சீ! விதவையை நீங்கள் மணப்பதா? உங்கள் பெருந்தன்மை, எதையுமே செய்யத் தயங்காது. ஆனால், நான் இதைச் செய்தால் - உங்கள் பெயருக்கு உலகத்தவர் முன்னிலையில் இழுக்கை உண்டாக்கினால் - இப்பிறவியில் என்னால் தலை நிமிர முடியாது.''

"ஆனால், விநோதினி, உன்னை நான் காதலிக்கிறேனே!''

"அந்தக் காதலின் உரிமையால், உங்களிடம் சொல்லு கிறேன்; எனக்கு ஒரே ஓர் ஆசைதான்'' என்று விநோதினி தரையில் விழுந்து அவனுடைய கால் விரல்களை முத்தமிட்டாள். பின்னர் காலடியில் உட்கார்ந்தாள். ''அடுத்த பிறவியில் உங்களை அடைய நான் தவம் கிடப்பேன். இந்தப் பிறவியில் எனக்கு ஓர் ஆசையும் இல்லை. கிடைக்க வேண்டியதும் எதுவும் இல்லை. நான் எவ்வளவோ கஷ்டம் கொடுத்தேன்; கஷ்டமும் பட்டு விட்டேன்; எத்தனையோ பாடமும் கற்றுக் கொண்டேன். அதை மறந்திருந்தால் உங்களையும் அவமதிப்புக்குள்ளாக்கி நானும் பாழாகியிருப்பேன். ஆனால், நீங்கள் மேலானவர். அதனால்தான் இன்று என்னால் தலை நிமிர்ந்து நிற்க முடிகிறது. இந்தப் பிணைப்பை நான் மண்ணாக்க விட மாட்டேன்.''

விஹாரி கம்மென்று உட்கார்ந்திருந்தான். விநோதினி கைகளைக் கூப்பினாள்; ''தவறு செய்து விடாதீர்கள். என்னை மணந்தால், நீங்கள் சுகப்பட முடியாது. உங்கள் பெருமை குன்றி விடும். எனக்கும் மதிப்பு போய் விடும். நீங்கள் பற்றுதலின்றி மலர்ச்சியுடன் எப்போதும் போல் இருக்க வேண்டும். நான் தொலைவிலிருந்தே உங்களுக்குத் தொண்டு புரிகிறேன். நீங்க ளும் களிப்புறலாம்... சுகம் அடையலாம்'' என்றாள்.

52

மகேந்திரன் தாயின் அறைக்குள் நுழைய வந்த போது ஆசா பரபரவென்று வெளியே வந்தாள். ''இப்போது உள்ளே போக வேண்டாம்'' என்றாள்.

''ஏன்?''

''திடீரென்று அம்மாவின் மனசில் நல்லதோ, கெட்டதோ எந்த விதமான அதிர்ச்சியும் நேரிடக் கூடாது என்று டாக்டர் சொன்னார். அபாயம் உண்டாகுமாம்.''

''நான் மெல்லப் போய்த் தலை மாட்டிலிருந்து அவளைப் பார்த்து விட்டு வருகிறேன். அவளுக்கு அது தெரியாது.''

''சிறு சத்தம் கேட்டாலுங்கூட அம்மா திடுக்கிடுகிறாள். நீங்கள் போனால் நிச்சயம் தெரிந்து விடும்.''

''என்னை என்ன செய்யச் சொல்கிறாய்?''

''முதலில் விஹாரி பாபு வந்து பார்க்கட்டும். அவர் சொல்கிறபடி செய்யலாம்.''

அதற்குள் விஹாரியே அங்கு வந்தான். ஆசாதான் அவனுக்குச் சொல்லி அனுப்பியிருந்தாள்.

''மன்னி! என்னைக் கூப்பிட்டாயா? அம்மாவுக்கு ஒன்றுமில்லையே?''

விஹாரியைக் கண்டதும் ஆசாவுக்கு நிம்மதி ஏற்பட்டது. ''நீங்கள் போனது முதலே அம்மாவுக்கு இன்னும் கஷ்டம் அதிகமாகி விட்டது. முதல் நாள் உங்களைக் காணாமல் என்னைக் கேட்டாள், விஹாரி எங்கே என்று. 'ஏதோ அவசர வேலையாகப் போனார்; வியாழக் கிழமைக்குள் வந்து விடுவார்' என்றேன். வாய் திறந்து பதில் சொல்லவில்லை. அது முதல் அடிக்கடி வாரிப் போடுகிறது. உள்ளூற யாரையோ எதிர்பார்க்கிறாள் போல இருக்கிறது. உங்கள் தந்தி கிடைத்ததும் இன்று நீங்கள் வருவதாகச் சொன்னேன். இன்று உங்களுக்காகப் பலமாக விருந்து தயாராக்கச் சொன்னாள். உங்களுக்குப் பிடித்தவற்றையெல்லாம் வாங்கி வரச் சொல்லி எதிரே வராந்தாவில் சமைக்க ஏற்பாடு செய்திருக்கிறாள். தானே சொல்லித் தரப் போகிறாளாம். டாக்டர் தடுத்தால் கேட்கவே இல்லை. சற்று முன்னால்தான் என்னைக் கூப்பிட்டு, 'அம்மா! நீ உன் கையாலேயே சமைக்க வேண்டும். நான் எதிரே உட்கார்ந்து விஹாரிக்குச் சாதம் போடுவேன்' என்றாள்.''

இதைக் கேட்டு விஹாரியின் கண்களில் நீர் பெருகியது. ''இப்போது அம்மா எப்படி இருக்கிறாள்?'' என்றான்.

''நீங்களே வந்து பாருங்களேன். எனக்கென்னவோ அதிகமாகத்தான் படுகிறது'' என்றாள் ஆசா.

விஹாரி உள்ளே சென்றான். மகேந்திரன் வெளியே வியப்புடன் நின்று கொண்டிருந்தான். ஆசா வீட்டுக்கு எஜமானியாகி விட்டாள். எவ்வளவு சகஜமாக அவள் அவனை உள்ளே நுழையாமல் தடுத்து விட்டாள்! ரோஷமோ, தயக்கமோ அதில் இல்லையே! மகேந்திரனுடைய பலம் எவ்வளவோ குறைந்து விட்டது. குற்றவாளி அவன்! வெளியிலேயே கம்மென்று நின்றான். தாயின் அறையினுள் நுழையவும் அவனால் முடியவில்லை.

அதுவும் வியக்கத் தக்கதுதான். விஹாரியுடன் ஆசா சற்றும் கூச்சமின்றிப் பேசுகிறாள்! எல்லா ஆலோசனைகளும் அவனிடந்தான். குடும்பத்தைக் காப்பாற்றுபவன் அவன் ஒருத்தன்தான்! எல்லாருக்கும் அவன் நண்பன். அவன் எங்கும் போய் வருகிறான். எல்லாரும் அவன் சொன்னபடி கேட்கிறார்கள். மகேந்திரன் சில நாட்கள் முன்னர் விட்டுச் சென்ற இடம், திரும்பி வந்த போது அவ்வாறே இல்லை.

விஹாரி அறையினுள் நுழையவும், ராஜலட்சுமி அன்பூறும் விழிகளுடன் அவனைப் பார்த்தாள்: ''விஹாரி! வந்து விட்டாயா!'' என்றாள்.

''ஆம், அம்மா... வந்து விட்டேன்.''

''உன் வேலை முடிந்து விட்டதா?'' என்று அவள் அவன் முகத்தையே உற்று நோக்கினாள்.

''ஆமாம், அம்மா! எல்லாம் சுபமாக முடிந்து விட்டன. இனி எனக்கு யாதொரு கவலையும் இல்லை'' என்று விஹாரி வெளியே நோக்கினான்.

''இன்று ஆசா தன் கையால் சமைக்கிறாள். நான் இங்கிருந்து சொல்லித் தரப் போகிறேன். டாக்டர் கூடாதென்கிறார். இனிமேல் எதற்கடா தடை? நீ சாப்பிடுவதைக் கண் குளிர ஒரு தடவை பார்க்காமல் சாவதா?''

''டாக்டர் தடை சொல்லக் காரணம் எதுவும் இருப்பதாக எனக்குத் தோன்றவில்லை, அம்மா! நீ சொல்லிக் கொடுக்காவிட்டால் நடக்குமா! சின்ன வயசு முதல் நீ போடா விட்டால் எனக்குச் சாப்பாடே ருசிக்காது. மகேனுக்குக் கூட மேற்கத்தி ரொட்டியும் பருப்பும் சாப்பிட்டு நாக்கு செத்து விட்டதாம். இன்று நீ செய்த மீன் கூட்டுச் சாப்பிட்டால் அவனுக்கு நிச்சயம் உயிர் திரும்பியது போல் இருக்கும். இன்று நாங்கள் அண்ணன் தம்பிகள் ஆகி விட்டோம். சின்ன வயசில் செய்தது போல் போட்டி போட்டுக் கொண்டு சாப்பிடப் போகிறோம். உன் மருமகளால் சமைக்க முடிகிறதா, பார்க்கலாம்!''

மகேந்திரனை அழைத்துக் கொண்டுதான் விஹாரி வந்திருக்கிறான் என்று ராஜலட்சுமிக்குத் தெரியும். இருந்தாலும்,

மகேந்திரனுடைய பெயரைக் கேட்டதும் அவளுக்குக் கொஞ்ச நேரம் மார்பு படபடக்க, மூச்சு விடுவதே கஷ்டமாக இருந்தது. அது சற்றுக் குறைந்ததும் விஹாரி, "மகேந்திரனுடைய உடம்பு, மேற்கே போனதில் மிகவும் தேறி விட்டது. வழியிலே சற்று அலைச்சல்; அதுதான் வாட்டம். குளித்துச் சாப்பிட்டால் சரியாகி விடும்" என்றான்.

ராஜலட்சுமி அப்போதும் மகேந்திரனுடைய பேச்சையே எடுக்கவில்லை. விஹாரி மீண்டும், "அம்மா, மகேன் வெளியே நிற்கிறான். நீ கூப்பிடாமல் அவன் வர முடியாதே!" என்றான்.

ராஜலட்சுமி வாய் திறவாமல் கதவை நோக்கினாள். விஹாரி உடனே, "மகேன் அண்ணா! உள்ளே வா" என்றான்.

மகேந்திரன் மெல்ல உள்ளே நுழைந்தான். இதயம் நின்று விடுமோ என்ற அச்சத்தில் ராஜலட்சுமி மகேந்திரனுடைய முகத்தை அப்போது பார்க்கவில்லை. கண்களைச் சற்றே மூடிக் கொண்டாள். மகேந்திரன் படுக்கையை நோக்கியதும் திடுக்கிட்டான். யாரோ அவனை அடிப்பதுபோல் இருந்தது.

மகேந்திரன் தாயின் காலடியில் தலையை வைத்து விழுந்து விட்டான். இதயத் துடிப்பால் ராஜலட்சுமியின் உடம்பு நடுங்கியது.

சற்றுப் பொறுத்து அன்னபூரணி மெல்ல, "அக்கா, மகேனை எழுந்திருக்கச் சொல்லுங்கள். இரா விட்டால் அவன் எழுந்திருக்க மாட்டான்" என்றாள்.

ராஜலட்சுமி மிகவும் கஷ்டத்துடன், "மகேன், எழுந் திரடா" என்றாள்.

மகேனின் பேரைச் சொன்னதுமே வெகு நாட்கள் கழித்து அவள் கண்களில் நீர் பலபலவென்று உதிர்ந்தது. கண்ணீர்ப் பெருக்கில் உள்ளத்தின் வேதனையும் ஓரளவு குறைந்தது. மகேந்திரன் எழுந்து மண்டியிட்டவாறு கட்டிலின் மேல் சாய்ந்து, தாயின் அருகே உட்கார்ந்தான். ராஜலட்சுமி கஷ்டத் துடன் திரும்பி இரண்டு கைகளாலும் மகேந்திரனது தலையைத் தூக்கி உச்சி மோந்து, நெற்றியில் முத்தமிட்டாள்.

மகேந்திரனுக்குத் தொண்டை அடைத்தது. "அம்மா! உனக்கு மிகவும் கஷ்டம் கொடுத்து விட்டேன். என்னை மன்னித்து விடு" என்றான் அவன்.

சற்று மார்பு வலி குறைந்ததும் ராஜலட்சுமி, "அப்படிச் சொல்லாதேடா, மகேன்! உன்னை மன்னிக்காமல் இருக்க என்னால் முடியுமாடா? அம்மா, ஆசா! எங்கேடி போனாய்?" என்றாள்.

ஆசா பக்கத்து அறையில் பத்திய உணவு தயாரித்துக் கொண்டிருந்தாள். அன்னபூரணி அவளை அழைத்து வந்தாள்.

தரையிலிருந்து எழுந்து தன் பக்கத்தில் கட்டில் மேல் உட்காரும்படி மகேந்திரனுக்கு ராஜலட்சுமி சாடை காட்டினாள். மகேந்திரன் உட்கார்ந்ததும், அவன் பக்கத்தில் இடம் காட்டி, ''அம்மா, ஆசா, இங்கே நீ உட்கார். இன்று உங்களை ஒன்றாக உடகார வைத்துக் கண் குளிரப் பார்க்கிறேன். என் கஷ்டமெல்லாம் தன்னால் போய் விடும். அம்மா! என்னிடம் என்ன கூச்சம் உனக்கு! மகேனின் மேல் கூட நீ ஒரு கோபமும் வைத்துக் கொள்ளக் கூடாது. வா; இங்கே உட்கார். என் கண்களைக் குளிரச் செய்'' என்றாள் ராஜலட்சுமி.

நிறைந்தது